ஆயிரத்து ஓர் இரவுகள்

ஒரு இரவுக்கு ஒரு கதைவீதம் 1001
இரவுகளில் சொன்ன அரபு நீதிக் கதைகள்

தொகுத்தது

முல்லை பிஎல். முத்தையா

பரிசல்

♦ ஆயிரத்து ஓர் இரவுகள் ♦ பக்கங்கள் : 384 ♦ ஆசிரியர் : முல்லை பிஎல். முத்தையா ♦ வெளியீடு பரிசல் புத்தக நிலையம், எண்.47, **B1** பிளாட், முதல் மாடி, தாமோதர் பிளாட், ஐஸ்வர்யா அபார்ட்மெண்ட், ஓம் பராசக்தி தெரு, வ.உ.சி. நகர், சென்னை–600075. ♦ பேச: 9382853646, 8825767500 ♦ மின்னஞ்சல் : **parisalbooks2021@gmail.com** ♦ அச்சாக்கம்: தி பிரிண்ட் பார்க், சென்னை 117.

♦ Aayirathu Or Iravukal ♦ Pages : 384 ♦ Author : Mullai PL. Mutghiah ♦ Publisher : Parisal Putthaga Nilayam, No.47, B1Flat, First Floor, Dhamodar Flat Aiswarya Apartment, Om Parasakthi Street, VOC Nagar, Pammal, Chennai - 600075. ♦Cell: 9382853646, 8825767500 ♦E-mail : parisalbooks2021@gmail.com ♦Printer: The Print Park, Chennai-117.

Price ₹. 400/-

ISBN: 978-81-19919-54-3

முன்னுரை

'ஆயிரத்து ஓர் இரவுகள்' என்னும் இந்தக் கதைத் தொகுதி, பல நூற்றாண்டுகளுக்கு முன்னரே அரேபியா, எகிப்து, பாரசீகம் முதலிய இஸ்லாமிய நாடுகளில் பிரசித்தி அடைந்திருந்தது.

மேல்நாட்டு ஆசிரியர்கள் சிலர், இதனுடைய சிறப்பை உணர்ந்தார்கள். ஆகையினால், அவர்கள் அரேபிய நாடுகளுக்குச் சென்று, அம்மொழிகளைப் பயின்று, அக்கதையைத் தங்கள் மொழியில் உருவாக்கினார்கள். அவர்களுடைய பெருமுயற்சி மிகவும் போற்றுதற்கு உரியது.

இது, ஆங்கிலத்தில் பல பாகங்களாக, பல்வேறு பதிப்புகள் வெளிவந்துள்ளன. எனினும், அவற்றில் ஒரே சம்பவத்தை திருப்பித் திருப்பிக் கூறப்பட்டிருப்பதாக இக்காலத்திய மேல் நாட்டு ஆசிரியர்கள் பலர் கருதுகின்றார்கள். உண்மையும் அதுதான்! பிற்காலத்தில் பதிப்புகள் பல இக்காலத்துக்கேற்றவாறு வெளி வந்துள்ளன.

மகாபாரதமும் இராமாயணமும் பாரத நாட்டின் பழம் பெருங் காவியங்கள், என்றாலும் அவற்றின் பழங்கால நடையின் காரணமாக, இக்கால வாசகர்கள் விரும்பிப் படிப்பதில்லை. ஆகவே, ராஜாஜி அவர்கள் இக்கால வாசகர்கள் விரும்பும் வண்ணம், அந்தக் காவியங்களுக்குப் புது மெருகு கொடுத்தார்கள். அதனால், லட்சக்கணக்கானவர்கள் அவற்றைப் படித்துப் பயனடைந்தார்கள்.

அதைப் பின்பற்றியே இந்தக் கதைத் தொகுதியைத் தொகுக்க முற்பட்டேன். மூலக்கதைகளில் உள்ள சம்பவங்கள் எதையும் விட்டு விடாமல், அவசியமற்ற வர்ணனைகளை மட்டுமே நீக்கியுள்ளேன். எனவே, இந்நூல் வாசகர்களுக்குச் சலிப்புத் தோன்றாமலும், விரும்பிப் படிக்கும் விதத்திலும் இருக்கும் என்பது என் நம்பிக்கை.

முல்லை பிஎல். முத்தையா

நிலா இரவில் நீதிக்கதை

அல்லாவின் அருளன்றி அணுவும் இங்கே
அசையாது; அவனெழுத்தை அறிந்து நன்று
சொல்வோரும் யாருமில்லை; முடிவ தில்லை!
கூடர் பிறையை இருளினிலே தோன்றச் செய்வான்
வல்லதாம் இருள்தனிலே சூரியன் தன்னை
வண்ணமொடு சேர்த்திடுவான்; வாழ்வின் தன்மை
முல்லைப்பூ எனக்காட்டி மணத்தை யூட்டி
மெய்காற்றில் மரணமென உதிரச் செய்வான்!
காலத்தின் கண்சிமிழ்த்தான் அரபு நாட்டில்
கவிக்குயிலே ரோஜாவின் காதல் பாட
சீலத்தை திருநபியால் கேட்க வைத்தான்
ஜகமுடியில் வைரமென ஜொலித்து நிற்க
ஆலத்தின் அரவெனவே பெண்கள் தன்னை
அறிவித்தான் ஷாரியர் மன்னன் நெஞ்சில்!
நீலத்தின் விழி ஷாரஜாத் அறிவில் நின்று
நிலா இரவில் நீதிக்கதை சொல்ல வைத்தான்!

கவிஞர் கம்பதாசன்

முன்னுரை

நிலா இரவில் நீதிக்கதை

இதில் உள்ள கதைகள்

1.	ஷாரியரும் ஷாரஜாத்தும்	9
2.	வியாபாரியின் கதை	16
3.	வர்த்தகனும் பூதமும்	20
4.	முதியவனும் மான் குட்டியும்	22
5.	இரண்டு நாய்களின் கதை	27
6.	கோவேறு கழுதையின் கதை	31
7.	செம்படவனும் பூதமும்	32
8.	யூனான் அரசன் கதை	36
9.	கிளியின் கதை	38
10.	மந்திரியின் கதை	41
11.	வாலிபன் கல்லான கதை	48
12.	கூலிக்காரன் கதை	50
13.	முதல் ஒற்றைக் கண்ணன் கதை	53
14.	இரண்டாவது ஒற்றைக் கண்ணன் கதை	55
15.	பொறாமைக்காரன் கதை	58
16.	மூன்றாவது ஒற்றைக் கண்ணன் கதை	61
17.	முதல் பெண்ணின் கதை	68
18.	இரண்டாவது பெண்ணின் கதை	71
19.	ஆப்பிள் பழக் கதை	73
20.	இரண்டு மந்திரிகளின் கதை	77

21.	கூனன் இறந்த கதை	86
22.	வாலிபன் கையிழந்த கதை	88
23.	கையிழந்த வாலிபன் கதை	97
24.	காதலர்களும் நாவிதனும்	101
25.	நாவிதன் கதை	105
26.	முதல் சகோதரன் கதை	106
27.	இரண்டாவது சகோதரன் கதை	109
28.	மூன்றாவது சகோதரன் கதை	111
29.	நான்காவது சகோதரன் கதை	113
30.	ஐந்தாவது சகோதரன் கதை	116
31.	ஆறாவது சகோதரன் கதை	119
32.	அடிமைப் பெண்ணின் கதை	122
33.	கனீம் கொண்ட காதல்	127
34.	கபூர் சொன்ன பொய்	128
35.	தாஜுல்முல்க் கதை	133
36.	அஜீஸ் கதை	134
37.	அரசனின் ஆசைநாயகி கதை	141
38.	பூதங்கள் நடத்திய அழகுப் போட்டி	144
39.	இளவரசர்களின் பராக்கிரமம்	152
40.	நீமெத் அல்லாவின் கதை	155
41.	அலாவுத்தீன் சாகசங்கள்	158
42.	அரட்டைக்கல்லி அபுல்ஹாசன் கதை	163
43.	போலி அரசன் கதை	170
44.	சோம்பேறி அபூ முகம்மது கதை	174
45.	அதிசயக் காதலன் கதை	181

46.	அலீ மன்சூர் சொன்ன கதை	187
47.	மாயக் குதிரை கதை	193
48.	மந்திரி குமாரியின் காதல் கதை	202
49.	பேய் வீட்டின் கதை	210
50.	சிந்துபாத் மாலுமி கதை	216
51.	சிந்துபாத்தின் முதற் பிரயாணம்	218
52.	இரண்டாவது பிரயாணக் கதை	222
53.	மூன்றாவது பிரயாணக் கதை	226
54.	நான்காவது பிரயாணக் கதை	230
55.	ஐந்தாவது பிரயாணக் கதை	236
56.	ஆறாவது பிரயாணக் கதை	240
57.	ஏழவது பிரயாணக் கதை	244
58.	பித்தளை நகரத்தின் கதை	247
59.	மந்திரப் புதையல்	255
60.	சமுத்திர ராஜகுமாரியின் கதை	269
61.	பூத ராஜகுமாரியின் கதை	284
62.	பறவைக் கன்னியின் கதை	298
63.	ஆற்றங்கரை குரங்குகளின் கதை	320
64.	மோசக்கார அபூகீர் கதை	328
65.	அப்துல்லா மாலுமியின் கதை	338
66.	ஜமீலா சீமாட்டி கதை	348
67.	புதையல் எடுத்த சக்கிலி கதை	363

ஷாரியரும் ஷாரஜாத்தும்

இந்தியாவும் சீனாவும் ஒரு காலத்தில் ஒரே தேசமாக இணைந்து இருந்தது. அது எந்தக் காலத்தில் என்பது கடவுளுக்குத்தான் தெரியும். அந்தப் பரந்த தேசத்தை ஆண்டு வந்த மன்னனுக்கு இரண்டு குமாரர்கள் இருந்தார்கள். அவர்கள் இருவரும் எல்லா வித்தைகளையும் கற்றுத் திறமைசாலிகளாய் விளங்கினர்.

மூத்த குமாரன் ஷாரியர் முறைப்படி பட்டம் சூட்டப்பெற்று அந்த நாட்டின் அதிபதியானான். இளைய குமாரன் ஷாஜமான் சாமர்கண்ட் பிரதேசத்திற்கு அதிபதியாக நியமிக்கப்பட்டான். இருவரும் தங்களுடைய ஆளுகைக்கு அடங்கிய பிரதேசங்களை நடுநிலைமையுடன் ஆண்டு வந்தனர். அதனால், குடிஜனங்களின் பெருமதிப்புக்குப் பாத்திரர்களாய் விளங்கினர்.

அரசாளும் பொறுப்பேற்ற இரு சகோதரர்களும், ஒருவரை யொருவர் பார்த்து இருபது ஆண்டுகள் ஆகிவிட்டன. ஆகவே, ஷாரியர் மன்னன், தன்னுடைய தம்பி ஷாஜமானைப் பார்க்க விரும்பினான். அதற்காகத் தன்னுடைய மந்திரியை அனுப்பித் தம்பி ஷாஜமானை அழைத்துக் கொண்டு வரச் சொன்னான்.

ஷாரியரின் உத்தரவுப்படி, மந்திரி சாமர்கண்ட் அரண் மனைக்குச் சென்றான். ஷாஜமானை வணங்கி, ஷாரியர் மன்னனுடைய விருப்பத்தைச் சொன்னான்.

ஷாஜமானும் சகோதரனைப் பார்த்து வெகு நாட்களான படியால், மிக்க மகிழ்ச்சியுடன் ஷாரியரைப் பார்க்கப் பரிவாரங்கள் சூழப் புறப்பட்டான்.

அப்படிப் புறப்பட்ட தினமே, இளைப்பாறுவதற்காக ஓரிடத்தில் எல்லோரும் தங்கினார்கள். அச்சமயம், ஷாரியருக்குப் பரிசாகக் கொண்டுபோக வேண்டும் என்று எடுத்து வைத்த ஒரு

வைர மோதிரத்தைத் தன்னுடைய அரண்மனை அந்தப்புரத்திலே ஞாபக மறதியாக வைத்துவிட்டதைப் பற்றி, ஷாஜமான் நினைவிற்கு வந்தது. ஆகவே, அதை எடுத்து வருவதற்காக தான் மட்டும் திரும்பி அரண்மனைக்குச் சென்றான்.

ஷாஜமான் மீண்டும் அரண்மனைக்கு வந்தபொழுது நடுநிசியாகி விட்டது. பரிவாரங்கள் தங்கியிருக்கும் இடத்திற்கு சீக்கிரமாகத் திரும்பிப் போகவேண்டும் என்று நினைத்துக் கொண்டே, அவசரமாக அந்தப்புரத்திலுள்ள படுக்கை அறையில் நுழைந்தான்.

அங்கு நுழைந்ததும், அவன் கண்ட காட்சி, அவன் உடலை நடுங்க வைத்தது; ரத்தம் கொதிக்க, கண் இருண்டு, திகைத்து நின்றான். கட்டிலின் மேல், அவனுடைய மனைவியும், ஒரு நீக்ரோ அடிமையும் படுத்திருந்தனர்.

திகைத்து நின்ற ஷாஜமான், சற்று நேரத்தில் தன் உணர்வை அடைந்தான். உடைவாளை உருவி, மனைவியும் நீக்ரோவையையும், உடல் வேறு, தலை வேறாகும்படி வெட்டிக் கொன்றுவிட்டு, மீண்டும் பரிவாரங்கள் இருந்த இடத்தை அடைந்தான்.

அங்கிருந்து, எல்லோருடனும் புறப்பட்டுத் தமையன் ஷாரியருடைய தலைநகரத்திற்குச் சென்றான். நெடுங் காலமாகக் காணாதிருந்த தம்பியின் வருகையைக் கேட்டு, ஷாரியர் மன்னன், நகர எல்லையிலேயே அவனை வரவேற்று, அமோகமான ஆடம்பரத்துடன் அரண்மனைக்கு அழைத்துச் சென்றான்.

ஷாஜமான் மகிழ்ச்சியுடன் இருக்கவேண்டி, ஷாரியர் அநேக ஏற்பாடுகளைச் செய்தான். ஆனால், அவன் எதிலுமே ஈடுபடாமல் பித்துப்பிடித்தவனைபோல் இருந்தான். வேளாவேளைக்குச் சரியாக சாப்பிடாமலும், களியாட்டங் களில் கலந்து கொள்ளாமலும், தனித்தே இருந்து வந்தான். அதைக் கண்ட ஷாரியர் அவனுடைய வருத்தத்தின் காரணத்தைக் கேட்டான். அதற்கு ஷாஜமான், "என்னுடைய மனோவியாதி என்னுடனேனே மறையட்டும்; வேறு யாரிடமும் அதைச் சொல்லிப் பிரயோசனமில்லை" என்றான்.

ஷாரியர் மேற்கொண்டும் அவனை வற்புறுத்தி அந்த விஷயத்தைத் தெரிந்துகொள்ள விரும்பவில்லை. ஆகவே, தம்பியின்

மனக்கிலேசத்தைப் போக்குவதற்காக, வேட்டையாடப் போகலாமென்று கூப்பிட்டான். ஆனால், ஷாஜமான் வேட்டைக்குச் செல்ல விரும்பவில்லை. ஆகவே, ஷாஜமானை அரண்மனையிலேயே இருக்கச் சொல்லிவிட்டு, ஷாரியர் மட்டும் வேட்டைக்குப் போனான்.

அரண்மனையில் தனித்திருந்த ஷாஜமான், மேல்மாடியில் உள்ள ஜன்னல் வழியாகத் தோட்டத்தைப் பார்த்தபடி உட்கார்ந்து சிந்தித்துக் கொண்டிருந்தான். அச்சமயம், அந்தப்புர மளிகையின் தோட்டக் கதவு திறக்கப்பட்டதனால் அவனுடைய கவனம் அங்கே திரும்பியது.

அந்தக் கதவின் வழியாக இருபது ஆண்களும் இருபது பெண்களும், ஒருவரையொருவர் முந்தும் நோக்கத்துடன் பிடித்துத் தள்ளிக்கொண்டு ஓடி, ஒரு மரத்தடியில் நின்றனர். அந்தப் பெண்கள் கூட்டத்தில ஷாரியருடைய மனைவியும் இருந்தாள். அவளைப் பார்த்ததும், ஷாஜமான், ஆச்சரியப்பட்டு, அவர்கள் எல்லோரும என்ன செய்கிறார்கள் என்பதைக் கவனித்தார்கள்.

அவர்கள் எல்லோரும் ஆனந்தமாக ஆடிப்பாடி விளையாடினர். இறுதியில், ஷாரியரின் மனைவி, “ஓ, மெஸூத்” என்று கூவினாள். அந்தச் சப்தத்தைக் கேட்டதும், ஒரு நீக்ரோ அவளருகில் வந்து நின்றான். உடனே, அரசி, அவனுடன் கைகோத்துக் கொண்டு ஒரு மறைவிடத்திற்குச் சென்றாள். அதைக்கண்ட மற்றப் பெண்களும், ஒவ்வொரு ஆடவன் துணையுடன் மறைவிடத்திற்குச் சென்றனர். அன்று மாலை சூரியன் அஸ்தமிக்கும்வரையில் அவர்கள் எல்லோரும் தோட்டத்திலேயே ஆனந்தமாய் விளையாடிக் கொண்டிருந்தனர்.

அந்தச் சம்பவங்களைப் பார்த்துக் கொண்டிருந்த ஷாஜமான், “ஆண்டவனே! இதைப் பார்த்தால், என்னுடைய கஷ்டம் எத்தனையோ மடங்கு பரவாயில்லைபோல் தோன்றுகிறதே,” என்று தனக்குள் முணுமுணுத்துக் கொண்டான் அவனுடைய மனப்பாரமும் சற்று குறைந்ததாகத் தோன்றியது. ஆகவே, அவன் ஊரிலிருந்து புறப்பட்டு வந்தது முதல் தான் கொண்டிருந்த

கிலேசத்தை மறந்து, முன்போலவே சாப்பிடவும், எல்லா விஷயங்களிலும் உற்சாகம் கொண்டும் காணப்பட்டான்.

வேட்டைக்குச் சென்றிருந்த ஷாரியர் திரும்பி வந்ததும், தம்பியின் திடீர் மாறுதலைக் கண்டு மனம் மகிழ்ந்தான். ஆகவே, ஆச்சர்யத்துடன் தம்பியைப் பார்த்து, "நான் வேட்டைக்குப் புறப்படும் சமயம் நீ வாட்டத்துடன் காணப்பட்டாய். நீ மகிழ்ச்சியுடன் இருப்பது எனக்கும் சந்தோஷமாக இருக்கிறது. இருந்தாலும், முன்பு ஏன் அப்படி வாட்டத்துடன் இருந்தாய் என்பதைச் சொல்" என்று கேட்டான்.

அதைக் கேட்ட ஷாஜமான், தன்னுடைய அரண்மனை அந்தபுரத்தில் தான் கண்ட காட்சியை ஷாரியரிடம் சொன்னான். அதைக் கண்டமுதல் தன்னுடைய உற்சாகம் குன்றி விட்டதாகவும், அதனால், எல்லாவற்றின் மீதும் வெறுப்பு ஏற்பட்டதாகவும் தெரிவித்தான். ஆனால், அந்த நிலைமை மாறி, பழையபடி உற்சாகத்துடன் தான் இருக்கும் காரணத்தை மட்டும் கேட்கக்கூடாதென்று மிகவும் பணிவுடன் கேட்டுக்கொண்டான்.

ஆனால், ஷாரியர் அவன் சொன்னதைக் கேட்டுத் திருப்தி அடையவில்லை. அவன், கவலையை மறந்து சந்தோஷமாக இருப்பதன் காரணத்தைச் சொல்லியே ஆகவேண்டுமென்று கட்டாயப்படுத்தினான்.

சகோதரன் கட்டாயப்படுத்திக் கேட்பதை மறுக்க முடியாமல், ஷாஜமான், தான் தோட்டத்தில் கண்ட நிகழ்ச்சிகளை அவனிடம் சொன்னான். அதைக் கேட்ட ஷாரியர், தானே கண்ணால் பார்க்கும் முன் ஷாஜமான் சொன்னதை நம்ப முடியாது என்றான். ஆகவே, இரண்டு சகோதர்களுமாக யோசித்து, ஒரு திட்டம் வகுத்தார்கள்.

ஷாரியர் மீண்டும் வேட்டைக்குப் போவதாகப் புறப்பட்டுப் போய், ஒருவரும் அறியாமல் அரண்மனைக்குத் திரும்பி வந்து, மேல்மாடியில் ஒளிந்திருந்து, தோட்டத்தைக் கவனிப்பது என்று தீர்மானிக்கப்பட்டது. அதன்படி, ஷாரியர் மீண்டும் வேட்டைக்குப் போவதாக எல்லோரிடமும் அறிவித்துவிட்டுப் போய்விட்டான்.

பிறகு, அங்கிருந்து மாறுவேடம் பூண்டு, ஒருவரும் அறியாதபடி இரகசிய வழியாக அரண்மனை மாடியை அடைந்தான். முன்னேற்பாட்டின்படி ஷாஜமானும் அங்கேயே

இருந்தான். இருவரும் அந்தப்புரத்தின் தோட்டக் கதவைக் கவனித்த வண்ணம் உட்கார்ந்து இருந்தனர். அப்பொழுது, முன்போலவே, கதவு திறக்கப்பட்டு ராணியுடன் எல்லோரும் வந்தனர். மற்றச் சம்பவங்கள் எல்லாம் பழையபடியே நடந்தன.

அதைப் பார்த்த ஷாரியரின் நிலை தடுமாறிற்று; அவமானத்தினால் அவன் உடல் நடுங்கிற்று; ஆத்திரத்துடன் தம்பியைப் பார்த்து, “இதைப் போன்ற துர்ப்பாக்கிய சம்பவம் வேறு யாருக்காவது ஏற்படுவதைப் பார்பதைவிட இறந்து விடுவதே மேல். உடனே யாரும் காணாதபடி எங்காவது ஓடிவிடுவோம். அப்புறம் யோசிப்போம்” என்றான்.

தமையன் சொன்னதை ஷாஜமான் ஆமோதித்தான். கொஞ்சநேரம் கூடத் தாமதிக்காமல், இருவரும் இரகசிய வழியாக அரண்மனையைவிட்டுப் புறப்பட்டுவிட்டனர். எங்கு செல்கிறோம் என்ற நினைவே இன்றி, இருவரும் மனம்போன போக்கில் நடந்தனர். பலநாட்கள் நடந்த பின்னர், ஒரு கடற்கரையை அடைந்தனர்.

அந்தக் கடற்கரையோரமாக இருந்த ஒரு சோலையில் இளைப்பாற உட்கார்ந்தனர். அச்சமயம் கடலிலே ஒரு பேரிரைச்சல் ஏற்பட்டது. அந்தச் சம்பவம் வந்த திக்கில் கூர்ந்து கவனித்தனர் இரு சகோதரர்களும், கடல் நீரெல்லாம் ஒன்று சேர்ந்து ஆகாயத்தை நோக்கிப் பாய்வதுபோல, ஒரு நெடிய தூணைப் போன்ற உருவம் உண்டாகிக் கரையை நோக்கி நகர்ந்து வந்தது. அதைக் கண்டு பயந்த சகோதரர்கள் இருவரும் அருகில் இருந்த ஒரு மரத்தின் மேல் ஏறிக்கொண்டனர்.

கடலில் உண்டான அந்த உருவம் மெல்ல மெல்ல நகர்ந்து வந்து, அவர்கள் ஏறியிருந்த மரத்தருகில் வந்து நின்றது. அந்த உருவம் சமீபமாக வந்ததும் அதைப் பார்த்த இருவருக்கும் குலைநடுக்க மெடுத்தது.

அது ஒரு ஆண் பூதம். அதனுடைய தலைமேல் ஒரு பெட்டியைச் சுமந்து கொண்டிருந்தது. அந்தப் பூதம், அதே மரத்தடியில் வந்து உடகார்ந்து, தன் தலைமேல் இருந்த பெட்டியைத் திறந்து, அதனுள்ளிருந்த வேறொரு பெட்டியை எடுத்தது. அந்த இரண்டாவது பெட்டியைத் திறந்ததும், அதிலிருந்து அழகான

ஒரு பெண் வெளியே வந்தாள். பிறகு, அந்தப் பூதம் அவளுடன் பேசிக்கொண்டே தூங்கிவிட்டது.

பூதம் தூங்கியதும், அந்தப் பெண், தற்செயலாக மரத்தின் மேலே இருந்தவர்களைப் பார்த்தாள். அவர்கள் இருவரையும் இறங்கித் தான் இருக்குமிடத்திற்கு வரும்படி ஜாடை காட்டினாள். ஆனால், அவர்கள் இறங்கி வராமல், பூதத்தைப் பார்க்கப் பயமாய் இருப்பதாகப் பதில் ஜாடை செய்தனர். பூதம் ஒன்றும் செய்யாமல் தான் பார்த்துக் கொள்வதாக மீண்டும் அவள் ஜாடை செய்தாள். என்றாலும், அவர்கள் இறங்கி வரவில்லை. ஆகவே, அவர்கள் இறங்கிவராவிட்டால், அந்தப் பூதத்தை எழுப்பிவிடுவதாக அவள் பயமுறுத்தினாள்.

உடனே அவர்கள் இறங்கி அவளருகில் வந்தனர். பிறகு, அவள் இஷ்டப்படி நெடுநேரம் அவளுடன் பேசிக் கொண்டிருந்தனர். கடைசியில், அந்தப் பெண், தன்னிடமிருந்த ஒரு பையை எடுத்தாள். அதில் ஒரு வளையம் இருந்தது. அந்த வளையத்தில் தொண்ணூற்றெட்டு மோதிரங்கள் கோக்கப்பட்டு இருந்தன. அதை அவர்களிடம் காட்டி, "இது என்னவென்று உங்களுக்குத் தெரியுமா?" என்று கேட்டாள். தெரியாது என்னும் பாவனையில் இருவரும் தலையை ஆட்டினர். அதற்கு அந்தப் பெண். "இந்த முட்டாள் பூதம்,என்னைத்தனக்குத்தான் சொந்தம் என்று எண்ணிக் கொண்டிருக்கிறது. ஆனால், இதற்குமுன் தொண்ணூற்றெட்டு பேரைச் சந்தித்திருக்கிறேன். உங்கள் இருவருடைய மோதிரங்கள் கொடுத்துவிடுங்கள். அத்துடன் சரியாக நூறாகிவிடும்" என்றாள்.

சகோதரர்கள் இருவரும் மோதிரங்களைக் கொடுத்து விட்டு, "இந்தப் பூதத்திற்குத் தெரியாமல் நீ எப்படி நூறு பேர்களைச் சந்திக்க முடிந்தது?" என்றனர்.

"எனக்குக் கலியாணம் நடந்த இரவிலேயே, இந்தப் பூதம் என்னைத் தூக்கிக் கொண்டு வந்து கடலுக்கு அடியில் ஒளித்து வைத்துவிட்டது. அது இஷ்டப்பட்ட பொழுது, வெளியே கொண்டுவந்து இம்மாதிரி விடும் அந்தச் சந்தர்ப்பங்களில் நான் எல்லோரையும் சந்திக்க முடிந்தது. எத்தகைய கட்டுக் காவல் இருந்தாலும், என்னைப் போன்ற பெண்கள் விரும்பினதைச்

செய்து முடிப்பார்கள் என்ற அறிவு இந்தப் பூதத்திற்கு இல்லை" என்றாள் அவள்.

அவள் சொன்னதைக் கேட்ட சகோதரர்கள் இருவரும் சிந்தனையில் ஆழ்ந்தனர். பயங்கரமான ஒரு பூதத்திற்கே ஒரு பெண் பயப்படாமல் இவ்வாறு செய்கிறாள் என்றால், நம்மைப் போன்ற வர்களைப் பெண்கள் ஏமாற்றுவது மிகவும் சுலபம் என்று நினைத்தனர். அம்மாதிரி வஞ்சக உள்ளம் கொண்ட பெண்களுக்கு அஞ்சி நாட்டை விட்டு ஓடுவதைவிட, அப்பெண்களையே பூண்டோடு ஒழித்துக் கட்டிவிடுவதுதான் சரியானது என்ற முடிவுக்கு வந்தனர்.

உடனே, இருவரும் திரும்பி அரண்மனைக்கு வந்தனர். கொஞ்சநேரம் தாமதிக்காமல், ஷாரியர் தன்னுடைய மனைவியையும் தோட்டத்தில் கூடிக் குலாவிய மற்றவர்களையும் சிரச்சேதம் செய்யும்படி உத்தரவிட்டான்.

அத்துடன் நிற்காமல், தன்னுடைய தீர்மானப்படி பெண் வர்க்கத்தை ஒழிக்க முனைந்தான். ஒவ்வொரு நாளும் ஒரு கன்னிப் பெண்ணை மணந்து கொள்வான். அன்றிரவு கழிந்ததும், மறுநாள் காலை அந்தப் பெண்ணை கொலை செய்து விடும்படி உத்தரவிடுவான்.

இம்மாதிரியே தொடர்ந்து மூன்றாண்டுக் காலம் பெண்கள் சிரச்சேதம் செய்யப்பட்டு வந்தனர். அதைக் கண்ட அந்த நாட்டு மக்கள் எல்லோரும் பயந்து வெளிநாட்டுக்கு ஓடலாயினர்.

அந் நிலைமையில், ஒரு நாள், ஷாரியர் மன்னன் மணந்து கொள்ள ஒரு பெண்ணும் கிடைக்கவில்லை. எப்படியும் ஒரு பெண்ணைக் கொண்டு வந்தாக வேண்டும் என்று மந்திரிக்குக் கட்டளையிட்டான். மந்திரி எல்லா இடங்களையும் சுற்றிப் பார்த்தான். ஆனால், எங்குமே பெண் கிடைக்கவில்லை. ஆகவே, என்ன செய்வதெனத் தோன்றாமல், மிக்க வருத்தத்துடன் வீட்டிற்குச் சென்றான்.

அந்த மந்திரிக்கு, ஷாரஜாத், துனியாஜாத் என்று இரண்டு பெண்கள் உண்டு. ஷாரஜாத் மூத்தவள். தகப்பனுடைய வாட்டத்தைக் கண்ட ஷாரஜாத், "ஏன் அப்பா கவலைப்படுகிறீர்கள்?" என்று

கேட்டாள். மந்திரியின் மனம் கலங்கியது. மன்னனுடைய உத்தரவைச் சொன்னான். அதனால் ஏற்படும் விளைவைப் பற்றியும் விளக்கினான்.

அதைக் கேட்ட ஷாரஜாத், துணிவுடன் தகப்பனைப் பார்த்து, "அப்பா! அரசனை நான் கலியாணம் செய்து கொள்கிறேன். அதனால் என்னுடைய உயிருக்கு ஆபத்து ஏற்படாமல், நான் பார்த்துக் கொள்கிறேன். அநேகமாக மன்னனுடைய மனத்தையே மாற்ற முயற்சிக்கிறேன்" என்று சொன்னாள்.

"குழந்தாய்! நீ சிறுபிள்ளைத்தனமாகப் பேசுகிறாய். அதனால் ஏற்படும் ஆபத்தை நீ சரியாக உணரவில்லை போலும். ஷாரியருடைய மனத்தை மாற்ற முயற்சிக்கும் உனக்கு, கதையில் சொல்லப்படும் வியாபாரியின் மனைவியினுடைய கதி ஏற்படாமல் இருக்க வேண்டுமே என்றுதான் யோசிக்கிறேன்" என்றான் மந்திரி.

"அது என்ன அப்பா! அந்தக் கதையை எனக்குச் சொல்லுங்கள்" என்றாள் ஷாரஜாத்.

வியாபாரியின் கதை

மிருகங்களின் பாஷை தெரிந்த ஒரு வியாபாரியிடம், எருது ஒன்றும் கழுதை ஒன்றும் இருந்தன. அவன் வெளியூருக்குச் செல்லும் சந்தர்ப்பங்கள் தவிர மற்ற நேரங்களில் கழுதைக்கு வேலை எதுவும் இருக்காது. அப்படி இருந்தாலும் கழுதைக்கு மட்டும் நல்ல முறையில் தீவனம் கொடுத்து நன்றாகப் போஷித்து வளர்த்து வந்தான்.

நாள் பூராவும் வயலில் வேலை செய்துவிட்டு எருது திரும்பும். ஆனால், வெறும் வைக்கோலைத் தின்றுவிட்டுக் கழனித் தண்ணீரைக் குடித்துக்கொண்டு காலம் கழித்தது. ஆகவே, கழுதையைப் பார்த்து, "நீ அதிர்ஷ்டசாலி; ஆகையினால்தான், வேலை செய்யாமல் சுகமாய்ச் சாப்பிட்டுக் கொண்டிருக்கிறாய்" என்றது எருது.

எருதின் கஷ்டத்தைக் கேட்டதும் கழுதைக்கு மனம் இரங்கியது. உடனே, எருதைப் பார்த்து, "உனக்குப் புத்தியில்லை. ஆகையினால்தான் இப்படிக் கஷ்டப்படுகிறாய். நாளைக்கு

உன்னை ஏரில் பூட்டும் பொழுது, சண்டித்தனம் செய். எவ்வளவு அடித்தாலும், எழுந்திருக்காதே. பிறகு, இரண்டு நாட்களுக்கு எந்தத் தீனியும் தின்னாமல் படுத்துக் கொண்டே இரு. உனக்கு உடல்நிலை சரியாக இல்லை என்று நினைத்துக் கொஞ்ச நாட்களுக்குக் கடினமான வேலையும் கொடுக்க மாட்டார்கள். நல்ல ஆகாரமும் கொடுப்பார்கள்" என்றது கழுதை.

எருதுக்குக் கழுதை சொல்லிக் கொடுத்த யோசனையை வியாபாரி கேட்டுக்கொண்டு இருந்தான்.

மறுநாள் உழவன் எருதை ஏரில் பூட்டப் போகும் பொழுது அது சண்டித்தனம் செய்தது. உழவன் வியாபாரியிடம் தகவலைச் சொன்னான். அதைக் கேட்ட வியாபாரி, "எருது சண்டித்தனம் செய்தால், கழுதையை ஏரில் பூட்டும்" என்று உத்தரவிட்டான். அதன்படியே, உழவன் செய்தான். சில நாட்கள் கழுதையே வயலை உழுது கடினமான வேலை செய்து கொண்டிருந்தது.

ஒருநாள் எருது, கழுதையைப் பார்த்து, "என்ன சௌக்கியமாக இருக்கிறாயா?" என்றது.

எருதுக்குத் தான் சொன்ன யோசனையினால்தான், தனக்கு அந்தக் கஷ்டம் என்று கழுதை உணர்ந்து இருந்தது. ஆகவே, கழுதை, எருதைப் பார்த்து, "வேலை செய்யக் கொஞ்சம் கஷ்டமாய்த்தான் இருக்கிறது என்றாலும், நாளைக்கு உனக்கு நேரப்போகும் கஷ்டத்தை நினைத்தால், என் மனம் மிகவும் சங்கடப்படுகிறது," என்றது.

"எனக்கு என்ன கஷ்டம் நேரப் போகிறது?" என்றது எருது.

"நீ வேலைக்கு உபயோகமில்லையாம்; ஆகையால், நாளைக்கு உன்னைக் கொன்று, தோலை உரித்து விற்றுவிடப் போவதாக எஜமான் சொல்லிக் கொண்டிருந்தான்" என்றது கழுதை,

"அப்படியானால், நான் என்ன செய்ய வேண்டும்? நீ தான் இதற்கும் யோசனை சொல்ல வேண்டும்." என்று வேண்டிக் கொண்டது எருது.

"ஒன்றும் பிரமாதமில்லை. நாளைக்கு உன்னைப் பிடித்துக் கொல்வதற்காக எஜமான் வருவான். அப்பொழுது, உன்னுடைய உடல் நலமடைந்து விட்டதாகக் காட்டிக் குதிக்க வேண்டும்," என்றது கழுதை.

அந்த வியாபாரி இந்தச் சம்பாஷணையையும் கேட்டுக் கொண்டிருந்தான்.

மறுநாள் காலையில், வியாபாரி தன்னுடைய மனைவியுடன் எருது இருந்த இடத்திற்குச் சென்றான். எஜமானைக் கண்ட எருது குதித்துக் கும்மாளம் போடத் தொடங்கியது. அதைக் கண்ட வியாபாரிக்கு அடக்க முடியாத சிரிப்பு வந்தது. விழுந்து விழுந்து சிரித்தான்.

கணவனுடைய சிரிப்பைக் கண்ட மனைவி, அவனுடைய சிரிப்பிற்குக் காரணம் கேட்டாள். அதற்கு அந்த வியாபாரி, "காரணத்தைச் சொன்னால், நான் இறந்துவிடுவேன்; ஆகையால், சொல்ல மாட்டேன்," என்றான். ஆனால், அவள் கணவன் சொல்லைக் கேட்கவில்லை. அவன் இறந்தாலுமே, அக்கறையில்லை; சொல்லியாக வேண்டும் என்று பிடிவாதம் செய்தாள்.

மனைவி வருத்தப்படுவதைக் காண வியாபாரியால் சகிக்கவில்லை. அவ்வளவு வருத்தப்பட்டான். ஆகவே, தன்னுடைய உயிர் போனாலும் பரவாயில்லை என்று நினைத்து, மறுநாள் அதைச் சொல்வதாக ஒப்புக் கொண்டான்.

மறுநாள் தன்னுடைய உயிர் போய்விடுமே என்ற கவலையில் யோசித்த வண்ணம் தனியாக வியாபாரி உட்கார்ந்தான். அச்சமயம், அவன் வளர்த்து வந்த நாய் அருகில் இருந்த சேவலைப் பார்த்து, "நம்முடைய எஜமானியால் எஜமான் உயிர் போகப் போகிறது," என்றது.

அதைக் கேட்ட சேவல், "ஆமாம், எனக்கும் தெரியும். நான் ஐம்பது பெண்சாதிகளை வைத்து அடக்கி ஆள்கிறேன்; ஆனால் நம்முடைய எஜமானால் ஒரு பெண்சாதியை அடக்கி ஆள முடியவில்லையே!" என்று ஆச்சரியப்பட்டது.

"எப்படி அடக்கி ஆள்வது?" என்றது நாய்.

"எப்படியா? அவளுடைய உயிர் போகிற மாதிரி அடித்து நொறுக்கினால், தானே வழிக்கு வருகிறாள். விஷயத்தைச் சொல்லவில்லை என்றாலும் பரவாயில்லை, உயிர் பிழைத்தால் போதும் என்று, அவள் நினைக்கும்படியாக அடித்து நொறுக்க வேண்டும்," என்றது சேவல்.

சேவலுடைய பேச்சைக் கேட்டதும் வியாபாரிக்குப் புத்தி வந்தது. அதன்படி, மறுநாள் அவன் தன்னுடைய மனைவியை சக்கையாக உதைத்தான். அவளுக்குப் புத்தி வந்தது.

“அவளை உதைத்ததுபோல், உன்னையும் உதைத்தால்தான் புத்திவரும் போலிருக்கிறது,” என்றான் மந்திரி.

“அப்பா! அந்த வியாபாரியின் மனைவியைப் போன்றவள் அல்ல, நான் நீங்கள் என்னுடைய திறமையை நிச்சயமாக நம்புங்கள். என்னால், இந்த நாட்டுப் பெண்களுக்கே விமோசனம் ஏற்படும்,” என்று உறுதி கூறினாள் ஷாரஜாத்.

கொஞ்சமும் கலங்காமல், உறுதியுடன் ஷாரஜாத் சொன்னதைக் கேட்ட மந்திரி நம்பிக்கை கொண்டான். உடனே புறப்பட்டு அரசனிடம் சென்று தகவலைத் தெரிவித்தான்.

அன்று மாலையில் ஷாரஜாத்துக்கும் ஷாரியர் மன்னனுக்கும் திருமணம் நடக்க எல்லா ஏற்பாடுகளும் நடந்தன. அதனால், அவளுக்கு ஏற்படப்போகும் கதியைக் கண்டு நகரில் உள்ளோர் எல்லோரும் கலங்கினர். ஆனால், அவள் மட்டும் மகிழ்ச்சியுடன் இருந்தாள். மன்னனை மணக்க அரண்மனைக்குப் போகுமுன், தன் தங்கை துனியாஜாத்திடம், “இன்று இரவு அரண்மனையில் இருந்து உன்னை வரச் சொல்லித் தகவல் அனுப்புகிறேன். நீ உடனே அங்கு வந்து, சமயம் பார்த்து அரசன் எதிரில் என்னை ஒரு கதை சொல்லும்படி கேட்கவேண்டும்,” என்றாள்.

குறிப்பிட்டபடி, மன்னனுக்கும் மந்திரி மகளுக்கும் திருமணம் நடந்தது. அன்றிரவு அவர்கள் இருவரும் படுக்கையறையில் இருக்கும்பொழுது, ஷாரஜாத்தின் முகம் வாட்டமடைந்து இருந்ததைக் கண்ட மன்னன், “ஏன் கவலைப்படுகிறாய்?” என்றான்.

“அரசே! என்னுடைய இளைய சகோதரி ஒருத்தி இருக்கிறாள். நான் இங்கு வரும்போது அவளிடம் விடைபெற்றுக் கொள்ளாமல் வந்துவிட்டேன். அதனால் எனக்கு வருத்தமாக இருக்கிறது,” என்றாள் ஷாரஜாத்.

அதைக் கேட்ட ஷாரியர், ஏவலாளர்களை அனுப்பி, துன்யாஜாத்தை அழைத்து வரும்படி சொன்னான். அதன்படி

துன்யாஜாத் வந்து சேர்ந்ததும், சகோதரிகள் இருவரும் ஒருவரையொருவர் தழுவிக்கொண்டு அழுதனர். பிறகு, துன்யாஜாத் தன் சகோதரியைப் பார்த்து, "அக்கா! பொழுது விடிய இன்னும் அதிக நேரம் இருக்கிறது. ஆகையால், ஏதாவது கதை சொல்; கேட்டுக்கொண்டு இருக்கிறேன்," என்றாள்.

"அரசர் அனுமதி கொடுத்தால், கதை சொல்கிறேன்," என்றாள் ஷாரஜாத்.

அரசனுக்கும் தூக்கம் வரவில்லை. ஆகையால், கதையையாவது கேட்டுப் பொழுதைக் கழிக்கலாம் என்ற எண்ணத்தில், ஷாரஜாத்தைக் கதை சொல்ல அனுமதித்தான். ஆகவே, அன்றிரவு அவள் கதை சொல்ல ஆரம்பித்தாள்.

வர்த்தகனும் பூதமும்

"*மாட்சிமை* பொருந்திய மன்னா! ஒரு காலத்தில் பிரசித்தி பெற்ற வர்த்தகன் ஒருவன் இருந்தான். அவன், தன்னுடைய வியாபார விஷயமாக ஒருநாள் வெளியூருக்குச் சென்றான். வெய்யில் அதிகமாக இருந்ததனால், இளைப்பாறுவதற்காக ஒரு மரநிழலில் தங்கினான். நிழலில் உட்கார்ந்த வண்ணம் தன்னுடைய பையில் இருந்த பேரீச்சம் பழங்களைத் தின்று, கொட்டைகளை அருகிலே துப்பினான்.

அச்சமயம், அண்டமே அதிரும்படியான பேரிரைச்சலுடன், ஒரு பூதம், உருவிய வாளுடன் அவன் உதிரே தோன்றி, "என் அருமை மகனை கொன்ற உன்னைக் கொல்லாமல் விடமாட்டேன்" என்று கர்ஜித்தது.

அதைக் கேட்ட வர்த்தகன் பயந்து நடுநடுங்கி, "நான் எப்பொழுது உன் மகனைக் கொன்றேன்? எனக்கு ஒன்றுமே புரியவில்லையே!" என்று அழுதான்.

"நீ பேரீச்சம் பழக் கொட்டையைத் துப்பியதனால், என்னுடைய மகனின் மார்பில்பட்டு, அவன் இறந்து விட்டான்.

ஆகையால், உன்னைக் கொன்றுவிட்டுத்தான் மறுகாரியம் பார்ப்பேன்" என்று பூதம் வாளை ஓங்கியது.

"என் மனதறிந்து உன் மகனைக் கொல்லவில்லை. ஆகையால், நீ என்னை மன்னித்து விடு" என்று வர்த்தகன் கெஞ்சினான்.

"நீ மனமாறத் தெரிந்து என் மகனைக் கொன்றாயோ, இல்லையோ? அதைப் பற்றி எனக்கு அக்கறையில்லை. ஆனால், என் மகன் உன்னால்தான் இறந்தான். ஆகவே, உன்னைக் கொல்லாமல் விடமாட்டேன்" என்று பூதம் அந்த வர்த்தகனைப் பிடித்துக் கீழே தள்ளி வாளை ஓங்கிற்று.

அதைக் கண்ட வர்த்தகன் மனம் பதைத்து, "பூதமே! என்னை நீ கொல்லவேண்டும் என்பது ஆண்டவனின் விருப்பம் போலும்; நீ என்னைக் கொல்வதினால் எனக்கு ஆட்சேபணை இல்லை. ஆனால், எனக்கு ஒரு வருஷ அவகாசம் கொடு. அதற்குள், நான் என்னுடைய ஊருக்குப் போய், நான் கொடுக்க வேண்டிய கடன்களை எல்லாம் கொடுத்துவிட்டு, மனைவி மக்களுக்கும் தகுந்த ஏற்பாடுகளைச் செய்துவிட்டு வருகிறேன்" என்று அழுதான்.

"சரி, அப்படியே செய்; இன்றையிலிருந்து சரியாக ஒரு வருஷ வாய்தா கொடுக்கிறேன். வாய்தா காலம் முடிந்ததும் நீ இங்கே வந்து சேரவேண்டும்" என்று பூதம் உத்தரவு கொடுத்து மறைந்தது.

பிறகு, அந்த வர்த்தகன் தன்னுடைய ஊருக்குத் திரும்பிப் போனான். பூதத்திடம் சொன்னபடி, எல்லா வேலைகளையும் செய்து முடித்துவிட்டு, குறிப்பிட்ட தினத்தில் அதே இடத்தை அடைந்து சோர்வுடன் உட்கார்ந்து இருந்தான்.

அச்சமயம், அவ்வழியாக ஒரு முதியவன் மான் குட்டியைப் பிடித்துக்கொண்டு வந்தான். அவன் வர்த்தகனைப் பார்த்து, "ஏனப்பா! விசனத்துடன் உட்கார்ந்து இருக்கிறாய்?" என்று கேட்டான். உடனே வர்த்தகன், தனக்கும் பூதத்திற்கும் நடந்த விஷயங்களை அவனிடம் சொன்னான். அதைக் கேட்ட முதியவன் ஆச்சரியப்பட்டு, "பூதத்திற்குக் கொடுத்த வாக்குப்படி நீ இங்கே வந்திருப்பது மிகவும் பாராட்டத் தக்கதுதான். ஆனால், அந்தப் பூதம் வந்து உன்னை என்ன செய்கிறது என்று பார்த்துவிட்டுப்

போகிறேன்" என்று சொல்லி, அவனும் வர்த்தகன் அருகில் உட்கார்ந்து கொண்டான்.

பிறகு, இரண்டு நாய்களுடன் ஒருவனும், ஒரு கோவேறு கழுதையுடன் ஒருவனும் அதே இடத்திற்கு வந்து சேர்ந்தனர். அவர்கள் இருவரும் வர்த்தகன் வரலாற்றைக் கேட்டு, பரிதாபப்பட்டு, அவனுடைய முடிவு என்ன ஆகிற தென்பதைப் பார்ப்பதற்காக அங்கேயே தங்கினர்.

சற்று நேரத்தில, அவர்கள் இருந்த இடத்திற்கு அருகிலே ஒரு புழுதிப் படலம் கிளம்பியது. அதிலிருந்து கோர ரூபத்துடன் அந்தப் பூதம் தோன்றியது. அதன் கையில் இருந்த வாள் பள பளவென்று மின்னியது. பூதம் அவர்களை நெருங்கி வர்த்தகனைப் பிடித்து இழுத்து வெட்டப் போயிற்று. பூதம் தன்னைக் கொல்லப் போவதை அறிந்த வர்த்தகன் பரிதாபமாக அழுதான். அவன் அழுவதைக் கண்ட மற்ற மூவருக்கும் அடக்க முடியாத அழுகை வந்தது. ஆயினும், மானைப் பிடித்துவந்த முதியவன் சமாளித்துக் கொண்டு பூதத்தைப் பார்த்து, "பூதராஜனே! என்னைப் பற்றியும் இந்த மானைப் பற்றியும் உள்ள வரலாற்றைச் சொல்கிறேன். அந்த வரலாறு உனக்கு ஆச்சர்யமாக இருந்தால், இந்த வர்த்தகனுக்கு நீ கொடுக்கபோகும் தண்டனையை மூன்றில் ஒரு பாகம் குறைத்துக்கொள்கிறாயா?" என்றான்.

"நீ சொல்லும் வரலாறு உண்மையிலேயே ஆச்சர்யப் படும்படியாக இருந்தால், உன்னுடைய வேண்டுகோளின்படி நடந்து கொள்கிறேன்" என்றது பூதம். உடனே, அந்த முதியவன் தன்னுடைய கதையைச் சொன்னான்.

முதியவனும் மான் குட்டியும்

"**பூ**தராஜனே! இந்த மான்குட்டி என் மனைவி. இவளுடன் நான் முப்பது வருஷகாலம் வாழ்க்கை நடத்தியும் மக்கட்பேறு உண்டாகவில்லை. ஆகவே, நான் ஓர் அடிமைப் பெண்ணுடன் நேசம் கொண்டு அவள் மூலமாக ஒரு ஆண் குழந்தையைப் பெற்றேன். அந்தக் குழந்தை வளர்ந்து பதினைந்து வயது வாலிபன்

ஆன சமயம், நான் வியாபார விஷயமாக வெளியூர் செல்லவேண்டி நேரிட்டது.

அப்படி நான் வெளியூருக்குச் சென்றிருந்த சமயம், என் மனைவி, தனக்குத் தெரிந்த மந்திர சக்தியால், என் ஆசை நாயகியை ஒரு பசுவாக மாற்றிவிட்டான். என் மகனை ஒரு கன்றாக மாற்றிவிட்டாள். பிறகு, அந்தப் பசுவையும் கன்றையும் இடையர்களிடம் ஒப்புவித்து விட்டாள்.

நான் ஊரிலிருந்து திரும்பி வந்ததும், என் மகளையும் ஆசை நாயகியையும் காணாமல் அவர்கள் எங்கேயென்று என் மனைவியைக் கேட்டேன். அதற்கு அவள் என் ஆசைநாயகி இறந்துவிட்டதாகவும், என் மகன் எங்கேயோ ஓடிவிட்டதாகவும் தெரிவித்தாள். அதை உண்மையென்று நான் நம்பி ஒரு வருஷகாலம் துக்கம் கொண்டாடினேன்.

பிறகு, அந்த வருஷம் பலிகொடுக்கும் திருநாள் வந்தது. அன்றையத் தினம் பலிகொடுப்பதற்காக ஒரு கொழுத்த பசுவைக் கொண்டுவரும்படி இடையர்களிடம் சொன்னேன். அதற்கிணங்க அவர்கள் ஒரு பசுவைக் கொண்டு வந்து என் முன்னே நிறுத்தினர் அந்தப் பசு என்னைக் கண்டதும், கண்ணீர் விட்டு அழுது கொண்டு என்னைச் சுற்றி வந்தது. ஆகையினால் நான் அதைக் கொல்லாமல், இடையர்களிடமே சொல்லி, அப்பசுவை வெட்டித் தோலை உரித்துக் கொண்டு வரும்படி சொன்னேன். அவர்கள் அந்தப் பசுவை இழுத்துக் கொண்டுபோய் வெட்டினார்கள். ஆனால், அதைக் கொன்றதும் அதில் கொழுப்பே இல்லாமல் இருந்தது தெரிய வந்தது.

ஆகவே, வேறொரு கன்றுக் குட்டியைப் பிடித்து கொண்டு வந்து வெட்டும்படி சொன்னேன். உடனே இடையர்கள் சென்று ஒரு கன்றுக் குட்டியைப் பிடித்து வந்தார்கள். அந்தக் கன்றுக்குட்டி என்னைப் பார்த்ததும் துள்ளிக்கொண்டு சுற்றிச் சுற்றி வந்து அழுதது. அதைப் பார்த்ததும் எனக்கே பரிதாபமாக இருந்தது. ஆகையினால், அதைவிட்டு வேறொரு பசுவையே வெட்டச் சொன்னேன்......"

ஷாரஜாத் இப்படிக் கதை சொல்லிக் கொண்டிருக்கும் போது, பொழுத விடியும் தருணம் ஆகிவிட்டதை உணர்ந்ததாள். ஆகவே, கதை சொல்வதை நிறுத்திவிட்டாள். அதைக் கண்ட துன்யாஜாத் மீதிக் கதையையு சொல்லும்படி கேட்டாள். அதற்கு ஷாரஜாத், "நாளை இரவும் உயிரோடு இருந்தால், மீதிக் கதையைச் சொல்கிறேன்," என்றாள்.

மீதிக் கதையையும் ஷாஜாரத் சென்ன பிறகு, அவளை சிரச்சேதம் செய்துவிடலாம், என்று ஷாரியர் மன்னனும் கருதினான். ஆகவே, அன்று அவளுக்கு விதிக்கப்பட வேண்டிய தண்டனை நிறுத்தி வைக்கப்பட்டது.

பொழுது விடிந்ததும், ஷாரியர் அரசாங்க அலுவல்களைக் கவனிக்கலானார். அவனுடைய மனைவிக்கு வழக்கபடி அவன் மரண தண்டனை விதிக்காமல் இருந்ததைக் கண்ட எல்லோரும் ஆச்சர்யத்தில் ஆழ்ந்துவிட்டனர்.

ஷாரியர் மன்னனுக்கு கதை கேட்கும் ஆவல் அதிகரித்தது. அன்று இரவு வெகு ஆவலுடன் எதிர்பாத்தான். அன்றிரவு பள்ளியறைக்குப் போனதும் மீதிக் கதையைச் சொல்லும்படி அரசன் ஷாரஜாத்திடம் கேட்டான்.

(அதன் பேரில், ஷாரஜாத் தனக்குத் தெரிந்த கதைகளை எல்லாம் 'ஆயிரத்தொரு இரவுகள்' சொல்லி வந்தாள். ஒவ்வொரு இரவும் கதை முடியுமுன் பொழுது புலர்ந்து வந்ததால், அவளைச் சிரச்சேதம் செய்யாமல் விட்டுவந்தான் ஷாரியர் மன்னன்.)

அரசன் கட்டளைக்கு இணங்கி, ஷாரஜாத் முதல் இரவு விட்ட கதையைத் தொடர்ந்து சொல்லலானாள்:

"அந்தக் கன்றை விட்டு வேறொரு பசுவைப் பிடித்து வெட்டும்படி உத்தரவு செய்தேன். ஆனால், இதோ மான் உருவத்தில் இருக்கும் என மனைவி, என்னிடம், "இந்தக் கன்றையே வெட்டுங்கள். இதில் நிறையக் கொழுப்பு கிடைக்கும்" என்றாள். ஆனால், நான் அவள் வார்த்தையைக் கேட்கவில்லை. ஆகவே, அந்தக் கன்றுக் குட்டியைப் பிடித்துக் கொண்டு போகும்படி ஒரு இடையனிடம் சொல்லி விட்டேன்.

மறுநாள் நான் தனித்து இருக்கும் சமயம் பார்த்து அந்த இடையன் என்னிடம் வந்தான். அவன் ஏதோ முக்கியமான

தகவலைச் சொல்ல விரும்புபவனைப் போலக் காணப்பட்டான். ஆகவே, "என்ன விசேஷம்?" என்று கேட்டேன். அதற்கு அவன், ஒரு சந்தோஷச் செய்தி தெரிவிக்க வந்திருக்கிறேன். அதற்காக எனக்கு நிறைய சன்மானம் அளிக்கவேண்டும்" என்றான்.

எனக்கும் ஆவல் அதிகரித்தது. ஆகையினால், அவனிடம "ஆகட்டும்; விஷயத்தைச் சொல்" என்றேன்.

"நேற்று நீங்கள் என்னிடம் கொடுத்த கன்றுக்குட்டியைப் பிடித்துக்கொண்டு என்னுடைய மகள் நாணப்பட்டுத் தன்னுடைய முகத்தை மறைத்துக்கொண்டு அழுதாள். பிறகு என்னைப் பார்த்து, "என்ன அப்பா! அந்நிய புருஷர்களை எல்லாம் தாராளமாக இங்கு அழைத்துக்கொண்டு வருகிறீர்களே!" என்றாள். எனக்கு ஒன்றுமே புரியவில்லை. ஆகவே, அவளைப் பார்த்து, "என்ன அம்மா! நீ சொல்வது எனக்கு விளங்கவில்லையே! என்னைத் தவிர இங்கு வேறு யாருமே இல்லையே! நீ ஏன் அழுகிறாய்?" என்று கேட்டேன்.

அதற்கு அவள், "அப்பா! இதோ உங்களுடன் இருக்கும் கன்றுக்குட்டி நம் எஜமானருடைய மகன். இவனையும் இவனுடைய தாயாரையும், நம் எஜமானருடைய மனைவி தனக்குத் தெரிந்த மந்திர சக்தியினால் இப்படி உருமாற்றிவிட்டாள். பசு உருவத்தில் இருந்த இவனுடைய தாயாரை வெட்டிக் கொலை செய்து விட்டார்களே என்றுதான் அழுதேன்," என்றாள். அவள் சொன்னதைக் கேட்டதும் எனக்கு ஒரே ஆச்சர்யமாகப் போய்விட்டது. ஆகவே, பொழுது விடிந்ததும் முதல் காரியமாக அவ்விஷயத்தை உங்களிடம் தெரிவிக்க ஓடி வந்தேன்," என்றான் இடையன்.

இடையன் சொன்ன தகவலைக் கேட்டதும் என்னுடைய வியப்பு அதிகமாயிற்று. என்றாலும், அவனைப் பார்த்து, "உன்னுடைய மகளுக்கு இந்த விஷயம் எப்படித் தெரியும்?" என்றேன்.

அதற்கு அவன், "என்னுடைய மகளுக்கும் மந்திரம் தெரியும். அதனால்தான் அவள் அதைக் கண்டுபிடித்துச் சொன்னாள். உங்களுக்குச் சந்தேகம் இருந்தால், நீங்களே என் வீட்டிற்கு வந்து அவளிடம் கேட்டுத் தெரிந்து கொள்ளுங்கள்," என்றான்.

ஆகவே, நான் அவனையும் அழைத்துக்கொண்டு அவனுடைய வீட்டிற்குச் சென்றேன். இடையனுடைய மகள் என்னை வரவேற்றாள். அங்கிருந்த கன்றுக்குட்டி என்னைப் பார்த்ததும், துள்ளிக்கொண்டு என்னிடம் ஓடிவந்தது. உடனே, நான் இடையனுடைய மகளைப் பார்த்து, "இந்தக் கன்றுக்குட்டி விஷயமாக நீ உன் தகப்பனிடம் சொன்னது உண்மையா?" என்றேன்.

"ஆமாம்! இந்தக் கன்றுக்குட்டி உங்களுடைய அருமைக் குமாரன்தான்" என்றாள் அவள்.

"அப்படியானால் என் மகனைப் பழையபடி உருமாற்றித் தர உன்னால் இயலுமா?" என்றேன்.

"செய்கிறேன்; ஆனால், இரண்டு நிபந்தனைகள். அதற்கு நீங்கள் ஒப்புக்கொண்டால், உங்கள் மகனைப் பழையபடியே உருமாற்று கிறேன்" என்றாள் இடையன் மகள்.

"என்ன நிபந்தனைகள்?" என்றேன்.

"முதலாவதாக உங்கள் மகன் பழைய உருவம் அடைந்ததும், நான் அவரை மணம் செய்து கொள்ள அனுமதிக்க வேண்டும். இரண்டாவதாக, உங்களுடைய மகனைக் கன்றுக் குட்டியாக உருமாற்றியவளை நான் என்னிஷ்டப்படி உருமாற்றிவிட நீங்கள் சம்மதிக்க வேண்டும். இல்லாவிடில், எதிர்காலத்தில் அவளால் பல இடையூறுகள் ஏற்படும்" என்றாள். உடனே, நான் அவளுடைய நிபந்தனைகளை ஒப்புக்கொண்டேன்.

பிறகு அவள் ஒரு கிண்ணத்தில் தண்ணீர் கொண்டுவந்து மந்திரித்து, அந்தக் கன்றுக்குட்டியின் மேல் தெளித்தாள். உடனே அது உருமாறி என் மகனுடைய உருவத்தை அடைந்தது. மீண்டும், என் மகனைக் கண்டதும், நான் அவனைக் கட்டி அணைத்தேன். அவனிடமிருந்து நடந்த வரலாறு பூராவும் தெரிந்து கொண்டேன். இடையன் மகளுடைய விருப்பப்படி, அவளுக்கும் என் மகனுக்கும் மணம் செய்து வைத்தேன்.

அதற்குப் பிறகு, அவளை என்னுடைய வீட்டிற்கு அழைத்துச் சென்றேன். என்னுடைய ஆசை நாயகியையும் மகனையும் உருமாற்றிய என்னுடைய மனைவியை அவள் தன் மந்திர

சக்தியால் மான் குட்டியாக மாற்றிவிட்டாள். அதுதான் இந்த மான்குட்டி. அப்பொழுது முதல், நான் எங்கு சென்றாலும், இந்த மான்குட்டியை உடன் அழைத்துச் செல்வது வழக்கம். அப்படி இந்த வழியாக வருகையில் இந்த வர்த்தகனைச் சந்தித்தேன். அவனுடைய வரலாற்றைத் தெரிந்து கொண்டேன். அதனுடைய முடிவைக் காண்பதற்காக இங்கு உட்கார்ந்தேன். என்னுடைய வரலாறு அவ்வளவுதான்" என்று முடித்தான் முதியவன்.

அவனுடைய கதையைக் கேட்ட பூதம், "உன்னுடைய கதை மிகவும் ஆச்சர்யப்படும்படியாக இருக்கிறது. ஆகையால் உன்னுடைய வேண்டுகோலின்படி இந்த வர்த்தகனுடைய தண்டனையில் மூன்றில் ஒரு பங்கை குறைத்துவிட்டேன்!" என்றது. உடனே, இரண்டு நாய்களுடன் வந்த வழிப்போக்கன் பூதத்தைப் பார்த்து, "என்னுடைய வரலாற்றையும் உனக்குச் சொல்கிறேன். அது உனக்கு ஆச்சர்யத்தை விளைவிப்பதாக இருந்தால், இந்த வர்த்தகனுடைய தண்டனையில் முன் மாதிரியே, மூன்றில் ஒரு பங்கைக் குறைத்து விடுகிறாயா?" என்றான்.

"அப்படியே குறைக்கிறேன்; உன்னுடைய கதையைச் சொல்" என்றது பூதம்.

இரண்டு நாய்களின் கதை

"பூத ராஜர்களின் தலைவனே! இதோ இருக்கும் இரண்டு நாய்களும் என்னுடைய சகோதரர்கள். என்னுடைய தகப்பனார் இறந்துவிட்டார். அவர் மூவாயிரம் பொற்காசுகளை ஆஸ்தியாக விட்டுப் போனார்.

நான் உள்ளூரிலேயே வியாபாரம் செய்யத் தலைப்பட்டேன். ஆனால், என்னுடைய சகோதரர்களில் ஒருவன் கடல் கடந்து வாணிபம் செய்யப் போவதாகச் சொல்லிப் புறப்பட்டுப் போனான். ஒரு வருஷம் கழித்து, தான் கொண்டு போன பொருள்களை எல்லாம் இழந்து, வெறுங் கையனாய், ஒரு அகதியைப்போல திரும்பி வந்தான். என்னுடைய புத்திமதியைக் கேளாமல் அவன் கடல் கடந்து சென்று கஷ்டத்துக்கு ஆளானதைப்பற்றி நான் அவனைக் கடிந்து கொண்டேன். ஆனால், அவன் அழுது

கெஞ்சினான். தான் பிழைப்பதற்கு ஏதாவது ஒரு வழி காட்ட வேண்டும் என்று மன்றாடினான்.

அவனுடைய பரிதாப நிலையைக் கண்டு நான் மனமிரங்கி, என்னுடைய வியாபாரத்திலேயே கூட்டாளியாகச் சேர்த்துக கொண்டேன். நிகரமாகக் கிடைக்கும் லாபத்தில் பாதிப்பங்கை அவனுக்குக் கொடுப்பதாக ஒப்புக் கொண்டேன். வருஷக் கடைசியில் கணக்குப் பார்த்ததில் இரண்டாயிரம் பொற்காசுகள் லாபம் கிடைத்திருந்தது. அதில் பாதியை அவனுக்குக் கொடுத்தேன்.

அச்சமயம், என்னுடைய இன்னொரு சகோதரன் கடல் கடந்து வியாபாரம் செய்யப் புறப்பட்டான். ஒரு வருஷம் பொறுத்து அவனும் முன்னவனைப் போலவே திரும்பிவந்து அழுதான். அதன் பேரில், அவனையும் கூட்டாளியாகச் சேர்த்துக்கொண்டு, கிடைத்த லாபத்தை சமமாகப் பங்கிட்டுக்கொண்டு வந்தோன்.

சிறிது காலத்துக்குப்பின் அவர்கள் இருவரும் மீண்டும் வெளி நாட்டுக்குப் போய் வியாபாரம் செய்யவேண்டும் என்று ஆசைப் பட்டனர். அதற்கு என்னையும் இணங்கும்படி வற்புறுத்தினர். ஆனால், அவர்கள் முன்பு அடைந்த நஷ்டத்தைச் சுட்டிக்காட்டி, நான் மறுத்தேன். ஆயினும், அவர்கள் விடாப்பிடியாக என்னை வற்புறுத்திக்கொண்டே இருந்தனர். நான் ஒப்புக்கொள்ளாமலேயே இருந்தேன். அப்படியே, ஆறு வருஷங்கள் சென்றன. அவர்களுடைய வற்புறுத்தல் நாளுக்கு நாள் அதிகமாகிக் கொண்டே இருந்தது.

கடைசியில், நான் ஒப்புக்கொள்ள வேண்டிய நிலைமை ஏற்பட்டு விட்டது. என்றாலும், எங்களுடைய ஆஸ்தியில் பாதி பாகத்தைத்தான் அந்த வியாபாரத்தில் ஈடுபடுத்த முடியும் என்று சொன்னேன். அதற்கு அவர்கள் ஒப்புக்கொண்டனர். கணக்கைப் பார்த்தோம். ஆறாயிரம் பொற்காசுகள்தான் ஆஸ்தி இருந்தது. ஆகவே, ஒருக்கால் எங்களுக்குத் துரதிர்ஷ்டம் ஏற்பட்டால் உதவு வதற்காகவென்று மூவாயிரம் பொற்காசுகளை ஓரிடத்தில் புதைத்து வைத்தோம். மிகுதியில் ஆளொன்றுக்கு ஆயிரம் பொற்காசுகளை எடுத்துக்கொண்டு, வர்த்தகம் செய்யக் கப்பலேறிப் போனோம். நாங்கள் கொண்டுபோன பொருட்களை விற்றதில் ஒன்றுக்குப் பத்துப் பங்கு லாபம் கிடைத்தது.

பிறகு, ஊருக்குத் திரும்புகையில், கடற்கரையில், கந்தல் உடையுடன் ஒரு பெண் நின்றிருந்தாள். அவள் என்னைப் பார்த்ததும், "ஐயா! உங்களைப் பார்த்தால் மிகவும் உதாரகுணமுள்ளவர்போல் தோன்றுகிறது. என்னை உங்களுடைய மனைவியாக ஏற்றுக் கொள்ளுங்கள். நான் உங்களிடத்தில் விசுவாசமாக நடந்து கொள்கிறேன்," என்றாள். அது ஆண்டவனின் விருப்பம் போலும் என்று நான் நினைத்து அவளை மனைவியாக ஏற்றுக்கொள்ள ஒப்புக் கொண்டேன். நாங்கள் புறப்படவிருந்த கப்பலில் அவளையும் ஏற்றிக் கொண்டு திரும்பி வந்தோம்.

பிரயாண சமயத்தில் பெரும்பாலான நேரத்தை நான் அவளுடனேயே கழித்தேன். என்னுடைய சகோதரர்களை நான் கவனிக்கக்கூட நேரமில்லை. அதனால், அவர்கள் இருவரும் என்பேரில் பொறாமை கொண்டனர். என்னைக் கொன்று விட்டு என்னுடைய சொத்துக்களை எல்லாம் அவர்களே எடுத்துக் கொள்வதென்று சதி செய்தனர்.

அதற்காக நானும் என் மனைவியும் கப்பலில் அயர்ந்து தூங்கிக் கொண்ட இருக்கும்போது, எங்கள் இருவரையும் தூக்கிக் கடலில் எறிந்துவிட்டனர். கடலில் விழுந்ததும், என்னுடைய மனைவியின் தூக்கம் கலைந்து ஓர் பெண் பூதமாக உருவம் கொண்டாள். என்னைத் தன்னுடைய கைகளால் ஏந்தி ஒரு தீவில் கொண்டுபோய் விட்டு மாயமாய் மறைந்து போனாள். மறுநாள் பொழுது புலர்ந்ததும் அந்தப் பூதம் என் முன் வந்து நின்று, "நான் தான் உங்களுடைய மனைவி, அன்று கடற்கரையில் உங்களைச் சந்தித்ததும், உங்கள் மேல் காதல் கொண்டேன். நீங்களும் தாராள மனசுடன் என்னை மனைவியாக ஏற்றுக்கொண்டீர்கள். உங்களுடைய சகோதரர்கள் உங்களைக் கொல்வதற்காகக் கடலில் எறிந்தார்கள். ஆனால், நான் உங்களைக் காப்பாற்றி விட்டேன். உங்களைக் கொல்ல முயன்ற அவர்கள் இருவரையும் கொன்று விட்டு வருகிறேன்," என்று சொல்லிவிட்டு மீண்டும் புறப்பட்டது.

ஆனால், நான் அந்தப் பூதத்தைத் தடுத்து நிறுத்தி, "அவர்கள் ஏதோ அறியாமையினால் என்னைக் கொல்ல முயன்றிருக்கிறார்கள். அவர்களுடைய தவறை மன்னித்துவிடு. என்ன இருந்தாலும்

அவர்கள் என்னுடன் பிறந்தவர்கள். அவர்களைக் கொல்ல வேண்டாம்,” என்று கெஞ்சினேன்.

என்னுடைய கெஞ்சுதலுக்கு அந்தப் பூதம் இணங்கவில்லை. அவர்களைக் கொல்லத்தான் செய்வேன் என்று பிடிவாதம் செய்தது. வெகுநேரம் இருவரும் தர்க்கம் செய்தோம். கடைசியில், அந்தப் பூதம் என்னைத் தூக்கிக்கொண்டு ஆகாயமார்க்கமாகப் பறந்த வந்து என்னுடைய வீட்டுக் கூரையின் மேல் போட்டுவிட்டுப் போய்விட்டது.

மறுநாள், நான் கடையைத் திறந்து வழக்கம் போல் வியாபாரத்தைக் கவனிக்கலானேன் அன்று மாலையில் நான் வீட்டிற்குத் திரும்பிச் சென்றேன். அங்கே புதிதாக இரண்டு நாய்கள் கட்டப்பட்டு இருந்தன. என்னைக் கண்டதும் அந்த நாய்கள் அழுதன. எனக்கு ஒன்றும் புரியவில்லை. திகைத்து நின்று கொண்டிருந்தேன். அப்பொழுது, அந்தப் பூதம் மீண்டும் அங்கே தோன்றி, “இந்த நாய்கள் இரண்டும் உங்களுடைய சகோதரர்கள். என்னுடைய சகோதரி அவர்களை நாயாக மாற்றிவிட்டாள. இன்னும் பத்து வருஷ காலம் அவர்களை நாயாகத்தான் இருப்பார்கள். அதற்குப் பின்னர், அவர்களை மீண்டும் மனித உருவாக்கி விடுகிறேன்” என்றது.

அந்தச் சம்பவம் நடந்து பத்து வருடங்களாகி விட்டன. ஆகையினால், அவர்களை மீண்டும் மனிதனாக உருவாக்கு வதற்காக அந்த பூதத்தை நாடிப் போய்க் கொண்டிருந்தேன். வழியில் இந்த வர்த்தகனைப் பார்த்தேன். அவன் தன்னுடைய கதையைச் சொன்னான். அவனுடைய முடிவு என்ன ஆகப் போகிறது என்பதைப் பார்க்கவே இங்கே தங்கினேன். இது தான் என்னுடைய வரலாறு” என்றான் இரண்டாவது வழிப்போக்கன்.

அதைக் கேட்ட பூதம் உன்னுடைய வரலாறும் ஆச்சர்யமாகத் தான் இருக்கிறது. ஆகையினால், இந்த வர்த்தகனுடைய தண்டனையில் மூன்றில் ஒரு பங்கைக் குறைத்துவிட்டேன்,” என்றது.

உடனே, கோவேறு கழுதையுடன் வந்த மூன்றாவது வழிப்போக்கன் பூதத்தைப் பார்த்து, “என்னுடைய கதையையும்

சொல்கிறேன். அது திருப்திகரமாக இருந்தால், இந்தவர்த்தகனுடைய தண்டனையில் மீதியையும் குறைத்துவிட வேண்டும்" என்றான். அதைக் கேட்ட பூதம் அதற்குச் சம்மதித்து அவனுடைய கதையைச் சொல்லும்படி கேட்டது.

கோவேறு கழுதையின் கதை

"பூதங்களின் சக்கரவர்த்தியே! இந்தக் கோவேறு கழுதை என்னுடைய மனைவி. நீக்ரோ அடிமை ஒருவன் மேல் இவள் காதல்கொண்டுவிட்டாள். ஒரு நாள் இவள், அந்த அடிமையுடன் சல்லாபமாக இருக்கையில் நான் பார்த்துவிட்டேன்.

நான் பார்த்துவிட்டதைக் கண்டு இவள் பயந்தாள். உடனே, ஒரு செம்பு நிறையத் தண்ணீர் மொண்டு மந்திரித்து என் மேல் தெளித்தாள். அந்த நீர் என் மேல் பட்டதும், நான ஒரு நாய் உருவம் அடைந்தேன்.

நாய் உருவத்தில் நான் எங்கெங்கோ சுற்றி அலைந்தேன். இறுதியாக, ஒரு கசாப்புக்கடைக்காரனை அடைந்து, அவனுடைய கடையருகிலேயே காலத்தைக் கழித்துக்கொண்டு இருந்தேன். ஒரு நாள், அவனுடைய மகள் என்னைப் பார்த்தாள். அவளுக்கு மந்திரம் தெரியும். ஆகவே என்னுடைய விஷயத்தைத் தெரிந்து கொண்டாள்.

உடனே, அவள் தன்னுடைய தகப்பனிடம் என்னுடைய நிலைமையைச் சொல்லி, என்னைப் பழையபடி உருமாற்றினாள். அதற்குப் பிறகு, அவள் எனக்கு ஒரு மந்திரம் சொல்லிக் கொடுத்தாள். அந்த மந்திரத்தின் உதவி கொண்டு, நான என்னுடைய மனைவியை இந்தக் கோவேறு கழுதையாக மாற்றி விட்டேன். இதுதான் என்னுடைய கதை," என்றான் மூன்றாவது வழிப்போக்கன்.

அவனுடைய கதையையும் கேட்டு மகிழ்ந்த பூதம், அந்த வர்த்தகனுடைய மீதி தண்டனையையும் குறைத்துவிட்டதாகச் சொல்லிப் போய்விட்டது.

பிறகு, அந்த வர்த்தகன் அந்த மூன்று வழிப் போக்கர்களுக்கும் வந்தனம் செலுத்திவிட்டுத் தன்னுடைய ஊருக்குப் போய்ச் சேர்ந்தான்.

ஆனால், செம்படவன் கதையைக் கேட்டால், நீங்கள் இதை விட ஆச்சர்யப்படுவீர்கள்' என்று ஷாரஜாத் சொன்னாள்.

அதைக் கேட்ட ஷாரியர் மன்னன், "அந்தச் செம்படவன் கதையையும் சொல்," என்றான்.

செம்படவனும் பூதமும்

"ஒரு ஊரில் வயது முதிர்ந்த ஒரு செம்படவன் இருந்தான். அவன் மிகவும் ஏழை. அவனுக்கு ஒரு மனைவியும் மூன்று மக்களும் இருந்தனர். அவன் எவ்வளவுதான் வறுமையால் வாடிய போதிலும், ஒரு நியதியைக் கடைப்பிடித்து வந்தான். அவன் மீன் பிடிக்கச் செல்லும்பொழுது ஒரே நாளில் நான்கு தடவைக்கு மேல் வலை வீசுவதில்லையென்ற நியதிதான் அது.

அதன்படி, அவன் ஒரு நாள் கடலுக்குச் சென்று மீனைப் பிடிப்பதற்காக வலையை வீசினான். பிறகு, வலையைத் தரையில் இழுத்துப் போட்டுப் பார்த்தான். அந்த வலையில் ஒரு கழுதையின் பிரேதம் சிக்கி இருந்தது. அதைக் கண்ட அவன், அருவருப்புடன் அதை எடுத்து எறிந்துவிட்டு மறுபடியும் வலையை வீசினான்.

இரண்டாவது தடவை வீசிய வலையில், நிச்சயமாக ஏராளமான மீன்கள் அகப்படும் என்று நினைத்து வலையை இழுத்துக் கரையில் போட்டான். ஆனால், அதில் மீன்களே காணப்படவில்லை; மண்குடம் ஒன்று அதில் சிக்கி இருந்தது. தன்னுடைய விதியை நொந்து கொண்டான். அந்தக் குடத்தை எடுத்து எறிந்துவிட்டு, ஆண்டவனைத் தியானித்தவண்ணம் மூன்றாவது முறையாக வலையை வீசினான்.

அப்பொழுதும், அந்த வலையில் மீன்கள் அகப்படவில்லை. உடைந்த மண்குடங்கள்தான் வலையில் சிக்கி இருந்தன. அவற்றை எல்லாம எடுத்து எறிந்துவிட்டு, கடைசித் தடவையாக வலையை வீசினான்.

ஆண்டவனைத் தியானித்தவண்ணம் வலையை இழுத்துப் பார்த்தான். அப்பொழுது, ஒரு பித்தளைச் செம்பு அந்த வலையில் சிக்கி இருந்தது. அந்தச் செம்பின் வாய் மூடப்பட்டு முத்திரை

வைக்கப்பட்டு இருந்தது. அதைக் கண்ட செம்படவன், அந்த மூடியை உடைத்துச் செம்பினுள் இருப்பதை எடுத்துக் கொண்டு செம்பை விற்று விடலாம் என்று எண்ணினான். ஆகவே, அந்த மூடியை நீக்கினான்.

உடனே, அந்தச் செம்பினுள்ளே இருந்து மெல்லியதாகப் புகை வெளியே வந்தது ஆரம்பத்தில் குறைவாக புகை வெளியே வந்ததும், வானுற ஓங்கி வளர்ந்து சுற்றிலும் சூழ்ந்து கொண்டது. சிறிது நேரத்தில், அந்தப் புகை மண்டலத்தில் இருந்து பூதம் தோன்றியது. அதனுடைய பெரிய தலையும் செம்பட்டை மயிரும் கொள்ளி போல எரிந்து கொண்டிருந்த கண்களும் பார்ப்பதற்கு பயங்கரமாய் இருந்தது.

அந்தப் பூதத்தைப் பார்த்ததும் செம்படவனுக்குக் கைகால்கள் எல்லாம் நடுங்கின. கண் இருண்டு வாயடைத்துப் போய்விட்டது. நாக்கு வரண்டு மேலண்ணத்தில் ஒட்டிக் கொண்டது. அவனால் எதுவும் பேச முடியவில்லை. கடைசியாக, ஒருவாறு சுய நினைவு வந்ததும், ஆண்டவனைப் பிரார்த்தித்தான். பூதத்தைப் பார்த்து, "நீ யார்? இந்த செம்புக்குள் எப்படி நுழைந்தாய்? உன்னுடைய வரலாறு என்ன சொல்" என்றான்.

"என்னுடைய வரலாறு இருக்கட்டும்; உனக்கு ஒரு சேதி சொல்லப் போகிறேன்," என்றது பூதம்.

"என்ன சேதி?" என்றான் செம்படவன்.

"உன்னை இந்த க்ஷணமே கொல்லப்படுகிறேன்" என்றது பூதம்.

அதைக் கேட்ட செம்படவன் திகைத்து, "என்ன சொல்கிறாய்! என்னைக் கொல்லப்போகிறாயா? கடலுக்கடியில் சிக்கித் துன்பப்பட்டுக் கொண்டு இருந்த உன்னைக் கரைசேர்த்ததற்குத் தண்டனையா? நான் செய்த குற்றம் என்ன?" என்று கேட்டான் செம்படவன்.

"செம்படவனே! என்னுடைய கதையைச் சொல்கிறேன், கேள்," என்றது பூதம்.

"நீ சொல்வதைச் சுருக்கமாகவும் சீக்கிரமாகவும் சொல்லி முடிக்கவேண்டும். இல்லாவிடில், நான் பயத்தினால் செத்துப்போவேன் போல் இருக்கிறது," என்றான் செம்படவன்.

"தாவூதின் குமாரர் சுலைமானை எதிர்த்துப் போராடிய பூதக்கூட்டத்தைச் சேர்ந்தவன் நான். அவருக்கு அடங்காமல் புரட்சி செய்துகொண்டு இருந்த என்னைப் பிடித்துக் கொண்டு வருமாறு கலைமான் கட்டளையிட்டார். அதன்படி, அவருடைய மந்திரி பர்க்கியாவின் குமாரர் ஆசப் என்பவர் என்னைப் பிடித்துக்கொண்டு போய் சுலைமான் முன் நிறுத்தினார்.

சுலைமான் என்னைப் பார்த்து, "நீ நம்முடைய மதத்தில், சேர்ந்து கொண்டால், உன்னை மன்னித்து விடுகிறேன்," என்றார். நான் அதற்கு ஒப்புக் கொள்ளவில்லை. ஆகவே, என்னைப் பிடித்து இந்த செம்புக்குள் போட்டு மூடி முத்திரை வைத்து அந்த செம்பைக் கடலில் எறிந்துவிடச் சொன்னார். அதன்படியே, நான் கடலில் எறியப்பட்டேன்.

அதிலிருந்து மீள வழி தெரியாமல் தவித்துக்கொண்டு இருந்தேன். யாராவது என்னைக் காப்பாற்றிக் கரை சேர்த்தால் அவருக்குத் திரண்ட ஐஸ்வரியத்தைக் கொடுப்பதாகச் சபதம் செய்துகொண்டேன்.ஆனால்,யாரும்என்னைக்காப்பாற்றவில்லை. அப்படியே நூறு வருஷங்கள் சென்றன.

அதற்குப் பிறகு, வேறொரு சபதம் செய்தேன். என்னைக் காப்பாற்றுபவர் யாராக இருந்தபோதிலும் எக்காலத்திலும் குறையாத செல்வத்தைக் கொடுப்பதாகச் சபதம் செய்து கொண்டேன். அப்படியே மேலும் நானூறு வருஷங்கள் கழிந்தன. யாரும் என்னைக் கரை சேர்க்கவில்லை.

ஆகவே, எனக்கு எல்லோர் பேரிலும் வெறுப்பு ஏற்பட்டு விட்டது. உடனே, வேறொரு சபதம் செய்து கொண்டேன். யார் என்னைக் காப்பாற்றினாலும், அவனைக் கொன்று விடுவதென சபதம் செய்து கொண்டேன். ஆனால், அப்படிக் கொல்லுமுன், அவன் எந்தமுறையிலும் மரணம் அடைய விரும்புகிறானோ, அதன்படியே கொல்வதென்றும் சபதம் செய்து இருக்கிறேன்.

அப்படிச் சபதம் செய்துகொண்டிருக்கும் தருணத்தில் நீ

வந்து எனனைக் காப்பாற்றிக் கரை சேர்த்தாய். ஆகையால், நான் என் சபதப்படி உன்னைக் கொன்றாக வேண்டும். நீ எப்படிச் சாக விரும்புகிறாய் என்பதைச் சொல்; அதன்படி கொன்று விடுகிறேன்" என்றது பூதம்.

பூதம் நிச்சயமாகத் தன்னைக் கொன்றுவிடும் என்று செம்படவனுக்குத் தெரிந்தது. ஆயினும் மனம் தளராமல் பூதத்தைப் பார்த்து, "உனக்குச் செய்த நன்றியை மறந்து, மிகவும் கீழ்த்தரமாக நடந்து கொள்ளப் பார்க்கிறாயே? இது நியாயமா?" என்றான்.

"வீண் பேச்சுப் பேசவேண்டாம், உன் உயிருக்குப் பயந்து நீ எனக்கு நியாயம் உபதேசிக்க வேண்டாம்," என்றது பூதம்.

செம்படவன் யோசித்தான். மனிதனுக்கு உள்ள அறிவு பூதத்திற்கு இருக்காது என்று அவனுக்குத் தெரியும், ஆகவே, பூதத்தைப் பார்த்து, "பூதமே! நீ எப்படியும் என்னைக் கொல்லப் போகிறாய். ஆனால், நீ சொல்லும் விஷயத்தை நான் நம்ப முடியவில்லை. உன்னுடைய கால் கட்டை விரல் கூட இந்த செம்பிற்குள் நுழைய முடியாது. அப்படியிருக்க, உன்னுடைய பெருத்த சரீரத்தை இந்தச் செம்புக்குள் சுலைமான் போட்டு அடைத்தார் என்றால் என்னால் நம்பமுடியவில்லையே!" என்றான்.

செம்படவன் சொன்னதைக் கேட்ட பூதத்திற்குக் கோபம் வந்தது. உடனே செம்படவனைப் பார்த்து, "அப்படியானால் நான் பொய் சொல்கிறேனா? நான் எப்படி ந்தச் செம்புக்குள் அடைப் பட்டிருந்தேன் என்பதைப் பார்!" என்று சொல்லி முன்போல புகையாக மாறி செம்புக்கும் நுழைந்து காண்பித்தது.

பூதம் செம்புக்குள் நுழைந்ததுதான் தாமதம், செம்படவன் உடனே, அந்தச் செம்பை பழையபடி மூடி முத்திரை வைத்து விட்டான். பிறகு, அந்தச் செம்பை எடுத்து மீண்டும் கடலில் எறிந்து விடுவதற்காகச் சென்றான்.

தான் மீண்டும் செம்புக்குள் அடைக்கப்பட்டுவிட்டததை பூதம் உணர்ந்து கொண்டது. உடனே, செம்படவனைப் பார்த்து, "ஐயா, தயவு செய்து என்னை விடுதலை செய்து காப்பாற்று" என்று கெஞ்சியது.

ஆனால் செம்படவன், “உன்னைக் காப்பாற்றவா? முடியவே முடியாது; உன்னை எவ்வளவு கெஞ்சினேன் உன்னைக் காப்பாற்றிய நன்றி கொஞ்சமேனும் இன்றி என்னைக் கொல்ல வந்தாயே? உன்னை மறுபடியும் கடலில் கொண்டு போய் போடப்போகிறேன். உன்னை வெளியே விட்டால், யூனான் அரசனைப்போலத்தான் நீயும் நடந்து கொள்வாய்” என்றான்.

“யூனான் அரசனைப் போலவா! அது எப்படி?” என்றது பூதம். உடனே செம்படவன் அந்த அரசனுடைய கதையைச் சொன்னான்:

யூனான் அரசன் கதை

“முன் காலத்தில் பாரசீக நாட்டை யூனான் என்ற அரசன் ஆண்டு வந்தான். அவனுக்கு, தீராத குஷ்டநோய் அவனைப் பிடித்திருந்தது. எந்த வைத்தியனாலும், எந்தவிதமான மருந்துகளினாலும், அந்த நோய் குணமடையவில்லை.

அத்தருணத்தில், அந்த நாட்டிற்குத் தூபான் என்ற ஒரு துறவி வந்து சேர்ந்தான். அந்தத் துறவி, வைத்திய முறையை நன்றாகக் கற்றுத் தேர்ந்தவன். அவனுக்குத் தெரியாத விஷயமே இல்லை என்னும் படியாகத் தேர்ச்சி பெற்றவன். யூனான் அரசன் குஷ்டநோய் அவஸ்வதைப் படுவதை அவன் கேள்விப்பட்டான். எந்த வைத்தியனாலும் அந்நோயைத் தீர்க்க முடியவில்லை என்பதையும் தெரிந்து கொண்டான்.

ஆகவே, மறுநாள் காலையில் அவன் அரச சபைக்குச் சென்றான். அரசனை வணங்கித் தான் அரசனுடைய நோயைக் குணப்படுத்த முடியும் என்று தெரிவித்தான். அத் துறவி சொன்னதைக் கேட்டதும், அரசன் ஆச்சர்யம் அடைந்தான். எவ்வளவோ பேர் முயன்றும் தீர்க்க முடியாத நோயை அவனால் எப்படித் தீர்க்க முடியும் என்று கேட்டான். அதற்கு அந்தத் துறவி, எந்தவிதமான மருந்தையும் உள்ளுக்குக் கொடுக்காமலும் மேலே பூசாமலும் அந்த நோயைத் தீர்க்கத் தன்னால் முடியும் என்று தெரிவித்தான்.

அதைக் கேட்ட அரசன் மனமகிழ்ந்து, அவனுக்கு வேண்டிய சன்மானங்கள் அளித்தான் அவன் மருந்து தயாரிப்பதற்கான எல்லா வசதிகளையும் செய்து கொடுத்தான். துறவி மருந்தைத் தயாரித்து முடித்ததும், அரசனிடம் சென்றான். அரசனை வணங்கி, "அரசே! மருந்து செய்து முடித்தாகி விட்டது தாங்கள் ஒரு குதிரையின் மீது ஏறிப் பந்து விளையாடும் இடத்திற்கு வாருங்கள். மற்ற விபரம் அங்கே சொல்கிறேன்" என்றான்.

உடனே, யூனான் அரசன் குதிரைமேல் ஏறிக்கொண்டு தன் மந்திரி பிரதானியர் தொடர்ந்து வர, மைதானத்தை அடைந்தான். அங்கே, தூபான் துறவி அரசன் கையில் ஒரு கழியைக் கொடுத்தான். அந்தக் கழியைக் கொண்டு மருந்து நிரப்பப்பெற்ற ஒரு பந்தை அடித்து விளையடும்படி சொன்னான். மேலும் அப்படி விளையாடும் பொழுது, பந்திலுள்ள மருந்து, கழியின் வழியாக அவன் உடலை அடைந்து வியாதி குணமாகும் என்று தெரிவித்தான்.

தூபான் சொன்னபடியே அரசன் யூனான் வியர்த்துக் களைத்துப் போகும் வரையில் பந்து விளையாடினான். பிறகு, அரண்மனைக்குத் திரும்பிச் சென்று குளித்துவிட்டு அயர்வினால் உறங்கிவிட்டான். அவன் விழித்து எழுந்த போது, அவனே ஆச்சர்யப் படும்படியாகக் குஷ்டநோய் மறைந்து விட்டதை உணர்ந்தான். அவனுடைய மகிழ்ச்சிக்கு அளவேயில்லை.

மறுநாள் அரச சபையில் கூடியிருந்த எல்லோரும், அரசனுக்கிருந்த நோய் மறைந்துவிட்டதைப் பார்த்து சந்தோஷப் பட்டனர். யூனான் அரசன் துறவியை வரவழைத்து, ஏராளமான பொருட்களைப் பரிசாகக் கொடுத்து, அவனைக் கௌரவித்தான். மேலும் தன்னுடைய அந்திம காலம் வரையில் அத்துறவி தன்னுடனேயே இருக்க வேண்டும் என்று கேட்டுக்கொண்டான். அன்று முதல் அரசன் எந்நேரம் பார்த்தாலும் துறவியுடனே இருந்து வந்தான்.

யூனான் மன்னன் அந்தத் துறவியுடன் அவ்வளவு நெருங்கிப் பழகியது அவனுடைய மந்திரிகளில் ஒருவனுக்குப் பிடிக்க வில்லை. அவன் பொறாமைக் குணம் படைத்தவன். ஆகவே,

ஒரு நாள் அவன் அரசன் தனித்திருந்த சமயம் பார்த்து, "அரசே! தங்களுடைய உதார குணத்தினால் தாங்கள் எல்லோரையும் நேசிக்க ஆரம்பித்து விடுகிறீர்கள். அதனால் தங்களுக்கு பெருத்த ஆபத்து விளையக் கூடும்," என்றான்.

மந்திரியினுடைய வார்த்தைகள் மன்னனின் மனத்தைக் கலைத்தது. ஆகவே, யூனான் அரசன் மந்திரியைப் பார்த்து, "நீ சொல்லுவது எனக்கு விளங்கவில்லை. விஷயத்தை விளக்கமாகச் சொல்," என்றான்.

"அரசே! 'ஆய்ந்தோய்ந்து பாராதான், தான் சாகக் கடவன்' என்ற முதுமொழியைத் தாங்கள் கேள்விப்பட்ட தில்லையா? தங்களுடைய எதிரியினால் அனுப்பப்பட்டு இருக்கும் ஒருவனைத் தாங்கள் மிகவும் நம்பி வருகிறீர்கள். அவனால் தங்களுடைய உயிருக்கே அபாயம் விளையும்," என்றான் மந்திரி.

"யாரைக் குறிப்பிட்டு நீ இப்படிச் சொல்கிறாய்?" என்றான் அரசன்.

"துறவி தூபான்" என்றான் மந்திரி.

"என்ன? தூபான் துறவியா? என்னுடைய நோயை குணப்படுத்திய துறவியாலா, என்னுடைய உயிருக்கு ஆபத்து விளையும்? நீ அந்தத் துறவியின் பேரில் பொறாமை கொண்டு இருக்கிறாய் என்று நினைக்கிறேன். இல்லாவிடில், நீ இப்படிச் சொல்வதற்கு வேறு எந்தக் காரணமும் இருக்க முடியாது. உன்னுடைய வார்த்தையைக் கேட்டு நான் நடந்துகொண்டே னேயானால், கிளியைக் கொன்றவன் வருத்தப்பட்டதைப் போல் வருந்த நேரிடும்," என்றான் யூனான் மன்னன்.

கிளியின் கதை

"ஒரு நகரத்தில் வர்த்தகன் ஒருவன் இருந்தான். அவனுக்கு அவளற்ற செல்வம் இருந்தது. அவனுடைய மனைவி இணையிலா அழகி. ஆகவே, அவன் தன்னுடைய மனைவியை விட்டு ஒரு நிமிடம்கூடப் பிரிந்திருக்க மாட்டான்.

ஒரு சமயம், அவன் வெளியூருக்குச் செல்ல வேண்டிய சந்தர்ப்பம் ஏற்பட்டது. ஆனால், தன்னுடைய மனைவியைத் தனியே விட்டுச் செல்ல அவன் ஒப்பவில்லை. அவளுடைய அழகின் காரணமாகவே, அவளை அவன் சந்தேகித்தான். தனியே விட்டுப்போகவும் மனம் வரவில்லை. ஆனால், போயாக வேண்டும். அதற்கு என்ன செய்வதென்று யோசித்தான்.

தான் ஊரில் இல்லாத சமயத்தில், தன்னுடைய மனைவியின் நடத்தையைக் கவனித்துத் தனக்குச் சொல்ல யாரையாவது நியமித்து விட்டுப போகலாம் என்று நினைத்தான், ஆனால், அவனால் யாரையும் நம்பமுடியவில்லை. வெகுநேரம் யோசித்த பின்னர், ஒரு கிளியை வாங்கி வந்தான். அந்தக் கிளி விசேஷ திறமை வாய்ந்தது. தான் கண்டதையும் கேட்டதையும் அப்படியே திருப்பிச் சொல்லும் திறமை அக்கிளிக்கு இருந்தது. அந்த வர்த்தகன் வெளியூருக்குப் போகும் போது, அக் கிளியிடம், தான் ஊரில் இல்லாத சமயத்தில், தன்னுடைய வீட்டில் நடக்கும் விஷயங்களைக் கவனித்துத் தன்னிடம் சொல்லும்படி கட்டளையிட்டுப் புறப்பட்டான்.

சில நாட்களுக்குப் பிறகு, அவன் திரும்பி வந்ததும், கிளியிடம், தான் வீட்டில் இல்லாத சமயத்தில் நடந்த விஷயங்களைச் சொல்லும்படி கேட்டான். அதற்கு அந்தக் களிளி, "உன்னுடைய மமனவி ஒரு கள்ளக் காதலனுடன் உறவு கொண்டு இருக்கிறாள். நீ இல்லாத சமயத்தில், அவன் தினசரி இரவு இங்கு வந்தான்" என்றது. கிளி சொன்னதைக் கேட்டதும், வர்த்தகனுக்கு அளவிலா கோபம் ஏற்பட்டது. தன் மனைவியைப் பிடித்து அடித்தான்.

தன்னுடைய நடத்தையைப் பற்றி வீட்டிலுள்ள அடிமை பெண்கள்தான் தன் கணவனிடம் சொல்லியிருக்கக்கூடும் என்று அவள் நினைத்தாள். அவர்கள் எல்லோரும் தாங்கள் சொல்லவில்லை என்றும், ஆனால், கிளி சொன்னதாகக் கேட்டதாகவும் சத்தியம் செய்தனர்.

அதற்குப் பிறகு, ஒரு நாள் இரவு அந்த வர்த்தகன் வெளியே தங்கும் சந்தர்ப்பம் ஏற்பட்டது. அன்றிரவு, அவனுடைய மனைவி, தன்னுடைய அடிமைப் பெண்கள் மூவரைக் கூப்பிட்டாள்.

ஒருத்தியைக் கிளிக்கூண்டின் கீழே மாவு இயந்திரம் ஒன்றை வைத்து மாவரைக்கச் சொன்னாள். இரண்டாமவளைக் கிளிக்கூண்டின் மீது தண்ணீர் தெளித்துக்கொண்டே இருக்கும்படியும், மூன்றாமவளை ஒரு கண்ணாடியைக் கையில்வைத்து கிளிக் கூண்டின்மேல் படும்படி அப்புறமும் இப்புறமும ஆட்டிக்கொண்டிருக்கும் படியும் சொன்னாள். அவர்கள் மூவரும் அப்படியே செய்தனர். இடி மின்னலுடன் மழை பெய்கிறது போலும் என்று கிளி நினைத்துக்கொண்டது.

மறுநாள் காலையில், வர்த்தகன் வீட்டிற்கு வந்ததும் கிளியை விசாரித்தான். அதற்குக் கிளி, "ஒரே இடியும் மழையும் பொழிந்தது; நான் எதையுங் கவனிக்கக்கூட முடியவிலை," என்றது. அதைக் கேட்ட வர்த்தகன், கிளியின் வார்த்தையை நம்பவில்லை. தனக்கு தெரியாமல் எப்படி மழை பெய்திருக்கக் கூடும் என்று யோசித்தான். கிளி பொய்சொல்கிறது என்ற முடிவுக்கு வந்தான். அதனுடைய வார்த்தையைக் கேட்டு வீணாக மனைவியை அடித்ததற்காக வருந்தினான். உடனே, அந்தக் கிளியைப் பிடித்து நிலத்தில் அறைந்து கொன்று விட்டான்.

சில நாட்களுக்குப் பிறகு, அந்த வர்த்தகனுக்கு உண்ம விளங்கிற்று. வீட்டில் இருந்த அடிமைப்பெண் ஒருத்தி நடந்த விஷயத்தை அவனிடம் சொல்லிவிட்டாள். மேலும், தன் மனைவியின் கள்ளக் காதலன் வந்து போனதை அவனே நேரில் பார்த்துவிட்டான். உடனே, தன் மனைவியையும் அவளுடைய கள்ளக் காதலனையும் கொன்று விட்டான். அப்பொழுது தான், அவன் தன்னுடைய கிளியைக் கொன்று விட்டதற்காக வருத்தப்பட்டான்.

அந்த வர்த்தகனைப் போல, நான் முட்டாள்தனமாக ஒரு காரியமும் செய்யமாட்டேன்" என்றான் அரசன்.

அதைக் கேட்ட மந்திரி, "அரசே! அந்தத் துறவிக்கும் எனக்கும் எந்தவிதமான மனஸ்தாபமும் கிடையாது. நான் வீணாக எதற்காகத் துறவியின் பேரில் பொறாமை கொள்ள வேண்டும். உங்கள்பால் எனக்கிருக்கும் அன்பின் காரணமாகத்தான் சொல்கிறேன். அந்தத் துறவியினால், தங்களுக்கு ஆபத்து ஏற்பட்டுவிடக் கூடாதே

என்ற கவலையினால்தான் சொல்கிறேன். நான் சொல்வது தவறுதாக இருந்தால், சிந்துபாத் அரசன் தன்னுடைய மந்திரியைக் கொன்றதைப் போல, நீங்களும் என்னைக் கொன்று விடலாம்" என்றான்.

"அந்த மந்திரியின் கதையைச் சொல்," என்றான் யூனான் மன்னன்.

மந்திரியின் கதை

"**சி**ந்துபாத் மன்னனுக்கு ஒரு குமாரன் இருந்தான். அவனுக்கு வேட்டையாடுவதில் மிகுந்த விருப்பம், அவன் எங்கு சென்றாலும், அவனுடனேயே இருந்து பார்த்துக்கொள்ளும்படி அரசன் தன்னுடைய மந்திரிக்கு கட்டளையிட்டு இருந்தான். ஆகவே, அரசகுமாரன், ஒருநாள் வேட்டையாடப் போகும்பொழுது, மந்திரியும் அவனைத் தொடர்ந்து சென்றான்.

காட்டிலே ஒரு பெரிய மிருகம் தென்பட்டது.அதைக் கொல்லும்படி மந்திரி அரசகுமாரனிடம் சொன்னான்.அரச குமாரன் அதைக் கொல்வதற்காக அதைத் தொடாந்து சென்றான். அந்த மிருகம் வேகமாக ஓடிற்று. அரசகுமாரனும் அதைத் தொடர்ந்தே சென்று கொண்டிருந்ததினால், மந்திரியால் அவ்வளவு வேகமாக அரசகுமாரனைத் தொடர்ந்து செல்ல முடியவில்லை.

நெடுந்தூரம் சென்ற பின்னர் ஓரிடத்தில் அந்த மிருகம் மறைந்து போய்விட்டது. அரசகுமாரன் சுற்றுமுற்றும் அதைத் தேடினான்.அப்பொழுது.ஒரு அழகிய மங்கை அவன் கண்களுக்குத் தென்பட்டாள், ஆகவே, அரசகுமாரன் அவளை நெருங்கி, "யார் நீ? இந்தக் காட்டில் தனியே இருக்கும் காரணம் என்ன?" என்றான்.

"நான், இந்தியாவைச் சேர்ந்த அரசகுமாரி, இந்த வழியாகப் பரிவாரங்களுடன் வந்து கொண்டிருந்த சமயம், தூக்கக் கலக்கத்தில் குதிரை மேலிருந்து விழுந்துவிட்டேன். என்னுடன் வந்தவர்கள் அதைக் கவனிக்காமல் என்னை விட்டுப் போய்விட்டார்கள்.எனக்கு

வழி தெரியவில்லை. ஆகையினால், இங்கே அலைந்துகொண்டு இருக்கிறேன்," என்றாள் அந்தப் பெண்.

அதைக் கேட்ட அரசகுமாரன், அவள்மேல் அனுதாபம் கொண்டு, தன்னுடைய குதிரைமேல் ஏற்றிக்கொண்டு தன்னுடைய நகரத்திற்குத் திரும்பினான். வழியில், ஓரிடத்தில் பாழடைந்த மண்டபம் ஒன்று காணப்பட்டது. அந்த மண்டபத்தின் அருகில் வந்ததும், அந்தப் பெண், குதிரையை நிறுத்தச் சொல்லி, "இதோ, வந்துவிடுகிறேன்" என்று சொல்லிவிட்டு உள்ளே போனாள்.

அவளறியாத வண்ணம், அரசகுமாரனும் அவளைப் பின்தொடர்ந்து அந்த மண்டபத்தினுள் சென்று பார்த்தான். அங்கே ஓரிடத்தில் நின்று கவனித்தான். தன்னுடன் வந்தவள் பெண்ணல்ல வென்பதையும், அவள் ஒரு பூதம் என்பதையும் உணர்ந்தான். அந்தப் பெண் பூதம் அங்கிருந்த மூன்று குட்டி பூதங்களிடம், "குழந்தைகளே! இன்று உங்களுக்கு ஒரு நல்ல வாலிபனாகக் கொண்டு வந்திருக்கிறேன்; அவனை நன்றாகச் சாப்பிடுங்கள்," என்று சொல்லிக்கொண்டு இருந்தது.

அந்தப் பெண் பூதம் சொல்லிக் கொண்டிருந்ததைக் கேட்ட அரசகுமாரன் அங்கமெல்லாம் நடுங்கியது. தட்டுத் தடுமாறி வெளியே வந்து, குதிரை இருந்த இடத்தை அடைந்தான்.

அதே சமயம், அந்த பூதமும் அவனருகில் வந்து சேர்ந்தது அவன் நடுங்கிக் கொண்டு இப்பதைப் பார்த்த பூதம், "ஏன் இப்படி நடுங்குகிறாய்?" என்றது.

"என்னுடைய விரோதி ஒருவன் இங்கே வந்திருக்கிறான். ஆகையினால், எனக்கு பயமாக இருக்கிறது," என்றான் அரசகுமாரன்.

"நீ ஒரு அரசகுமாரன் என்று சொன்னாயே! எதற்காக பயப்பட வேண்டும். அந்த விரோதிக்குக் கொஞ்சம் பணம் கொடுத்து சமாதானம் செய்து அனுப்பிவிட்டால் போகிறது", என்றது அந்தப் பூதம்.

"அநத் எதிரி பணத்தினால் திருப்தி அடைபவன் அல்ல. அவன் என்னுடைய உயிரைத்தான் விரும்புவான்.

ஆகையினால்தான் பயப்படுகிறேன். ‘மேலும் எனது இடது கால் ஊனம் அடைந்திருக்கிறது. ஆகையால் நான் எதிரியுடன் சண்டையிட்டு ஜெயிக்க முடியாது,” என்றான்.

“அப்படியானால், ஆண்டவனிடம் முறையிடு. அவன் உன்னை நிச்சயமாகக் காப்பாற்றுவான்,” என்றது பூதம்.

“உடனே, அரசகுமாரன் தனக்கு ஏற்படவிருக்கும் ஆபத்தில் இருந்து தன்னை காப்பாற்றும்படி ஆண்டவனைப் பிரார்த்தித்தான். அவன் அப்படிப் பிரார்த்தனை செய்து கொண்டிருந்த சமயத்தில், அந்தப் பூதம் மறுபடியும் மண்டபத்தினுள் சென்றது. அரசகுமாரனும் அதுதான் சமயம் என்று நினைத்துக் குதிரைமேல் ஏறிக்கொண்டு வேகமாக அரண்மனைக்கு வந்து சேர்ந்தான். காட்டிலே நடந்த விஷயங்களைத் தகப்பனிடம் சொன்னான். அதைக் கேட்ட அரசன், தன்னுடைய மந்திரியினால்தான் மகனுக்கு ஆபத்து நேரிட இருந்தது என்று எண்ணி, மந்திரியைக் கொன்று விடும்படி கட்டளை இட்டான்.”

“இப்பொழுது, இந்தத் துறவியினால் தங்களுக்குத் தீங்கு ஏற்படாது என்பது என்ன நிச்சயம், தற்சமயம் ஒரு கழியின் மூலமாக மருந்தைச் செலுத்தி, நோயைக் குணப்படுத்தியதைப் போல, நாளைக்கு வேறு ஏதாவது ஒன்றைக் கொடுத்து யாருமறியாமல் தங்களைக் கொன்று விடக்கூடும் அல்லவா?” என்றான் மந்திரி.

“நீ சொல்வதும உண்மைதான். நான் ஜாக்கிரதையாகத் தான் இருக்க வேண்டும். அந்தத் துறவியை என்ன செய்யலாம், சொல்?” என்றான் அரசன்.

“தூபான் துறவியை வரச்சொல்லி, சற்றும் யோசிக்காமல், அவனுடைய தலையை வெட்டிக் கொன்றுவிட வேண்டியது தான்,” என்றான் மந்திரி.

“நீ சொல்வதுதான் சரியான யோசனை” என்று யூனான் அரசன் சொன்னான். பிறகு அந்தத் துறவியை அழைத்து வரும்படி சொல்லி அனுப்பினான். அதன்படி, துறவி அரச சமூகத்திற்கு அழைத்து வரப்பட்டான்.

“உன்னை எதற்காக வரவழைத்தேன் என்று உனக்குத் தெரியுமா?” என்றான், தூபான் துறவியைப் பார்த்து.

அரசனுடைய கேள்வி துறவியைத் திகைக்க வைத்தது. ஆயினும், “உங்கள் மனதில் இருப்பதை நான் எப்டி அறிந்து கொள்ள முடியும்?” என்றான்.

“உன்னைக் கொல்வதற்காகத்தான் வரவழைத்திருக்கிறேன்,” என்றான் அரசன்.

“நான் என்ன குற்றம் செய்தேன்?” என்றான் துறவி.

“நீ ஒரு உளவாளி என்பதைத் தெரிந்து கொண்டேன். நீ என்னைக் கொல்வதற்கு முன், நானே உன்னைக் கொன்றுவிடப் போகிறேன்,” எனறு செல்லி, அத் துறவியின் தலையை வெட்டி விடும்படி உத்தரவிட்டான்.

“என்னைக் கொல்லாலே; வீணாக என்னைக் கொன்றால் கடவுள் உன்னைத் தண்டிப்பார்,” என்று நான் உன்னைக் கெஞ்சியதைப்போலவே, அந்தத் துறவியும் யூனான் அரசனைக் கெஞ்சினான் என்றான் செம்படவன். ஆனால்,அந்த அரசன், அவனைக் கொல்ல வேண்டும் என்பதிலேயே கண்ணாய் இருநதான்.

கடைசியில், தூபான் துறவி அரசனைப் பார்த்து, “அரசே தான் செய்த உதவியைக் கொஞ்சம்கூடக் கருதாமல் என்னை உளவாளியென்று நினைத்துக் கொலை செய்யப் போகிறாய். கடவுளின் விருப்ம் அதுவானால்,நான் என்ன செய்ய முடியும்? ஆயினும, நான் இறப்பதற்கு முன், என்னுடைய வீட்டிற்குப் போய்வர அனுமதிக்க வேண்டும். அங்கே பல அருமையான வைத்திய நூல்கள் எல்லாம் இருக்கின்றன. அவற்றை எடுத்துக் கொண்டு வந்து தங்களுடைய புத்தகச் சாலையில் வைப்பதற்குக் கொடுக்கிறேன்”, என்றான்.

“அந்த புத்தகங்கள் அவ்வளவு உயர்வானவைகளா?” என்றான் அரசன்

“அந்த நூல்களில் அநேக அரிய விஷயங்கள் அடங்கி இருக்கின்றன. நீங்கள் என் தலயை வெட்டியதும், அந்தப்

புத்தகத்தின் முதல் மூன்று ஏடுகளைப் புரட்டி இடது புறமிருக்கும் மூன்று வரிகளைப் படித்தால், வெட்டுண்ட என் தலை உங்களுடன் பேசும்," என்றான் துறவி.

"அப்படியானால், போய் அந்தப் புத்தகத்தை எடுத்துக் கொண்டு வா," என்று அரசன் உத்தரவு கொடுத்து அனுப்பினான். அதன்படி, துறவி சென்று ஒரு புத்தகத்தை எடுத்து வந்து அரசனிடம் கொடுத்தான். பிறகு, அத் துறவியின் தலையை வெட்டி அரசன் எதிரில் வைக்கப்பட்டது.

துறவியினால் கொடுக்கப்பட்ட புத்தகத்தை அரசன் பிரித்தான். ஏடுகள் ஒன்றுடன் ஒன்று ஒட்டிக்கொண்டு பிரிப்பதற்குக் கஷ்டமாக இருந்தது. ஆகவே, அரசன் தன் விரலை நாக்கில் தடவித் தடவி ஏடுகளைப் பிரித்தான். ஆறு பக்கங்களைப் புரட்டியும் அவன் கண்களுக்கு ஒரு வரியும் தென்படவில்லை. ஆகவே வெட்டுண்ட தலையைப் பார்த்து, "மூன்றாவது பக்கத்தில் மூன்று வரிகள் இக்கும் என்று நீ சொன்னபடி ஒன்றும் காணவில்லையே?" என்றான்.

உடனே அந்த தலை அரசனைப் பார்து, "இன்னும் புரட்டிப் பார்த்தால் வரிகள் தென்படும்," என்று பேசியது.

வெட்டுண்ட தலை பேசுவதைக் கேட்ட அரசன் முதல் எல்லோரும் ஆச்சர்யப்பட்டனர்.அந்தப் புத்தகத்தை மேலும் மேலும் அரசன் புரட்டிப் பார்த்தான். அதில் ஒரு வரிகூட எழுதப்பட்டிருக்வில்லை. ஆனால், அந்த ஏடுகளில் நஞ்சு தடவப்பட்டிருந்தது அரசனுக்குத் தெரியாது. அவன் எச்சில் தடவி ஏடுகளைப் புரட்டினான், ஏட்டில் இருந்த நஞ்சை அவன் உட்கொள்ளும்படி நேரிட்டது. ஆதனால், அவனுக்கு மயக்கம் ஏற்பட்டது.

அப்பொழுது, துறவியின் தலை மீண்டும் அரசனைப் பார்த்து "ஒரு குற்றமும் அறியாத என்னை அநியாயமாகக் கொன்றாயல்வா? நீயும் மாண்டு போ," என்றது. அந்த க்ஷணமே அரசனும் சிம்மாசனத்திலிருந்து கீழே விழுந்து மரணமடைந்தான்.

செம்படவன் இக் கதையைப் பூதத்திற்கு சொல்லிவிட்டு "உன்னையும் கடலில் போடாமல் விட்டுவிட்டால், நீயும் அந்த

யூனான் அரசன் துறவியைக் கொன்றதைப்போல என்னைக் கொன்றுவிடுவாய். ஆகையினால் உன்னை நிச்சயமாகக் கடலில் எறிந்துவிடப் போகிறேன்'' என்றான்.

அதைக் கேட்ட பூதம், "நான் உனக்கு ஒரு கெடுதியும் செய்யமாட்டேன். சத்தியமாக உனக்கு நன்மையே செய்கிறேன். என்னை வெளியில் விடு,'' என்று கெஞ்சியது.

பூதம் சத்தியம் செய்வதைக் கண்டதும் செம்படவனின் மனம் மாறியது. செம்பின் முத்திரையை நீக்கினான். பூதம் வெளியே வந்தது. செம்பை எடுத்துக் கடலுக்குள் எறிந்தது. அதைக் கண்ட செம்படவன் மீண்டும் பயந்தான். பூதம் தன்னைக் கொன்றுவிடும் என்று நினைத்தான். ஆனால் பூதம் செம்படவனைத் தன் பின்னாலேயே வரும்படி சொல்லி ஒரு மலைக்குச் சென்றது. செம்படவன் அதைப் பின்தொடர்ந்து சென்றான்.

மலைக்கு அந்தப் பக்கம் ஒரு ஏரி தென்பட்டது. அந்த ஏரியில் அநேக வர்ணங்களில் மீன்கள் நிறைந்து காணப்பட்டன. பூதம் செம்படவனைப் பார்த்து அவனை வலையை வீசி மீன் பிடிக்கும்படி சொல்லிற்று. செம்படவன் வலையை வீசினான். அதில் வெவ்வேறு வர்ணங்களுள்ள நான்கு மீன்கள் அகப்பட்டன.

உடனே பூதம் செம்படவனைப் பார்த்து, "இந்த மீன்களை அரசனிடம் கொண்டு போய் விற்றால், உனக்கு நிறைய பணம் கிடைக்கும். ஆனால், தினசரி ஒரு தடவைக்கு மேல் நீ இந்த ஏரியில் வலை வீசக்கூடாது' என்று சொல்லிவிட்டு, நிலத்தை உதைத்தது. உடனே நிலம் பிளந்தது. பூதம் அதில் இறங்கி மறைந்து போயிற்று.

செம்படவன் மீன்களை எடுத்துக்கொண்டு அரசனிடம் போய் விற்றான். அரசன் அவைகளைத் தன் மந்திரியிடம் கொடுத்தான். மந்திரி அவைகளைச் சமையற்காரியிடம் கொடுத்து சமைக்கச் சொன்னான். சமையற்காரி அந்த மீன்களைக் கொன்று வாணலியில் போட்டு வறுத்தாள். அப்பொழுது அடுப்பருகில் இருந்த சுவர் வெடித்து, அழகிய பெண் ஒருத்தி தோன்றினாள். அவள் தன் கையிலிருந்த கழியால் வாணலியைத் தட்டி, "மீன்களே! நீங்கள் ஒப்பந்தப்படி தானே நடந்து வருகிறீர்கள்?'' என்று

கேட்டாள். உடனே வாணலியில் கொதித்துக்கொண்டிருந்த மீன்கள் "ஆமாம்" என்றன.

அதைக் கேட்டதும், அந்தப் பெண், தன் கையில் இருந்த கழியினால், வானலியைத் திருப்பிக் கவிழ்த்தாள். அதிலிருந்த மீன்கள் எல்லாம் நெருப்பில் விழுந்தன. உடனே, அந்தப் பெண் சுவரின் வழியாகவே மறைந்து விட்டாள்.

இந்தச் சம்பவங்களைப் பார்த்துக்கொண்டிருந்த சமையற்காரி மூர்ச்சை போட்டு விழுந்து விட்டாள். அவள் மூர்ச்சை தெளிந்து எழுந்தபொழுது, மீன்கள் எல்லாம் நெருப்பில் எரிந்து கரியாகப் போய்விட்டதை உணர்ந்தாள். உடனே, மந்திரியிடம் அந்தத் தகவலைச் சொன்னாள். மந்திரி அரசனிடம் சொன்னான்.

அரசன் செம்படவனை வரவழைத்து அதைப் போன்ற நான்கு மீன்களை மறுபடியும் கொண்டு வரச் சொன்னார். அதன்படியே செம்படவன் கொண்டு வந்தான். அவைகளை மறுபடியும் சமையற்காரியிடம் கொடுத்து சமைக்கும்படி சொல்லிவிட்டு , அரசனும் மந்திரியும் அடுப்பருகில் உட்கார்ந்து இருந்தார்கள். முன்போலவே சுவர் வெடித்தது. அந்தப் பெண் வந்தாள். எல்லாம் முன்போலவே நடந்தன. அந்தச் சம்பவத்தைத் தன் கண்களாலேயே பார்த்த அரசன், செம்படவனை வரவழைத்து, "நீ அந்த மீன்களை எங்கே பிடித்தாய்?" என்று கேட்டான்..

செம்படவன் அரசனை அழைத்துகொண்டு போய் தான் மீன்களைப் பிடித்த ஏரியைக் காட்டினான். அந்த ஏரியில் இருந்த அதிசய மீன்களின் வரலாற்றைத் தெரிந்து கொள்ளாமல் நகருக்குத் திரும்புவதில்லையென அரசன் முடிவு செய்தான். ஆகவே, அந்த ஏரிக்கரையின் மேலே நடந்து சுற்றிப் பார்த்தான். இரண்டு நாட்கள் நடந்த பின்னர், ஓரிடத்தில், கருங்கல்லால் கட்டப்பட்ட ஒரு அரண்மனை தென்பட்டது. அங்கே சென்றான். ஆனால், அங்கு மனித சஞ்சாரம் இருப்பதாகவே அவனக்குத் தோன்றவில்லை. ஆகவே, ஆச்சர்யத்துடன் ஓர் இடத்தில் உட்கார்ந்து யோசித்தான்.

அச்சமயம், ஒரு பாட்டுக் குரல் கேட்டது. சோகமமயமான அக்குரல் வந்த திக்கை நோக்கி அரசன் போனான். அந்த அரண்மனையின் படுக்கையறையில் உட்கார்ந்தபடியே ஒரு

வாலிபன் பாடிக்கொண்டிருப்பதைக் கண்டான். அரசன் அந்த வாலிபனைப்பார்த்து, "அழகிய வாலிபனே, இந்த அரண்மனையில் நீ மட்டும் தன்னந்தனியாக இருக்கும் காரணம் என்ன? இந்த ஏரியிலுள்ள மீன்களின் வரலாறு உனக்குத் தெரியுமா?" என்று கேட்டான்.

அதைக் கேட்டதும் அந்த வாலிபன் கண்ணீர் பெருக அழுதுகொண்டே, "என்னுடைய வரலாறு விநோதமானது; நீங்கள் அதைத் தெரிந்துகொள்வது நல்லதுதான்' என்று சொல்லித் தன் உடம்பின்மேல் இருந்த துணியை விலக்கினான்.

அரசன் ஸ்தம்பித்துப் விட்டான். அந்த வாலிபனுடைய இடுப்பிலிருந்து பாதம்வரை கல்லாக இருந்தது. இடுப்புக்கு மேல் உச்சிவரையில் சாதாரண மனிதனைப் போலவே இருந்தான் அந்த வாலிபன்.

மேலும் அந்த வாலிபன் தன் கதையைச் சொன்னான்.

வாலிபன் கல்லான கதை

"நான், கருந் தீவுகளின் அரசகுமாரன். என்னுடைய தந்தைக்குப் பின் நான் பட்டத்திற்கு வந்தேன். என்னுடைய மனைவி என்னை மிகவும் நேசித்து வந்தாள். க்ஷணம் நேரம்கூட என்னைக் காணாவிட்டால், அவள் துடி துடித்துப் போவாள். ஒருநாள், அவள் குளிக்கப் போயிருந்த சமயம், அவள் வருகையை எதிர்பார்த்து நான் மஞ்சத்தில் படுத்திருந்தேன். அப்பொழுது, என் அருகில் விசிறிக் கொண்டிருந்த இரு தாதிகள், நான் தூங்குவதாக நினைத்துக் கொண்டு தமக்குள் பேசிக்கொண்டார்கள். அவர்கள் இருவரும் பேசினதிலிருந்து, என் மனைவி எனக்குத் துரோகம் செய்வதாகத் தெரிந்துகொண்டேன்.

என் மனைவி குளித்துவிட்டு வந்து சாப்பிடுவதற்காக என்னை எழுப்பினாள். நான் எதுவும் அறியாதவனைப்போல அவளுடன் சாப்பிட உட்கார்ந்தேன். அவள் எனக்கு மதுவை ஊற்றிக் கொடுத்தாள். நான் அதைக் குடிப்பதைப்போல பாசாங்கு செய்து அவளறியாமல் கொட்டிவிட்டேன். எறகு, எனக்குத் தூக்கம்

வருகிறதென்று சொல்லிப் படுக்கையில் படுத்தபடி, அவளுடைய நடவடிக்கைகளைக் கவனித்தேன்.

நான் தூங்குவதாக அவள் நினைத்தாள். அழகிய உடைகளை அணிந்து வெளியே புறப்பட்டாள். அவளறியாமல் நான் அவளைப் பின்தொடர்ந்து சென்றேன். நகருக்கு வெளியே இருந்த ஒரு மண்மேட்டின்மேல் இருந்த ஒரு குடிசைக்குள் போனாள். நான் வெளியே இருந்தபடி ஒரு இடுக்கின் வழியாக உள்ளே பார்த்தேன். அங்கே இருந்த ஒரு நீக்ரோவின் அரவணைப்பில் என் மனைவி இருந்ததைக் கண்டேன்.

என் ரத்தம் கொதித்தது. உள்ளே சென்றேன். என் மனைவி கண்களை மூடியபடி படுத்திருந்தாள். என்னுடைய வாளால், அந்த நீக்ரோவின் கழுத்தை வெட்டினேன். அவன் அலறினான். நான் வெளியே ஓடி வந்தேன். அரண்மனையை அடைந்து படுக்கையில் படுத்தேன். சற்று நேரத்தில், என் மனைவியும் திரும்பி வந்து என்னருகில் படுத்துக்கொண்டோள்.

மறுநாள், அவள் தன் தலையை மொட்டை அடித்துக் கொண்டாள். தன்னுடைய தாயார் இறந்துவிட்டதாகச் செய்தி கிடைத்ததாகவும், அதனால், தான் ஒரு வருஷ காலம் துக்கம் அனுஷ்டிக்கப் போவதாகவும் சொன்னாள். நான் ஒன்றும் பேசவில்லை.

ஒரு வருஷம் பொறுத்தும், அவள் அதே நிலைமையில் இருந்தாள். நான் கழுத்தை வெட்டிய அந்த நீக்ரோ இறக்கவில்லை யென்று தெரிந்தது. அவனைத் தனியாக ஓரிடத்தில் வைத்து அவனுக்குப் பணிவிடைகள் செய்துகொண்டு வந்தாள் என்பதும் தெரிந்துகொண்டேன். ஆகவே, ஒரு நாள், அவளையும் வெட்டிவிடாமென்று வாளை ஓங்கினேன். அப்பொழுது, அவள் தனக்குத் தெரிந்த மந்திர சக்தியினால், என்னை இப்படி பாதி கல்லாகவும் பாதி மனிதனாகவும் மாறும்படி செய்துவிட்டாள். பிறகு, இந்தநகரத்தை ஏரியாகவும், மக்களை எல்லாம் மீன்களாகவும் மாற்றிவிட்டாள்.

அன்று முதல் தினமும் அவள் இங்கு வந்து என்னைச் சவுக்கினால் நூறு அடிகள் அடித்துவிட்டு, அந்த நீக்ரோ

முல்லை பிஎல். முத்தையா

இருக்குமிடம் செல்கிறாள். இதுதான் என் வரலாறு" என்று முடித்தான் அந்த வாலிபன்.

பிறகு, அந்த அரசனும் அவனும் நெடுநேரம் பேசிக்கொண்டு இருந்தனர். அரசன் அவனுக்கு உதவி செய்வதாகச் சொல்லிவிட்டுப் போனான். நேரே, நீக்ரோ இருந்த இடத்தை அடைந்து, அவனை வெட்டிக்கொன்றான். அந்தப் பிரேதத்தை எடுத்து ஒரு கிணற்றில் போட்டுவிட்டான். நீக்ரோ இருந்த இடத்தில் தான் போர்த்துப் படுத்துக்கொண்டான். அவள் வந்து பணிவிடைகள் செய்தாள். அவன் முகத்தை மூடிய படியே மெதுவான குரலில், "உன் கணவனுடைய கூக்குரல் என்னைத் தூங்கவிடாமல் தொந்தரவு செய்கிறது. ஆகையினால், நீ உடனே போய் அவனையும், மற்ற எல்லாவற்றையும் பழையபடி உருமாற்றி விட்டு வா," என்றான்.

தன்னுடைய ஆசை நாயகன் தான் அவ்வாறு சொல்கிறான் என்று அவள் நினைத்து, எல்லாவற்றையும் முன் போலவே ஆக்கிவிட்டாள். மீண்டும, அவள் அங்கே சென்றதும், அந்த அரசன் அவளைக் கத்தியால் குத்திக் கொலை செய்துவிட்டு, கல்லாக இருந்த ராஜகுமாரன் இருந்த இடத்திற்கு வந்தான். அந்த அரசகுமாரன் தனக்கு உதவி செய்த அரசனை வணங்கினான்.

பிறகு, இருவருமாகப் புறப்பட்டுச் சென்று செம்படவனை வரவழைத்து, அவனுக்குப் பெரும் பரிசு கொடுத்து வாழ்ந்தனர்," என்று ஷாரஜாத் சொல்லி முடித்துவிட்டு, இதைவிட கூலிக்காரன் கதை இன்னும் சுவாரஸ்யமாய் இருக்கும்," என்றாள்.

கூலிக்காரன் கதை

"பாக்தாத் நகரத்திலே ஒரு கூலிக்காரன் இருந்தான். அவனுக்கு மணமாகவில்லை. கடைத் தெருவில் சாமான்களைக் சுமந்து செல்லும் கூலி வேலை செய்து வந்தான். ஒருநாள் யௌவன சீமாட்டி ஒருத்தி கடைத் தெருவிற்கு வந்தாள். விலையுயர்ந்த அநேக உணவுப் பொருள்களை வாங்கினாள். அவைகளை அந்தக் கூலிக்காரனிடம் கொடுத்துத் தன் வீட்டிற்குச் சுமந்து வரும்படி சொன்னாள். அவளுடைய வீட்டை அடைந்ததும், இன்னொரு அழகி வந்து கதவைத் திறந்தாள். உள்ளே சென்றதும், அங்கே

வேறொரு அழகியும் இருந்தாள். கூலிக்காரனுக்கு அந்த மூன்று பெண்களையும் பார்த்துக் கொண்டு நின்றிருந்தாலே போதும் என்று இருந்தது. சீமாட்டிகள் அவனுக்கு உரிய கூலியைக் கொடுத்துப் போகச் சொன்னார்கள். ஆனால், அவன் தயங்கினான்.

அவனுக்குப் பசியாக இருக்கிறது போலும், அதனால்தான் தயங்குகிறான் என்று நினைத்து அவனுக்கு உணவளித்தனர். உண்டதும், அவனைப் போகச் சொன்னார்கள். ஆனால், அவன் அவர்களைப் பார்த்து, "நீங்கள் மூவரும் ஆண்கள் துணையின்றி இருக்கிறீர்களே! நீங்கள் அனுமதித்தால், நான் இங்கேயே தங்கி விடுகிறேன்," என்றான். அவனுடைய பணிவான பேச்சும் நடத்தையும் அவர்களுக்குத் திருப்தியை உண்டாக்கின. ஆகவே, அவனைப்பார்த்து,"நீ இங்கு தங்குவதில் எங்களுக்கு ஆட்சேபணை இல்லை. ஆனால், இங்கு என்ன சம்பவம் நடந்தாலும் அதன் காரணத்தைக் கேட்கக் கூடாது?" என்றனர். அவனும் அதற்குச் சம்மதித்தான்.

அன்று இரவு, அவர்கள் நால்வரும் சாப்பிடும் பொழுது, கதவு தட்டப்படும் சப்தம் கேட்டது, ஒருத்தி எழுந்து போய்ப் பார்த்தாள். வெளியே ஒரே மாதிரி இடது கண் மட்டும் குருடாக இருந்த மூன்று பேர் நின்றிருந்தனர் அவர்களை அங்கே தங்கி இருக்க இடம் கேட்டனர். அவர்களையும் அதே நிபந்தனையுடன் அங்கே தங்கச் சம்மதித்தனர் அந்தப் பெண்கள். பிறகு, அவர்களுக்கும் உணவு பரிமாறப்பட்டது. எல்லோருமாகச் சேர்ந்து குடித்தும் தின்றும் பாடியும் ஏகரகளை உண்டாக்கினர்.

அச்சமயம் அந்நகர அரசன் வலம் வந்தான். அவனுடைய காதுகளில் இந்தச் சப்தம் விழுந்ததும், அருகில் இருந்த இரு மந்திரிகளுடன் அங்கே சென்று கதவைத் தட்டினான். ஒரு பெண் வந்து கதவைத் திறந்தாள். தாங்கள் மூவரும் வெளியூர் வாசிகள் என்று தங்குவதற்கு இடம் வேண்டும் என்று அரசன் தெரிவித்தான். அதன் பேரில், அதே நிபந்தனையுடன் அவர்களையும் தங்க அனுமதித்தார்கள் அந்தப் பெண்கள்.

எல்லோரும் சாப்பிட்டு முடிந்ததும், அந்தப் பெண்களில் ஒருத்தி, இரண்டு பெண் நாய்களை இழுத்துக் கொண்டு வந்தாள்,

உடனே, இன்னொருத்தி அந்த நாய்களை சவுக்கினால் கை சளைக்கும் மட்டும் அடித்தாள். அந்த நாய்கள் அடி பொறுக்க முடியாமல் ஊளையிட்டு அழுதன. பிறகு, அவள் அதே நாய்களை எடுத்து அணைத்துத் தடவிக்கொடுத்து முத்தம் கொடுத்தாள். அதைக் கண்ட அந்த விருந்தாளிகளுக்கு ஒன்றும் புரியவில்லை. ஆனால், அவர்கள் கொடுத்த வாக்குறுதியை நினைத்து எதுவும் பேசாமல் இருந்தார்கள்.

அதற்குப் பிறகு, அந்த மூன்று பெண்களில் ஒருத்தி ஓரிடத்தில் உட்கார்ந்து அழுது மூர்ச்சித்தாள். அவளுடைய மூர்ச்சையைத் தெளிய வைத்து உடைகளை மாற்றினாள் இன்னொருத்தி. அப்படி உடைகளை மாற்றும் பொழுது, அவளுடைய உடம்பில் ஏராளமாக வடுக்கள் இருந்ததை விருந்தாளிகள் எல்லோரும் பார்த்து திடுக்கிட்டனர். அதைப் பார்த்ததும், அவர்களால் எதுவும் கேட்காமல் இருக்க முடியவில்லை. ஆனால், அரசனுடைய மந்திரிகளில் ஒருவன் மட்டும், தாங்கள் கொடுத்த வாக்குப்படி அவர்களை எதுவும் கேட்கக் கூடாது என்றான். மற்றவர்கள் அவனுடைய வார்த்தையைக் கேட்கவில்லை. ஆகவே, கூலிக்காரன் அந்தப் பெண்களைப் பார்த்து, "அந்த நாய்களை அடித்த காரணம் என்ன? பிற்பாடு அவைகளை ஏன் எடுத்து முத்தமிட வேண்டும்? இந்தப் பெண்ணின் உடம்பில் எதனால் வடுக்கள் உண்டாயின?" என்று கேட்டான்.

"இந்தக் கேள்விகள் உங்கள் எல்லாருடைய சார்பாகவும் கேட்கப்பட்டதா?" என்று ஒருத்தி விருந்தாளிகளைப் பார்த்து கேட்டாள். அதற்கு, ஒரு மந்திரியைத் தவிர மற்றவர்கள் எல்லோரும், "ஆம்," என்று சொன்னார்கள். உடனே, அந்தப் பெண், "ஒப்பந்தத்தை மீறிக் கேட்ட உங்களை என்ன செய்கிறேன் பாருங்கள்" என்று சொல்லி மூன்று தடவை நிலத்தைத் தட்டி, "சீக்கிரம் இங்கே வாருங்கள்," என்று கூவினாள்.

உடனே, ஒரு கதவு திறக்கப்பட்டது. அதன் வழியாக ஏழு நீக்ரோக்கள் வந்து விருந்தாளிகள் ஏழுபேருடைய கைகளையும் பின் கட்டாகக் கட்டினார்கள். பிறகு அப்பெண்ணைப் பார்த்து "இவர்களுடைய தலையை வெட்டி விடலாமா?" என்று கேட்டனர். அதற்கு அந்தப் பெண், "பொறு; முதலில் அவர்களுடைய

வரலாற்றைத் தெரிந்து கொள்வோம். பிறகு, அவர்களுடைய தலைகளை வெட்டலாம்," என்றாள்.

அவள் சொன்னதைக் கேட்ட கூலிக்காரன், "அம்மணி! நான் கூலிவேலை செய்வதைத் தவிர வேறெதுவும் அறியேன். இவர்கள் இங்கு வராமல் இருந்திருந்தால், எனக்கு இந்த மாதிரி ஆபத்து ஏற்பட்டிருக்காது. இதுதான் என் வரலாறு" என்று சுருக்கமாகக் கூறி முடித்து விட்டான்.

முதல் ஒற்றைக் கண்ணன் கதை

"நான் ஒரு அரசகுமாரன். எனது சிறிய தந்தையும் ஒரு அரசன். நான் பிறந்த நாளிலேயே எனது சிறிய தந்தைக்கும் ஒரு மகன் பிறந்தான். நான் அடிக்கடி எனது சிறிய தந்தையின் நாட்டிற்குப் போவது வழக்கம். அப்படி ஒரு தடவை நான் போய் இருக்கும்பொழுது, எனது சிறிய தந்தையின் மகன் என்னைப் பார்த்து, எனக்கு ஒரு உதவி செய்ய வேண்டும்" என்றான். "என்ன உதவி?" என்றேன். அவன் ஒரு பெண்ணை அழைத்து வந்து, "இவளைக் கல்லறைகள் இருக்கும் இடத்திற்கு அழைத்துக் கொண்டு போ. நான் அங்கு வந்து மற்ற விஷயங்களைச் சொல்கிறேன்," என்றான். நான் அதன்படியே அவளை அழைத்துச் சென்றேன்.

சிறிது நேரத்தில் அவன் அங்கு வந்தான். அவன் கையில் சுண்ணாம்புச் சாந்தும், ஒரு கொத்துக் கரண்டியும் இருந்தது. அவன் ஒரு கல்லறையின் அருகில் சென்று, தன் கையில் இருந்த கரண்டியால் கல்லறையின் சில கற்களைப் பெயர்த்தான். அதனுள் ஒரு சுரங்க வழி சென்றது. பிறகு அவன் என்னிடம் "நாங்கள் இருவரும் இந்தச் சுரங்க வழியாக உள்ளே போய் விடுகிறோம். நீ இந்தக் கற்களை மீண்டும் அடுக்கி சுண்ணாம்புச் சாந்து பூசிவிடு. கற்களைப் பெயர்த்திருப்பதாக யாருக்கும் தெரியக்கூடாது," என்றான்.

அவன் சொன்னபடியே செய்துவிட்டு, நான் என்னுடைய ஊருக்குத் திரும்பினேன். அங்கே நான் இல்லாத சமயத்தில் மந்திரி

என் தகப்பனாரைக் கொன்று ராஜ்யத்தைஸயம் அபகரித்துக் கொண்டான். என்னுடைய சிறு வயதில் நான் ஒரு பறவையின் மேல் எய்த அம்பு, குறிதவறி அந்த மந்திரியின் இடது கண்ணில் பட்டுக் குருடாய் விட்டது. அதனால் அவன் கோபம் கொண்டிருந்தான். ஆகவே, அதன் காரணமாக என் தந்தையையும் கொன்று, என் இடது கண்ணையும் தோண்டி ஊரை விட்டுத் துரத்திவிட்டான்.

நான் மறபடியும் என் சிறிய தந்தையின் ஊருக்குப் போனேன். என்னுடைய நிலையைக் கண்டு அவர் கலங்கினார். மேலும், தன்னுடைய மகன் காணாமல் போய் விட்டான் என்றும் என்னிடம் சொன்னார். அதற்கு நான் அவருடைய மகன் கல்லறைக்குள் சென்ற விஷயத்தைச் சொன்னேன். உடனே, அவர் என்னையும் அழைத்துக் கொண்டு அக் கல்லறைக்குச் சென்று, அந்த சுரங்கத்தைக் காண்பிக்கச் சொன்னார். நான் அதைக் குறிப்பிட்டுக் காட்டினேன். பிறகு, அவர் அதன் வழியாக உள்ளே சென்றார். என்னையும் தொடர்ந்து வரச் சொன்னார். உள்ளே சென்றதும், அங்கே ஓரிடத்தில், அந்தப் பெண்ணும் அவனும் இறந்து கிடந்தனர். என் சிறிய தந்தை அந்தப் பிரேதங்களைக் காறித் துப்பிச் செருப்பால் உதைத்துத் தள்ளினார்.

அதைப் பார்க்க எனக்கு வருத்தமாக இருந்தது. "ஏன் இப்படிச் செய்கிறீர்கள்?" என்று அவரைக் கேட்டேன். அதற்கு அவர், "இவர்களுடைய கள்ளக் காதலை நான் கண்டித்தேன். ஆனால், இவர்கள் இருவரும் இங்கே வந்து தற்கொலை செய்து கொண்டிருக்கின்றனர். இவர்கள் இருவரும் செத்து மடிந்ததே மேல்," என்று சொன்னார்.

பிறகு, அவரும் நானும் வெளியே வந்து அரண்மனைக்குச் சென்றோம். சற்று நேரத்தில், ஒரு வேலையாள் ஓடிவந்து எனது தகப்பனைக் கொன்ற மந்திரி அந்த நாட்டின் மீதும் படையெடுத்து வந்திருப்பதாகத் தெரிவித்தான். அதைக் கேட்டதும, நான் பயந்து போய், அந்த நகரத்தையும் விட்டு ஓடி வந்துவிட்டேன். இந்த நகரத்திற்கு வந்ததும், வழியில் இவர்கள் இருவரையும் சந்தித்தேன். பிறகு மூவருமாகச் சேர்ந்து தங்குவதற்கு இடமின்றி அலைந்தோம். கடைசியாக உங்கள் வீட்டை

அடைந்தோம். இதுதான் என் வரலாறு", என்றான் முதல் ஒற்றைக் கண்ணன்.

இரண்டாவது ஒற்றைக் கண்ணன் கதை

"நான் ஒரு அரசன். எனக்கு எல்லா சாஸ்திரங்களும் தெரியும். என்னுடைய திறமை எல்லா தேசங்களிலும் பரவி இருந்தது. என்னுடைய புகழைக் கேள்விப்பட்ட இந்திய அரசன் என்னைப் பார்க்க விரும்பினான். நானும் இந்தியாவைப் பார்க்க வேண்டும் என்று இருந்ததினால், இந்திய அரசனுடைய விருப்பப்படி அங்கே சென்றேன். போகும் வழியில் திருடர்கள் அடித்ததினால், என்னுடன் வந்தவர்கள் எல்லோரும் ஓடிப்போய்விட்டனர். நான் மட்டும் தனியாக விடப்பட்டேன். நான் கொண்டுபோன பொருட்களை எல்லாம் திருடர்கள் பறித்துச் சென்றனர்.

தனித்து விடப்பட்ட நான் எங்கெல்லாமோ சுற்றியலைந்து ஒரு நகரத்தை அடைந்தேன். அங்கே ஒரு தையற்காரன் நட்பு எனக்கு ஏற்பட்டது. அவனிடம் என்னுடைய வரலாற்றைக் கூறினேன்.

அதைக் கேட்டதும், அவன் என்னைப் பார்த்து, "நீ யார் என்பதைப்பற்றி இந்த நகரத்தில் யாரிடமும் சொல்லிவிடாதே. இந்த நகரத்து அரசன் உன்னுடைய தகப்பனுக்குப் பெரிய விரோதி. ஆகையினால், நீ யார் என்பது தெரிந்தால், உன்னைக் கொன்று விடுவான்," என்றான். அவன் சொற்படி நான் அவனுடன் தங்கி இருந்தேன். என்னுடைய ஜீவனத்திற்காக ஏதேனும் தொழில் செய்ய வேண்டும் என்று நினைத்தேன். ஆனால், எனக்குத் தெரிந்த வித்தைகள் எதுவும் அந்த நகரத்தில் உபயோகப் படவில்லை. ஆகவே, விறகு வெட்டி வந்து விற்று ஜீவித்து வந்தேன்.

தினசரி காட்டிற்குப் போவதும் விறகு வெட்டிக் கொண்டு வந்து விற்பதுமாக ஒரு வருஷம் கழிந்தது. அப்படி ஒருநாள் விறகு வெட்டுகையில், ஒரு மரத்தின் வேரைக் கல்லி எடுக்க வேண்டி நேரிட்டது. மண்ணைத் தோண்டுகையில், ஒரு பித்தளைக் கதவு தென்பட்டது. அந்தக் கதவைத் திறந்து பார்த்தேன். அதன் வழியாகப் படிக்கட்டுகள் காணப்பட்டன. அதில் இறங்கி உள்ளே சென்றேன்.

அரண்மனையை அடைந்தேன். அங்கே ஒரு பெண்மட்டும் தனித்து இருந்தாள். வேறு யாரும் இல்லை. அவளைப்போன்ற அழகியை நான் கண்டதே இல்லை. நான் மயங்கி நின்றேன்.

அந்தப் பெண் என்னைப் பார்த்து, "நீ யார்? மனிதனா? அல்லது பூதமா?" என்றாள். நான் பூதம் அல்ல மனிதன்தான் என்றேன். அதற்கு அவள், "நீ எப்படி இங்கு வந்தாய்" நான் இங்கு வந்து இருப்பத்தைந்து வருஷங்கள் ஆகின்றன. இங்கு ஒரு நாள் கூட மனிதர்களைப் பார்த்ததே இல்லையே!" என்றாள். அவளிடம் நான் என்னுடைய கதையைச் சொன்னேன். அதைக் கேட்டு அவள் அனுதாபப்பட்டாள் தன்னுடைய கதையை என்னிடம் சொன்னாள்.

"நான், இந்தியாவை அடுத்து இருக்கும் கருங்காலித் தீவு ராஜமாரி. எனக்கு கலியாணமான தினமே, இரவில், ஜார்ஜாரிஸ் என்ற பூதம் என்னைத் தூக்கிக்கொண்டு வந்து இங்கே சிறைப்படுத்தி விட்டது. அந்தப் பூதம் எனக்குத் தேவையான வசதிகளை எல்லாம் செய்து வைத்திருக்கிறது. பத்து நாட்களுக்கு ஒருமுறை அந்தப் பூதம் இங்கே வந்து என்னுடன் தங்கி இருக்கும். இடையில், எனக்கு ஏதாவது தேவைப்பட்டால், இந்தச் சுவரில் எழுதப்பட்டு இருக்கும், இரண்டு வரிகளைத் தேய்த்தால் அந்தப் பூதம் தோன்றும். இப்பொழுது அந்தப் பூதம் வந்துபோய் நான்கு நாட்கள் ஆகின்றன. இனி வருவதற்கு ஆறு நாட்கள் பிடிக்கும். ஆகவே அடுத்த ஐந்து நாட்களை நீ பயமின்றி என்னுடன் கழிக்கலாம்," என்றாள்.

அதன்படியே நான் அவளுடன் தங்கினேன். அதுவரையில் நான் அடைந்திராத ஆனந்தமயமாக நாட்கள் கழிந்தன. ஆறாவது நாள் பூதம் வந்துவிடுமே என்ற கவலை எனக்கு ஏற்பட்டது. ஆகவே, அந்தப் பூதத்தைக் கொன்று விடுவதாக அந்தப் பெண்ணிடம் சொன்னேன். அதற்குஅவள் சிரித்துககொண்டே, "பத்து நாளைக்கு ஒரு தடவைதானே பூதமே வரும்; ஒருநாள் பூதத்திற்கும், ஒன்பதுநாள் உனக்குமாக இருக்கட்டுமே; வீணாக அலட்டிக்கொள்ளாதே," என்றாள்.

ஆனால், நான் அந்த யோசனையை ஏற்கவில்லை. ஒருநாள் கூட நான் அவளைப் பிரிய விரும்பவில்லை. அவள் எப்பொழுதும் என்னுடையவள் ஆகிவிட வேண்டும் என்று ஆத்திரப்பட்டேன். சுவரில் எழுதி இருந்த வரிகளைத் தேய்த்தேன். அவள் பயந்து, பதட்டத்துடன், பூதம் தோன்றுமுன் என் கையைப் பிடித்து இழுத்துககொண்டு போய் ஒரு ரகசிய வழியாகத் துரத்திவிட்டாள். என்னுடைய செருப்பையும் கோடாலியையும் அங்கேயே விட்டுவிட்டு வந்துவிட்டேன். அங்கிருந்த நேரே தையற்காரன் வீட்டை அடைந்தேன்.

மறுநாள், அந்தப் பூதம் மனித உருவில் தையற்காரன் வீட்டிற்கு வந்தது. அதனுடைய கையில் என்னுடைய கோடாலியும் செருப்பும் இருந்தன. அவைகளை அந்தப் பூதம் மற்ற விறகு வெட்டிகளிடம் காட்டியதில், அவர்கள் அவை என்னுடையது என்று அடையாளம் சொல்லிவிட்டார்கள். ஆகவே, பூதம் நேராக என்னைத் தேடி வந்துவிட்டது.என்னைத் தூக்கிக்கொண்டு ஆகாய மார்க்கமாகப் பறந்து சென்று, அந்தப் பெண் இருந்த இடத்தில் சேர்த்தது. அவள் ஆடைகள் களையப்பட்டு, உடம்பெல்லாம் ரத்தம் ஒழுகிக் கொண்டு இருந்தது.

பூதம், அவளிடம், "இதோ, உன் காதலன்," என்றது. அவன் தலையை அசைத்து, "நான் இதற்குமுன் இவனைப் பார்த்ததே இல்லை," என்றாள். அவள் சொன்னதைப் பூதம் நம்பவில்லை. ஒரு வாளை எடுத்து அவள் கையில் கொடுத்து என் தலையை வெட்டும்படி சொன்னது. "ஒரு குற்றமும் செய்யாத ஒருவனுடைய தலையை நான் வெட்டமாட்டேன்" என்று அவள் சொன்னாள். ஆகவே, அந்தப் பூதம் வாளைப் பிடுங்கி என் கையில் கொடுத்து, அவள் தலையை வெட்டச் சொன்னது. நானும் மறுத்துவிட்டேன். எங்கள் இருவருக்கும் தொடர்பு உண்டென்று பூதம் உறுதி செய்தது. என் கையில் இருந்த வாளைப் பிடுங்கி அவளைக் கண்டதுண்டமாக வெட்டிவிட்டது.

பிறகு, என்னைப் பார்த்து, "நீ பெரிய குற்றம் ஒன்றும் செய்யவில்லை. ஆகையால், உன்னைக் கொல்லப் போவதில்லை. ஆனால், உன்னை ஒரு மிருகமாக்கி விடுகிறேன். எந்த மிருகமாக விரும்புகிறாய், சொல்," என்றது. அதைக் கேட்ட நான்

"பொறாமைக்குணம் படைத்த ஒருவன் மன்னிக்கப்பட்டதைப் போல, என்னையும் மன்னித்துவிடு," என்று சொல்லி, அந்தக் கதையைச் சொன்னேன்.

பொறாமைக்காரன் கதை

"ஒரு நகரத்தில் வசித்துவந்த ஒருவன், தன்னுடைய அயலான் ஒருவன் செல்வாக்குடன் இருப்பதைப் பார்த்து பொறாமை கொண்டான். அவனுடைய பொறாமை அதிகரித்த மாதிரியே அயலானுடைய செல்வமும் நாளுக்கு நாள் அதிகரித்து வந்தது. பொறாமைக்காரனுடைய தொந்தரவு பொறுக்கமுடியாமல் இருந்தது. ஆகவே, அந்த அயலான், வேறோர் இடத்திற்குச் சென்று வசித்துவந்தான். அங்கேயும் அவனுடைய புகழ் மேலும் மேலும் பரவிற்று.

அதைக் கேள்வுயுற்ற பொறாமைக்காரன் அவன் இருந்த இடத்திற்குச் சென்றான். அங்கே இருந்த ஒரு கிணற்றில் யாரும் அறியாமல் அவனைத் தள்ளிவிட்டு வந்துவிட்டான். அந்தக் கிணற்றில் பூதங்கள் வசித்து வந்தன. அவைகள் அவனைக் கையில் ஏந்திக்கொண்டன. ஆனால் பொறமைக்காரன், அவன் இறந்து விட்டதாக நினைத்துக்கொண்டு இருந்தான்.

பூதங்கள் அவனைக் காப்பாற்றியதுடன், அந்த ஊர் அரசகுமாரியைப் பிடித்திருந்த ஒரு பேயை விரட்டும் சக்தியையும் கொடுத்தன. மறுநாள் காலையில், அந்த நகர அரசன் அவனிடம் வந்து, தன் மகளைப் பிடித்திருக்கும் பேயை விரட்டும்படி கேட்டுக் கொண்டான். பூதங்களால் தனக்குக் கிடைத்த சக்தியைக் கொண்டு, அவன் அரசகுமாரியைப் பிடித்திருந்த பேயை விரட்டிவிட்டான்.

அதனால் மகிழ்ச்சி அடைந்த அரசன், தன்னுடைய மகளை அவனுக்கே மணம் செய்து வைத்தான். பிறகு, அந்த அரசன் இறந்ததும, அவனே பட்டத்திற்கு வந்தான். அப்பொழுது, ஒருநாள் அவன் ராஜபவனி வந்துகொண்டு இருக்கையில் முன்பு அவனைக் கிணற்றில் தள்ளிய பொறாமைக்காரன் எதிர்ப்பட்டான் உடனே, அவனை வரவழைத்து அவனுக்கு ஏராளமான பரிசுகள்

கொடுத்து அனுப்பினான். ஆனால், தன்னைப் பிடித்துக் கிணற்றில் தள்ளியதைப்பற்றி ஒரு வார்த்தை கூடப் பேசவில்லை.

தன்னைக் கொல்ல முயற்சித்தவனையும் அவன் அன்புடன் மன்னித்ததைப்போல், நீயும் என்னை மன்னித்து விட்டுவிடு,' என்று கெஞ்சினேன்.

என்னுடைய வேண்டுகோள் அதன் செவியில் ஏறவில்லை. சிறிது மண்ணை எடுத்து மந்திரித்து என்மீது தூவியது. அந்த மண் என்மேல் பட்டதும, நான் ஒரு கிழ மனிதக் குரங்கு ஆகிவிட்டேன். என்னுடைய விதியை நினைத்து வருத்தத்துடன் கடற்கரை பக்கமாகச் சென்றேன் அங்கே ஒரு கப்பல் வந்தது. அந்தக் கப்பலில் தாவி ஏறினேன். என்னைக் கண்டதும் கப்பலில் இருந்த ஒருவன் வாளால் வெட்ட வந்தான். நான் அந்த வாளைப் பிடித்துத் தடுத்து அழுதேன். நான் பரிதாபமாக அழுததைக்கண்ட கப்பல் தலைவன் என்னைப் பிடித்துக்கொண்டு போய்த் தன்னுடைய அறையில் வைத்துக் காப்பாற்றினான்.

கப்பல் தலைவன் சொன்ன வார்த்தைகளுக்குக் கட்டுப்பட்டு நான் நடந்து வந்தேன். ஐந்து நாட்கள் பிரயாணத்திற்குப் பின் கப்பல் ஒரு துறைமுகப்பட்டணத்தை அடைந்தது. அந்த நகரத்து அரசனுடைய வேலைக்காரர்கள் சிலர் கப்பலுக்கு வந்தனர். கப்பலில் இருந்த எல்லோரையும் தம் கைப்பட ஒவ்வொரு வரி எழுதச்சொல்லி ஒரு காகிதத்தைக் கொடுத்தனர். நான் குரங்காக இருந்ததை மறந்து, சட்டென்று அவர்களிடமிருந்த காகிதத்தைப் பற்றினேன். நான் அந்தக் காகிதத்தைக் கிழித்து விடுவேன் என்று எல்லோரும் பயந்தார்கள். ஆனால், நான் அழகாக எழுதும் திறமை பெற்று இருந்ததினால், அந்தக் காகிதத்தில் இருண்டு வரிகள் எழுதினேன்.

அந்த நாட்டு மந்திரி இறந்து விட்டதனால், அவனைப் போலவே அழகாக எழுதும் ஒருவனை மந்திரியாக நியமிக்க வேண்டும் என்று அரசன் விரும்பினானாம். அதற்காகவே, எல்லோருடைய கையெழுத்யையும் அரசன் பரிசோதிக்க விரும்பியே அப்படிக் கையெழுத்து வாங்கினானாம். நான் எழுதிக்கொடுத்த காகிதத்தை வேலைக்காரர்கள் எடுத்துக் கொண்டு அரசனிடம்

போனார்கள். அதைக் கண்டதும் அரசன் என்னை வரவழைத்தான். என்னுடைய திறமையைப் பரிசோதித்தான். நான் குரங்கா இருந்ததினால் எதுவும் பேச முடியவில்லை. ஆனால், அரசன் சொன்னதை எல்லாம் புரிந்துகொண்டு அதன்படி செய்தேன்.

அரசன் ஆச்சரியப்பட்டான். தன்னுடைய மகளை வரவழைத்து, குரங்காக இருந்த நான் செய்த காரியங்களைக் காட்டினான். அந்த அரசகுமாரி மந்திரம் கற்றவள். ஆகவே, என்னைப் பார்த்ததும் என்னுடைய வரலாறு பூராவும் தெரிந்து கொண்டாள். அரசனிடம் எல்லாவற்றையும் சொன்னாள். என்னைப் பழைய உருவத்திற்கு மாற்றிவிடத் தன்னால் முடியும் என்றும் சொன்னாள். அதைக் கேட்ட அரசன், தன் மகளிடம் என் பழைய உருவம் வரும்படியாகச் செய்யச் சொன்னான்.

அரசகுமாரி தனக்குத் தெரிந்த மந்திர உச்சாடனம் செய்தாள். நான் என் பழைய உருவம் அடைந்தேன். அப்பொழுது, என்னை குரங்காக்கிய பூதம் தோன்றி அவளுடன் சண்டை இட்டது.

அந்தப் பூதம் சிங்க உருவெடுத்து அரசகுமாரியை விழுங்க வந்தது. ஆனால், அவள் தன் தலையில் இருந்து ஒரு மயிரை எடுத்து உச்சரித்தாள். அது ஒரு வாளாக மாறிற்று. அந்த வாளினால் சிங்கத்தை வெட்டினாள். வெட்டுப்பட்ட சிங்கத்தலை, ஒரு தேளாக மாறி அவளைக் கொட்ட வந்தது. உடனே, அவள் ஒரு பாம்பு உருவம் எடுத்து அதன்மீது சீறிப் பாய்ந்தாள். தேள் வல்லூறு உருவம் எடுத்தது; பாம்பு கழுகு உருவம் எடுத்தது. இப்படி இருவரும் அநேக உருவங்களாக மாறி சளைக்காமல் சண்டை செய்தார்கள்.

இறுதியாக இருவரும் நெருப்புக் கோளங்களாக மாறினார்கள். அதிலிருந்து வீசிய அனல்பொறி எனது இடது கண்ணில் பட்டு, என் கண் குருடாகிவிட்டது. அதற்குப் பிறகு, அவர்கள் சண்டை யிட்டதில் இருவருமே எரிந்து சாம்பல் ஆகிவிட்டார்கள்.

அரசகுமாரி எரிந்து சாம்பலாகி விட்டதைக் கண்ட அரசன் வருத்தம் அடைந்தான். அவனுடைய மகள் இறந்ததற்கு காரணம் நான்தான் என்று நினைத்தான். ஆகவே, என்னைத் துரத்தி விட்டான். நான் அங்கிருந்து புறப்பட்டு இந்த நகரத்திற்கு வந்தேன்,

மற்ற இரண்டு பேர்களையும் இங்கேதான் சந்தித்தேன். இதுதான் என் கதை" என்று சொல்லி முடித்தான், இரண்டாவது ஒற்றைக் கண் குருடன்.

மூன்றாவது ஒற்றைக் கண்ணன் கதை

என்னுடைய தந்தை ஒரு அரசன். அவர் இறந்ததும் நான் பட்டத்திற்கு வந்தேன். எனக்குக் கடற்பிரயாணத்தில் மிகுந்த விருப்பம் உண்டு. ஆகையினால், ஒரு சமயம் பத்து கப்பல்களைத் தயார் செய்து, அநேக சேவகர்களுடன் பிரயாணம் ஆரம்பித்தேன். இருபது நாட்கள் பிரயாணத்திற்குப் பின்னர், கடலில் சூறாவளி தோன்றியது. அந்தச் சூறாவளி எங்கள் கப்பல்களைத் திசைமாற்றி அடித்துக கொண்டு போயிற்று. அந்தத் தவறான திசையில் சென்ற கப்பல்கள் மேலும் இருபது நாட்கள் ஆகியும் கரையை அடைய முடியவில்லை.

கடைசியாக, ஒருவாறு கரை தென்பட்டது. உடனே, ஒருவன் கொடிமரத்தின் மீதேறி கரைப்பக்கமாகப் பார்த்தான். பிறகு, அவன் கீழிறங்கி வந்து, கரையோரமாக உள்ள தண்ணீரில் ஒரு மீன் கூட்டம் மிதப்பதாகவும், அந்த மீன்கள் எல்லாம் கடல்பக்கமே பார்த்துககொண்டு இருப்பதாகவும் சொன்னான்.

அதைக் கேட்டதும் கப்பல் தலைவன் கோவென்று அழுதான். "என்ன விஷயம்" என்று கேட்டேன், "நம் எல்லோருக்கும் முடிவு காலம் வந்துவிட்டது. இன்னும் கொஞ்ச நேரத்தில், நம்முடைய கப்பல்கள் உடைந்துவிடும். அந்த மீன் கூட்டத்திற்கு அருகில் உள்ள காந்தக்கல் மலை நம் கப்பல்களில் உள்ள இரும்பு ஆணிகளை எல்லாம் இழுத்துக்கொள்ளும். அதனால் கப்பல் உடைந்து பலகைகள் மட்டும் நீரில் மிதக்கும். நாம் எல்லோரும் முழுகி மடிய வேண்டியதுதான்' என்று அவன் அழுதான்.

அவன் சொன்னதைக் கேட்டதும், கப்பலில் இருந்த எல்லோரும் திடுக்கிட்டோம். சற்று நேரத்தில் அந்தக் காந்தக் கல் மலையின் சக்தி எங்கள் கப்பல்களில் இருநத இரும்புச் சாமான்களை இழுத்தன. கப்பல் ஆட்டம் கண்டது. கப்பல் தலைவன் சொன்னபடியே நடந்தது. கப்பல்கள் உடைந்ததும

அநேகம் பேர் நீரில் மூழ்கி மாண்டனர். என் கையில் அகப்பட்ட ஒரு பலகையைப் பிடித்துக கொண்டு நான் மிதந்தேன்.

அலைகள் என்மீது மோதி அம்மலை அடிவாரத்தில் கொண்டு போய்ச் சேர்த்தது. கரை சேர்ந்த மகிழ்ச்சியில் நான் அந்த மலையின் மீது ஏறினேன். மலை உச்சியில் ஒரு மண்டபம் இருந்தது. களைப்பினால், அங்கே படுத்துத் தூங்கினேன்.

அப்பொழுது யாரோ என்னிடம் பேசுவதுபோல் தோன்றியது. அந்தக் குரல், “உன் காலடியிலுள்ள மண்ணைத் தோண்டிப் பார்த்தால் பித்தளை வில்லும் மந்திர சக்தி உள்ள ஈய அம்புகள் மூன்றும் தென்படும். அவைகளை எடுத்து மண்டபத்தின் உச்சியில் இருக்கும் குதிரை வீரன் மேல் எய்தால், அவ் வீரன் கடலில் விழுந்து விடுவான். உடனே, வில்லும் கை நழுவித் தலையில் விழும். அந்த வில்லை உடனே மண்ணைப் போட்டு மூடி விட வேண்டும். பிறகு, கடல் கொந்தளித்து இம்மலை உயரத்திற்குக் கிளம்பி வரும். அதில் ஒரு வீரன் படகு செலுத்திக் கொண்டு வருவான். நீ அந்தப் படகில் ஏறிக் கொண்டால், பத்து நாட்களில் உன்னுடைய ஊருக்குக் கொண்டு போய்விடுவான். ஆனால், நீ அவனிடம் எக்காரணத்தை முன்னிட்டும் ஆண்டவனின் பெயரை உச்சரிக்கக் கூடாது” என்றது.

உடனே, நான் எழுந்து, அதன்படியே செய்தேன், கடலில் தோன்றிய படகில் ஏறிக்கொண்டேன். அந்த வீரனிடம் நான் எதுவும் பேசவில்லை. பத்து நாட்கள் பிரயாணம் செய்த பின், என்னுடைய நகரத்தை நெருங்கினோம். கரை கண்ணுக்குத் தென்பட்டதும், நான் மகிழ்ச்சிப் பெருக்கினால், ‘ஆண்டவனே; உன்னுடைய கருணையே கருணை!’ என்று வாய்விட்டுக் கூவினேன். அப்படி நான் உச்சரித்ததும், அவன் என்னைக் கடலிலே தள்ளிவிட்டுப் படகுடன் கடவில் மூழ்கி மறைந்தான்.

கடவில் தள்ளப்பட்ட நான், கைகள் சோர்ந்து போகும் வரை நீந்திக் கொண்டே இருந்தேன் கடைசியில் மயக்க முற்று முழுகினேன். எனக்கு ஒன்றுமே தெரியவில்லை. பிறகு, நான் கண்விழித்தபொழுது, ஒரு தீவில் இருப்பதை உணர்ந்தேன். என்னுடைய துரதிர்ஷ்டத்தை எண்ணி வருந்தினேன். அம்

மாதிரியான கஷ்டங்களை அனுபவிப்பதைவிட இறந்து விடுவதே மேல் என்று எண்ணினேன். அப்பொழுது, கடலில் ஒரு கப்பல் வருவது தென்பட்டது, உடனே, ஒரு மரத்தின் மீது விரைந்து ஏறினேன். அந்தக் கப்பலைக் கவனித்தேன்.

அந்தக் கப்பல் கரையை அடைந்தது. அதில் இருந்து பத்து நீக்ரோ அடிமைகள் கையில் மண்வெட்டியுடன இறங்கினார்கள், தீவின் மையத்திற்குச் சென்று மண்ணை வெட்டினார்கள். அங்கே ஒரு கதவு தென்பட்டது. அந்தக் கதவைத் திறந்து வைத்துவிட்டு, கப்பலுக்குத் திரும்பினார்கள். பிறகு, கப்லில் இருந்து ஏராளமான உணவுப் பொருட்களை எடுத்துக்கொண்டு போய், அக்கதவு வழியாக நிலவறைக்குச் சென்று சேர்த்தனர். கடைசியாகக் கப்பலில் இருந்து ஒரு கிழவன் இறங்கினான். அவனைத் தொடர்ந்து அழகான ஒரு சிறுவனும் வந்தான். எல்லோருமாக அந்த நிலவறைக்குச் சென்றனர். சற்று நேரம் கழித்து, அந்தச் சிறுவனைத் தவிர மற்றவர்கள் எல்லோரும் திரும்பிக் கப்பலை அடைந்து புறப்பட்டுப் போய்விட்டனர்.

அவர்கள் போனதும். நான் மரத்தை விட்டு இறங்கி, அந்த நிலவறைக்குள் சென்றேன். எதிர்பாராதவிதமாக அங்கே என்னைக் கண்ட சிறுவன் திடுக்கிட்டான். நான் அவனுக்குத் தைரியம் சொன்னேன். என்னுடைய வர்த்தையில் நம்பிக்கை கொண்ட அந்தச் சிறுவன், தன்னுடைய வரலாற்றைச் சொன்னான்.

“என்னுடைய தந்தை பிரபல நகை வியாபாரி. அவருக்கு வெகுகாலம் மக்கட்பேறு இல்லை. ஒருநாள் ஆண்டவன் அவருடைய கனவில் தோன்றி, ‘உனக்கு ஒரு ஆண் குழந்தை பிறக்கும். ஆனால், அது அற்பாயுளில் மடிந்துவிடும்,’ என்று சொன்னாராம். அதன்படி நான் பிறந்தேன். நான் பிறந்ததும் சோதிடர்க்,ள என்னுடைய பதினைந்தாவது வயதில், காந்தக்கல்மலை மண்டபத்தின் மேலிருக்கும் குதிரை வீரனை அம்பெய்து கடலில் தள்ளியவனால் மரணம் ஏற்படும் என்று தெரிவித்தனராம். இப்பொழுது, எனக்குப் பதினைந்தாவது வயது நடக்கிறது. ஆகையால், அவனிடமிருந்து என்னைக் காப்பதற்காக இந்த நிலவறையில் கொண்டுவந்து வைக்கப்பட்டு இருக்கிறேன்,’ என்றான் அந்தச் சிறுவன்.

அந்தச் சிறுவன் சொன்ன விஷயம் எனக்கு வியப்பை உண்டாக்கிற்று. யாரால் அவனுக்கு மரணம் விளையும் என்று கருதினானோ, அதே ஆள் அவன் அருகிலேயே இருப்பதை அவன் உணரவில்லை. நான் யாரென்பதையும் அவனிடம் சொல்லவில்லை. ஆனால் அவனுக்கு எந்தவிதமான கெட்டியும் செய்யக்கூடாது என்று உறுதிப்படுத்திக் கொண்டேன்.

இருவரும் சந்தோஷமாய்ப் பேசிக்கொண்டே இருந்தோம். பத்தாவது நாள் காலையில், அந்தச் சிறுவன் ஒருமுலாம் பழத்தை அரிந்து கொடுக்கும்படி கேட்டான். பழதைை அரிவதற்காக அவனுடைய படுக்கை அருகில் சுவரில் மாட்டி இருந்த கத்தியை எடுக்கக் கட்டிலில் ஏறினேன். கத்தியை எடுத்துக்கொண்டு இறங்குகையில் கால் தவறி விழுந்தேன். என் கையில் இருந்த கத்தி அந்தச் சிறுவன் மார்பில் பாய்ந்த விட்டது. அதனால் அவன் இறந்து விட்டான். ஒரு பாவமும் அறியாத சிறுவன் என் கையால் மரணம் அடைந்தான். விதியின் விளையாட்டை ஆண்டவனே அறிவான் என்று வியந்து, அந்த நிலவறையை விட்டுப் புறப்பட்டு, முன்பு நான் இருந்த இடத்திற்கே வந்து சேர்ந்தேன்.

அப்பொழுது, முன்பு அந்தச் சிறுவனைக் கொண்டு வந்து விட்டுப்போன கப்பல் மீண்டும் வருவது தென்பட்டது. அந்தச் சிறுவன் இறந்து கிடப்பதைப் பார்த்ததும், என்னைப் பார்த்தால் கொன்றுவிடுவார்கள் என்று பயந்து நான் ஒரு மரத்தின் மேலேறி ஒளிந்து கொண்டேன். அவர்கள் எல்லோரும் நிலவறைக்குச் சென்றார்கள். இறந்து கிடந்த சிறுவனைத் தூக்கிக் கொண்டு அழுது புலம்பிகொண்டே கப்பலை அடைந்து புறப்பட்டுப் போய் விட்டனர்.

பிறகு நான் மரத்தை விட்டிறங்கி, கால்போன வழியே இரண்டு மாத காலம் நடந்தேன். தீவின் ஒரு பக்கம் இருந்த கடல் வற்றி இருந்தது. ஆகவே, சுலபமாக அக்கரையை அடைந்து மேலும் நடந்து சென்றே.ன ஒரு பெரிய பாலைவனம் தென்பட்டது. அதன் மத்தியில் செம்பால் கட்டப்பட்ட அரண்மனை ஒன்று இருந்தது. அந்த அரண்மனையில் இருந்து ஒரு கிழவனும் பத்து வாலிபர்களும் வந்தார்கள். அவர்கள் என்னைக் கண்டதும் வணக்கம் செலுத்தினர். என்னுடைய வரலாற்றை விசாரித்தார்கள்.

அவர்கள் எல்லோருக்கும் ஒரே மாதிரியாக இடது கண் மட்டும் குருடாக இருந்தது.

என்னுடைய வரலாற்றை அவர்களிடம் சொன்னேன். அவர்கள் ஆச்சரியப்பட்டனர். என்னை அழைத்துக்கொண்டு அந்த அரண்மனைக்குள் சென்றனர். தங்களுடைய இடது கண்கள் குருடாக இருப்பதைப் பற்றியோ, அல்லது அங்கே நான் காணும் மற்ற விஷயங்களைப் பற்றியோ காரணம் கேட்கக் கூடாது என்று எனக்குத் தெரிவித்தனர். பிறகு, எல்லோருமாக உணவு அருந்தினோம்.

சாப்பிட்டு முடிந்ததும், அந்தக் கிழவன் எழுந்து உள்ளே சென்று பத்துத் தட்டுக்களைப் பட்டுத்துணியால் மூடினபடி எடுத்துவந்தான். ஆளுக்கொரு தட்டாக வாலிபர்கள் வாங்கிக் கொண்டார்கள். அதை மூடியிருந்த பட்டுத் துணியை விலக்கினார்கள். எல்லாத் தட்டுக்களிலும் நிறைய சாம்பல் கலந்த கரித்தூள் இருந்தது.

அந்தச் சாம்பலை எடுத்துத் தங்களுடைய முகத்தில் பூசிக் கொண்டு, 'அகம்பாவத்தினால் அமைதியை இழந்தோம்,' என்று விடியும்வரை அழுதுகொண்டே இருந்தனர். விடிந்ததும் அந்தக் கிழவன் தண்ணீர் கொண்டுவந்து கொடுத்தான். அவர்கள் தங்களுடைய முகங்களை அலம்பிக் கொண்டு வேறு உடை அணிந்துகொண்டனர். இப்படியே தினசரி நடந்து கொண்டிருந்தது. ஒரு மாதம் ஆயிற்று. அதன் காரணத்தைத் தெரிந்தகொள்ளத் துடித்தது என் மனம். ஆகவே, அவர்களுடைய செய்கைக்குக் காரணம் கேட்டேன்.

அதற்கு அவர்கள், "அந்தக் காரணத்தை நீ தெரிந்து கொள்ள விரும்பினால், எங்களைப்போல உனக்கும் இடதுகண் குருடகிவிடும்" என்றனர். 'என்னவானாலும் சரி; காரணத்தைச் சொல்லுங்கள்", என்றேன் ஆவல் மிகுதியால்.

உடனே அவர்கள் ஒரு செம்மறியாட்டைப் பிடித்து வந்து கொன்று தோலை உரித்தனர். என் கையில் ஒரு கத்தியைக் கொடுத்து, 'உன்னை இந்த ஆட்டுக்குள் வைத்து விடுவோம். ராட்சசப் பறவை ஒன்று வந்து உன்னை வைத்துத் தைக்கப் பட்ட

இந்த ஆட்டைத் தூக்கிக்கொண்டு போய் ஒரு மலை உச்சியில் வைக்கும். உடனே, நீ இந்தக் கத்தியினால், ஆட்டின் வயிற்றைக் கிழித்து வெளியேவர வேண்டும். உன்னைக் கண்டதும் பறவை ஓடிப்போய்விடும் பிறகு, நீ அங்கிருந்து நடந்து சென்றால், ஒரு அரண்மனை புலப்படும், நீ அந்த அரண்மனைக்குச் சென்றால் இதன் காரணம் உனக்குத் தெரியும்" என்று சொல்லி, என்னை ஆட்டின் உடலில் வைத்துத் தைத்தனர்.

ராட்சசப் பறவை ஆட்டைத் தூக்கிச் சென்று மலையுச்சியில் வைத்ததும், நான் வெளியே வந்து அந்த அரண்மனைக்குள் சென்றேன். அங்கே அழகிய பெண்கள் நாற்பது பேர் இருந்தனர். அவர்கள் எல்லோரும் ஒருமுகமாக என்னை வரவேற்றனர். தங்கள் மகிழ்ச்சியைப் பலவகையாலும் காட்டினர். எனக்கு ஏற்பட்ட எல்லாக் கஷ்டங்களையும் மறந்து அந்தப் பெண்களுடன் ஒரு வருஷ காலம் இன்பமாகக் கழித்தேன்.

வருஷ பிறப்பு நாள். அவர்கள் எல்லோரும் என்னைச் சுற்றி உட்கார்ந்து அழுதனர். "ஏன் அழுகிறீர்கள்?' என்று கேட்டேன்.

'உங்களை விட்டுப் பிரிய மனம் வரவில்லை. வருஷத்திற்கு நாற்பது நாட்கள் நாங்கள் இங்கிருக்க முடியாது. நாங்கள் போய்விட்டு நாற்பது நாட்கள் கழித்து வருகிறோம். அது வரையில் இந்த அரண்மைனைச் சாவியை உங்களிடம் கொடுத்துவிட்டுப் போகிறோம். இங்குள்ள நூறு அறைகளில் தங்கக் கதவு உள்ள அறையைத் தவிர மற்ற எந்த அறையை வேண்டுமானாலும் நீங்கள் திறந்து பார்க்கலாம்" என்று சொல்லி, என் கையில் சாவிக் கொத்தைக் கொடுத்துவிட்டுப் போய்விட்டனர்.

தனியாக அந்த அரண்மனையில் இருந்த நான் பொழுது போகும் பொருட்டு, ஒவ்வொரு அறையாகத் திறந்து பார்த்தேன். முப்பத்தொன்பது நாட்களில் தொண்ணூற் றொன்பது அறைகளைத் திறந்து பார்த்துவிட்டேன். தங்கக் கதவு போட்ட அறை ஒன்றுதான் பாக்கி இருந்தது. இன்னும் ஒரு நாளில் அவர்கள் எல்லோரும் திரும்பி வந்து விடுவார்கள். அவர்கள் சொன்னபடி அதைத் திறந்து பார்க்கக் கூடாது என்றுதான் அந்த முப்பத்தொன்பது நாட்களும் நினைத் திருந்தேன். ஆனால்

அதனுள் என்ன இருக்கிறதென்பதைப் பார்த்து விடவேண்டும் என்று என் மனம் தூண்டியது.

ஆகவே, அந்த அறைக்குள் நுழைந்தேன். அங்கே ஒரு பெரிய கருப்புக் குதிரை இருந்தது அதன்மீது சவாரி செய்யலாம் என்று தோன்றியது. அதன் மேலேறி உட்கார்ந்து சவுக்கால் அடித்தேன். உடனே அது ஆகாயத்தில் நெடுந்தூரம் பறந்து சென்று ஒரு அரண்மனை மாடியில் இறங்கியது. அதன்மேல் உட்கார்ந்திருந்த என்னைக் கீழே தள்ளி, என் இடது கண்ணைப் பிடுங்கி எறிந்துவிட்டுப் பறந்து போய்விட்டது.

கண்ணை இழந்த நான் அழுதுகொண்டே அந்த அரண்மனைக்குள் சென்றேன். அங்கே, நான் முன்பு கண்ட கிழவனும் பந்து வாலிபக் குருடர்களும் என்னைப் பார்த்து சிரித்தார்கள் பிறகு நான் அவர்களிடம் விடை பெற்றுக்கொண்டு இந்த நகரத்திற்கு வந்தேன். இங்கே இந்த இரு நபர்களைச் சந்தித்தேன். இதுதான் என் கதை,' என்று முடித்தான் மூன்றாம் குருடன்.

அதற்குப் பிறகு அரசனையும் மாறுவேடத்தில் இருந்த மந்திரிகள் இருவரையும் தங்கள் வரலாற்றைச் சொல்லும்படி அந்தப் பெண் சொன்னாள். அதைக் கேட்டதும் ஒரு மந்திரி மட்டும் மற்ற இருவர் சார்பாகவும், தாங்கள் வெளியூர்வாசிகள் என்று வீட்டிற்குள் நுழையு முன்பு சொன்னமாதிரியே சொல்லி முடித்தான். அதைக் கேட்டதும் அந்தப் பெண், "உங்களை எல்லாம் மன்னித்து விட்டேன். நீங்கள் போகலாம்" என்று வெளியே அனுப்பிவிட்டாள்.

வெளியே வந்ததும், அரசன், தன்னுடைய மந்திரியிடன் "இந்த மூன்று குருடர்களையும் உன்னுடன் வீட்டிற்கு அழைத்துப் பேவா. நாளைக்காலையில், அந்தப் பெண்களை அரண்மனைக்கு வரவழைத்து விசாரிப்போம்" என்று சொல்லி விட்டுப் போய்விட்டான். குருடர்களை அழைத்துக் கொண்டு மந்திரி தன் வீட்டிற்குள் போய்விட்டான்.

மறுநாள் காலையில் அந்த மூன்று பெண்களையும் அழைத்து வரும்படி சேவகர்களிடம் சொல்லி அனுப்பினான், அவர்கள் அந்த

இரண்டு நாய்களையும் உடன் அழைத்துக்கொண்டு ராஜசபைக்கு வந்தார்கள். உடனே, மந்திரி, முதல் நாள் ராத்திரி வியாபாரிகளைப் போல அவர்கள் வீட்டிற்கு வந்து, தாங்கள் கண்ட விஷயத்தை எடுத்துச் சொல்லி, 'உங்களுடைய உண்மையான வரலாற்றை ராஜசபையில் சொல்லவேண்டும். இல்லாவிடில், தண்டனைக்கு உள்ளாவீர்கள்," என்று சொன்னான்.

அதைக் கேட்டதும், நாயை அடித்துப் பின் அணைத்துக் கொண்ட பெண் தன் கதையைச் சொன்னாள்:

முதல் பெண்ணின் கதை

"அரசே! இந்த இரண்டு நாய்களும் என்னுடைய சகோதரிகள். நான் இளையவள். என்னுடைய தகப்பனார் வைத்துப்போன ஆஸ்தியை மூன்றுபேரும் சமமாகப் பங்கிட்டுக் கொண்டோம். மூத்தவர்களான இவ்விருவரும் கலியாணம் செய்துகொண்டு தங்கள் கணவன்மாருடன் சென்று விட்டனர். நான்கு வருஷங்கள் கழித்து இவர்கள் இருவரும் அலங்கோலமான நிலையில் வந்து சேர்ந்தனர். ஆகவே, நான் அவர்களை என் வீட்டிலேயே இருக்கும்படி சொல்லி, என்னுடைய ஆஸ்தியின்மூலம் நான் சம்பாதித் திருந்த லாபத்தில் பங்கும் கொடுத்தேன்.

ஒரு வருஷத்திற்குப் பிறகு, அவர்கள் மீண்டும் கலியாணம் செய்துகொள்ள விரும்பினார்கள். நான் தடுத்தேன். முன்பு கலியாணம் செய்துகொண்டு அவஸ்தைப்பட்டது போதாதா என்றேன். ஆனால், அவர்கள் என் பேச்சைக் கேட்கவில்லை. மறுபடியும் மணம் செய்து கொண்டார்கள். அவர்களும் மனைவியரை விட்டு ஓடிவிட்டனர். ஆகவே, இவர்கள் மறுபடியும் என் வீட்டிற்கே வந்து சேர்ந்தனர்.

எனக்கு வெளிநாட்டு வர்த்தகம் செய்யவேண்டும் என்ற விருப்பம் ஏற்பட்டது. ஆகவே, வர்த்தகப் பொருட்களை நிறைய வாங்கி, ஒரு கப்பலில் ஏற்றினேன். என் சகோதரிகளுடன் புறப்பட்டேன். கடலிலே, காற்று எங்களுக்குப் பிரதிகூலமாக அடித்தது, அதனால், நாங்கள் போகவிரும்பிய திசையில்

செல்லாமல் வேறொரு திசையில் சென்று ஒரு தீவை அடைந்தது. கரையில் இறங்கி, தீவினுள் சென்று பார்த்தேன்.

அங்கு காணப்பட்ட எல்லோரும் கல்லாய்ச் சமைந்திருந்தனர். யாரும் உயிருடன் காணப்படவில்லை. அதை வேடிக்கை பார்த்துக் கொண்டே அரண்மனைப் பக்கமாகச் சென்றேன். அங்கும் அதே நிலைதான். பார்க்கப் பார்க்க விநோதமாய் இருந்தது. ஆகவே, நேரம் போவது தெரியாமல் இருட்டிவிட்டது. திரும்பிப்போகும் வழியும் தெரியமவில்லை எனவே, அரண்மனை அந்தப்புரத்தில் இருந்த படுக்கையில் படுத்தேன். ஆனால், தூக்கம் வரவில்லை.

அப்பொழுது யாரோ திருக்குரான் ஓதும் சப்தம் கேட்டது. எழுந்து சப்தம் வந்த திசையில் சென்று பார்த்தேன். ஓர் அழகன் தென்பட்டான். எல்லோரும் கல்லாகி இருக்கும் இடத்தில் அவன் ஒருவன் மட்டும் உயிருடன் இருந்தது எனக்குப் பேராச்சரியத்தை விளைவித்தது. அவனருகில் சென்று, "ஆண்டவன் ஆணையாகக் கேட்கிறேன்; உம்முடைய வரலாற்றைச் சொல்ல வேண்டும்," என்றேன்.

உடனே, அந்த வாலிபன் என்னைப் பார்த்து, "இந்த நகரத்து அரசகுமாரன் நான். என் பெற்றோர்கள் மந்திரம் கற்றவர்கள். எங்கள் அரண்மனையில் வேலைக்காரக் கிழவி ஒருத்தி இருந்தாள். அவள் எங்களுடைய மதத்தைச்சேர்ந்தவள் அல்ல. என்றாலும், என் பெற்றோர்கள் அவளை எங்களுடைய மதத்தைச் சேர்ந்தவளாகவே கருதி இருந்தனர். ஆகவே என்னை வளர்க்கும் பொறுப்பை அவளிடம் விட்டனர். அவள் தன்னுடைய இஸ்லாம் மார்க்கப்படியே என்னை வளர்த்து வந்தாள்.

இஸ்லாம் சமயமல்லாத வேறு சமயத்தை மக்கள் பின் பற்றுவதை ஆண்டவன் விரும்பவில்லை. ஆகவே, பலமுறை எச்சரித்தான். என்னுடைய இனத்தவர் யாவரும் இஸ்லாம் மதத்தைப் பின்பற்றவில்லை. ஆண்டவன் கோபம்கொண்டு எல்லோரையும் கல்லாகும்படி செய்துவிட்டான். இஸ்லாம் சமயப்படி வளர்க்கப்பட்டு வந்ததனால், நான் ஒருவன் மட்டும் தப்பித்துக் கொண்டேன்,' என்றான்.

பிறகு, நான் அவனை என்னுடன் வந்துவிடும்படி கூப்பிட்டேன். அவன் அங்கே ஒண்டியாக இருந்து காலம் கழிப்பதை விட என்னைக் கலியாணம் செய்து கொள்ளும்படியும் சொன்னேன். அதற்கு அவன் ஒப்புக் கொண்டான். ஆகவே, அவனை அழைத்துக்கொண்டு கப்பலுக்கு வந்தேன். என்னுடன் இருந்த அழகிய வாலிபனைக் கண்டதும், என் சகோதரிகள் இருவரும் கலியாணம் செய்துகொள்ள விரும்பினர்.

நான் ஒப்புக்கொள்ளவில்லை. என்னுடைய ஆஸ்தி அனைத்தையும் அவர்கள் இருவருக்கும் கொடுத்து விடுவதாகத் தெரிவித்தேன். ஆனால், அந்த வாலிபனை நான்தான் மணம் செய்து கொள்வேன் என்று தெரிவித்துவிட்டேன். அதனால் அவர்கள் கோபம் கொண்டார்கள். நானும் அந்த வாலிபனும் கப்பலில் தூங்கிக்கொண்டு இருந்தபொழுது, எங்கள் இருவரையும் தூக்கிக் கடலில் எறிந்துவிட்டனர்.

அந்த வாலிபனுக்கு நீந்த தெரியாதபடியினால், கடலில் மூழ்கி இறந்துவிட்டான். நான் மட்டும் நீந்திக் கரையேறினேன். என்னைவிட்டுக் கப்பல் போய்விட்டது. கரையில் நான் உட்கார்ந்து கவலைப்பட்டுக் கொண்டிருக்கும் பொழுது, ஒரு சிறிய பாம்பு ஊர்ந்து வந்தது. அதைப் பிடித்து விழுங்குவதற்காகப் பெரிய பாம்பு ஒன்று துரத்திக்கொண்டு வந்தது.

உடனே, நான் பெரிய பாம்பைக் கல்லால் அடித்துக்கொன்று விட்டேன். பெரிய பாம்பு இறந்ததும், சிறிய பாம்பு ஆகாயத்தில் பறந்து சென்று மறைந்தது. பிறகு, நான் அதைப்பற்றி யோசித்துக் கொண்டே தூங்கிவிட்டேன். யாரோ என் காலை வருடுவதுபோல் தோன்றியது கண்விழித்துப் பார்த்தேன். ஒரு நீக்ரோப்பெண் என் கால்களை முத்தமிட்டுக்கொண்டு உட்கார்ந்து இருந்தாள். அவள் யாரென்று விசாரித்தேன்.

அதற்கு அந்தப் பெண், "நான் ஒரு பெண் பூதம்; கொஞ்ச நேரத்திற்கு முன் சிறிய பாம்பாக இங்கே வந்தவள் நான்தான். என்னுடைய விரோதி என்னைக் கொல்லப் பெரிய பாம்பு ரூபத்தில் வந்தான். ஆனால், தாங்கள் அவனைக் கொன்று என்னைக் காப்பாற்றினீர்கள். நீங்கள் எனக்குச் செய்த உதவிக்காகத்

தங்களைக் கடலில் தள்ளிய உங்கள் சகோதரிகள் இருவரையும் நாய்களாக்கிக் கொண்டு வந்திருக்கிறேன்," என்று செல்லி, இந்த இரண்டு நாய்களையும் ஆகாயமார்க்கமாகக் கொண்டுவந்து இந்த நகரத்தில் உள்ள என் வீட்டில் சேர்த்தது. அந்தப் பூதம் என்னிடம் விடைபெற்றுப் போகும்பொழுது, "இந்த நாய்களைத் தினமும் முன்னூறு சவுக்கடிகள் கொடுக்க வேண்டும் தவறினால் உன்னையும் நாயாக்கி விடுவேன்" என்று சொல்லிச் சென்றது. ஆகையினால் தான், நான் இந்த நாய்களைச் சவுக்கால் அடித்து வருகிறேன். இதுதான் என் வரலாறு," என்று சொல்லி முடித்தாள்.

இரண்டாவது பெண்ணின் கதை

"நான் ஒரு பணக்காரக் கிழவனுக்கு வாழ்க்கைப் பட்டேன். கலியாணமான ஒரு வருஷத்தில் என் கணவன் ஆண்டவன் திருவடியைச் சேர்ந்தார். அதற்குப் பிறகு, என் கணவனுடைய சொத்துக்கு நானே வாரிசானேன்.

ஒரு நாள், கிழவி ஒருத்தி என் வீட்டிற்கு வந்தாள். அவள் என் காலில் விழுந்த வணங்கி, "தாயே! இன்று இரவு, என் வீட்டிலுள்ள ஒரு அனாதைப் பெண்ணுக்குத் திருமணம்; தாங்கள் அந்தக் கலியாணத்திற்கு வந்து கௌரவிக்க வேண்டும்," என்று கெஞ்சினாள். அதைக் கேட்ட நான் வருவதாக ஒப்புக் கொண்டேன்.

குறிப்பிட்ட நேரத்தில் கிழவியுடன் அவளுடைய வீட்டிற்குச் சென்றேன், அந்தக் கிழவி அரண்மனை போன்ற ஒரு மாளிகையினுள் என்னை அழைத்துச் சென்றாள். உள்ளே சென்றதும் ஒரு அழகிய பெண் வரவேற்றாள். என்னை ஒரு ஆசனத்தில் உட்காரச் சொல்லி, "என்னுடைய சகோதரன் உங்களை ஒரு விருந்தில் பார்த்தானாம். அவன் உங்களை மணந்து கொள்ள விரும்புகிறான். உங்களுக்குச் சம்மதமா?" என்று கேட்டாள். என்னுடைய சம்மதத்தைத் தெரிவித்தேன்.

உடனே, அந்தப் பெண் தன் சகோதரனை அழைத்துவரச் சொன்னாள். அன்றிரவே எங்கள் திருமணம் நடந்தது. அவன்

என்னைப் பார்த்து, "ஆண்டவன் அறிய வேறு எந்த ஆடவனையும் பார்ப்பதில்லை" என்று சத்தியம் செய்யும்படி சொன்னான். நான் அப்படியே செய்தேன். எங்கள் வாழ்க்கை இன்பமாகக் கழிந்தது.

ஒருநாள் துணிமணிகள் வாங்குவதற்காகக் கடைத்தெருவிற்குச் சென்றேன். என்னுடன் அந்தக் கிழவியையும் அழைத்துச் சென்றேன். பட்டுத்துணி வாங்க ஒரு கடைக்குப் போகலாம் என்று கிழவி சொன்னாள். அந்தக் கடைக்குச் சென்று தேவையான துணிகளை எடுத்தேன். கிரயத்துகையைக் கொடுத்தேன். ஆனால், கடைக்கார வாலிபன் பெற்றுக்கொள்ள மறுத்தான்; துணியின் கிரயத்திற்கு ஈடாக ஒரு முத்தம் கொடுத்தால் போதும் என்றான்.

அந்தக் கிழவியும் முத்தம் கொடுப்பதில் தவறு இல்லை யென்று சொன்னாள். நான் என் கன்னத்தை அந்த வாலிபனுக்குக் காட்டினேன். அவன் என் கன்னத்தைக் கடித்துக் காயம் உண்டாக்கி விட்டான். அந்தக் காயத்தைக் கண்ட என் கணவன், நான் செய்த சத்தியத்தை மீறி விட்டதற்குக் கோபம் கொண்டான். என்னைக் கட்டிப் போட்டு சவுக்கினால் அடித்தான். என் உடம்பெல்லாம் ரணமாகிவிட்டது. அப்படியே என் வீட்டில் கொண்டு வந்து போட்டுவிட்டுப் போய்விட்டான்.

அதற்குப் பிறகு, நான் உடல் நலம் அடைந்ததும் என் கணவனைத்தேடினேன். அவன் எங்கும் காணப்படவில்லை. ஆகவே, என்னுடைய துர்பாக்கியத்தை நினைத்து வருத்தப்பட்டுக்கொண்டு இருக்கிறேன். என் உடம்பிலுள்ள வடுக்கள் என் புருஷன் அடித்ததால் ஏற்பட்டவைகள்தான். இதுதான் என் வரலாறு,' என்று செல்லி முடித்தாள்.

அதைக்கேட்டதும் அரசன் அந்தப் பெண்களில் மூத்தவளிடம், "உன்னுடைய சகோதரிகளை நாய்களாக மாற்றிய பூதத்தை இங்கே வரவழைக்க முடியுமா?" என்று கேட்டான். உடனே, அவள் தன்னிடம் பூதம் கொடுத்திருந்த ஒரு மயிர்ச்சுருளை எடுத்து நெருப்பில் போட்டாள். அது புகைந்து நெடி அடங்கியதும், அங்கே அந்தப் பூதம் தோன்றியது.

அரசன் அந்தப் பூதத்திடம் எல்லோரையும் பழைய நிலைமை அடையுமாறு செய்யும்படி கேட்டுக்கொண்டான். அதன்படியே

பூதம் செய்தது. பிறகு, உடம்பு பூராவும் வடுவுள்ள பெண்ணை அடித்தது யார் என்பதைக் கண்டுபிடிக்கும்படி சொன்னான். அதற்கு அந்தப் பூதம், "அரசே! உங்களுடைய மகன்தான் அவளை அப்படி அடித்தான்", என்று சொல்லிற்று. உடனே, அரசன் தன்னுடைய மகனை வரவழைத்து விசாரித்தான். அரசகுமாரன் ஒப்புக் கொண்டான்.

பிறகு, அரசன் எல்லோருடைய சம்மதத்தின் பேரிலும், தன்னுடைய மகனுக்கும் அந்தப் பெண்ணுக்கும் மணம் செய்து வைத்தான். மூத்தவளையும் நாய்களாக இருந்த அவளுடைய இரு சகோதரிகளையும் அந்த மூன்று குருடர்களுக்கும் கலியாணம் செய்து வைத்தான். எல்லோருக்கும் இளைய பெண்ணை அரசனே மணந்து கொண்டான். எல்லோரும் சுகமாக வாழ்ந்தனர்."

ஆப்பிள் பழக் கதை

"**அ**ந்த அரசன் ஒருநாள் தன் மந்திரியிடன், "இன்று இரவு நகர் சோதனைக்குப் போகவேண்டும். நம்முடைய அரசாங்க அதிகாரிகளைப் பற்றி ஜனங்கள் என்ன அபிப்பிரயாயம் கொண்டுள்ளனர் என்பதைத் தெரிந்து கொள்ள வேண்டும்," என்றான்.

அதன்படி அரசனும் மந்திரியும் நகர் சோதனை வரும் பொழுது, ஒரு தெருவில் ஒரு கிழவன் வந்தான். அவனிடம் மீன் பிடிக்கும் வலையொன்று இருந்தது. அரசன் அவனிடம் சென்று, "நீ என்ன வேலை செய்கிறாய்?" என்று கேட்டான். அதற்கு அவன், "ஐயா! நான் ஒரு செம்படவன்; இன்று காலையிலே மீன் பிடிக்கச் சென்றேன். ஆனால், ஒரு மீன் கூடக் கிடைக்கவில்லை. இன்று என் வீட்டில் குழந்தை குட்டிகள் எல்லோரும் பட்டினி கிடக்க வேண்டியதுதான்," என்றான்.

அந்தச் செம்படவனுடைய வருத்தத்தைக் கேட்ட அரசன், "நீ இப்படியே திரும்பவும் ஆற்றுக்குப் போய் உன் வலையை வீசு; அந்த வலையில் கிடைப்பது எதுவாக இருந்தாலும் நான் உனக்கு நூறு பொற்காசுகள் கொடுத்து அதை வாங்கிக் கொள்கிறேன்,"

என்றான். அதன்படி செம்படவன் மீண்டும் ஆற்றுக்குப் போனான். அரசனும் மந்திரியும் அவனைத் தொடர்ந்து சென்றனர்.

செம்படவன் வலையை ஆற்றில் வீசி இழுத்தான். அந்த வலையில் ஒரு பெட்டி சிக்கி இருந்தது. அரசன் வாக்களித்தபடி அந்தச் செம்படவனுக்குப் பணம் கொடுத்து அனுப்பிவிட்டு பெட்டியை அரண்மனைக்குக் கொண்டுவரச் செய்தான். பெட்டியைத் திறந்து பார்த்ததும், அதில் ஒரு பெண்ணின் பிரேதம் இருந்தது. அந்தப் பிரேதம் கண்ட துண்டமாக வெட்டப்பட்டு இருந்தது. அதைக் கண்ட அரசன் துணுக்குற்றான். தன்னுடைய ஆட்சியில் ஒரு பெண் கொலை செய்யப்பட்டு இருந்ததைக் கண்ட அவன், தன் மந்திரியைப் பார்த்து, "இந்தப் பெண்ணைக் கொலை செய்தவனை நீ கண்டுபிடித்து என்னிடம் ஒப்பிக்காவிடில், உன்னையும் உன் உறவினர்கள் நாற்பது பேரையும் சிரச்சேதம் செய்து விடுவேன்," என்றான்.

மந்திரிக்கு என்ன சொல்வதென்று தோன்றவில்லை. ஆயினும், தனக்கு மூன்று நாள் தவணை கொடுக்க வேண்டும் என்று கேட்டுக்கொண்டான். ஆனல், மூன்று நாட்களில் குற்றவாளியைக் கண்டு பிடிக்க முடியவில்லை. நான்காம் நாள் அரசன் உத்தரவுப்படி மந்திரியையும் அவனுடைய உறவினர் நாற்பது பேரையும் சிரச்சேதம் செய்வதற்காக அழைத்துக்கொண்டு போனார்கள்.

அதைப் பார்க்க ஊரே திரண்டு விட்டது. சிரச்சேதம் செய்யப் போகும் தருணத்தில், கூட்டத்தை விலக்கிக் கொண்ணடு ஒரு வாலிபனும் ஒரு கிழவனும் ஓடிவந்து மந்திரியின் கால்களில் விழுந்தனர். "அந்தப் பெண்ணைக் கொன்றது நான்தான்," என்று இருவரும் சொன்னார்கள். ஆகவே, அவர்கள் இருவரையும் மந்திரி அரசனிடம் அழைத்துப் போனான். அவர்கள் அரசனிடமும் அப்படியே சொன்னார்கள். அரசனுக்கு யாருடைய வார்த்தையை நம்புவது என்று தெரியவில்லை. ஆயினும், வாலிபனிடம், "நீ ஏன் அவளைக் கொன்றாய்?" என்று கேட்டான்.

"அரசே! இறந்து போனவள் என்னுடைய மனைவி, இந்தப் பெரியவரின் மகள். எனக்கும் அவளுக்கும் திருமணமானது முதல் ஒருவரை யொருவர் நேசித்து வாழ்ந்து வந்தோம். மூன்று

ஆண் குழந்தைகளும் பிறந்தன. சில நாட்களுக்கு முன், அவள் நோய்வாய்ப்பட்டாள். திறமையான வைத்தியர்களைக் கொண்டு அவள் நோயைக் குணப்படுத்தினேன். அவள் குணமடைந்ததும் ஆப்பிள் பழம் தின்ன வேண்டும் என்று ஆசைப்பட்டாள். பதினைந்து நாள் பிரயாணம் செய்து, பாஸ்ரா நகருக்குப் போய், மூன்று ஆப்பிள் பழங்களை வாங்கிக்கொண்டு வந்து அவளிடம் கொடுத்தேன். ஆனால், அவள் அப்பழங்களை உடனே சாப்பிடவில்லை. பிறகு, சாப்பிடுவாள் போலும் என்று நான் நினைத்துக் கொண்டு என்னுடைய கடைக்குப் போய்விட்டேன்.

சிறிது நேரத்தில் நீக்ரோ ஒருவன் கையில் ஒரு ஆப்பிள் பழத்தை வைத்துக்கொண்டு என் கடைப் பக்கமாகப் போனான். எனக்கு ஆச்சர்யமாகப் போய்விட்டது. இந்த நகரத்தில் ஆப்பிள் பழம் இவ்வளவு சுலபமாகக் கடைக்கிறதாவென்று நினைத்தேன். உடனே அவனைக் கூப்பிட்டு, “இந்த ஆப்பிள் பழத்தை எங்கே வாங்கினாய்?” என்று கேட்டேன். அதற்கு அவன் சிரித்துக் கொண்டே, “என்னுடைய காதலி கொடுத்தாள். அவளுடைய கணவன் பாஸ்ரா நகருக்குச் சென்று மூன்று பழங்கள் வாங்கிக்கொண்டு வந்தானாம். அதில் ஒன்றை எனக்குக் கொடுத்தாள்” என்றான்.

அவன் சொன்னதைக் கேட்ட எனக்கு, உலகமே சுழல்வது போலத் தோன்றியது. கோப மிகுதியினால் என்ன செய்கிறேன் என்பதுகூட எனக்குத் தெரியவில்லை. நேரே வீட்டிற்கு ஓடினேன். என் மனைவிக்குப் பக்கத்தில் இரண்டு பழங்கள்தான் இருந்தன. “இன்னொரு பழம் எங்கே? என்று அவளைக் கேட்டேன். அவள் தனக்குத் தெரியது என்றாள். உண்மை விஷயத்தை அவள் மறைக்கிறாள் என நினைத்து அவளைக் குத்திக் கொலை செய்தேன். பிறகு, அவளுடைய அவயங்களைக் கண்டதுண்டமாக வெட்டி ஒரு பெட்டியில் போட்டு மூடி ஆற்றில் விட்டுவிட்டேன்.

வீட்டிற்கு வந்ததும், என்னுடைய மூத்த பையன் அழுது கொண்டு இருந்தான் அவனுடைய தாயாரை நான் கொன்று விட்டது அவனுக்குத் தெரியாது. ஆகவே அவனிடம், “ஏன் அழுகிறாய்” என்று கேட்டேன்.

"அம்மாவிடம் இருந்த ஆப்பிள் பழங்களில் ஒன்றை எடுத்துக்கொண்டு போய் வீதியில் விளையாடிக்கொண்டு இருந்தேன். அப்பொழுது வீதியில் ஒரு நீக்ரோ வந்தான். என் கையில் இருந்த ஆப்பிள் எப்படிக் கிடைத்தது என்று கேட்டான். என் தாயாருக்குஉடல் நலமில்லை; ஆகையால் என் தகப்பனார் பாஸராவுக்குப் போய் வாங்கிகொண்டு வந்தார் என்றேன். அவன் என்னை அடிததுவிட்டு அந்தப் பழத்தைப் பறித்துக்கொண்டு போய்விட்டான்" என்று சொல்லிவிட்டு மீண்டும் அழுதான்.

அப்பொழுதுதான் என்னுடைய தவறு எனக்குத் தெரிந்தது. நீக்ரோ என்னிடம் சொன்ன பொய்யின் காரணமாக நிரபராதியான என் மனைவியைக் கொன்று விட்டேன்.என்னுடைய குற்றத்திற்காக மந்திரியையும், அவருடைய உறவினர்களையும் தண்டிக்க வேண்டாம். என்னைத் தண்டியுங்கள்" என்று அந்த வாலிபன் சொன்னான்.

அதற்கு அரசன், "உன்னைத் தண்டிப்பது நியாயம் அல்ல. உன்னிடம் பொய் சொன்ன நீக்ரோவைத்தான் தண்டிக்க வேண்டும்" என்றான். ஆகவே, மந்திரியிடம், "அந்த நீக்ரோவைக் கண்டுபிடித்துக் கொண்டு வராவிட்டால், உன்னைச் சிரசேதம் செய்வேன்" என்றான். போன உயிர் வந்தது என்று சந்தோஷப்பட்டுக்கொண்டிருந்த மந்திரி, அரசனுடைய மறு உத்தரவு கேட்டு மறுபடியும் கலங்கினான். ஆயினும், மூன்று நாள் தவணை கேட்டுக்கொண்டு வீட்டிற்குப் போனான்.

நீக்ரோவைக் கண்டுபிடிக்க, மந்திரி எந்தவித முயற்சியும் எடுத்துக்கொள்ளவில்லை. வீணா கஅலைவதைவிட, நான்காவது நாள் நேரே போய்த் தண்டனையை ஏற்றுக் கொள்வதே மேல் என்று நினைத்தான். ஆகவே, நான்காவது நாள் காலையில் வீட்டில் எல்லோரிடமும் சொல்லி விடைபெற்றுக்கொண்டான். கடைசியாகத் தன்னுடைய சிறிய பெண் குழந்தையைப் பிரிய மனமின்றி அழைத்துக் கண்ணீர் பெருக அணைத்து அழுதான். அப்பொழுத அப்பெண்ணின் சட்டைப்பையில் ஏதோ ஒரு உருண்டையான வஸ்து தட்டுப்பட்டது அது என்னவென்று எடுத்துப் பார்த்தான். அது ஒரு ஆப்பிள் பழம். "இந்தப் பழம் உனக்கு எப்படிக் கிடைத்தது?" என்று கேட்டான்.

அதற்கு அந்தப் பெண், "இதை நம்முடைய நீக்ரோ அடிமையிடமிருந்து வாங்கினேன்" என்று சொன்னாள். உடனே, மந்திரி அந்த நீக்ரோவை வரவழைத்து விஷயத்தை விசாரித்தான். தெருவில் விளையாடிக்கொண்டு இருந்த பையன் ஒருவனை அடித்துவிட்டு தான் பிடுங்கிவந்த விபரத்தை அவன் சொன்னான்.

அதைக் கேட்ட மந்திரி, அந்த நீக்ரோவை அரசனிடம் அழைத்துச் சென்றான். அரசன் அவனை விசாரித்தான். அவன் நடந்தவற்றைச் சொன்னான்.

அப்போது மந்திரி, "அரசே! இரு மந்திரிகளின் வரலாறு இதைவிட நன்றாக இருக்கும்" என்று சொன்னான். அரசன் அந்தக் கதையைச் சொல்லும படி கேட்டான். அதற்கு மந்திரி "அரசே! என்னுடைய அடிமையின் குற்றத்தை மன்னிப்பதாக உறுதி யளித்தால், நான் அந்தக் கதையைச் சொல்லுகிறேன்" என்றான். அவ்விதமே செய்வதாக அரசன் உறுதி சொன்னதும் மந்திரி கதையைச் சொன்னான்.

இரண்டு மந்திரிகளின் கதை

"கெய்ரோ நகரை ஆண்ட அரசனுக்கு ஒரு மந்திரி இருந்தான். அவனுக்கு இரண்டு புதல்வர்கள். மூத்தவனுக்கு ஷம்சுத்தீன் என்றும், இளையவனுக்கு நுருத்தீன் என்றும் பெயர். அந்த மந்திரி முதுமை அடைந்து இறந்துவிட்டான். ஆகவே, அரசன் அவனுடைய இரண்டு குமாரர்களையும் மந்திரி பதவியை ஒப்புக் கொள்ளும்படி சொன்னான். வாரத்திற்கு ஒருவராக அப்பதவியை வகித்து வருவதென்று அவர்கள் இருவரும் தங்களுக்குள் முடிவுசெய்து கொண்டனர். அதன்படி பதவி ஏற்றனர்.

இரண்டு சகோதரர்களும் ஒருநாள் தங்களுடைய எதிர் காலத் திட்டத்தைப் பற்றி யோசித்தனர். மூத்தவனான ஷம்சுத்தீன் இளையவனைப் பார்த்து, "தம்பி! நாம் இருவரும் இரண்டு பெண்களைத் தேர்ந்தெடுத்து ஒரே நாளில் மணம் செய்து கொள்ளவேண்டும். ஆண்டவன் அருளால், நம் மனைவிமார் ஒரே நாளில் குழந்தை பெறுவார்கள். உன் மனைவிக்கு ஒரு ஆண் குழந்தையும், என் மனைவிக்கு ஒரு பெண் குழந்தையும் பிறந்தால்,

என்னுடைய மகளை உன் மகனுக்கு மணம் செய்து வைக்க ஒப்புக்கொள்கிறாய்?" என்று கேட்டான்.

அண்ணன் சொன்னதைக் கேட்ட தம்பி நூருத்தீன், "அப்படி உன் மகளை என் மகனுக்குக் கொள்வதாக இருந்தால் எவ்வளவு துகை கேட்பாய்?" என்றான். மூவாயிரம் கொற்காசுகள்; மூன்று தோட்டங்கள்; மூன்று பண்ணைகள் போதும். இதைவிடக் குறைவாக இருந்தால் என் மகளின் அந்தஸ்துக்கு இழுக்கு ஏற்படும்" என்றான் மூத்தவன்.

"என்ன அண்ணா, இப்படிச் சொல்லுகிறாய்? நாம் இருவரும் சம அந்தஸ்தில்தானே இருக்கிறோம். மேலும் என்னுடைய மகனால்தான் நம் குடும்ப கௌரவம் உயருமேயொழிய உன் மகளால் உயராது. ஆகையினால் அவ்வளவு கொடுத்து உன் மகளைக் கொள்ளமாட்டேன்" என்றான் நூருத்தீன்.

"என்ன சொன்னாய்? என்னுடைய மகளைவிட உன் மகன் அவ்வளவு உயர்வா? நீ மட்டும் என்ன? என்னால்தானே உனக்கு மந்திரி பதவி கிடைத்தது! உன்னுடைய உண்மை யோக்கியதையை மறந்து என் மகளையே கேவலப்படுத்தத் துணிந்து விட்டாய்! இனி நீ என் மகள் எடைக்கு எடை தங்கமாய்க் கொட்டினாலும் உன் மகனைக் கொள்ள மாட்டேன். இது சத்தியம்!" என்றான் ஷம்சுத்தீன்.

இப்படி இருவருமவாக்குவாதம்செய்துகொண்டுகோபமாய்ப் பிரிந்தனர். மறுநாள் காலையில் மூத்தவன் அரசனுடன் வெளியூர் சென்றுவிட்டான்.இளையவன் அங்கே இருக்க விரும்பவில்லை. ஆகவே, அங்கிருந்து அண்ணனிடம் அவமானப்படுவதைக் காட்டிலும் வேறு எங்காவது போய்ப் பிழைத்துக் கொள்ளலாம் என்று புறப்பட்டு பாஸ்ரா நகரை அடைந்தான். அங்கே ஒரு சத்திரத்தில் தங்கினான். அப்பொழுது, அவனைச் சந்தித்த அந்நகர மந்திரி அவனைத் தன்னுடைய வீட்டிற்கு அழைத்துச் சென்றான். அவனுடைய வரலாற்றைக் கேட்டான். அவன் கெய்ரோ நகர மந்திரி குமாரன் என்று அறிந்ததும், தன்னுடைய மகளை அவனுக்கு மணம் செய்து வைத்தான்.

பாஸ்ரா நகரத்தில் இருந்து நூருத்தீன் புறப்பட்டு வந்த சமயம், வெளியூருக்குச் சென்றிருந்த ஷம்சுத்தீன் திரும்பி வந்து தன் தம்பியைக் காணாமல் வருத்தம் அடைந்தான். விளையாட்டாகப் பேசிக் கொண்டிருந்தது விபரீதமாக முடிந்து விட்டதே என்று பச்சாதாபப்பட்டான். தம்பியைத் தேடிக் கண்டுபிடித்து வருமாறு பல இடங்களுக்கு ஆட்களை அனுப்பிப் பார்த்தான். ஆனால், நூருத்தீன் எங்கும் காணப்படவில்லை. அவர்கள் எல்லோரும் திரும்பி வந்து தகவல் தெரிவித்தார்கள்.

சில நாட்களுக்குப் பிறகு, அதே நகரத்திலுள்ள ஒரு வியாபாரியின் மகளை ஷம்சுத்தீன் மணம் செய்து கொண்டான். ஷம்சுத்தீனுடைய திருமணமும் நூருத்தினுடைய கலியாணமும், தற்செயலாக, ஒரே நாளில் அமைந்தன. ஆனால், ஒருவனுடைய திருமண விஷயம் மற்றவனுக்குத் தெரியாது. சகோதரர்கள் இருவருடைய மனைவியரும் ஒரே நாளில் பிரசவித்தனர். ஷம்சுத்தீன் மனைவிக்கு ஒரு பெண் குழந்தையும், நூருத்தீன் மனைவிக்கு ஒரு ஆண் குழந்தையும் பிறந்தது. நூருத்தீன் தன்னுடைய மகனுக்கு ஹாசன் பத்ருத்தீன் என்று பெயரிட்டான். ஷம்சுத்தீன் பெண்ணுக்கு சித்துல் உஸன் என்று பெயர் வைத்தான்.

நூருத்தீன் ஆண் குழந்தை பிறந்ததும், அவனுடைய மாமனார், அரசனிடம் சொல்லி அவனை மந்திரி பதவியில் அமர்த்திவிட்டு, தான் ஓய்வு பெற்றான். சிறிது காலம் கழித்து அவன் இறந்து விட்டான். ஹாசனுக்கு இருபது வயது ஆனபொழுது நூருத்தீன் உடல் நலிவு அடைந்தான். ஆகவே தன்னுடைய வரலாறு முழுவதையும் அவனிடம் சொன்னான். அதை ஒரு காகிதத்தில் எழுதித் தன் தலைப்பாகையில் வைத்துப் பத்திரப்படுத்திக் கொண்டான். சிறிது நாட்களுக்குப் பிறகு நூருத்தீன் இறந்து விட்டான்.

தகப்பன் இறந்த துககம் தாளாமல் ஹாசன் அரசசபைக்குப் போகவில்லை. ஆகையினால், அரசன் கோபம் கொண்டு அவனுடைய சொத்துக்களைப் பறிமுதல் செய்து ஊரை விட்டுத் துரத்தி விட்டான். திடீரென்று தன்னுடைய ஆஸ்தி முழுவதையும் இழந்த ஹாசன் என்ன செய்வதெனத் தோன்றாமல் நடந்து சென்று தன் தகப்பனுடைய கல்லறையை அடைந்தான்.

கல்லறையின் அருகில் உட்கார்ந்து தன்னுடைய அவல நிலையை நினைத்து அழுதான். அயர்வினால் அங்கேயே படுத்து உறங்கிவிட்டான். அந்த மயானம் பூதங்களின் உறைவிடம், ஆகவே, அங்கு உலாவ வந்த ஒரு பெண் பூதம், தூங்கிக் கொண்டிருந்த ஹாசனைக் கண்டது. அவனுடைய அழகைக் கண்டு வியந்தபடி வானத்தில் வட்டமிட்டது. அச்சமயம் வானவீதியில் ஒரு ஆண் பூதம் வந்தது. உடனே பெண் பூதம் ஹாசனுடைய அழகைப் பற்றி அந்த ஆண் பூதத்திடம் சொல்லிற்று.

அதைக்கேட்ட ஆண்பூதம் ஹாசனைப் பார்த்தது. பிறகு பெண் பூதத்தைப் பார்த்து, "நான் இப்பொழுது கெய்ரோ நகரத்தில் இருந்து வருகிறேன். அங்கே, இவனுக்கு சமமான அழகுள்ள பெண் ஒருவள் இருக்கிறாள். அவள் அந்த ராஜ்யத்தின் மந்திரிகுமாரி. அவளுடைய அழகில் மயங்கிய அரசன், அவளைத் தனக்கு மணம் செய்து கொடுக்கும்படி மந்திரியைக் கேட்டான்.

மந்திரி அதற்கு ஒப்புக்கொள்ளவில்லை. மந்திரியி னுடைய தம்பி, சிறு வயதில் அவனுடன் சச்சரவு செய்துகொண்டு போய் விட்டானாம். அந்தத் தம்பியின் மகனுக்குத்தான் அவளைக் கொடுப்பேன் என்று மந்திரி சொன்னான். அதனால், அரசன் கோபம் கொண்டு மந்திரியைச் சிறைப்படுத்தி விட்டான். மேலும், அந்த மந்திரியின் மகளுக்கும் ஒரு கூனனுக்கும் கலியாணம் செய்து வைத்து, மந்திரியின் மரியாதையைக் குலைக்க அரசன் திட்டமிட்டு இருக்கிறான். இன்று ராத்திரி, அந்தக் கூனனுக்கும் மந்திரியின் மகளுக்கும் கலியாணம். பாவம், அநத் அழகிக்கு ஏற்பட்டிருக்கும் துரதிர்ஷ்டத்தை நினைத்தாலே கஷ்டமாக இருக்கிறது" என்றது.

"அவள் எவ்வளவுதான் அழகி என்று நீ வர்ணித்தாலும் இவன் அழகுக்கு ஈடாக மாட்டான்," என்றது பெண் பூதம்.

"அப்படியானால் ஒரு காரியம் செய்வோம். இந்த அழகளைத் தூக்கிக்கொண்டு போய் அவளருகில் இருக்கச் சொல்லி இருவரையும் பார்ப்போம். யார் அதிக அழகு என்பது தானே விளங்கும்," என்றது ஆண் பூதம். உடனே, ஆண் பூதம் தூங்கிக் கொண்டிருந்த ஹாசனைத் தூக்கிக்கொண்டு கெய்ரோவுக்குப் போயிற்று. பெண் பூதம் தொடர்ந்து சென்றது.

கெய்ரோ அரண்மனை நந்தவனத்தில் உள்ள பளிங்கு ஆசனத்தின்மீது ஹாசனைக் கொண்டுபோய் வைத்தது ஆண் பூதம். ஹாசன் தூக்கம் கலைந்து எழுந்தான். தான் ஒரு புதிய இடத்தில் இருப்பதைக் கண்டு ஹாசன் வியப்படைந்தான். அப்பொழுது, ஆண் பூதம் அவன் எதிரில் வந்து, "பயப்படாதே! உன்னுடைய நன்மையைக் கோரியே இங்கே உன்னைக் கொண்டு வந்தேன். அரண்மனையின் உள்ளே போ; அங்கே மணவறை தென்படும். நீ அங்கே போய் மணமகள் அருகில் உட்கார்ந்து கொள். அந்த மணப்பெண் பள்ளியறைக்குப் போகும்பொழுது, நீ அவளுடன் சென்று விடு," என்று சொல்லி அனுப்பியது.

மணவறையிலிருந்து எல்லோரும் போனபின், பூதம் சொன்னபடியே ஹாசன் பள்ளியறைக்குள் சென்றான். ஆண் பூதம் யாருக்கும் தெரியாதபடி கூனனை இழுத்துக்கொண்டு போய் ஒரு அறையில் போட்டுப் பூட்டிவிட்டது. கூனனுக்குப் பதிலாக ஒரு அழகன் தன்னுடன் பள்ளியறைக்கு வந்ததைக் கண்ட சித்துல் உஸன் மகிழ்ச்சிக் கடலில் ஆழ்ந்தாள். இருவரும் நெடுநேரம் பேசிக் கொண்டு இருந்தனர். பிகு, உறங்கிவிட்டனர். பொழுது புலரும் சமயத்தில், பூதங்கள் இரண்டும் வந்து, ஹாசைனைப் பழைய இடத்திலேயே விட்டு விடலாமென்று தூக்கிக்கொண்டு போயின.

பாஸ்ராவுக்குப் போகும் ஆண் பூதத்தின் மேல் எரி நக்ஷத்திரம் தாக்கி அது இறந்துவிட்டது. ஆகவே, பெண் பூதம் பயந்து, ஹாசனை டமாஸ்கஸ் நகரத்தின் வாசலில் இறக்கிவிட்டுப் போய்விட்டது.

தூக்கம் தெளிந்து எழுந்த ஹாசன் சுற்றுமுற்றும் பார்த்தான். அவனுடைய தலைப்பாகையும் மேலங்கியும் காணப்படவில்லை. முதல்நாள் இரவு தான் கெய்ரோ அரண்மனையில் மந்திரி குமாரியுடன் இருந்த ஞாபகம் வந்தது. ஆனால், திடீரென்று ஒரு புது இடத்தில் தான் இருப்பதைக் கண்டதும அவனுக்கே ஆச்சர்யமாக இருந்தது.

அந்தப் புதிய ஊரில் என்ன செய்வதென்று அவனுக்குத் தெரியவில்லை. கடைத்தெரு வழியாக நடந்து சென்றான். ஒரு மிட்டாய்க்கடை தென்பட்டது. அதனுள் சென்றான், அந்தக் கடைக்காரன் ஹாசனுடைய வனப்பைக் கண்டு அவனுடைய

வரலாற்றை விசாரித்தான். ஹசன் அவனிடம் தன்னுடைய கதையைச் சொன்னான்.

அதைக் கேட்ட மிட்டாய்க் கடைக்காரன், "தம்பி! நீ இந்த விஷயங்களை யாரிடமும் தெரிவிக்காதே! உனக்கு நல்ல காலம் பிறக்கும் வரையில் இங்கேயே இரு," என்று சொல்லித் தன் கடையில் சேர்த்துக்கொண்டான். பிறகு, அவனையே தத்து எடுத்துக் கொண்டான்.

பள்ளியறையில் இருந்து மந்திரி குமாரிக்குத் தெரியாமல் பூதங்கள் ஹாசனைத் தூக்கிக்கொண்டு போனபின்னர், மந்திரி குமாரி தூக்கம் கலைந்து எழுந்தாள். அருகில் தூங்கிக் கொண்டு இருந்த தன் காதலனைக் காணாமல் கலங்கினாள். பொழுது விடிந்ததும், விஷயம் முழுவதையும் அரசன் கேள்விப்பட்டான். அரசனுக்கு ஒன்றும் புரியவில்லை. மந்திரியைச் சிறையிலிருந்து அழைத்துவரச் சொன்னான்.

மந்திரி தன்னுடைய மகளிடமிருந்து எல்லாவற்றையும் விசாரித்துத் தெரிந்துகொண்டான். படுக்கையறையில் இருந்த ஹாசனுடைய தலைப்பாகையையும் மேலங்கியையும் எடுத்துப பரிசோதித்துப் பார்த்தான். தலைப்பாகையில் நூருத்தீன் காலமாவதற்கு முன் எழுதப்பட்ட வரலாற்றுச் சீட்டு காணப்பட்டது. அதைப் பார்த்ததும், முதல்நாள் இரவு தன் மகளுடன் இருந்த தன் தம்பி நூருத்தீனுடைய மகனே என்று தெரிந்து, அளவிலாத ஆச்சர்யம் கொண்டான்.

முதல்நாள் இரவு அங்கு படுத்திருந்த ஹாசன் விடியுமுன் எழுந்து எங்கு போனான் என்ற விபரம் தெரியவில்லை. ஆகவே நலாபுறங்களிலும் ஆட்களை அனுப்பித் தேடச் செய்தான். ஆனால், ஹாசன் எங்கும் காணப்படவில்லை. ஆகவே, ஹாசன் விட்டுச் சென்ற பொருட்களை எல்லாம் பத்திரப்படுத்தி வைத்தான் மந்திரி ஷம்சுத்தீன்.

அவன் திரும்பி வரவே இல்லை. ஆனால், சித்துல் உஸன் கருத்தரித்து ஒரு ஆண் குழந்தையைப் பெற்றாள். குழந்தைக்கு அஜீப் என்ற பெயரிட்டு வளர்த்து வந்தனர். அஜீப்புக்குப் பதினொரு

வயது ஆயிற்று. ஒருநாள் அவன் பள்ளிக் கூடத்தில் படித்த மற்றப் பிள்ளைகளுடன் சண்டையிட்டுக் கொண்டு வீட்டுக்கு வந்தான்.

அஜீப் வருத்தத்துடன் அழுதுகொண்டு வந்ததைப் பார்த்த அவனுடைய தாயார், "ஏன் அழுகிறாய்?" என்று கேட்டாள்.

"எனக்கு தகப்பனார் இல்லையாமே? எல்லாப் பிள்ளைகளும் என்னைக் கேலி செய்கிறார்கள்," என்று அஜீப் அழுதான்.

அதைக் கேட்டதும், அவள் அஜீப்பை சமாதானப் படுத்தி அவனுடைய தந்தையிடம் அழைத்துப் போவதாகத் தெரிவித்தாள். பிறகு, தன் தகப்பனிடம் சென்று நடந்த விஷயங்களைச் சொன்னாள். உடனே, ஷம்சுத்தீன் தன் மகளையும் பேரனையும் அழைத்துக் கொண்டு, நூருத்தீன் கடைசியாக இருந்த பாஸ்ரா நகரத்திற்கு பிரயாணமாயினர்.

போகும் வழியில், டமாஸ்கஸ் நகரத்தில் இரண்டு நாட்கள் தங்கினர். அப்பொழுது, அஜீப் ஒரு வேலைக் காரனுடன் கடைத் தெருப்பக்கமாகப் போனான். கடைத் தெருவில் இருந்த மிட்டாய்க கடையைப் பார்த்து அஜீப் தயங்கி நின்றான். அச்சமயம் அங்கே ஹாசன் உட்கார்ந்து வியாபாரம் செய்துகொண்டு இருந்தான். முன்பு ஹாசன் அங்கு வந்த பொழுது, அவனைத் தத்து எடுத்திருந்தவன் இறந்துவிட்டதனால், ஹாசன் அக்கடைக்கு முதலாளியாகி இருந்தான். தன்னுடைய கடை எதிரில் தயங்கி நின்ற அஜீப்பைப் பார்த்ததும், அவனறியாமல் ஒரு பாசம் ஏற்பட்டது.

ஆகவே, அவன் அஜீப்பையும் வேலைக்காரனையும் கூப்பிட்டான். அஜீப்பினுடைய வரலாற்றைப் கேட்டுத் தெரிந்து கொண்டான். அவன் தன்னுடைய மகன்தான் என்பதை அறிந்து கொள்ளவில்லை. ஆயினும், மாதுளம்பழ ரசத்தினால் செய்த இனிப்புப் பட்சணங்களைக் கொடுத்து சாப்பிடும்படி உபசரித்தான். அவன் கொடுத்த பட்சணங்களைச் சாப்பிட்ட பின்னர், அஜீப்பும் வேலைக்காரனும் விடை பெற்றுச் சென்றனர். அவர்கள் சென்றதும் ஹாசன் தன்னுடைய வாழ்க்கையில் ஏற்பட்ட பழைய சம்பவங்களை நிவைுகூர்ந்து வருத்தப்பட்டுக்கொண்டு இரந்தான்.

இரண்டு நாட்களுக்குப் பின்னர், ஷம்சுத்தீன் தன்னுடைய மகளையும் பேரனையும் அழைத்துக்கொண்ட பாஸ்ரா நகரை

முல்லை பிஎல். முத்தையா 83

அடைந்தான். அரசனைக் கண்டு தன்னுடைய தம்பி நூருத்தீன் வரலாற்றை விசாரித்தான். அதற்கு அந்த அரசன், "நூருத்தீன் இறந்து வெகுநாட்களாகிவிட்டது. அவனுடைய புதல்வன் ஹாசன் பத்ருத்தீன் சிறுவயதிலேயே எங்கேயோ போனவன் திரும்பிவரவில்லை. நூருத்தீனுடைய மனைவி மட்டும் உயிருடன் இருக்கிறாள்" என்று தெரிவித்தான்.

அதைக் கேட்டதும் ஷம்சுத்தீன் நேரே நூருத்தீனுடைய மனைவி இருந்த வீட்டிற்குப் போனான். அங்கே நூருதத்தீனுடைய மனைவி, தன் கணவன் இறந்த பின்னர் மகன் காணாமல் போய்விட்டதனால் அதே விசனத்தில் இருந்தாள். ஷம்சுத்தீன் அவளிடம் தன் வரலாற்றைக் கூறினான். அவளுடைய மகன் தன்னுடைய மகளை மணந்துகொண்ட இரவே புறப்பட்டுப் போனவன் திரும்பி வராததையும் சொல்லி, பேரன் அஜீப்பை அவளுக்குத் காடடினான். அவள் அஜீப்பை அணைத்துக்கொண்டு அழுதாள்.

பிறகு, ஷம்சுத்தீன் தன் தம்பி நூருத்தீன் அனைவியையும் அழைத்துக்கொண்டு கெய்ரோவுக்குப் போனான். போகும் வழியில் மீண்டும் டமாஸ்கஸ் நகரில் தங்கினார்கள். அப்பொழுது அஜீப் தன் வேலைக்காரனை அழைத்துக் கொண்டு மிட்டாய்க் கடைக்குப் போனான். அப்பொழுதும் மிட்டாய் விற்றுக் கொண்டிருந்த ஹாசன் முன் கொடுத்த மாதிரியே மாதுளம்பழ ரசத்தினால் செய்த இனிப்புப் பட்சணங்களைக்கொடுத்தான். இருவரும் வயிறு புடைக்கத் தின்றுவிட்டுத் தாங்கள் தங்கி இருந்த இடத்தைப் போய்ச் சேர்ந்தனர்.

அஜீப் எங்கோ போய் சுற்றிவிட்டுத தாமதமாக வந்ததற்கு நூருத்தீன் மனைவி அன்புடன் கடிந்தாள். பிறகு, தான் தயாரித்திருந்த மாதுளம்பழரச இனிப்புப்பட்சணத்தை அவனுக்குக் கொடுத்தாள். அஜீப் அதைச் சுவைத்ததும், "பாட்டி! இது கொஞ்சம்கூட நன்றாக இல்லை" என்றான். அவளக்கு ஆச்சர்யமாகப் போய்விட்டது. அம்மாதிரி பட்சணம் செய்வதற்குத் தனக்கும் தன் மகன் ஹாசனுக்கும் தெரியும். ஆகவே, அவள் அஜீப்பைப் பார்த்து, "இதைப் போன்ற பட்சணத்தை நீ இதற்குமுன் சாப்பிட்டு இருக்கிறாயா?" என்றாள். "கொஞ்ச நேரத்திற்கு முன்

கூட சாப்பிட்டேன். கடைத் தெருவில் உள்ள ஒரு மிட்டாய்க் கடைக்காரன் கொடுத்தான். இதைவிட அவன் கொடுத்த பட்சணம் எவ்வளவோ சுவையுள்ளதாக இருந்தது" என்றான் அஜீப்.

அதைக் கேட்ட நூருத்தீனுடைய மனைவி, அந்த வேலைக்காரனை மீண்டும் மிட்டாய்க் கடைக்கு அனுப்பி பட்சணத்தை வாங்கிவரச் சொன்னாள். அதைச் சுவைத்துப பாத்ததும், அது தன்னுடைய மகன் ஹாசன் செய்ததுதான் என்று ஐயமறத் தெரிந்து கொண்டாள். அவ்விஷயத்தை ஷம்சுத்தீனிடம் தெரிவித்தாள்.

ஷம்சுத்தீன் எல்லையில்லா ஆனந்தம் கொண்டான். ஆயினும், அதை வெளியே காட்டிக் கொள்ளவில்லை. நேரே டாமஸ்காஸ் அரசனிடம் சென்று மிட்டாய்க் கடைக்காரனைக் கைது செய்து கொண்டு போக அனுமதி பெற்றான். ஹாசனைப் பிடித்து, ஒரு பெட்டியில் அடைத்துக் கெய்ரோவுக்குக் கொண்டு வரும்படி தன் ஆட்சளிடம் சொல்லிவிட்டு முன்னதாகப் புறப்பட்டான்.

கெய்ரோவை அடைந்ததும், தன் மகளிடம் சொல்லி முன்பு ஹாசன் விட்டுப்போன பொருட்களை எல்லாம் முன்மாதிரி அதே அறையிலேயே வைக்கச் சொன்னான். வேலைக்காரர்கள் டமஸ்காஸ் நகரத்தில் இருந்து ஹாசனைக்கொண்டு வந்து சேர்த்தனர்.

அன்றிரவு, ஹாசனை அதே படுக்கையறைக்கு அனுப்பச் செய்தான். படுக்கையைறையை அடைந்த ஹாசனுக்குப் பழைய நினைவுகள் தோன்றின. முன்பு தான் விட்டுச் சென்ற தலைப்பபாகையையும் இதர பொருட்களையும் பார்த்துத் தன் தாய் தந்தையரை நினைத்து அழுதான். அங்கே இருந்த சித்துல் உஸன், தனக்கும் அவனுக்கும் மணம் ஆன இரவே அவன் புறப்பட்டுப் போனதை ஞாபகப்படுத்தினாள். அவனுக்கு எல்லாச் சம்பவங்களும் நினைவுக்கு வந்தன.

பிறகு, சித்துல் உஸன் தன்னுடைய மகனை வரவழைத்து அவனிடம் சேர்ப்பித்தாள். தன் கடையில் மிட்டாய் தின்ற சிறுவனே தன்னுடைய குமாரன் என்று அறிந்து ஹாசன் ஆச்சர்யம் அடைந்தான். அதற்குப்பின், அவனுடைய தாயாரையும் சந்தித்து,

தான் பிரிந்த நாள் முதல் நடந்த சம்பவங்களை எல்லாம் சொல்லி, ஆனந்தக் கண்ணீர் வடித்தான். பிரிந்தவர் எல்லோரும் ஒன்றுகூடி ஆனந்தமாக வாழ்ந்து வந்தனர்.

மந்திரி சகோதரர்கள் விளையாட்டாகப் பேசிக் கொண்டதில் ஏற்பட்ட விபரீத விளைவுகளினால், எல்லோரும் துன்பப்பட நேர்ந்தது. அப்படி, என்னுடைய வேலைக்கார நீக்ரோ விளையாட்டுத்தனமாகச் சொன்ன வார்த்தையினால், இவன் தன்னுடைய மனைவியைக் கொன்றுவிட்டான். ஆயினும், சென்ற உயிர் மீளாது. ஆகவே, இந்த வாலிபனுக்கு வேறு கலியாணம் செய்துவைத்துவிடலாம். ஏதோ, தெரியத்தனமாக நடந்துகொண்ட நீக்ரோவை மன்னித்துவிடுங்கள்,' என்றான் மந்திரி.

"மந்திரியின் விருப்பப்படியே அரசன் செய்தான்," என்று கதையை முடித்துவிட்டு, "இதைவிடக் கூனன் இறந்த கதை வேடிக்கையாக இருக்கும்," என்றாள் ஷாரஜாத். அதைக் கேட்ட ஷாரியர், அந்தக் கதையைச் சொல்லும்படி கேட்டான்.

கூனன் இறந்த கதை

"பாஸ்ரா நகரத்தில் தையற்காரன் ஒருவன் இருந்தான். அவனும் அவனுடைய மனைவியும் வேடிக்கை விநோதங்களில் மிக்க ஈடுபாடு உடையவர்கள். ஒருநாள் அந்தத் தம்பதிகள் கடைத்தெரு வழியாகப் போய்க்கொண்டு இருக்கையில், கூனன் ஒருவனைப் பார்த்தார்கள். அவனுடைய உருவம் பார்ப்பதற்கு மிகவும் வேடிக்கையாக இருந்தது. ஆகவே, அவனைத் தங்களுடைய வீட்டிற்கு அழைத்துக் கொண்டு போய், அவனுடன் பேசிப் பொழுதுபோக்க விரும்பினர்.

கூனனுக்குத் தையற்காரனுடைய வீட்டில் உணவளித்தனர். அவன் சாப்பிட்டுக்கொண்டிருக்கையில், தையற்காரனுடைய மனைவி, கூனனுடைய வாயில் ரு மீனை அப்படியே திணித்து விழுங்கச் சொன்னாள். அவன் அந்த மீனை விழுங்கும் பொழுது மீன்முள் தொண்டையில் சிக்கி இறந்து விட்டான்.

அவன் இறந்து விட்டதைக் கண்ட தையற்காரனும் அவனுடைய மனைவியும் பயந்து, அந்தப் பிரேதத்தை எடுத்துக்கொண்டு போய், ஒரு வைத்தியனுடைய வீட்டுப் மாடிப்படியில் வைத்துவிட்டு வந்துவிட்டனர். இருட்டில் மாடிப்படி இறங்கி வந்த வைத்தியனுடைய கால், பிரேதத்தின் மீது பட்டு உருண்டு கீழே விழுந்தது. தன்னைப் பார்க்கவந்த பிணியாளன் ஒருவன், தான் மாடியிலிருந்த இறங்குகையில் தள்ளப்பட்டு மரணம் அடைந்துவிட்டான், என்று அந்த வைத்தியன் நினைத்தான்.

ஆகவே, விஷயம் வெளியே தெரியுமுன், அந்தப் பிரேதத்தை அப்புறப்படுத்திவிட முனைந்தான். உடனே, தன்னுடைய அடுத்த வீட்டு மாடியின் வழியாக, அவ்வீட்டு சமையல் கட்டில் கொண்டு போய் வைத்துவிட்டான். அந்த வீட்டுக்காரன் அரண்மனை மடப்பள்ளி அதிகாரி. அவன், அன்றிரவு தன்னுடைய வீட்டிற்கு வந்ததும், சமையற்கட்டுப் பக்கமாக வந்தான். அங்கே இருந்த மனித உருவத்தைக் கண்டதும, யாரோ திருடன் என்று நினைத்து ஒரு தடியைக் கொண்டு தாக்கினான். தடியடிபட்ட பிரேதம் கீழே விழுந்தது. தான் அடித்ததனால்தான் அவன் இறந்துவிட்டான் என்று, அந்த மடப்பள்ளி அதிகாரி நினைத்தான்.

ஆகவே, தான் அவனைக் கொன்றுவிட்டதை மற்றவர்கள் தெரிந்துகொள்ளுமுன், அப்பிரேதத்தை அப்புறப் படுத்திவிட வேண்டும் என்று எண்ணினான். உடனே, கூனன் பிரேதத்தைத் தூக்கிக்கொண்டு போய் கடைத்தெருவைச் சேர்ந்த ஒரு சந்து முனையில் வைத்துவிட்டுத் திரும்பினான்.

அச்சமயம் அவ்வழியாக ஒரு குடிகாரன் வந்தான். அவன் மிதமிஞ்சிய போதையில் இருந்தான். சந்து முனையில் நிறுத்தி வைக்கப்பட்டிருந்த பிரேதத்தைத் திருடன் என்று நினைத்து கைத்தடியால் அடித்தான். அந்த அடிபட்டதும், பிரேதம் கீழே சாய்ந்தது. அதைக் கண்ட அந்தக் குடிகாரன், தான் அடித்ததினால்தான் அந்தக் கூனன் இறந்துவிட்டான் என்று நினைத்து, விழித்துக்கொண்டு இருந்தான்.

அதைப் பார்த்துக்கொண்டிருந்த கதைத் தெருக்காவலாளி ஒருவன், அந்தக் குடிகாரனுடைய தோளின்மேல் அப்பிரேதத்தைத்

தூக்கி வைத்து, அவனை நியாயாதிபதியிடம் அழைத்துப்போனான். நியாயாதிபதி அவனை விசாரித்தான். அந்தக் குடிகாரன் கூனனை அடித்ததாக ஒப்புக்கொண்டான். ஆகவே, 'குடிகாரன் அடித்ததினால்தான் கூனன் இறந்தான்' என்று நியாயாதிபதி முடிவு செய்தான். குடிகாரனுக்கு மரண தண்டனை விதிக்கப்பட்டது.

கூனனைக் கொன்ற குடிகாரனைத் தூக்கிலிடும் வேடிக்கையைப் பார்க்க ஊரே திரண்டு வந்தது. குடிகாரனைத் தூக்கிலிடப்போகும் தருணத்தில், மடப்பள்ளி அதிகாரி, கூட்டத்தை விலக்கி முன்வந்து, "கூனனைக் கொன்றது அவனல்ல; நான்தான் கொன்றேன்; ஆகையினால், என்னைத் தூக்கிலிடுங்கள்,' என்றான். அவன் சொன்னதைப் போலவே, வைத்தியனும், தையற்காரனும் சொன்னார்கள்.

மரண தண்டனை நிறைவேற்றும் அதிகாரிக்கு என்ன செய்வதென்று தோன்றவில்லை. ஆகவே, அவர்கள் எல்லேரையும் அரசனிடம் அழைத்துப்போனான். அரசன் அவர்களை விசாரணை செய்தான். அவர்கள் சொன்னதைக் கேட்ட அரசனுக்கு வியப்பு ஏற்பட்டது. 'இதைப்போன்ற வேடிக்கையான வரலாற்றை நான் கேள்விப்பட்டதே இல்லை. நீங்கள் ஏதாவது கேள்விப்பட்டு இருக்கிறீர்களா?' என்று சபையைப் பார்த்துக் கேட்டான்.

அரசன் சொன்னதைக் கேட்ட குடிகாரக் குற்றவாளி, "அரசே! தாங்கள் அனுமதித்தால் இதைவிட வேடிக்கையான என்னுடைய கதையைச் சொல்லுகிறேன்," என்றான். உடனே அரசன், "சொல், கேட்கலாம்," என்றான்.

வாலிபன் கையிழந்த கதை

என்னுடைய தகப்பனார் தரகுத் தொழில் செய்து நிறையப் பொருள் சம்பாதித்தார். அவர் இறந்ததும, நானும் அதே தொழிலைத் தொடர்ந்து செய்து வந்தேன். அப்பொழுது ஒரு நாள், அழகான வாலிபன் ஒருவன் என்னிடம் வந்தான். தன்னிடம் ஆயிரம் மூட்டை எள் இருப்பதாகவும் அதை விற்றுக்கொடுக்க வேண்டுமென்றும் சொன்னான். என்னுடைய தரகு நிபந்தனையைச் சொன்னேன். அவன் சம்மதித்தான்.

பிறகு, நான், அந்த ஆயிரம் மூட்டை எள்ளையும் எடுத்து வந்து ஒரு வர்த்தகனுக்கு விற்றேன். என்னுடைய தரகுப் பணம் போக மீதியை அந்த வாலிபனிடம் கொடுத்தேன். அவன் அதைப் பெற்றுக்கொள்ளவில்லை. அந்தத் தொகையை என்னிடமே வைத்திருக்கும்படியும், பின்னர் வந்து பெற்று கொள்வதாகவும் சொல்லிப் போய்விட்டான்.

ஒரு வருஷம் கழித்து அந்த வாலிபன் என்னைத் தேடி வந்தான். அவனுடைய பணத்தை அவன் பெற்றுப் போகுமுன் என் வீட்டில் சாப்பிடச் சொன்னேன். இருவரும் சாப்பிட உட்கார்ந்தோம். அந்த வாலிபன் தன்னுடைய இடது கையால் சாப்பிட்டான். எனக்கு வியப்பாக இருந்தது. அவன் இடது கையால் சாப்பிடுவதன் காரணத்தைக் கேட்டேன். உடனே அவன் தன்னுடைய வலது கையை இழந்த விவரத்தைச் சொன்னான்.

"என்னுடைய தகப்பனார் வைத்து விட்டுப்போன திரண்ட ஆஸ்தியைக் கொண்டு நான் கப்பல் வியாபாரம் செய்யத் தலைப்பட்டேன். வெளிநாடுகளுக்குச் சென்று பட்டுத் துணி வாங்கிவந்து உள்ளூர் வியாபாரிகளுக்கு விற்றுவந்தேன். என்னிடம் சரக்கு வாங்கிய வியாபாரிகளிடம் மாதம் ஒரு முறை சென்று பணம் வசூலித்து வருவேன்.

அப்படி ஒரு முறை பணம் வசூல் செய்ய ஒரு வர்த்தகனுடைய கடைக்குச் சென்றேன். நான் சென்றிருந்த சமயத்தில் அழகான பெண் ஒருத்தி அங்கே வந்தாள். விலையுர்ந்த பட்டுத்துணி ஒன்றைத் தேர்ந்தெடுததாள். அதற்கான பணத்தை மறுதினம் அனுப்பி வைப்பதாகச் சொல்லி அந்தத் துணியைத் தரும்படி கடைக் காரனிடம் கேட்டாள். அவன் அதற்கு ஒப்புக்கொள்ளவில்லை. ஆகவே, நான் குறுக்கிட்டு, அந்தக் கடைக்காரனிடம், "அந்தத் துணியை அவளிடம் கொடுத்து, என் கணக்கில் பற்று எழுதிக் கொள்," என்றேன்.

ஆனால், அவள் இதற்கு இணங்கவில்லை. நான் சமாதானம் சொன்னேன். அவள் கொடுக்க வேண்டிய தொகையை மறுநாள் என்னிடம் செலுத்திவிடச் சொன்னேன். அவள் அதற்குச் சம்மதித்துத் துணியைப் பெற்றுக் கொண்டு போனாள். மறுநாள்,

குறிப்பிட்ட நேரத்தில் அவள் பணம் கொடுக்க என்னைத் தேடி அதே கடைக்கு வந்தாள். அவள் கொடுத்த பணத்தை நான் பெற்றுக் கொண்டேன்.

அந்தப் பெண்ணினுடைய நேர்மையான குணத்தைக் கண்டு, அவளுடைய வரலாற்றைக் கடைக்காரனிடம் விசாரித்தேன். அவள் அந்த நகரத்துப பிரமுகர் ஒருவரின் மகள் என்று சொன்னாள். பிறகு, நான் அந்தக் கடையிலிருந்து என்னுடைய ஜாகைக்குப் புறப்பட்டுப் போனேன். அப்பொழுது, அப்பெண்ணினுடைய வேலைக்காரி என்னைச் சந்தித்து, தன்னுடைய எஜமானி என்னைச் சந்திக்க விரும்புகிறாள் என்று சொல்லி, விட்டு விலாசத்தைக் கொடுத்தாள்.

வேலைக்காரி சொன்ன தகவலின்படி, மறுநாள், நான் அந்தப் பெண்ணினுடைய வீட்டிற்குச் சென்றேன். அவள் என்னை மிகவும் பிரியமுடன் வரவேற்று உபசரித்தாள். அன்றிரவுப் பொழுதை அங்கேயே கழித்தேன். நான் அங்கிருந்து திரும்புகையில், அவளறியாதபடி, தலையணையின் கீழே ஐம்பது பொற்காசுகளை வைத்தேன். என்னை வழியனுப்ப அவள் வெளி வாசல் வரை வந்தாள். என்னை மறுபடியும், அன்றிரவு வரச் சொன்னான். அதன்படி நான் போனேன். அப்படியே, தினசரி போவதும், ஐம்பது பொற் காசுகளைத் தலையணையடியில் வைத்துவிட்டு வருவதுமாக இருந்தேன்.

என்னிடமிருந்து பொருள் பூராவும் அப்படியே செலவாகி விட்டது. ஆகையினால், மேற்கொண்டு அங்கே எப்படிப் போவது எனத் தெரியாமல் தயங்கினேன். கையில் இருந்த பணம் பூராவும் செலவழிந்து விட்டதால் என் மனம் ஒரு நிலையில் இல்லை. கடைத்தெரு வழியாக நடந்து சென்றேன். அங்கே ஒரு வீரன் தன்னுடைய குதிரையின் சேணத்தில் பணப்பையைக் கட்டித் தொங்க விட்ட வண்ணம் போய்க் கொண்டு இருந்தான். அந்தப் பணப்பையை நான் அவிழ்த்தேன். குதிரை வீரன் தெரிந்து கொண்டான். என்னைப் பிடித்து இழுத்துக் கொண்டு நியாய சபைக்குப் போனான்.

நியாயாதிபதி என்னை விசாரித்தான். குற்றத்தை ஒப்புக் கொண்டேன். திருட்டுக் குற்றத்திற்காக என்னுடைய வலது கையை வெட்டிவிடும்படி நியாயாதிபதி தீர்ப்பளித்தான். அதன்படி, என்னுடைய கையை வெட்டிவிட்டார்கள்.

கையிழந்த நான் போக்கிடமின்றி மீண்டும் அந்தப் பெண்ணினுடைய வீட்டிற்கே சென்றேன். என்னுடைய நிலையைக் கண்டு அவள் பரிதாபப்பட்டாள். ஆயினும், நான் என்னுடைய கையை இழக்க நேர்ந்ததின் காரணத்தை அவளிடம் சொல்லவில்லை. எனக்கு மிகவும் அவமானமாக இருந்தது. என்றாலும், கடைசியாக அவளிடம் விஷயத்தைச் சொன்னேன்.

உடனே, அவள் எழுந்து வீட்டினுள் சென்றாள். ஒரு பெட்டியைக் கொண்டுவந்து என்னெதிரே வைத்தாள். அந்தப் பெட்டியின் சாவியை என் கையில் கொடுத்து, "நீங்கள் என் தலையணையடியில் வைத்த பணம் அவ்வளவும் இந்தப் பெட்டியில் இருக்கிறது. இது உங்களுடைய பணம், ஆகையால், நீங்களே எடுத்துக் கொள்ளுங்கள்," என்றாள். மேலும் சில நாட்கள் அவளுடைய வீட்டிலேயே தங்கி இருந்தேன். என்னுடைய கை வெட்டுப்படுவதற்குத் தானேதான் காரணம் என்று அவள் நினைத்து, அதே கவலையில் இறந்துவிட்டாள்.

அவள் இறந்த பின், நான் அங்கிருக்க மனம் இன்றி, அவள் கொடுத்த பணத்தை எடுத்துக்கொண்டு இங்கே வந்து விட்டேன்," என்று அந்த வாலிபன் சொன்னான்.

"கூனன் கதையைவிட அந்த வாலிபன் கதை நன்றாக இல்லையா?" என்று குடிகாரன் அரசனைப் பார்த்துக் கேட்டான். அரசன் ஒப்புக் கொள்ளவில்லை. "கூனன் கதையை விட இது மிகவும் மட்டமான கதை" என்றான். அதைக் கேட்ட மடப்பள்ளி அதிகாரி, "நான் ஒரு கதையைச் சொல்லுகிறேன். அது நன்றாக இருந்தால், எங்களையெல்லாம் மன்னித்துவிட வேண்டும்," என்றான். அரசனும் சரி என ஒப்புக்கொண்டான்.

"நேற்றிரவு ஒரு நண்பனுடைய வீட்டில் நடந்த விருந்திற்குச் சென்றேன். என்னைப் போலவே, பல பிரமுகர்கள்

அழைக்கப்பட்டு வந்திருந்தனர். எல்லோரும் சற்று நேரம் பேசிக்கொண்டிருந்தபின்னர் சாப்பிட உட்கார்ந்தோம்.

சாப்பிடும்பொழுது, விருந்தளித்த நண்பன் பந்தி விசாரித்துக் கொண்டே வந்தான். அப்பொழுது ஒரு விருந்தாளி, பரிமாற்றபட்டிருந்த 'வெள்ளைப்பூண்டுவடை'யைச்சாப்பிடாமல் இருந்ததைக் கண்டான். ஆகவே, அவ்விருந்தாளியை அந்த வடையைச் சாப்பிடாத காரணத்தைக் கேட்டான். அதற்கு அவன், "வெள்ளைப்பூண்டு வடையைத் தின்பதற்கு முன் என்னுடைய கைகளை நூற்றிருபது முறை கழுவ வேண்டும். ஆகையினால்தான், நான் அதைத் தொடவில்லை," என்றான்.

"உன் சௌகரியப்படியே, செய்யலாம்; நீ அதைச் சாப்பிடத்தான் வேண்டும்," என்று விருந்தளித்தவன் சொல்லிக் கொண்டே, தன்னுடைய வேலைக்காரர்களிடம் தண்ணீர் கொண்டுவரச்சொன்னான். தன்னுடைய விருப்பப்படி நூற்றிருபது முறை கைகளை அலம்பிக் கொண்டு, வடையைச் சாப்பிட எடுத்தான். மற்ற விருந்தாளிகள் எல்லோரும் வியப்புடன் அவனையே பார்த்தோம். அவனுடைய கையில் கட்டை விரல் இல்லை. எங்களுடைய வியப்பு மேலும் அதிகமாயிற்று. ஆகவே, அவனைப் பார்த்து, "உன்னுடைய கட்டைவிரல் ஏன் வெட்டுப்பட்டு இருக்கிறது?" என்று கேட்டோம். அதற்கு அவன் எங்களைப் பார்த்து, "இந்த ஒரு கட்டை விரல் மட்டும் வெட்டுப்படவில்லை. இரண்டு கைகளிலுள்ள கட்டை விரல்களுைம வெட்டுப்பட்டு விட்டன," என்று சொல்லி இன்னொரு கையையும் கால்களையும் காண்பித்தான். அவைகளிலும் கட்டை விரல்கள் இல்லை. அவன் மேலும் தொடர்ந்து தன் கதையைச் சொன்னான்.

"என்னுடைய தகப்பனார் பாக்தாத் நகரத்திலே மிகப் பெரிய வர்த்தகராக விளங்கினார். அவருக்குக் குடிப்பழக்கம் உண்டு. அந்தப் பழக்கத்தினால், அவர் இறந்தபொழுது, ஆஸ்தியைவிடக் கடனே அதிகமாக இருந்தது. ஆகவே, அவர் இறந்தபின், நான் வர்த்தகம் செய்ய ஆரம்பித்துக் கொஞ்சம் கொஞ்சமாக கடன்களைக் கட்டினேன்.

ஒருநாள் அதிகாலையில், அழகிய யுவதி ஒருத்தி இரண்டு வேலைக்காரர்களோடு என்னுடைய கடைக்கு வந்தாள். அவளைப்

போன்ற அழகியை நான் பார்த்தே இல்லை. அவளுடைய அழகிலும் இனிய பேச்சிலும் மயங்கிப் போனேன். அவள் விரும்பிய சரக்குகள் என்னுடைய கடையில் இல்லை. ஆனாலும், மற்ற கடைகளிலிருந்து வாங்கி வந்து அவளுக்குக் கொடுத்தேன். அவைகள் ஐயாயிரம் வெள்ளிக் காசுகள் மதிப்புள்ளவை. அச்சரக்குகளை அவள் தன் வேலைக் காரர்களிடம் கொடுத்து எடுத்துக்கொண்டு வரச் சொல்லி விட்டுப் போய்விட்டாள். அவளிடம் சரக்குகளுக்கான கிரயத்தைக் கேட்பதற்கு எனக்கு வெட்கமாக இருந்தது. அதனால் கேட்கவில்லை. அவளும் கொடுக்காமலே போய் விட்டாள்.

அவளுடைய அழகை என்னால் மறக்கவே முடியவில்லை. எப்பொழுதும் அவளுடைய நினைவுதான். சாப்பிடவும் பிடிக்கவில்லை; தூக்கமும் வரவில்லை. அப்படியே ஒரு வாரம் சென்றது. சரக்குகளைக் கொடுத்த மற்ற கடைக்காரர்கள் எல்லோரும் பணத்திற்கு என்னை நெருக்கினார்கள். அவள் யார் என்பதும் எனக்குத் தெரியாது. ஆயினும் ஒரு வாரத்தில் அவர்களுடைய பணத்தைக் கொடுப்பதாகச் சொல்லி வைத்தேன்.

அதற்கு அடுத்த வாரம், அவள் மீண்டும் என்னுடைய கடைக்கு வந்து பணத்தைத் தந்தாள். மறுபடியும் சரக்கு வேண்டும் என்றாள். மற்ற வியாபாரிகளுக்குப் பாக்கியைக் கொடுத்து விட்டு மீண்டும் அவள் விரும்பிய சரக்குகளை வாங்கிக் கொடுத்தேன். அவை ஆயிரம் பொற்காசுகள் பெறும். முன்போலவே, அவள் பணம் கொடுக்காமல் சரக்குகளை எடுத்துக் கொண்டு போய் விட்டாள். அப்பொழுதும் அவள் யாரென்பதை நான் கேட்டுத் தெரிந்து கொள்ளவில்லை. ஒருமாதம் ஆயிற்று. அவள் வரவில்லை. கடைக்காரர்கள் பாக்கிப் பணத்திற்காக என்னைத் தொந்தரவு செய்ய ஆரம்பித்தனர். ஆகவே, என்னுடைய உடைமைகளை விற்றாவது அவர்களுடைய பாக்கியைத் தீர்த்து விடலாம் என்ற முடிவுக்கு வந்தேன்.

அந்த சந்தர்பத்தில், அவள் மீண்டும் என்னுடைய கடைக்கு வந்தாள். அவளைப் பார்த்ததும் என்னுடைய கவலை எல்லாம் மறைந்தது. பாக்கிப் பணத்தை என்னிடம் தந்தாள். பிறகு அவள் என்னைப் பார்த்து, "உங்களுக்குத் திருமணம் ஆகிவிட்டதா?" என்று கேட்டாள். நான், 'இல்லை' என்று சொன்னேன். பிறகு,

நான் அவளை மணந்து கொள்ள விரும்புவதாக அவளுடைய வேலைக்காரன் மூலமாகத் தெரிவித்தேன். அவள் அதைக் கேள்விப்பட்டதும் என்னைப் பார்த்து, "இந்த வேலைக்காரன் மூலமாக ஒரு கடிதம் எழுதி அனுப்புகிறேன். அவன் என்ன சொல்கிறானோ அதன்படி நீங்கள் நடக்கவேண்டும்" என்று சொல்லிவிட்டுப் போய்விட்டாள்.

சில நாட்களுக்குப் பிறகு, அந்த வேலைக்காரன் என்னுடைய கடைக்கு வந்தான். அவனைப் பார்த்து, "உன்னுடைய எஜமானி எங்கே?" என்றேன். அதற்கு அவன், எஜமானிக்க உடல் நலமில்லை" என்றான். பிறகு, அவளுடைய வரலாற்றை சொல்லும்படி அவனைக் கேட்டேன். உடனே அவன் தன்னுடைய எஜமானியின் வரலாற்றை என்னிடம் சொன்னான். "அவள் ஜுபைதா ராணியின் அடிமை அவள் உங்களை மணந்து கொள்வதற்கு ராணியிடம் அனுமதி கேட்டாள். அதற்கு ராணி, உங்களை நேரில் பார்த்த பிறகு அனுமதி கொடுப்பதாகத் தெரிவித்தார்கள். ஆகவே, உங்களை யாருக்கும் தெரியாதபடி அந்தப்புரத்திற்கு அழைத்துக் கொண்டு போக வேண்டியிருக்கிறது. அதற்கு வேண்டிய ஏற்பாடுகளை நான் செய்கிறேன். நாளைய தினம் நீங்கள் டைக்ரிஸ் நதிக் கரையிலுள்ள மசூதிக்குப் பிரார்த்தனை செய்ய வந்தால், நான் உங்களை அந்தப்புரத்திற்குக் கொண்டு போய்ச் சேர்க்கிறேன்" என்றான்.

அதன்படி, மறுநாள் நான் மசூதிக்குச் சென்றேன். சிறிது நேரத்தில் அந்த யுவதியும் வேலைக்காரனும், ஒரு படகில் சிலகாலிப் பெட்டிகளுடன் மசூதிக்கு வந்து சேர்ந்தனர். நானும் அவளும் சந்தித்துபேசிக் கொண்டிருந்தோம். சற்று நேரம் கழித்து, அவள் என்னை அழைத்துக் கொண்டு போய் அவள் கொண்டு வந்திருந்த ஒரு பெட்டியில் உட்கார வைத்துப் பெட்டியை மூடிப் பூட்டினாள். மற்ற பெட்டிகளில் வேறு சில சரக்குகளைப் போட்டு மூடி, எல்லாப் பெட்டிகளையும் படகில் ஏற்றிக்கொண்டு அரண்மனைப் பக்கமாகப் படகைச் செலுத்திக் கொண்டு போனாள்.

அரண்மனை அருகில் படகை நிறுத்தி, எல்லாப் பெட்டிகளையும் கரையில் இறக்கினார்கள். பிறகு, அரண்மனைக்குள் செல்லும் பொழுது, வாயிற்காப்போன், எல்லாப் பெட்டிகளையும் திறந்த காண்பிக்கச் சொன்னான். அவன்

சொன்னதைக் கேட்டதும், நான் பயந்து நடுங்கினேன். ஆனால் அந்தப் பெண் அவனைப் பார்த்து, “இந்தப் பெட்டிகள் எல்லாம் ராணியினுடையது. இவைகளைத் திறந்தால், ராணி கோபித்துக கொள்வார்கள்” என்றாள் அதைக் கேட்ட காவலாளன் பயந்த அப்பெட்டிகளைத் திறந்த பார்க்காமலேயே உள்ளே எடுத்துச் செல்ல அனுமதி கொடுத்தான். ஆனால் அச்சமயம் அரசனே அங்கு வந்து சேர்ந்தான்.

அரசன் அந்தப் பெண்ணைப் பார்த்து, “இந்தப் பெட்டிகளில் என்ன இருக்கின்றது? எல்லாப் பெட்டிகளையும் திற; பார்க்கலாம்” என்றான். அதைக் கேட்தும் அந்தப் பெண் “அரசே! இந்தப் பெட்டிகளில் ராணியின் துணிமணிகள் இருக்கின்றன. ஆகையினால், ராணியின் முன்னிலையில்தான் இந்தப் பெட்டிகளைத் திறக்க வேண்டும்” என்றாள். அரசன் ஒப்புக் கொள்ளவில்லை பெட்டிகளைத் திறந்துதான் ஆகவேண்டும் என்று பிடிவாதமாகச் சொன்னான். அதைக் கேட்டதும் எனக்கு உயிரே போய்விடும் என்ற பயம் ஏற்பட்டது. நடுங்கினபடியே பெட்டியில் அடைப்பட்டுக் கிடந்தேன். சில பெட்டிகளைத் தன்னருகில் கொண்டுவரச் சொல்லி, அவைகளைத் திறந்து காண்பிக்கும்படி சொன்னான். அவைகளைப் பார்த்த பின்னர், நான் இருந்த பெட்டியையும் திறக்கச் சொன்னான். ஆனால் அந்தப் பெண் அரசனைப் பார்த்து, ‘இதில் ராணியின் விசேஷ உடைகள் இருக்கின்றன. இதை எல்லோர் முன்னிலையிலும் பார்க்கக் கூடாது. அந்தப்புரத்திற்குள் சென்றுதான் திறந்து பார்க்க வேண்டும்” என்றாள். அரசன் அதற்கு இணங்கினான். ஆகவே எல்லாப் பெட்டிகளையும் எடுத்துக் கொண்டு அந்தப்புரத்திற்குக் கொண்டு போக உத்தரவிட்டான்.

அதன்படி எல்லாப் பெட்டிகளையும் உள்ளே எடுத்துச் சென்றனர். உள்ளே சென்றதும், அந்தப் பெண் நான் இருந்த பெட்டியை ஒருவரும் இல்லாத சமயத்தில் திறந்து என்னை வெளியே விட்டு, ஓரிடத்தில் மறைவாக இருக்க ஏற்பாடு செய்தாள். பிறகு, அவள் என்னை ராணியிடம் அழைத்துச் சென்றாள். ராணி என்னைப் பார்த்து என்னுடைய விருத்தாந்தங்களைக் கேட்டாள். அவை ராணிக்குத் திருப்தியைக் கொடுத்தன. ஆகவே, ராணி

அரசனுடைய அனுமதியைப் பெற்று, அந்தப் பெண்ணை எனக்கு மணம் செய்து வைத்தாள்.

மணமான முதல் நாள் இரவு சாப்பிட்டபின் படுக்கை யறைக்குச் சென்றேன். அன்றும், இதைப் போன்ற வெள்ளைப் பூண்டுவடை சாப்பிட்டிருந்தேன். என்னுடைய கையில் அந்த வடையின் மணம் வீசிற்று. அதனால், என் மனைவி கோபம் கொண்டு கூச்சலிட்டாள். அந்தக் கூச்சலைக் கேட்டு அநேக பணிப்பெண்கள் ஓடி வந்தார்கள். உடனே, என்னை ஒரு நியாயாதிபதியிடம் அழைத்துக் கொண்டு போகச் சொன்னாள். வெள்ளைப் பூண்டு வடையைத் தின்றுவிட்டு நூற்றிருபது முறை கையைக் கழுவாதவர்களின் கையை வெட்டிவிடும் சட்டத்தில் கீழ் என்னைத் தண்டிக்கும் படி சொல்ல வேண்டும் என்றாள். அதைக் கேட்டு நான் அழுதுவிட்டேன். என்னுடைய துக்கத்தைப் பார்த்து அந்தப் பணிப் பெண்கள் எல்லோரும், என்னை மன்னித்து விடும்படி என்னுடைய மனைவியைக் கெஞ்சினார்கள். ஆனால், அவள் அதற்கு ஒப்புக் கொள்ளவில்லை. வெள்ளைப்பூண்டு வடை தின்ற குற்றத்தைச் சொல்லி என்னுடைய கால்களிலும் கைகளிலுமுள்ள கட்டை விரல்களை வெட்டி விட உத்தரவிட்டாள். அதன்படியே அவர்கள் வெட்டிவிட்டனர்."

"அதற்குப் பிறகு, என்ன நடந்தது?" என்று நான் குறுக்கிட்டு அவனைக் கேட்டேன்" என்று மடப்பள்ளி அதிகாரி சொல்லிவிட்டு, மீண்டும் அவன் சொன்ன வரலாற்றைத் தொடர்ந்து சொன்னான்.

"என்னுடைய கட்டை விரல்களை வெட்டிய பின்னர், அவள் என்னை ஒரு சத்தியம் செய்யச் சொன்னாள். அதன்படி நான் எப்பொழுதாவது வெள்ளைப்பூண்டு வடையைத் தின்னும் சந்தர்ப்பம் ஏற்பட்டால், நூற்றிருபது முறை கையை அலம்பிக் கொள்வேன். அதற்குப் பிறகு, நானும் அவளும் அந்த அரண்மனை யிலிருந்து வெளியே வந்து ஒற்றுமையாக வாழ்ந்து வந்தோம். இப்பொழுத வெள்ளைப்பூண்டு வடையைக் கண்டதும் நான் நடுங்கும் காரணம் அதுதான்" என்று அவள் சொல்லி முடித்தான்.

அவனுடைய கதையைக் கேட்டு கொண்டிருந்த பின்னர்தான், நான் வீட்டுக்கு வந்த சமயம் இந்தக் கூனன் பிரேதம் என் வீட்டில் இருந்ததைப் பார்த்தேன். கூனன் கதையைவிட கட்டை விரல்கள்

வெட்டுண்டவன் கதை சுவாரசியமாக இல்லையா?” என்று மடப்பள்ளி அதிகாரி அரசனிடம் கேட்டான். அரசன், அதை ஒப்புக் கொள்ளாமல் எல்லோரையும் கழுவேற்றும்படி உத்தரவிட்டான். அதைக் கேட்ட யூதன், தான் ஒரு கதை சொல்வதாகச் சொன்னான்.

கையிழந்த வாலிபன் கதை

என்னுடைய இளவயதில், டமாஸ்கஸ் நகரத்தில் வைத்தியத் தொழிலில் ஈடுபட்டிருந்தேன். அப்பொழுது ஒருநாள் கவர்னர் மாளிகையிலிருந்த ஒரு அடிமை என்னிடம் வந்தான். மாளிகையில் உடல் நலமில்லாமல் படுத்துக் கொண்டிருந்த ஒரு வாலிபனுக்கு வைத்தியம் செய்வதற்காக என்னை அழைத்துக் கொண்டு போனான். மாளிகையை அடைந்ததும் என்னை நோயாளியிடம் அழைத்துச் சென்றனர். அந்நோயாளியின் நாடியைப் பரீட்சை செய்வதற்காகக் கையை நீட்டச் சொன்னேன். அதற்கு அவன் தன்னுடைய இடது கையை நீட்டினான். அவன் அகம்பாவம் பிடித்தவன் என்று நினைத்துக் கொண்டு, நாடியைப் பரீட்சித்து அவனுக்கு மருந்து கொடுத்தேன்.

பத்து நாட்களில் அவன் குணம் அடைந்தான். பிறகு அவனைக் குளித்துவிட்டு வேறு உடையணிந்து கொள்ளும்படி சொன்னேன். அதன்படி அவன் குளித்துவிட்டு வந்து உடையை மாற்றிக் கொள்ளும் சமயம் அவனுடைய வலது கை வெட்டுப்பட்டு இருந்ததைக் கண்டேன். உடனே, அவனுடைய கை வெட்டுப் பட்டதன் காரணத்தைக் கேட்டேன். சாப்பிட்டபின் தன்னுடைய கதையைச் சொல்வதாக அவன் தெரிவித்தான். பிறகு நானும் அவனும் சாப்பிட்டானதும்அவன் தன்னுடைய கதையைச் சொன்னான்.

“நாம் எல்மாசில் நகரத்தைச் சேர்ந்தவன். என்னுடைய பாட்டனாருக்கு பத்து புதல்வர்கள். அவர்களில் மூத்தவருடைய ஒரே குமாரன் நான் என்னுடைய தகப்பனாருடன் பிறந்த மற்ற ஒன்பது சகோதரர்களுக்கும் புத்திரப்பேறு இல்லை. ஆகவே, அவர்கள் எல்லோரும் என்னை மிகவும் பிரியமாக வளர்த்து வந்தனர். நான் வாலிபப் பருவம் அடைந்தேன்.

ஒருநாள், என்னுடைய தகப்பனாரும் அவருடைய சகோதரர்களும் தொடரத் தொழுகைக்காக மசூதிக்குப் போனேன். தொழுகை முடிந்ததும் அங்கேயே சிறிது நேரம் பேசிக் கொண்டு இருந்தோம். அப்பொழுத உலக அதிசய்களைப் பற்றிய பேச்சு எழுந்தது. என்னுடைய தகப்பனாரும் மற்றவர்களும் எகிப்து நாட்டைப் பற்றியும் அங்கு பாயும் நைல் நதியைப் பற்றியும் பிரமாதமாக வர்ணித்தார்கள். அப்பொழுதிலிருந்து எகிப்து தேசத்தைப் பார்க்கவேண்டும் என்ற விருப்பம் எனக்கு ஏற்பட்டது.

சிறிது நாட்களுக்குப்பின், என்னுடைய சிற்றப்பன்மார் எல்லோரும் வர்த்தகம் செய்வதற்காக எகிப்து நாட்டிற்குப் புறப்பட்டனர். நானும் அவர்களுடன் போகிறேன் என்று என் தகப்பனாரிடம் பிடிவாதம் செய்தேன். அதற்கு என் தகப்பனார் என்னை டமாஸ்கஸ் நகரம் வரையில் அழைத்துப போகும்படி தன் தம்பிமாரிடம் தெரிவித்தார். அதன்படி அவர்கள் என்னை டமாஸ்கஸ் நகரில் தனியே விட்டுப் போயினர்.

டமாஸ்கஸ் நகரத்தில் நான் தங்கியிருந்த ஜாகையில், ஒருநாள் வெளித் திண்ணையில் உட்கார்ந்து இருந்தேன். அப்பொழுது, ஒரு பெண் அந்த வழியாக வந்தாள். அவள் என்னைக் கண்டதும் தயங்கி நின்றாள். பிறகு என்னுடைய அழைப்பின் பேரில் என்னுடைய ஜாகையினுள் வந்தாள். அன்றிரவு பூராவும் அவள் என்னுடைய ஜாகையிலேயே தங்கி இருந்தாள். பொழுது விடிந்ததும், அடுத்த மூன்றாம் நாள் மறுபடியும் என்னை வந்து சந்திப்பதாகச் சொல்லிவிட்டுச் சென்றாள்.

அதன்படியே மூன்றாம் நாளிரவு வந்தாள். பிறகு பிரிந்து செல்லும்பொழுது, அடுத்த மூன்றாம் நாளும் வருவதாகச் சொன்னாள். மேலும், வேறு ஒரு பெண்ணையும் தன்னுடன் அழைத்து வருவதாகவும் சொன்னாள். அவளுடைய வருகை எனக்கு அளவிலா மகிழ்ச்சியைக் கொடுத்து வந்தது. ஆகவே அவள் அடுத்து வருவதை எதிர்பார்த்துக் கொண்டிருந்தேன். குறிப்பிட்ட நாளில் அவள் சொன்னபடியே வேறொரு பெண்ணையும் அழைத்துக் கொண்டு வந்து சேர்ந்தாள். அன்று இரவு புதிதாக வந்த பெண்ணுடன் நான் மிகவும் பிரியமுடன் பேசிக் கொண்டிருந்தேன். அதைக் கண்ட முன்னவள்

மிகவும் பொறாமை கொண்டதை உணர்ந்தேன். ஆயினும் நெடுநேரம் மூவரும் உல்லாசமாக நேரத்தைக் கழித்தோம். பிறகு மூவரும் தூங்கிவிட்டோம்.

பொழுது விடிந்ததும், நான் எழுந்து பார்த்தபொழுது, என்னுடைய வலது கையில் ரத்தக்கறை இருந்ததைத் தெரிந்து கொண்டேன். என்னைச் சுற்றிலும் ஒரு முறை பார்த்தேன். புதிதாக வந்த பெண் கழுத்தறுபட்டு இறந்து கிடந்தாள். பழையவளையும் காணவில்லை. ஆகவே, அவள்தான் அம்மாதிரி செய்துவிட்டு ஓடிப்போய் விட்டாள் என்று தெரிந்து கொண்டேன். பிறகு, நான் அந்தப் பிரேதத்தை அந்த அறையிலேயே புதைத்துவிட்டேன். நான் இருந்த அறையின் ஒரு வருஷம் வரையிலும் அந்த அறையை வேறு யாருக்கும் வாடகைக்கு விடாதபடி பூட்டி விட்டு எகிப்து நாட்டிற்குச் சென்றேன்.

அங்கே என்னுடைய சிற்றப்பன்மாரைச் சந்தித்தேன். அவர்கள் என்னைக் கண்டு பெருமகிழ்ச்சி அடைந்தனர். ஒரு வருஷகாலம் அவர்களுடன் தங்கி இருந்தேன். பிறகு, அவர்களை விட்டுப் பிரிந்து கெய்ரோ நகரத்திற்குப் போய் மேலும் இரண்டு வருஷங்கள் தங்கினேன். டமாஸ்கஸ் நகர ஜாகைக்கு வருஷா வருஷம் வாடகைப் பணம் அனுப்பிக் கொண்டு இருந்தேன்.

பிறகு, டமாஸ்கஸ் நகருக்குப் போய், முன்பு நான் தங்கியிருந்த அதே ஜாகைக்குச் சென்று தங்கினேன். அந்த அறைக்குள் நான் நுழைந்ததும், படுக்கையின் ஒரு ஓரமாக அந்தப் பெண் கழுத்தில் போட்டுக்கொண்டிருந்த சங்கிலி விழுந்த கிடந்ததைக் கண்டேன். அதை எடுத்துப் பத்திரப் படுத்தி விட்டு, சிறிது நாட்கள் துக்கத்துடன் சுற்றி அலைந்து திரிந்தேன். கையிலிருந்த பணம் பூராவும் கரைந்து போயிற்று. ஆகவே, வேறு வழியின்றி அந்தச் சங்கிலியை விற்கலாமென்று அதை எடுத்துக் கொண்டு கடைத் தெருவிற்குப் போனேன்.

நான் அந்தநகையைத் திருடிக்கொண்டுவிற்க வந்திருப்பதாகக் கருதிய வியாபாரி என்னை நீதிபதியிடம் அழைத்துப் போனான். அந்த நகை எனக்குக் கிடைத்த வரலாற்றைச் சொல்லும்படி நீதிபதி கேட்டார். அதற்கு நான் உண்மையைச் சொன்னால், உயிருக்கே

ஆபத்து வருமென்று நினைத்துத் திருடியதாக ஒப்புக்கொண்டேன். அதன் பேரில் என்னுடைய கையை வெட்டிவிடும்படி நீதிபதி தீர்ப்பளித்தார். அப்படியே தண்டிக்கப்பட்டு என் கையை இழந்தேன்.

பிறகு வெட்டுண்ட கையுடன் நான் தங்கியிருந்த ஜாகைக்குச் சென்றேன். நான் ஒரு குற்றவாளியென்று கருதிய அந்த வீட்டுக்காரன் என்னை அங்கே தங்க அனுமதிக்கவில்லை. ஆயினும், அவனை மிகவும் கெஞ்சிக் கேட்டுக்கொண்டதின் பேரில், மூன்று நாட்கள் மட்டும் தங்க அனுமதித்தான். நான் என்னுடைய அறைக்குள் சென்று அழுதுகொண்டே படுத்திருந்தேன். கை வெட்டப்பட்ட வேதனையால் காய்ச்சல் வந்துவிட்டது. மூன்றாம் நாள் காலையில் சில அதிகாரிகள் என்னுடைய அறைக்கு வந்த என்னைக் கைது செய்து கவர்னருடைய மாளிகைக்குக் கொண்டு போனார்கள்.

என்னைத் திருடனென்று குற்றம் சாட்டி நீதிபதியிடம் கூட்டிப் போன வியாபாரியும் அங்கே இருந்தான். கவர்னர் அவனைப் பார்த்து, "இவனைத்தானே திருடன் என்று குற்றம் சுமத்திக் கையை வெட்டச் செய்தது?" என்று என்னைச் சுட்டிக் காட்டிக் கேட்டார். அதற்கு அந்த வியாபாரி, "ஆமாம்," என்றான். உடனே, கவர்னர் அவனைப் பார்த்து, "உன்னால் இவன் அநியாயமாகக் குற்றம் சாட்டப்பட்டுக் கையை இழந்தான். ஆகையினால், உன்னுடைய சொத்து முழுவதையும் அவனுக்கு நஷ்ட ஈடாகக் கொடுக்க வேண்டும். இல்லாவிடில் உன்னைச் சிரச்சேதம் செய்ய உத்தரவிடுவேன்" என்று சொல்லி என்னை விடுதலை செய்யும் படி உத்தரவிட்டார். காவலாளர்கள் அந்த வியாபாரியை இழுத்துக் கொண்டு போனார்கள்.

பிறகு நானும் கவர்னரும் தனித்திருந்தோம். கவர்னர் என்னைப் பார்த்து, "அந்த நகை உனக்கு எப்படி கிடைத்தது என்ற உண்மையைச் சொல்," என்று கேட்டார். என்னுடைய ஜாகைய;ல நடந்த விஷயங்கள முழுவதையும் அவரிடம் சொன்னேன். அதைக் கேட்டதும் அவர் அந்தப் பெண்கள் இருவரும் தன்னுடைய குமாரத்திகளென்றும் மூத்தவளால் இளையவள் தொல்லைப்பட்ட விஷயம் முன்பே தனக்குத் தெரியுமென்றும் சொன்னார். பிறகு அநியாயமாக என்னுடைய கை வெட்டுப்பட்டதற்கு

ஈடாகத் தன்னுடைய இன்னொரு மகளை எனக்கு திருமணம் செய்துவைத்து விட்டார்." என்று சொல்லி முடித்தான்.

"கூனனுடைய கதையைவிட இந்தக் கதை நன்றாக இருக்கிறது அல்லவா?" என்று யூத வைத்தியன் சொன்னான். ஆனால் அரசன் ஒப்புக்கொள்ளவில்லை. ஆகவே, அவர்களைத் தூக்கிடும்படி உத்தரவிட்டான். அதைக் கேட்ட தையற்காரன், தான் ஒரு கதை சொல்வதாகவும், அது நன்றாக இருக்குமென்றும் சொன்னான். உடனே அரசன் அந்தக் கதையைச் சொல்லும்படி உத்தரட்டான்.

காதலர்களும் நாவிதனும்

"இந்தக் கூனனைச் சந்தித்த நாள் காலையில் ஒரு நண்பனுடைய வீட்டிற்குச் சாப்பிடப் போய் இருந்தேன். அங்கே இன்னும் பலரும் வந்திருந்தனர். நான் போன சற்று நேரத்தில் அந்த நண்பனுடன் ஒரு அழகான வாலிபன் வந்து சேர்ந்தான். அந்த வாலிபன் கால் சற்று ஊனமடைந்து இருந்தது. நாங்கள் எல்லோரும் இருந்த இடத்திற்கு வந்து அவன் உட்காரப் போகும் சமயம் எங்களுடன் ஒரு நாவிதனைக் கண்டு திடுக்கிட்டான். அப்படியே பின்னடைந்து வெளியே போக முயற்சித்தான்.

அதைக் கண்ட நாங்கள் அவனைத் தடுத்தி நிறுத்தி, அவன் திரும்பிப் போக முயற்சித்ததன் காரணத்தைக் கேட்டோம். அதற்கு அவன் அந்த நாவிதனைச் சுட்டிக்காட்டி, "என்னுடைய கால் ஊனமானதற்குக் காரணம் இவன்தான். நான் இவனுக்குப் பயந்துதான் என்னுடைய சொந்த ஊரைவிட்டு இங்கே ஓடிவந்தேன். இங்கேயும் இவன் வந்திருக்கிறான். இவன் இருக்கும் இடத்தில் நான் இருப்பதில்லையென்று முடிவு செய்திருக்கிறேன். ஆகையால், என்னை யாரும் தடுக்காதீர்கள். நான் போய்விடுகிறேன்," என்றான்

அவன் சொன்னதைக் கேட்ட நாங்கள் எல்லோரும் வியப்புற்று, அவனுடைய விருத்தாந்தத்தைச் சொல்லும்படி வற்புறுத்தினோம் அதன் பேரில், அவன் வேண்டா வெறுப்பாக அங்கே உட்கார்ந்து, தன்னுடைய கதையைச் சொன்னான்.

"பாக்தாத் நகரத்தில் இருந்த பிரபல வர்த்தகர் ஒருவரின் ஒரே மகன், நான் என்னுடைய தந்தை இறந்த சமயம் திரண்ட

ஆஸ்தியை விட்டுச் சென்றார். அதைக்கொண்டு நான் வர்த்தகம் செய்து கொண்டிருந்தேன். பெண்கள் விஷயத்தில் நான் மிகவும் சங்கோஜமுள்ளவன். பெண்களைத் தலை நிமிர்ந்து பார்க்கும் பழக்கமே என்னிடம் இல்லை.

ஒருநாள் நான் தெருவில் போய்க் கெண்டிருந்த பொழுது, எதிர்ப்புறமாகப் பெண்கள் கூட்டம் ஒன்று வந்தது. அவர்களுக்கு வழி விட்டு ஒதுங்கி நிற்பதற்காக, ஒரு சந்திற்குள் நுழைந்தேன். அங்கே ஒரு வீட்டின் ஓரமாக நின்றேன். அப்பொழுத, அவ்வீட்டு சாளரத்தில் வைக்கப்பட்டிருந்த ஒரு பூந்தொட்டிக்குத் தண்ணீர் விட்டுக் கொண்டிருந்த ஒரு பெண்ணைத் தற்செயலாகப் பார்த்தேன். அவளைப் போன்ற அழகிய பெண்ணை நான் பார்த்ததே இல்லை. நினைவை இழந்தேன். சூரியன் அஸ்தமிக்கும் வரையில் அங்கே நின்றிருந்தேன். அச்சமயம் நகரத்து நீதிபதி வந்து அந்த வீட்டிற்குள் சென்றார். ஆகையினால், அந்த வீடு அவருடையதாகத்தான் இருக்கும் என்று எண்ணித் திரும்பிவிட்டேன்.

அன்று முதல் அந்தப் பெண்ணின் நினைவால் என்னுடைய உடல் இளைக்கலாயிற்று. விஷயத்தை வெளியில் சொல்ல முடியாமல் நான் மிகவும் அவஸ்தைப்பட்டேன். நாளுக்கு நாள் என் உடல் பலவீனம் அடைந்தது. என்னுடைய உறவினர்கள் பலர் வந்து பார்த்தார்கள். வைத்தியர்களை அழைத்து வந்து மருந்து கொடுத்தார்கள். ஆயினும் என் உடல் நிலை மோசமாகப் போய்க்கொண்டே இருந்தது. அச்சமயம், என் பக்கத்துவீட்டுக் கிழவி என்னைப் பார்க்க வந்தாள். என்னுடைய நோயைப் பற்றி விசாரித்தாள். நான் சொல்லத் தயங்கினேன். ஆனால், அவள் மிகவும் அனுபவம் உள்ளவளாகையால், பலவிதங்களிலும் கேட்டு என் மனோ நிலையைத் தெரிந்து கொண்டாள். பிறகு, அவள் எனக்குத் தைரியம் சொல்லி, தான் எப்படியாவது அப்பெண்ணைச் சந்தித்து, விஷயத்தைத் தெரிவிப்பதாகச் சொல்லிப் புறப்பட்டாள்.

சில நாட்களுக்குப் பிறகு, அந்தக் கிழவி என்னைப் பார்க்க வந்தாள். தான் அந்தப் பெண்ணைப் பார்த்துப் பேசினதாகவும், அடுத்த வெள்ளிக்கிழமை மத்தியான வேளையில் அந்தப் பெண்ணின் வீட்டிற்குப் போய் அவளைச் சந்திக்க ஏற்பாடு

செய்திருப்பதாகவும் சொன்னாள். அதைக் கேட்டதும் நான் மிக்க மகிழ்ச்சியுடன் வெள்ளிக்கிழமையை எதிர்பார்த்துக் கொண்டிருந்தேன். வெள்ளிக்கிழமை பொழுது விடிந்ததும், நான் அந்தப் பெண்ணைச் சந்திப்பதற்காக வேண்டிய ஆயத்தங்க்ள் செய்தேன். மத்தியானம் அவளைச் சந்திக்க வேண்டும். ஆகையினால், குளித்து உடை மாற்றிக் கொள்ளுமுன் க்ஷவரம் செய்து கொள்ளலாம் என்று கருதி, ஒரு நாவிதனைக் கூட்டிக் கொண்டு வரும்படி வேலைக்காரனை அனுப்பினேன்.

வேலைக்காரன் போய் இந்த நாவிதனை அழைத்துக் கொண்டு வந்தான். இவன் வந்ததும், எனக்கு வணக்கம் தெரிவித்து விட்டுத் தன்னுடைய கத்தி முதலானவைகளை எடுத்து வைத்தான். பிறகு, மிகவும் சாவதானமாக அன்று மிகவும் நல்ல நாள் என்றும், அன்று க்ஷவரம் செய்து கொண்டால் இஷ்ட சித்தியாகு மென்றும் ஏதேதோ வம்பு பேசிக்கொண்டு பொழுதைப் போக்கினான். என்னுடைய அவசரம இவனுக்குத் தெரியவில்லை. ஆகவே, சீக்கிரமாக க்ஷவரம் செய்யச் சொன்னேன். ஆயினும் இவன் தனக்குத் தெரியாத சாஸ்திரமே இல்லையென்றும் ஏதேதோ சொல்லி எனக்கு விளக்க முயற்சித்தான். இவன் எனக்கு க்ஷவரம் செய்வதற்குமுன் குறிப்பிட்ட நேரம் கடந்து விடுமோ என்ற கவலை எனக்கு ஏற்பட்டது.

ஆகவே, க்ஷவரம் செய்து கொள்ளாமலேயே இவனைத் துரத்திவிட முயற்சித்தேன். ஆயினும், இவன் அந்த இடத்தைவிட்டு அகலவில்லை. என்னுடைய தகப்பனாருக்கும் பாட்டனாருக்கும் தான் க்ஷவரம் செய்த பெருமையைச் சொல்லி எனக்கு மகிழ்ச்சியூட்ட முற்பட்டான். எனக்கோ, ஆத்திரம் பொறுக்க முடியவில்லை. ஒருவிதமாக க்ஷவரம் செய்து முடிந்ததும், இவனுக்குப் பணம் கொடுத்துப் போகச் சொன்னேன். ஆனால், இவன் என்னுடைய அவசரத்தைப் பார்த்துத் தானும் என்னுடன் துணைக்கு வருவதாகச் சொன்னான். நான் வேண்டாமென்று மறுத்துச் சொல்லித் துரத்திவிட்டேன்.

பிறகு நான் குளித்துவிட்டு, அவசரமாக அந்தப் பெண்ணினுடைய வீட்டுக்குப் போனேன். இந்த நாவிதனால் அதுவரையில் ஏற்பட்ட தொந்தரவு போதாமல், நான் அந்தப்

பெண்ணின் வீட்டிற்குள் செல்லும்போது, இவன் என் பின்னாலேயே வந்து இருக்கிறான். எப்படியோ ஒளிந்திருந்து என்னைப் பின் தொடர்ந்து வந்திருக்கிறான் என்பதை நான் கவனிக்கவில்லை. நான் வீட்டினுள் நுழைந்த சிறிது நேரத்தில், அந்தப் பெண்ணின் தகப்பனும் வீட்டிற்கு வந்துவிட்டான்.

அதைக் கண்ட நான், ஒரு மறைவிடத்தில் ஒளிந்து கொண்டேன். அச்சமயம் அந்த வீட்டு அடிமைப் பெண் ஒருத்தி செய்த குற்றத்திற்காக அந்த நீதிபதியினால் அடிக்கப்பட்டாள். அவள் அடி பொறுக்க முடியாமல் அலறினாள். அவள் போட்ட கூச்சலைக்கேட்ட அடிமை ஒருவன் குறுக்கிட்டான். நீதிபதி அந்த அடிமையையும் அடித்ததினால், அவனும் அழுது கூச்சலிட்டான். வீட்டினுள் ஏற்பட்ட அந்த அமளியைக் கேட்ட இந்த நாவிதன், என்னைத்தான் போட்டு அடிக்கிறார்கள் என்று நினைத்து வெளியே நின்றபடியே கத்திக் கூச்சலிட்டுக் கூட்டம் சேர்த்து விட்டான். அந்த விஷயம் என் வீட்டு வரையிலும் எட்டி, அங்கிருந்த எல்லோரும் வந்து நீதிபதியின் வீட்டுமுன் கூடிக் குய்யோ முயையோவென்று கூச்சலிடத் தொடங்கினர்.

தன் வீட்டு வாசலில் அநேகர் கூச்சல் போடுவதைக் கேட்ட நீதிபதி, வெளியே வந்து என்ன விஷயம் என்று கேட்டார். அதற்கு இந்த நாவிதன், நான் உள்ளே இருக்கும் விஷயத்தைச் சொல்லி, அந்த நீதிபதி அக்கிரமமாக என்னை அடித்துத் துன்புறுத்துவதாகக் கத்தினான். அதைக் கேட்ட நீதிபதி, அம் மாதிரியான நிகழ்ச்சி எதுவும் தன்வீட்டினுள் நடக்கவில்லை. என்று சொன்னார். ஆயினும் இந்த நாவிதன் அவர் சொல்லைக் கேட்காமல், “இதோ, நான் உள்ளே வந்து அவனைக் காண்பிக்கிறேன்,” என்று சொல்லி வீட்டினுள் புகுந்தான்.

இந்தச் சம்பவங்களை எல்லாம் நான் மறைந்ததிருந்து கவனித்துக் கொண்டு இருந்தேன். இந்த நாவிதன் வீட்டினுள் புகுந்ததும், இவனிடம் இருந்து தப்ப முடியாது என்று நினைத்து, ஒரு பெட்டிக்குள் போய் ஒளிந்து கொண்டேன். இவன் விடாப்பிடியாக வந்து, அந்தப் பெட்டியைத் திறந்தான். எப்படியாவது இவனிடமிருந்து தப்பித்துக் கொள்ள வேண்டும்

என்று நினைத்து நான் பெட்டியிலிருந்து தாவிக் குதித்தேன். அப்படிக் குதித்ததில் என்னுடைய கால் ஊனமடைந்துவிட்டது.

பிறகு, வேறொரு வழியாக வெளியே வந்து தெருவிலிருந்த கூட்டத்தில் பொற்காசுகளை வீசினேன். அந்தக் கூட்டத்தினர். அந்தக் காசுகளைப் பொறுக்குவதில் முனைந்தனர். அதுதான் தருணமென்று, அவர்கள் என்னைக் கவனிக்காதபடி நான் ஒரு ஓரமாக அவர்களைக் கடந்து சென்றேன். அப்பொழுதும், இந்த நாவிதன் என்னை விடாமல் பின் தொடர்ந்தான். இவனால் என் உயிருக்கே ஆபத்து ஏற்பட்டு விடக் கூடும் என்று நான் பயந்து, ஒரு கடையினுள் புகுந்தேன். அங்கேயும் இவன் வந்தான். நான் அந்தக் கடைக்காரனிடம் சொல்லி அவனை விரட்டச் சொன்னேன்.

அதற்குப் பிறகு, நான் என்னுடைய வீட்டிற்குப் போகப் பயந்து என்னுடைய ஆஸ்தியை எல்லாம் உறவினர்களிடம் ஒப்படைக்க ஏற்பாடுகளைச் செய்து முடித்துவிட்டு, இந்த நகரத்திற்கு வந்துவிட்டேன். ஆகவே, இந்த நாவிதனை இங்கே பார்த்ததும் நான் பயந்துவிட்டேன். இவன் இருக்கும் இடத்தில் நான் இருக்க முடியாது. நான் போய் விடுகிறேன்," என்று அந்த வாலிபன் சொல்லி முடித்தான்.

அவன் சொல்லி முடித்ததும், நாங்கள் எல்லோரும அந்த நாவிதனைப் பார்த்து, "இந்த வாலிபன் சொன்ன விஷயம் உண்மைதானா?" என்று கேட்டோம். உடனே அந்த நாவிதன் தன்னுடைய வரலாற்றைச் சொன்னான்.

நாவிதன் கதை

"**நா**ன் பாக்தாத் நகரத்தில் வசித்தது உண்மைதான். ஆனால், இந்த வாலிபன் சொல்லுவதைப்போல நான் வம்பளப்பவன் அல்ல. உயிர் போகும்படியான ஆபத்தில்கூட நான் வாய்திறந்து பேச மாட்டேன். நான் சொல்லும் வரலாற்றிலிருந்து அதை நீங்கள் தெரிந்து கொள்ளலாம்.

ஒருநாள், டைகரிஸ் நதியில் போய்க்கொண்டிருந்த ஒரு படகில் சிலர் இருப்பதைக் கண்டு நானும் அதில் ஏறிச் சென்றேன். அவர்கள் எல்லோரும் உல்லாசப் பிரயாணம் செய்கிறார்கள். என்று

நான் நினைத்தேன். நான் யாருடனும் எதுவும் பேசாமல் உட்கார்ந் திருந்தேன். படகு கொஞ்சதூரம் சென்று கரையோரமாக நின்றது. உடனே, சில சேவகர்கள் வந்து படகில் இருந்த பத்துப்பேரைச் சங்கிலியால் கட்டினார்கள். அப்பொழுதும் நான் வாய்திறந்து எதுவும் பேசவில்லை.

எங்களை அரசன் முன்னிலையில் கொண்டுபோய் நிறுத்தினார்கள். அந்தப் பத்துபேரும் திருடர்கள். ஆகையால், அவர்களைச் சிரச்சேதம் செய்யும்படி அரசன் உத்தர விட்டான். காவலாளிகள் என்னையும் சேர்த்து இழுத்துக் கொண்டு போனார்கள். அவர்கள் எல்லோரையும் சிரச்சேதம் செய்தனர். பிறகு, அரசன் அங்கு வந்து பார்த்து, என்னுடைய தலையை வெட்டாத காரணத்தைக் கேட்டான். அதற்கு அவர்கள் "பத்துப் பேர்களுடைய தலையை வெட்டி விட்டோம். ஆகையால் இவனை வெட்டவில்லை" என்றனர்.

அப்பொழுது, அரசன் என்னைப் பார்த்து, "இம்மாதிரி தலைபோகும் ஆபத்தான சமயத்தில்கூட நீ ஏன் பேசாமல் இருக்கிறாய்?" என்றான். அதற்கு நான் அரசனைப் பார்த்து, "என்னுடைய சுபாவம் அப்படிப்பட்டது. நான் யாருடனும் அதிகமாப் பேசுவது இல்லை" என்றேன். நான் சொன்ன பதிலைக்கேட்டு அரசன் மகிழ்ந்து, 'உனக்கு சகோதரர்கள் இருக்கிறார்களா?" என்றான். "எனக்கு மூத்தவர்கள் ஆறுபேர் இருக்கிறார்கள்" என்றேன். உடனே, அரசன் அவர்களுடைய வரலாற்றைச் சொல்லும்படி கேட்டான். அதன் பேரில் நான் என்னுடைய மூத்த சகோதரர்களின் வரலாற்றை அரசனுக்குச் சொன்னேன்.

முதல் சகோதரன் கதை

"என்னுடைய மூத்த சகோதரன் பாக்தாத் நகரத்தில் தையல் தொழில் செய்து கொண்டிருந்தான். அவன் ஒரு ஜவுளிக்கடையின் முன்புறமாகத் தன் தொழிலைச் செய்து கொண்டிருந்தான். மேல் மாடியில் ஒர சீமான் குடியிருந்தான். கீழே ஜவுளிக்கடை இருந்தது. ஒரு நாள் என்னுடைய சகோதரன் தையல் வேலையில்

ஈடுபட்டிருந்தவன், தற்செயலாகத் தலையைத் தூக்கிப் பார்த்தான். அப்பொழுது, மாடி ஜன்னல் வழியாக ஒரு பெண் தென்பட்டாள். அவளுடைய அழகில் மயங்கியபடியே அவன் தைப்பதை நிறுத்திவிட்டு, ஜன்னலையே பார்த்துக்கொண்டு உட்கார்ந் திருந்தான். அன்று சாயங்காலம் வரையில் அவன் உருப்படியாக ஒரு துணியைக்கூட தைக்கவில்லை.

மறுநாளும் அதைப்போன்ற சம்பவம் நிகழ்ந்தது. அந்தப் பெண் ஜன்னலருகில் தோன்றினாள். அவனைப் பார்த்துச் சிரித்தாள். அவனும் பதிலுக்குச் சிரித்தான். அவள் ஜன்னல் பக்கத்திலிருந்து மறைந்தாள். ஆயினும் அவன் ஜன்னலையே பர்ர்த்துக்கொண்டு உட்கார்ந்திருந்தான். சற்று நேரத்தில் வேலைக்காரப் பெண் ஒருத்தி பட்டுத் துணியொன்றைக் கொணடு வந்தாள். அதை அந்தப் பெண் அனுப்பியதாகவும், அவளுக்குச் சட்டை தைத்தத் கொடுக்கச் சொன்னதாகவும் தெரிவித்தாள். அன்று பூராவும் அந்தச் சட்டையைத் தைப்பதிலேயே கண்ணாய் இருந்தான். சாப்பிடக்கூடப் போகவில்லை. சட்டையை அழகாகத் தைத்து வைத்தான்.

மறுநாள் காலையில் அதே வேலைக்காரப்பெண் இன்னொரு துணியைக் கொண்டுவந்து கொடுத்து அதையும் தைத்துக் கொடுக்கும்படி அந்தப் பெண் சொன்னதாகச் சொன்னாள். அவனுக்கு அளவிடமுடியாத சந்தோஷம் உண்டாயிற்று. அதையும் தைத்துக் கொடுத்தான். ஆனால் அவைகளைத் தைத்துக் கொடுத்ததற்கு அவள் கூலிகொடுக்க வில்லை. ஆயினும் அவன் அதைப் பொருட்படுத்தவில்லை. அந்த வேலைக்காரப் பெண் அவனுடன் பேசிக் கொண்டிருந்த பொழுது அவள் ஜன்னல் புறமாக நின்று அவனைப் பார்த்துச் சிரித்துக் கொண்டே இருந்தாள். வேலைக்காரி, தைத்த துணியை வாங்கிக் கொண்டு போய்விட்டாள்.

அதற்கு அடுத்த நாள், அந்த சீமான் ஒரு துணியைக் கொடுத்துத் தனக்கு சட்டை தைத்துக் கொடுக்கச் சொன்னான். அதன்படியே எனது சகோதரன் அதைத் தைத்துக் கொடுத்தான். அதற்கு எவ்வளவு கூலி கொடுக்க வேண்டும் என்று சீமான் கேட்டான். அப்பொழுது அந்தப் பெண் ஜன்னல் பக்கமாக

வந்து நின்று அதற்குக் கூலிவாங்க வேண்டாமென்று சைகை செய்தாள். அவளுடைய விருப்பப்படியே எனது சகோதரனும் கூலி வேண்டாம் என்று தெரிவித்து விட்டான்.

அந்தப் பெண் மேல்மாடியில் குடியிருந்த சீமானுடைய மனைவி. ஆகவே, அவள் அவனிடம் நடந்த விஷயங்களைக் கூறி தையற்காரனை ஏமாற்றி வேலைவாங்க வேண்டும் என்று சொல்லிவிட்டாள். மாடியிலிருந்த சீமானும் மனைவியின் சொற்படி என்னுடைய சகோதரனை ஏய்க்க ஆரம்பித்தான். எந்தவிதமான பிரதிபலனுமின்றி எனது சகோதரன் அவர்கள் இட்ட வேலை எல்லாவற்றையு செய்துகொண்டு வந்தான்.

பிறகு அவர்களிருவரும் சூழ்ச்சி செய்து என் சகோதரனை தண்டனைக்கு உள்ளாக்க விரும்பினர். அதற்காக ஒருநாள் இரவு தங்களுடைய வீட்டிற்கு அவனை வரச் சொன்னார்கள். அவர்களுடைய அழைப்பின்படி அவன் அங்கே போய்ச்சேர்ந்தான். அப்பொழுத அந்தச் சீமான் வீட்டில் இல்லை. எங்கோ வெளியில் போயிருந்தான். அவன் அங்கே இல்லாததைக் கண்ட என் சகோதரன் மகிழ்ச்சியுடன் அவளிடம் பேச ஆரம்பித்தான். அத்தருணத்தில் அந்தச் சீமான் திடீரென்று அங்கு வந்தான். தன்னுடைய வீட்டில் துராக்கிருதமாக நுழைந்ததாக என்னுடைய சகோதரன் பேரில் குற்றம்சாட்டி நீதிபதியிடம் இழுத்துக்கொண்டு போனான். அந்தச் சீமானுடைய வார்த்தையின்படி நீதிபதி என்னுடைய சகோதரனுக்கு கசையடி கொடுக்கச் சொல்லியும், ஒட்டகத்தின் மேலேற்றி ஊரைச்சுற்றி வரும்படியும் தண்டனை விதித்தான்.

அந்தத் தீர்ப்பின்படி அவனை ஒட்டகத்தின் மேலேற்றி சவுக்கினால் அடித்துக்கொண்டே ஊரைச் சுற்றி வந்தனர். அப்படி வரும்பொழுது, அவன் ஒட்டகத்தின் மேலிருந்து கீழே விழுந்து கால் ஒடிந்து முடமாகி விட்டான். பிறகு, நான் போய் அவனை அழைத்து வந்து, என் வீட்டில் வைத்து போஷித்து வருகிறேன்" என்றேன்.

அதைக் கேட்ட அரசன், மற்ற சகோதரர்களின் வரலாற்றையும் சொல்லும்படி கேட்டான். உடனே, நான் தொடர்ந்து மற்றவர்களின் கதையையும் சொன்னேன்.

இரண்டாவது சகோதரன் கதை

"என்னுடைய இரண்டாவது சகோதரன் வர்த்தக சம்பந்தமாகக் கடைத்தெருவில் போய்க்கெண்டிருந்தான். அப்பொழுது, கிழவி ஒருத்தி அவனைப் பார்த்து, "உன்னிடம் ஒரு முக்கியமான விஷயம் பேசவேண்டும். நான் சொல்கிறபடி நடந்து கொள்கிறாயா?" என்றாள். "என்ன விஷயம்?" என்று அவன் கேட்டான்.

"எல்லா வசதிகளும் பொருந்திய ஒரு பெரிய வீடும், அழகான ஒரு பெண்ணும் உனக்குக் கிடைப்பதாக இருந்தால், ஒப்புக் கொள்கிறாயா?" என்று அந்தக் கிழவி கேட்டாள். அதற்கு என்னுடைய சகோதரன், "இவ்வளவு பெரிய நகரத்தில் வேறு யாரும் உனக்கு அகப்படவில்லையா? என்னிடம்ட வந்து சொல்லுகிறாயே?" என்றான். உடனே அந்தக் கிழவி, "இப்படியெல்லாம் அதிகப் பிரசங்கித் தனமாகப் பேசி, நல்ல சந்தர்ப்பத்தை இழந்து விடாதே! மறுவார்த்தை பேசாமல் என்னுடன் வா" என்றாள். அதைக் கேட்டதும், அவன் மறுவார்த்தையின்றி கிழவியைத் தொடர்ந்து சென்றான்.

அலங்காரமான அரண்மனையைப் போன்ற ஒரு பெரிய வீட்டுக்குக் கிழவி அவனை அழைத்துச் சென்றாள். அந்த வீட்டின் அலங்காரத்திலேயே என் சகோதரன் மயங்கி விட்டான். அந்த வீட்டிலே நான்கு அழகான பெண்கள் இருந்தனர். அவர்களில் ஒருத்தி அவனுக்கு ஒரு கிண்ணம் நிறைய பழரசம் கொடுத்தாள் அவன் அதைக் குடித்ததும், அந்தப் பெண் அவனுடைய கன்னத்தில் ஓங்கி அறைந்தாள். அதனால் திடுக்கிட்ட எனது சகோதரன், அவமானம் தாளாமல் வெளியே போக முயற்சித்தான்.

அப்பொழுது அந்தக் கிழவி அவனைச் சமாதானப் படுத்திப் பொறுத்துக் கொள்ளும்படி சொன்னாள். அவன் ஒன்றும் தோன்றாமல் அப்படியே உட்கார்ந்திருந்தான். மீண்டும் அந்தப் பெண் அவனுடைய முதுகிலும் கழுத்திலும் அடித்தாள். அதனால் அவன் மயக்கமடைந்த விழுந்தான். பிறகு மயக்கம் தெளிந்து எழுந்ததும் வெளியே போக முயன்றான்.

அப்பொழுதும் கிழவி வந்து, "இன்னும் கொஞ்சம் பொறுத்துக் கொள். பிறகு, உனக்கு இன்பம் கிட்டும்,' என்றாள். ஆகையினால், அவன் மீண்டும் அங்கேயே உட்கார்ந்தான். உடனே, அந்த நான்கு பெண்களும் அவனருகில் வந்தனர். சிறிதுநேரம் அவனுடன் சந்தோஷமாகப் பேசினர். கடைசியில், அந்தப் பெண்களில் மூத்தவள் ஒரு பெண்ணைக் கூப்பிட்டு, "மேலே செய்ய வேண்டிய சடங்குகளைச் செய்," என்று உத்தரவிட்டாள்.

உடனே அந்தப் பெண் அவனை அழைத்துக்கொண்டு போய், அவனுடைய தாடி, மீசை, புருவம், ஆகியவற்றைச் சிரைத்தாள். அவன் ஆக்ஷேபித்தான். ஆனால், அந்தக் கிழவி அங்கு வந்து, எல்லாம் அவனுடைய நன்மைக்குத்தான் என்றும், ஆக்ஷேபிக்க வேண்டா மென்றும் சொன்னாள். அந்த வார்த்தையை அவன் நம்பிப் பேசாமல் இருந்தான். பிறகு அந்தப் பெண் அவனுடைய முகம் முழுவதும் சிவப்புச் சாயம் தடவினாள். கடைசியாக! அவனை மற்றவர்கள் இருந்த இடத்திற்கு அழைத்துக் கொண்டு போனாள்.

அவனுடைய கோலத்தைக் கண்டு எல்லோரும் கைகொட்டிச் சிரித்து மகிழ்ந்தனர். அப்பொழுதும் அந்தக் கிழவி, "இப்படி யெல்லாம் செய்வது அவர்களுக்குப் பழக்கம், நீ தவறாக நினைத்துக் கொள்ளாதே, இனி, அந்தப் பெரிய பெண் போகுமிடத்திற்கெல்லாம், நீயும் போக வேண்டும்," என்றாள். அப்படி அவன் அந்தப் பெரிய பெண்ணைச்சுற்றி அலைந்தான். அவள் அந்த வீடு முழுவதும் அவனைச் சுற்றி இழுத்தடித்த பின்னர், தெருப்பக்கமாக ஓடினாள். அவனும் அவளைத் தொடர்ந்து தெருவில் ஓடினான்.

கடைத்தெருவில் இருந்த எல்லோரும் அவனுடைய அலங்கோலத்தைக் கண்டு கைகொட்டிச் சிரித்துக் கல்லால் அடித்தனர். அவன் மயக்கமுற்று விழுந்தான். மயக்கம் தெளிந்து எழுந்ததும், அவனை இழுத்துக்கொண்டு நீதிபதியிடம் சென்றனர். அவன் கடைத்தெருவில் மரியாதைக் குறைவாக நடந்து கொண்டதற்காக நீதிபதி அவனுக்கு நூறு சவுக்கடி கொடுத்து, கழுதை மேலேற்றி ஊர்வலம் செய்யும்படி உத்தரவிட்டான்.

அந்த அவமானம் தாளாமல் அவன் ஊரைவிட்டே ஓடி விட்டான். பிறகு, நான் போய் அவனைத் தேடிப் பிடித்து அழைத்துக் கொண்டு வந்து என்னுடைய வீட்டில் வைத்திருக்கிறேன்."

மூன்றாவது சகோதரன் கதை

"என்னுடைய மூன்றாவது சகோதரன் குருடன். அவன் வீடுதோறும் சென்று பிச்சையெடுத்துப் பிழைத்தான். என்றாலும், அவனிடம் நிறையப் பணம் இருந்தது. ஒருநாள் அவன் பிச்சையயெடுப்பதற்காக ஒரு வீட்டிற்குப் போய்க் கதவைத் தட்டினான். வீட்டினுள்ளிருந்து, "யாரது?" என்று அதட்டலான குரல் கேட்டது. அதற்கு என்னுடைய சகோதரன் பதில் சொல்லாமல் மறுபடியும் கதவைத் தட்டினான்.

உடனே, கதவைத் திறந்துகொண்டு வீட்டுக்காரன் வெளியே வந்தான். வெளியே நின்றிருந்த என்னுடைய குருட்டுச் சகோதரனைப் பார்த்து, "உனக்கு என்ன வேண்டும்?" என்று கேட்டான். அதற்கு என்னுடைய சகோதரன், "ஐயா எனக்குக் கண் தெரியாது; ஏதாவது பிச்சை போடுங்கள்," என்றான். அதைக்கேட்ட வீட்டுக்காரன், "ஐயோ பாவம்; வீட்டுக்குள் வா," என்று சொல்லி, அவன் கையைப் பிடித்துக் கூட்டிக்கொண்டு மேல் மாடிக்குப் போனான்.

அங்கே போனதும், அவன் என்னுடைய சகோதரனைப் பார்த்து, "குருட்டு நாயே! கதவு மூடியிருந்த பொழுது நான் கேட்டது உன் காதில் விழவில்லையா? கதைத்திறந்த பின்னர் நீ பிச்சை கேட்க வந்திருப்பதை என்னிடம் சொல்ல வேண்டுமா? திமிர் பிடித்த நாயே! உனக்குப் பிச்சையா வேண்டும்? ஒன்றும் கொடுக்க மாட்டேன். நீயே இங்கிருந்து இறங்கிப் போ," என்று சொல்லிவிட்டான்.

"ஒன்றும் இல்லை என்று கீழேயே சொல்லி இருக்கக் கூடாதா? என்னை ஏன் இப்படி மேல்மாடிக்கு அழைத்துக் கொண்டு வந்து சும்மா திருப்பி அனுப்புகிறீர்களே? என்னால் எப்படிப் போகமுடியும்?" என்று சொல்லிக்கொண்டே தட்டுத் தடுமாறி மாடிப்படி வழியாக இறங்கினான். அப்படி இறங்கும்

பொழுது கால் தவறிப் படிக்கட்டில் உருண்டு விழுந்தான். அதனால், அவனுடைய மண்டை உடைந்து போயிற்று. ஆயினும், அந்த வீட்டுக்காரன் அதைக் கொஞ்சமும் லட்சியம் செய்யாமல் வெளியே பிடித்துத் தள்ளினான்.

“அச்சமயம், என்னுடைய குருட்டுச் சகோதரனுடன் சேர்ந்த வேறு இரண்டு பிச்சைக்காரர்கள் வெளியே நின்றிருந்தனர். வீட்டுக்காரன் அவர்களையும் விரட்டினான். தன்னைச் சேர்ந்த மற்றிருவரும் அங்கே வந்திருப்பதைத் தெரிந்து கொண்ட என்னுடைய சகோதரன் அவர்களிடம், “என்னுடைய மண்டை உடைந்து விட்டது. வாருங்கள் வீட்டிற்குப் போய் அங்கிருக்கும் பணத்தை எடுத்துக்கொண்டு வைத்தியனிடம் போவோம்,” என்று சொல்லி, அவர்களுடன் புறப்பட்டான்.

அவர்கள் பேசிக்கொண்டிருந்ததைக் கேட்ட அந்த வீட்டுக்காரன்,அவர்களிடம்எவ்வளவுபணம்இருக்கிறதென்பதைத் தெரிந்து கொள்வதற்காக, அவர்களைப் பின் தொடர்ந்து சென்றான் வீட்டை அடைந்ததும், குருடர்கள் அறியாதபடி அவனும் அந்த வீட்டிற்குள் புகுந்து கொண்டான். ஓரிடத்தில் மறைவாக நின்று குருடர்களின் நடவடிக்கையைக் கவனித்தான். குருடர்கள் கத்வைச் சாத்தித் தாளிட்ட பின்னர், பணப்பையை எடுத்து என்ணினார்கள். அதில் பத்தாயிரம் காசுகளை எடுத்து நிலத்தில் புதைத்து வைத்து விட்டார்கள். மீதிப் பணத்தை அவர்கள் பங்கிட்டுக் கொண்டனர். அச்சமயம், வேறு ஒரு மனிதன் அங்கிருக்கும் அரவத்தைக் கேட்ட என்னுடைய சகோதரன், “திருடன், திருடன்,” என்று கூச்சலிட்டான்.

அந்தக் கூச்சலைக் கேட்டு அநேகர் ஓடி வந்தனர். அதைக் கண்டதும், அவன் தன் கண்களை மூடிக்கொண்டு குருடனைப் போல் நடிக்கத் தொடங்கினான். அங்கே வந்தவர்கள் ஒன்றும் செய்யத் தோன்றாமல் அந்த நான்கு பேரையும் நீதிபதியிடம் அழைத்துக் கொண்டு போய்விட்டார்கள். மூன்று குருடர்களும் நான் காமவனைத் திருடன் என்று சாதித்தனர் ஆகவே, நீதிபதி அவனை அடிக்கச் சொல்லிக் காவலாளர் களிடம் உத்தரவிட்டார். அவர்கள் அடிக்க ஆரம்பித்ததும, அவன் மூடியிருந்த தன் கண்களைத் திறந்து, நிஜத்தைச் சொல்வதாகத் தெரிவித்தான்.

பிறகு அவன் நீதிபதியைப் பார்த்து, "ஐயா! உண்மையில் நாங்கள் நால்வரும் குருடர்கள் அல்ல. பிச்சையெடுக்கப் பணம் சேர்ப்பதற்காக இவ்வாறு குருடர்களைப்போல் நடிக்கிறோம். நாங்கள் நால்வரும் இப்படிப் பிச்சையெடுப்பதில் பத்தாயிரம் வெள்ளிக்காசுகளுக்குமேல் சேர்த்து இருக்கிறோம். அதைப் பங்கு பிரித்துக் கொள்வதில் எங்களிடையே அபிப்பிராயபேதம் ஏற்பட்டது. அதனால் இவர்கள் மூவரும் என்னைத் திருடன் என்று சொல்லுகின்றனர். இவர்களையும் அடித்தால் உண்மை விளங்கும்," என்று சொன்னான்.

அவன் சொன்னதைக் கேட்ட நீதிபதி, மற்றவர்களையும் அடிக்கச் சொல்லி உத்தரவிட்டான். எவ்வளவு அடித்தும் அவர்களுடைய கண்கள் திறக்கவில்லை. முன்பு சொன்னதையே திருப்பித்திருப்பிச் சொன்னார்கள். ஆனால், முதலில் அடிபட்டவன் நீதிபதியைப் பார்த்து, "இவர்கள் பொய் சொல்லுகிறார்கள். என்னுடன் காவலாளர்களை அனுப்புங்கள் நான் போய்ப் பணத்தைப் புதைத்து வைத்திருக்கும் இடத்தைக் காண்பிக்கிறேன்," என்றான். அதன்பேரில் நீதிபதி அவனுடன் நான்கு காவலர்களை அனுப்பினான்.

காவலாளர்களுடன் சென்ற அவன், புதைத்து வைத்திருந்த பணத்துடன் திரும்பி வந்தான். நீதிபதியிடம் அந்தப் பணத்தைக் கொடுத்தான். நீதிபதி அவனுடைய வார்த்தையை நம்பி அவன் பங்குக்குச் சேர வேண்டிய தொகையை கொடுத்துவிட்டு, மற்ற மூன்று குருடர்களையும் ஊரைவிட்டுத் துரத்தி விடும்படி உத்தரவிட்டான். அதைக்கேள்விப்பட்ட நான், உடனே அரசனிடம் சென்று என் சகோதரன் குற்றத்தை மன்னிக்கச் சொல்லி வேண்டினேன். பிறகு, என்னுடைய குருட்டுச் சகோதரனை அழைத்து வந்து என்னுடைய வீட்டில் வைத்துப் போஷித்து வந்தேன்.

நான்காவது சகோதரன் கதை

"என்னுடைய நான்காவது சகோதரன் ஆடுகளை வளர்த்து வந்ததோடு ஒரு கசாப்புக்டையும் நடத்திவந்தான். அதனால் அவன் பெரும் பொருள் திரட்டினான். அவனுடைய கசாப்புக் கடைக்கு

ஒரு கிழவன் அடிக்கடி வநது மாமிசம் வாங்கிச் செல்லும் பொழு தெல்லாம் ஒரு புது நாணயத்தைக் கொடுப்பான். என்னுடைய சகோதரன் அந்தப் புது நாணத்தைத் தனியாகப் போட்டுவைப்பான்.

சில மாதங்களுக்குப் பிறகு, என்னுடைய சகோதரன் அந்தப் புது நாணயங்களை எடுத்து ஆடு வாங்கத் தீர்மானித்தான். தனியாயக வைத்திருந்த அந்த நாணயங்களை எடுத்துப் பார்க்கும்பொழுது அவை எல்லாம் வெறும் காகிதமாக மாறி இருந்தது. அதைக் கண்டதும், கிழவன் தன்னை மோசம் செய்துவிட்டான் என்று தெரிந்து கொண்டான். ஆகவே, அடுத்த முறை கிழவன் வரும்பொழுது அவனுடைய மோசடியை வெளிப்படுத்தத் தீர்மானித்தான்.

அதற்குச் சில நாட்களுக்குப் பிறகு, அந்தக் கிழவன் மாமிசம் வாங்க வந்தான். அவனைக் கண்டதும் என்னுடைய சகோதரன் ஓடிப்போய் அவனைக் பிடித்து, "அடே மோசக்காரா! உன்னை என்ன செய்கிறேன் பார்!' என்று மிரட்டினான். அந்தக் கிழவனும் பதிலுக்கு அவனை மோசக்காரன் என்று மிரட்டினான். அவர்கள் சச்சரவைக் கண்டு அங்கே அநேகர் கூடி, அவர்களுடைய வழக்கை விசாரித்தனர்.

போலிப் பணத்தைக் கொடுத்து கிழவன் தன்னை ஏமாற்றி விட்டதாக என்னுடைய சகோதரன் குறை கூறினான். ஆனால், மனித மாமிசத்தை ஆட்டு மாமிசமென்று தனக்குக் கடைக்காரன் கொடுத்து ஏமாற்றி விட்டதாகக் கிழவன் சொன்னான். அதற்கு ஆதாரமாகத் தன்னுடன் அந்தக் கடைக்குள் வந்தால், அவன் மனித மாமிசத்தை விற்பதைக் காட்ட முடியும் என்றான் கிழவன். அதன் பேரில் கடைக்குள் சென்று பார்த்தனர். அங்கே ஒரு மனிதனுடைய உடல் தொங்கிக் கொண்டு இருந்தது. அதைக் கண்டவுடன் எல்லோரும் என்னுடைய சகோதரனை அடித்தனர். கிழவனும் அவர்களுடன் சேர்ந்து அடித்தான். அதனால் என் சகோதரனுடைய ஒரு கண் பொட்டையாகி விட்டது. பிறகு எல்லோரும் சேர்ந்து அவனை நீதிபதியிடம் இழுத்துச் சென்றனர்.

நீதிபதி வழக்கை விசாரித்த பின்னர், என்னுடைய சகோதரனுடைய சொத்துக்களைப் பறிமுதல் செய்து ஊரை

விட்டுத் துரத்தும்படி உத்தரவிட்டார். சொத்துக்களை இழந்த என்னுடைய சகோதரன் வேறொரு ஊருக்குப் போய் செருப்புத் தைக்கும் தொழில் செய்து பிழைத்து வந்தான்.

அந்நகர அரசன் தன் பரிவாரங்களுடன் தெருவிலே பவனி வந்தான். அந்த வேடிக்கையைப் பார்ப்பதற்காக என்னுடைய சகோதரன் தெருவின் ஓரமாக நின்று கொண்டிருந்தான். அரசபவனி அவனைக் கடந்து செல்லும போது, அரசன் என்னுடைய சகோதரனைப் பார்த்தான். உடனே, அவன் மறுபக்கம் தன் முகத்தைத் திருப்பி, "என்னுடைய துரதிர்ஷ்டம்; இவனுடைய முகத்தைப் பார்த்து விட்டேனே!" என்று சொல்லி மேலே செல்லாமல் வந்த வழியே திரும்பினான். சற்று நேரத்தில் அரசனுடைய காவலாளர்கள் வந்து என்னுடைய சகோதரனை இழுத்துக்கொண்டு போய் சவுக்கால் அடித்து இம்சித்தார்கள்.

அடி பொறுக்க முடியாத என்னுடைய சகோதரன் ஒரு காவலாளியைப் பார்த்து, "நான் என்ன குற்றம் செய்தேன்? என்னை ஏன் இப்படி அடிக்கிறீர்கள்?" என்று அழுதுகொண்டே கேட்டான். அதற்கு அந்தக் காவலாளி. "ஒற்றைக் கண் குருடாக இருப்பவர்களைக் கண்டால் அரசனுக்குப் பிடிக்காது. அதுவும். இடதுகண் மட்டும் குருடாக இருப்பவர்களைக் காண நேரிட்டால், கொன்று விடும்படி உத்தரவிடுவது அரசனுடைய வழக்கம்," என்றான்.

அதைக் கேட்டதும், என்னுடைய சகோதரன், அவர்களிட மிருந்து விடுபட்டதும், அரசனே இல்லாத வேறொரு நகரத்திற்குச் சென்று வசித்தான். ஒருநாள் அந்த நகரத்துத் தெரு வழியாகச் சென்று கொண்டிருந்தபோது, அவனுக்குப் பின்புறமாகக் குதிரைப் பட்டாளம் வரும் சத்தம் கேட்டது. யாரோ ஒரு அரசன்தான் பவனி வருகிறான் என்று அவன் நினைத்தான். அந்த அரசனும் தன்னைப் பார்க்க நேரிட்டால், என்னுடைய உயிர் போய்விடுமே என்று ஓடி ஒளிந்துகொள்ள முயற்சித்தான். ஓடிப்போய் ஒரு வீட்டிற்குள் நுழைந்தான். உடனே, அந்த வீட்டில் இருந்த இரண்டு பேர் அவனைத் திருடன் என்று பிடித்துக்கொண்டு போய் நீதிபதியிடம் நிறுத்தினார்கள்.

வழக்கை விசாரித்த நீதிபதி, அனுமதியின்றி பிறருடைய வீட்டில் நுழைந்த குற்றத்திற்காக சவுக்கினால் நூறு அடிகள் கொடுக்கும்படி உத்தரவிட்டான். மேலும், அவன் செய்த குற்றத்தை ஊரார் தெரிந்துகொள்வதற்காக ஒட்டகத்தின் மேலேற்றி நகரைச் சுற்றி வரும்படியாகவும் உத்தரவிட்டான். அதைக் கேள்விப்பட்டு, நான் போய், அவனை அழைத்துக் கொண்டு வந்தேன். அன்று முதல் அவன் என்னுடைய வீட்டில்தான் இருந்து வருகிறான்.''

ஐந்தாவது சகோதரன் கதை

"என்னுடைய ஐந்தாவது சகோதரன் எந்திவிதமான தொழிலும் ஈடுபடாமல் சோம்பேறியாகக் காலம் கழித்தான். ஆகவே அவன் இரவு நேரங்களில் பிச்சையெடுத்துத் தின்று கொண்டிருந்தான். என்னுடைய தகப்பனார் காலமான பொழுது எழுநூறு வெள்ளிக் காசுகளை விடடுச் சென்றார். ஆகையினால், நாங்கள் ஏழு பேரும் ஆளுக்கு நூறு வெள்ளிக் காசுகள் வீதம் பங்கிட்டுக் கொண்டோம்.

தன் பங்குக்குக் கிடைத்த நூறு வெள்ளிக் காசுகளைக் கொண்டு அவன் கண்ணாடிச் சாமான்களை வாங்கி வியாபாரம் செய்ய ஆரம்பித்தான். அவன் வாங்கிய கண்ணாடிச் சாமான்களை ஓர் தட்டில் வைத்து உட்கார்ந்தபடியே, தன்னுடைய எதிர்காலத்தைப் பற்றி சிந்திக்க ஆரம்பித்தான்.

'நூறு வெள்ளிக் காசுகளைக் கொண்டு வாங்கி இந்தச் சாமான்களை விற்றால் இரு நூறு கிடைக்கும். அதைக் கொண்டு மேலும் இம்மாதிரி சாமான்களை வாங்கி விற்றால், நானூறு கிடைக்கும். இப்படியே வியாபாரம் செய்து வந்தால், நாளடைவில் அளவிட முடியாத செல்வம் சேர்ந்துவிடும்.

பிறகு, நான் கலியாணம் செய்துகொள்ள வேண்டும். சாதாரணப் பெண்ணைக் கலியாணம் செய்துகொள்ள மாட்டேன். மந்திரியின் மகளைத்தான் மணந்து கொள்வேன். அப்படி மணந்து கொண்டாலும், அவளை ஏறெடுத்துப் பார்க்க மாட்டேன். அதைக் கண்டு என்னுடைய மாமனாரும் மற்றவர்களும் வந்து எனக்குச் சமாதானம் சொல்வார்கள். அப்பொழுதம் நான் அவளைக்

கவனிக்க மாட்டேன். நான் படுக்கையறையில் இருக்கும்பொழுது, என்னுடைய மனைவி என்னைக் கொஞ்சுவாள். பழரசக் கிண்ணத்தை என் வாய் அருகில் கொண்டு வந்து குடிக்கும்படி மன்றாடுவாள்.நான் கோபமாக, அவள் கையைத் தட்டி அவளையும் காலால் உதைப்பேன்; என்று சிந்தித்தபடியே, தன்னையும் மறந்து , எதிரில் இருந்த கண்ணாடிக் கூடையை உதைத்தான்.

உதை பட்டதும, கூடையில் இருந்த அவ்வளவு சாமான்களும் கீழே விழுந்து நொறுங்கின. அந்தச் சப்தத்தில் அவனுக்குச் சுய நினைவு வந்தது. தனக்கு ஏற்பட்ட துரதிர்ஷ்டத்தை நினைத்து அழுதபடியே உட்கார்ந்திருந்தான். அச் சமயம், அவ்வழியே சென்ற ஒரு சீமாட்டி, அவன் அழுவதன் காரணத்தைக் கேட்டாள். அவன் நடந்த விஷயத்தைச் சொன்னான். அதைக் கேட்டு அந்தச் சீமாட்டி பரிதாபப்பட்டு, ஐந்நூறு பொற்காசுகளைக் கொடுத்து விட்டுச் சென்றாள். அவன் அதைப் பெற்றுக் கொண்டு மகிழ்ச்சியுடன் வீட்டிற்கு வந்தான். சற்று நேரத்தில், ஒரு கிழவி அவனைத் தேடி வந்தாள். அவனுக்குப் பணம் கொடுத்த சீமாட்டி அவன் மேல் காதல் கொணடிருப்பதாகச் சொல்லி அவனை அழைத்துச் சென்றாள்.

அந்த சீமாட்டியின் வீட்டை அடைந்ததும், அவள் அவனை எதிர்கொண்டழைத்து உபசரித்தாள், அவனுடன் சந்தோஷமாக பேசிக்கொண்டிருந்த பின்னர், தான் திரும்பி வரும் வரையில் ஒரு அறையில் உட்கார்ந்திருக்கச் சொல்லி விட்டு, வெளியே சென்றாள். அவள் சென்ற சிறிது நேரத்தில், நீக்ரோ அடிமை ஒருவன் அந்த அறைக்குள் வந்தான். அவன் என்னுடைய சகோதரனைப் பிடித்து நையப் புடைத்தான். பிறகு ஒரு அடிமைப் பெண் வந்து அவனை இழுத்துக் கொண்டு போய் அறையில் போட்டு மூ டினாள். அந்த அறையில் அநேகம் பேரைக் கொன்று குவித்து வைக்கப்பட்டிருந்தது. ஒருவாறு அந்த அறையிலிருந்து அவன் தப்பித்துக் கொண்டு வீட்டிற்கு வந்து சேர்ந்தான்.

தன்னை அடித்தவனைப் பழிவாங்கச் சந்தர்ப்பத்தை எதிர் பார்த்துக் காத்து இருந்தான். இரண்டு வாரங்களுக்குப் பிறகு அந்தக் கிழவி தெருவில் போவதைப் பார்த்தான். அயல் நாட்டானைப் போல உடை அணிந்து கொண்டு, அவளுக்குப் பின்னால்

போனான். தன்னிடம் கொஞ்சம் தங்கம் இருப்பதாகவும் அதை எடைபோட்டுப் பார்க்கும் ஓரிடத்திற்குத் தன்னை அழைத்துப் போகும்படியும் கேட்டுக் கொண்டான். அதற்கு கிழவி, தன்னுடைய மகன் அதை எடை போடுவான் என்று சொல்லி அழைத்துச் சென்றாள். ஆனால், மீண்டும் அதே சீமாட்டியின் வீட்டிற்கே அழைத்துச் சென்றாள். வழக்கப்படி, அவள் உபசரித்து, அந்த அறையில் உட்கார வைத்துவிட்டுச் சென்றாள்.

சிறிது நேரத்தில் அந்த நீக்ரோ அங்கே வந்தான். உடனே என்னுடைய சகோதரன் தான் மறைத்து வைத்திருந்த வாளை எடுத்து அவனை வெட்டி விட்டான். பிறகு அந்தப் பெண் வந்தாள். அவளையும் வெட்டினான். அதற்குப் பிறகு, அந்தக் கிழவியைத் தேடிப்பிடித்து அவள் தன்னை ஏமாற்றியதற்காக அவளையும் கொன்றான். அப்பொழுது, அந்தச் சீமாட்டியைக் கொல்லப் போனான். அப்பொழுது, அவள், அவனுடைய காலில் விழுந்து கெஞ்சி உயிர்ப்பிச்சை கேட்டாள். தான் ஒரு வீட்டில் அடிமைப் பெண்ணாக இருந்ததாகவும், அந்தக் கிழவி தன்னை வஞ்சித்து அழைத்துக் கொண்டு வந்து, அந்த வீட்டில் வைத்திருப்பதாகவும் சொல்லி அழுதாள்.

பிறகு, அவன் அந்தப் பெண்ணுடன் அந்த வீடு முழுவதையும் சுற்றிப் பார்த்தான். அங்கே ஏராளமான பொற்குவியல் இருந்தன. அவைகளை எடுத்துக் கொண்டு தன்னை உயிருடன் விட்டுவிடும்படி அந்தப் பெண் மீண்டும் கெஞ்சினாள். ஆகவே, அந்தப் பொற்குவியலை எடுத்துக் கொண்டு போவதற்காக கூலியாட்கள் அழைத்துக் கொண்டுவர என்னுடைய சகோதரன் புறப்பட்டுப் போனான். கூலியாட்களுடன் திரும்பி வந்த பொழுது, அந்தப் பெண் அங்கு காணப்படவில்லை. எனவே அங்கிருந்த பொருட்களை யெல்லாம் எடுத்துக் கொண்டு மகிழ்ச்சியுடன் வந்து சேர்ந்தான்.

மறுநாள் காலையில்இருபது வீரர்கள் உருவிய வாளுடன் எங்கள் வீட்டைச் சுற்றி வளைத்து நின்றிருப்பதைக் கண்டேன். என்னுடைய சகோதரன் ஒரு வீட்டில் புகுந்து கொள்ளை அடித்துக் கொண்டு வந்திருப்பதாகவும், அவனை நீதிபதியிடம் அழைத்துக் கொண்டு போக வந்ருப்பதாகவும் அவர்கள் சொன்னார்கள். பிறகு,

என்னுடைய சகோதரனையும் அவன் முதல் நாள் கொண்டுவந்த பொருட்களையும் நீதிபதியிடம் கொண்டுபோய் ஒப்புவித்தனர்.

அந்த வீட்டிலிருந்து என்னுடைய சகோதரன் எடுத்து வந்த பொருட்களைப் பறிமுதல் செய்து ஊரை விட்டுப் போகும்படி நீதிபதி உத்தரவிட்டார். அதன் பேரில் அவன் நீதிபதியை மிகவும் கெஞ்சி, நீக்ரோ தன்னை அடித்து இம்சித்ததற்காகத் தனக்குக் கொஞ்சமாவது பொருள் கொடுக்கும்படி வேண்டினான். நீதிபதி அதற்கிசைந்து கொஞ்சம் கொன் கொடுத்து ஊரை விட்டு போகச் சொன்னார்.

அவன் அதை எடுத்துக் கொண்டு வேறு ஒரு ஊருக்குப் போனான். போகும் வழியில் திருடர்கள் அவனை மறித்து, அவனிடமிருந்த பொன்னைப் பறித்துக்கொண்டு, அவனுடைய காதுகளை அறுத்துவிட்டு ஓடிப் போயினர். அந்தச் செய்தி எனக்குத் தெரிய வந்தது. உடனே நான் போய் அவனை அழைத்துக் கொண்டு வீட்டிற்கு வந்து சேர்ந்தேன்.

ஆறாவது சகோதரன் கதை

"என்னுடைய ஆறாவது சகோதரன் சொல்ல முடியாத தரித்திர நிலையில் இருந்தான். அவன் உடுக்கத் துணியுமின்றி கந்தையுடன் ஊரைச் சுற்றித் திரிந்து கொண்டிருந்தான். ஒரு நாள் அவன் தெருவில் செல்லுகையில், ஒரு பெரிய வீட்டின் முன்னே அநேகர் நின்றிருப்பதைப் பார்த்தான். அந்த வீட்டில் என்ன விசேஷமென்று விசாரித்தான். அந்த வீடு ஒரு பிரபுவினுடையது என்றும், சாப்பாட்டு நேரத்தில் தங்கு தடையில்லாமல் யார் வேண்டுமானாலும் உள்ளே போய்ச் சாப்பிடலாமென்றும் தெரிய வந்தது.

ஆகவே, அவன் தாராளமாக அந்த வீட்டினுள் சென்றான். அந்தப் பிரபுவைப் பார்த்துத் தனக்குப் பசி அதிகமாக இருப்பதாகவும் சோறு போடச் சொல்லும்படியும் கேட்டான். அதைக் கேட்ட பிரபு தன்னுடைய வேலை யாட்களைக் கூப்பிட்டு தனக்கும் அந்த விருந்தாளிக்கும் உணவு பரிமாறும்படி சொன்னான். உடனே அந்த வேலைக்காரர்கள் சமையல் கட்டுக்கும்

எஜமான் அறைக்குமாக நடந்தார்கள். பிறகு, உணவைப் பரிமாறி இருப்பதாகச் சொன்னார்கள். பிரபு என்னுடைய சகோதரனுடைய கையைப் பிடித்து அழைத்துக் கொண்டு போய் ஓரிடத்தில் உட்காரவைத்து சாப்பிடச் சொன்னார். ஆனால், அங்கு எதுவும் பரிமாறப்பட்டிருக்க வில்லை. ஆகவே, என்னுடைய சகோதரன் அந்தப் பிரபு கிண்டல் செய்கிறார் என்று நினைத்துப் பேசாமல் இருந்தான். ஆனால், பிரபு அவனைக் கவனிக்காமல், தான் சாப்பிடுவதைப் போல் இலைக்கும் வாய்க்கும் கையைக் கொண்டுபோய் சாப்பிடுவதுபோல அபிநயம் செய்தான். இலையில் அநேகவகை பதார்த்தங்கள் பரிமாறப்பட்டு இருப்பது போலவும், அதைச் சுவைத்துச் சாப்பிடுவது போலவும் பேசிக்கொண்டே அதிசயித்தான்.

அதைக் கண்ட எனது சகோதரனும், அந்தப் பிரபுவைப் போலவே சாப்பிடுவதாக அபிநயித்தான். அந்தப் பிரபு என் சகோதரனுடைய பொறுமையை மெச்சித் தன்னுடனேயே வைத்துக் கொண்டான். அப்படியே அந்தப் பிரபுவின் தயவில் இருபது வருஷங்கள் இருந்தான். பிறகு, பிரபு இறந்து விட்டான். அவனுடைய சொத்துக்கள் அனைத்தையும் அரசன் எடுத்துக் கொண்டு விட்டான். ஆகவே, என்னுடைய சகோதரன் மறுபடியும் பழைய நிலைக்கே வந்துவிட்டான்.

பிழைப்புக்கு மார்க்கமின்றி வேறொரு ஊருக்குப் புறப்பட்டுப் போனான். போகும் வழியில் அராபியர்கள் அவனைப் பிடித்துக் கொண்டு போயினர். அராபியத் தலைவன் அவனை தன்னுடைய அடிமையாக வைத்துக் கொண்டான். அந்தத் தலைவனுடைய மனைவி என் சகோதரன் மேல் அபிமானம் கொண்டிருந்தாள். அதைத் தெரிந்துகொண்ட அந்த அராபியத் தலைவன், என்னுடைய சகோதரனுடைய உதட்டை அறுத்து ஊரைவிட்டுத் துரத்தி விட்டான். பிறகு நான் அந்த விஷயத்தைக் கேள்விப்பட்டு அவனைத் தேடிப்போய் அழைத்து வந்து என்னுடைய வீட்டில் வைத்துக் காப்பாற்றி வருகிறேன்" என்று, அந்த அரசனிடம் சொல்லி முடித்தேன்.

ஆனால் நான் சொன்னதைக்கேட்டு அரசன் நகைத்தான். பிறகு, அந்த அரசன் என்னை ஊரைவிட்டுத் துரத்தி விடும்படி

உத்தரவிட்டான்.ஆகவே, நான் அங்கிருந்து புறப்பட்டு இங்குவந்து சேர்ந்தேன். இந்த வாலிபன் சொன்னதைப் போல நான் இவனுக்குத் துரோகம் செய்யவில்லை. அதற்கு மாறாக, என்னுடைய உதார குணத்தினால் இவனுக்கு ஏற்படவிருந்த ஆபத்தை தடுத்தேன்" என்றான் நாவிதன்.

அதைக் கேட்ட நாங்கள் எல்லோரும் அந்த வாலிபன் சொன்னதுதான் உண்மை என்று தெரிந்து கொண்டோம். அந்த நாவிதன் தன் வீண் வம்பு பேசுவதில் நிபுணன் என்று முடிவு செய்தோம். உடனே. அவனைப் பிடித்து ஒரு அறையில் போட்டுப் பூட்டிவிட்டோம். பிறகு அந்த வாலிபன் பயமின்றி எங்களுடன் உட்கார்ந்து சாப்பிட்டான். அந்த விருந்து முடிந்ததும், நன் என்னுடைய வீட்டிற்குப் போனேன். நான் மட்டும் தனியே போய்ச் சந்தோஷமாகக் காலம் கழித்து வருகிறேன் என்று சொல்லி என் மனைவி குறைப்பட்டாள். ஆகவே அவனை அழைத்துக்கொண்டு உலாவப் புறப்பட்டேன். வழியில் இந்தக் கூனனைக் கண்டு வீட்டிற்கு அழைத்துச் சென்றோம் என்னுடைய வீட்டில் முன் சாப்பிட்டதினால் அந்தக் கூனன் இறந்துவிட்டான். நான் பயந்து விட்டேன். அதனால் அந்த பிரேதத்தை எடுத்துப்போய் வைத்தியன் வீட்டில் வைத்து விட்டேன். பிறகு அந்தப் பிரேதம் ஒவ்வோரிடமாக மாறிக் கடைசியில் இந்த நிலைக்கு கொண்டு வந்துவிட்டது.

"உண்மையில் அந்த நாவிதன் சொன்ன வரலாறு சுவாரஸ்யமாக இல்லையா?" என்று தையல்காரன் சொல்லி முடித்தான்.

ஆனால், அரசன் அந்த நாவிதனைக் கூட்டிக் கொண்டுவரச் சொன்னான். அந்த நாவிதனே நேரில் வந்து சொன்னா லொழியத்தான் தையற்காரனுடைய பேச்சை நம்பமுடியாது என்று அரசன் தெரிவிததான். அதன்பேரில் அந்த நாவிதன் அங்கு நடந்த விபரங்கள் எல்லாம் அவனுக்குத் தெரிவிக்கப்பட்டு, தையற்காரன் சொல்வது உண்மைதானா வென்று அரசன் கேட்டான்.

அதற்கு அந்த நாவிதன், முதலில் கூனனுடைய பிரேதத்தை தான் பார்க்க விரும்புவதாகத் தெரிவித்தான் உடனே கூனன்

பிரேதம் அவனுக்குக் காண்பிக்கட்டது. நாவிதன் அதைப் பார்த்துச் சிரித்துவிட்டு, ஒரு தைலத்தை எடுத்து அந்தப் பிரேதத்தின்மேல் தடவினான். பிறகு, அந்தக் கூனனுடைய தொண்டையில் சிக்கியிருந்த மீன்முள்ளை எடுத்தான். உடனே அந்தக் கூனன் உயிர்பெற்று எழுந்தான். அதைக் கண்ட அரசன் மனமகிழ்ந்து, எல்லோரையும் விடுதலைசெய்து அந்த நாவிதனைத் தன்னுடைய ஆஸ்தான நாவிதனாக நியமித்துக் கௌரவித்தான்,' என்ற ஷாரஜாத் சொலிவிட்டு வேறொரு கதையைச் சொல்லத் தொடங்கினாள்.

அடிமைப் பெண்ணின் கதை

"பாஸ்ரா நகரத்தை மகம்மது என்ற அரசன் ஆண்டு வந்தான். அவனுக்கு இரண்டு மந்திரிகள். ஒருநாள் அரசன் எல்பாதல் என்ற மந்திரியிடம் தனக்கு ஒரு அடிமைப் பெண்ணை வாங்கிவரச் சொன்னான். உடனே, அந்த மந்திரி கடைத் தெருவுக்குச் சென்றான். அரசனுக்கு அடிமைப்பெண் தேவை என்ற கேள்விப்பட்ட ஒரு வியாபாரி, தன்னிடம் புதிதாக வந்திருந்த ஒரு அழகிய பெண்ணைப் பரிசாகக் கொடுத்து "இந்தப் பெண் இன்றுதான் வந்தாள். இவள் பிரயாணக் களைப்பால் சோர்ந்து காணப்படுகிறாள். இவளை உங்களுடைய வீட்டில் பத்து நாட்கள் வைத்திருந்தால் சோர்வு நீங்கி, இன்னும் சோபிதமுடன் தோன்றுவாள்" என்று மந்திரியிடம் சொன்னான்.

அவன் சொன்னபடியே, மந்திரி எனீஸ் எல்ஜீலீஸ் என்ற அந்த அடிமைப் பெண்ணைத் தன்னுடைய வீட்டிற்கு அழைத்துச் சென்றான். அந்த மந்திரிக்கு அவிநூருத்தீன் என்று ஒரு மகன் இருந்தான். அந்த அடிமைப் பெண்ணைத் தன்னுடைய மகன் பார்வையில் படாமல் வைத்திருந்து, அரசனிடம் கொண்டுபோய்ச் சேர்ப்பிக்க வேண்டும் என்று மந்திரி திட்டம் போட்டிருந்தான்.

ஆனால் அவன் திட்டம் நிறைவேறவில்லை. ஒருநாள் நூருத்தீன் கண்களுக்குத் தற்செயலாக அந்த அடிமைப்பெண் தென்பட்டாள். ஒருவரையொருவர் பார்த்துக் காதல் கொண்டனர். அவ்விஷயம் மந்திரியின் காதுக்கு எட்டியது.

அவன் அளவிலாக் கோபம் கொண்டு, மகனைக் கொல்லப் போனான். ஆனால், மந்திரியின் மனைவி குறுக்கிட்டு, மகனைக் காப்பாற்றியதுமல்லாமல், அந்த அடிமைப் பெண்ணை மகனுக்கே மணம் செய்தும் வைத்துவிட்டாள்.

சில நாட்களுக்குப்பிறகு, அந்த மந்திரி இறந்துவிட்டான். தந்தை இறந்ததும் நூருத்தீன் எல்லா ஆஸ்திகளையும் ஒரே வருஷத்தில் செலவழித்து ஓட்டாண்டியாகி விட்டான். அவனிடம் இருந்த வேலைக்காரர்கள் எல்லோரும் விலகிவிட்டனர். அதனால் குடும்பத்தை நடத்துவதற்குக்கூட இயலவில்லை. அவனுடைய கஷ்டத்தை உணர்ந்த அடிமைப் பெண்ணான மனைவி தன்னைக் கொண்டுபோய் விற்று விடும்படி சொன்னாள். ஆகவே, அவன் அவளை அழைத்துக் கொண்டு கடைத் தெருவிற்குப் போனான்.

அங்கே அரசனுடைய இன்னொரு மந்திரியான எல்மோயின் அந்தப் பெண்ணை விலைக்குக் கேட்டான். அவனுடைய அயோக்கியத் தனம் எல்லோருக்கும் தெரியும். அவன் எந்தப் பொருளையும் பணம் கொடுத்து வாங்க மாட்டான். விலை பேசுவான். ஆனால் பணம் கொடுக்க மாட்டான். ஆகையினால், அவனுக்கு விற்க மனமில்லாமல் நூருத்தீன் அந்தப் பெண்ணுடன் வீட்டிற்குத் திரும்பினான். ஆனால், எல்மோயின் விடவில்லை. அதனால் நூருத்தீனுக்கும் எல்மோயினுக்கும் அடிதடி சண்டை நடந்தது. அடிபட்ட எல்மோயின் அரசனிடம் சென்று, "அரசே! மந்திரி எல்பாதலிடம் தாங்கள் ஒரு அடிமைப் பெண்ணை வாங்கி வரச்சொல்லிப் பத்தாயிரம் பொற்காசுகள் கொடுத்தீர்கள் அல்லவா? அவன் அதைக் கொண்டு ஒரு பெண்ணை வாங்கித் தன்னுடைய மகனிடம் ஒப்படைத்து விட்டு இறந்து போய்விட்டான். எல்பாதலுடைய மகன் நூருத்தீன் இன்று அந்தப் பெண்ணை உங்களுக்கு வாங்குவதற்காக நாலாயிரம் பொற்காசுகளுக்குக் கேட்டான். அவன் கொடுக்க மறுத்ததோடு என்னையும் அடித்து அவமானப் படுத்திவிட்டான்" என்றான்.

அரசன் அதைக்கேட்டதும் அதிக சினங்கொண்டு நூருத்தீனுடைய வீட்டை இடித்துத் தரைமட்டமாக்கிவிட்டு, அவனையும் அவனுடைய மனைவியையும் பிடித்துக் கொண்டு வரும்படி உத்தரவிட்டான்; அச்சமயம் அரச சபையில் இருந்த

நூருத்தினுடைய நண்பன் ஒருவன் நூருத்தினுடைய வீட்டிற்கு ஓடிவந்து அரசன் உத்தரவைச் சொல்லி எச்சரித்து, வெளியூருக்குப் போய்விடும்படி சொன்னான். உடனே நூருத்தின் தன் மனைவியை அழைத்துக் கொண்டு பாக்தாத் நகரத்திற்குப் புறப்பட்டான். அவன் போனபிறகு அரசனுடைய உத்தரவை நிறைவேற்றற வந்த வீரர்கள், நூருத்தினைக் காணாமல், அவனுடைய வீட்டை மட்டும் இடித்துவிட்டுப் போய்விட்டார்கள்.

பாக்தாத் நகரை அடைந்த நூருத்தினும் அடிமைப் பெண்ணும் நடந்துசென்று ஒரு நந்தவனத்தை அடைந்தனர். அதன் நடுவே, ஒரு மாளிகை இருந்தது. அந்த நந்தவனமும் மாளிகையும் அரசனுடையது. நடந்த அலுப்பில் அவர்கள் இருவரும், அந்த நந்தவனத்தில் இளைப்பாற உட்கார்ந்தனர். அப்படியே அயர்ந்தும் தூங்கிவிட்டனர். அச்சமயம் அவ்வழியாக வந்த தோட்டக்காரன் அவர்களைக் கண்டு பரிதாபப் பட்டு மாளிகையினுள் அழைத்துச் சென்று உணவளித்தான். எப்பொழுதோ ஒருமுறைதான் அரசன் அம்மளிகைக்கு வருவது வழக்கம். மற்ற நாட்களில் அதைப் பார்த்துக் கொள்ளும் பொறுப்பு தோட்டக்காரனிடமே இருந்தது. ஆகவே, கொஞ்சமும் பயமின்றி அவர்கள், மாளிகையில் இருந்த அரசனுடைய பொருட்களை உபயோகித்தனர்.

அந்த மாளிகைக்கு எண்பது ஜன்னல்கள இருந்தன. அரசன் அந்த மாளிகையில் தங்கும் நாட்களில் தான் அத்தனை ஜன்னல்ளும் திறக்கப்படும். ஆனால் நூருத்தீனும் அவனுடைய மனைவியும் அங்கே உணவருந்தியதும், பழரசத்தைக் குடித்து அந்த இன்பத்தில் தங்களை மறந்து அந்த ஜன்னல்கள் எல்லாவற்றையும் திறந்து வைத்தனர். மாளிகையில் ஏற்பட்டிருந்த விளக்குகளின் பிரகாசம் ஜன்னல்களின் வழியாக நகரெங்கும் ஒளிவீசிற்று. அரண்மனையில் இருந்தபடியே அந்த வெளிச்சத்தைக் கவனித்த அரசனுக்கு ஆச்சர்யம் உண்டாயிற்று. தான் அங்கே போகாத சமயத்தில், தோட்டக்காரன் எப்படி ஜன்னல்களைத் திறந்திருக்க முடியும் என்று பார்ப்பதற்காக, மந்திரியை அழைத்துக் கொண்டு அந்த மாளிகைக்குப் போனான்.

நந்தவனத்தை அடைந்ததும், நேராக மாளிகைக்குள் செல்லாமல்,ஒருமரத்தின்மேலேறி உள்ளேயார் இருக்கிறார்களென

ஜன்னல் வழியாக அரசன் பார்த்தான். அச்சமயம், எனிஸ் எல்ஜீலீஸ் பாடிக் கொண்டிருந்தாள். அவளருகில் தோட்டக்காரனும் நூருத்தீனும் அமர்ந்து அந்த இன்னிசையில் மயங்கியிருந்தனர். அந்த இசை அரசனுடைய மனதையும் கவர்ந்தது. ஆயினும் உடனே உள்ளே சென்றால், அவர்கள் பயந்துவிடுவார்கள் என்று நினைத்து, என்ன செய்யலாம் என்ற மந்திரியை யோசனை கேட்டான்.

இருவரும் யோசித்தவாறே ஆற்றங்கரைப்பக்கம் போனார்கள். அப்பொழுது, ஒரு செம்படவன் ஆற்றில் மீன் பிடித்துக் கொண்டிருந்தான். அவனைக் கண்டதும் அரசன் தனக்குள் ஒரு முடிவுக்கு வந்தான். அந்தச் செம்படவனுக்குப் பணம் கொடுத்து அவனுடைய உடுப்பையும் மீன் கூடையையும் வாங்கிக் கொண்டு, நேரே மாளிகைக்குப் போய்க் கதவைத் தட்டினான். நூருத்தீன் வந்து கதவைத் திறந்தான். செம்படவனை உள்ளே அழைத்துச் சென்றான் நூருத்தீன். அவனுடைய மனைவி தனக்கு மீன் சாப்பிட ஆசையாக இருப்பதாகச் சொன்னாள். ஆகவே, அநத்ச் செம்படவனையே மீனை வறுத்துக் கொடுக்கச் சொல்லிச் சாப்பிட்டனர். செம்படவன் வேஷத்தில் இருப்பது அரசன் தானென்று தோட்டக்காரன் கண்டு கொள்ளவே இல்லை.

சாப்பிட்டு முடிந்ததும், நூருத்தீன் செம்படவனுக்குப் பணம் கொடுத்தான். ஆனால், செம்படவன் வேஷத்தில் இருந்த அரசன் பணத்தைப் பெற்றுக் கொள்ள மறுத்து, அந்தப் பெண் ஒரு பாட்டுப் பாடினால் போதும் என்று சொன்னான். அதன்படி, அந்தப் பெண் பாடினாள். அரசன் மனமகிழ்ந்தான். செம்படவனுடைய ரசிகத் தன்மையைக் கண்ட நூருத்தீன் அந்தப் பெண்ணை அவனுக்குப் பரிசளிப்பதாகச் சொன்னான். அரசனுக்கு அந்த இன்பஜோடியைப் பிரிக்க மனம் வரவில்லை. ஆகவே, நூருத்தீனைப் பார்த்து, உனக்கு ஏதோ மனக்குறை இருப்பதாகத் தோன்றுகிறது. என்னிடம் அதைச் சொன்னால், உனக்கு உதவி செய்கிறேன்," என்றான்.

செம்படவன் தன்னுடைய குறையைத் தீர்க்க முடியும் என்ற நம்பிக்கை நூருத்தீனுக்கு ஏற்படவில்லை. ஆயினும் அவன் வற்புறுத்திக் கேட்டதினால், தன்னுடைய வரலாறு முழுவதையும் அவனிடம் சொன்னான். அதைக் கேட்ட செம்படவன், தான் பாஸ்கர நகர அரசன் மகமத்துடன் படித்தவன் என்றும்,

தான் ஒரு கடிதம் கொடுப்பதாகவும், அந்தக் கடிதத்தைப் பார்த்ததும், மகம்மது அவனுடைய குறையைத் தீர்ப்பானென்றும் நூருத்தீனிடம் சொன்னான்.

பாஸ்ராவை ஆண்டு வந்த முகம்மது பாக்தாத் அரசனுக்கு அடங்கிய ஒரு சிற்றரசன் ஆகவே, செம்படவன் வேஷத்தில் இருந்த பாக்தாத் அரசன் மகம்மதை அரசபதவியிலிருந்து நீக்கி, அப்பதவிக்கு நூருத்தீனை நியமித்திருப்பதாகவும் உடனே அரசாட்சியை அவனிடம் ஒப்படைக்கும்படியாகவும் ஒரு கடிதம் எழுதி, நூருத்தீன் வசம் கொடுத்து பாஸ்ராவுக்கு அனுப்பினான். மேலும், அவன் பாஸ்ரா அரசாட்சிப் பொறுப்பேற்றுக் கொண்டதும், அடிமைப் பெண் எனீஸ் எல்ஜிலீஸை அவனிடம் அனுப்பிவைப்பதாகவும் சொன்னான். பிறகு, அடிமைப் பெண்ணைத் தன் பாதுகாப்பில் வைத்துக்கொள்வதற்காக அரண்மனைக்கு அழைத்துப் போனான்.

கடிதத்தைப் பெற்றுக் கொண்டு நூருத்தீன் பாஸ்ராவுக்குப் பயணமானான். தான் கொண்டுவந்திருந்த கடிதத்தை பாஸ்ரா அரசன் மகம்மதுவிடம் கொடுத்தான். அவன் அக்கடிதத்தைப் பார்த்ததும், நூருத்தீன் அரசாட்சியை ஒப்பிவிக்கப் போனான். ஆனால், முன்பு நூருத்தீனிடம் அடிபட்ட அவனுடைய மந்திரி தடுத்து, அந்தக் கடிதம் நூருத்தீனால் தயாரிக்கப்பட்ட பொய்க் கடிதம் என்று குற்றம் சாட்டிச் சிறையில் அடைத்துவிட்டான்.

நூருத்தீன் பாஸ்ராவுக்கு போய், ஒரு மாதமாகியும் அவனிடமிருந்து எந்தவிதமான தகவலும் வரவில்லை யாதலால், அவனுடைய மனைவி கவலைப்பட்டு அரசனிடம் சொன்னாள். அரசன் உடனே தன்னுடைய மந்திரியை பாஸ்ராவுக்கு அனுப்பி, நூருத்தீனுடைய தகவலைத் தெரிந்து வரும்படி உத்தரவிட்டான்.

பாஸ்ராவில் சிறை வைக்கப்பட்ட நூருத்தீனைக் கொன்று விட்டால் தான் தங்களுக்கு நிம்மதி ஏற்படும் என்று முகம்மது உத்தரவிட்டான். பாக்தாத் அரசனுடைய உத்தரவுக்கிணங்க அவனுடைய மந்திரி பாஸ்ராவுக்கு வந்த சமயம், நூருத்தீனைச் சிரச்சேதம் செய்யச் சித்தமாய் இருந்தார்கள். அவனுடைய தலையை வெட்டப்போகும் சந்தர்ப்பத்தில் பாக்தாத் மந்திரி அங்கு தோன்றி அரசனுடைய உத்தரவைச் சொல்லி நூருத்தினைக்

காப்பாற்றினான்.

பிறகு, மகம்மதுவையும் அவனுடைய மந்திரியையும் கைது செய்து பாக்தாத் நகரத்திற்குக் கொண்டு போனான்.

அப்பொழுது, நூருத்தீன் தானும் பாக்தாத் நகரத்திற்கு வந்து அரசனைப் பார்க்க விரும்புவதாகத் தெரிவித்தான். அவனுடைய விருப்பப்படியே பாக்தாத் மந்திரி அவனையும் உடன் அழைத்துச் சென்றான்.

எல்லோரும் பாக்தாத் நகரை அடைந்து அரசனை வணங்கினர். பாக்தாத் அரசன், பாஸ்ரா அரசன் மகம்மதுவை மன்னித்து, அவனுக்குத் துர்ப்போதனை செய்த மந்திரியைச் சிரச்சேதம் செய்ய உத்தரவிட்டான். பிறகு நூருத்தீனுடைய விருப்பப்படி தன்னுடைய சமஸ்தானத்திலேயே வைத்து ஆதரித்து வந்தான்.

கனீம் கொண்ட காதல்

"டமாஸ்கஸ் நகரத்தில் வாழ்ந்த ஒரு பிரபல வியாபாரிக்கு ஒரு பிள்ளையும் ஒரு பெண்ணும் இருந்தனர். பிள்ளைக்கு கனீம் என்றும், பெண்ணுக்குப் பிட்டே என்றும் பெயர். அந்த வியாபாரி இறந்து விட்டான். ஆகவே, கனீம் தகப்பனைப் பின்பற்றி வர்த்தகம் செய்தான். ஒரு சமயம், அவர் தன்னிடமிருந்த சரக்குகளை எல்லாம் எடுத்துக்கொண்டு விற்பதற்காக பாக்தாத் நகரத்திற்குச் சென்றான். அங்கே, ஒரு வீட்டை அமர்த்தி வர்த்தக்ம் செய்து வந்தான்.

ஒருநாள், அவன் வியாபார விஷயமாகக் கடைத் தெருவிற்குப் போனான். அங்கே எல்லாக் கடைகளும் மூடப்பட்டிருந்தன. கடைத்தெருவிலுள்ள ஒரு வியாபாரி இறந்து விட்டதால் எல்லோரும் மயானத்திற்குச் சென்றிருப்பதாகத் தெரிந்து கொண்டான். ஆகவே, அவனும் மயானத்திற்குச் சென்றான். பிரேத அடக்கம் முடிந்ததும், அங்கே நடந்த பிரார்த்தனையில் கலந்துகொண்டான். நள்ளிரவாகி விடவே, தன்னுடைய கடையில் உள்ள சரக்குகளை யாராவது திருடர்கள் வந்து திருடிக்கொண்டு போய்விடுவார்களோ வென்று பயந்து, உடனே நகரத்துக்குத் திரும்பினான். நகரத்திற்குச் செல்லும்

வாயில் கதவுகள் சாத்தப்பட்டு இருந்ததால்., மறுபடியும் திரும்பி ஊருக்கு வெளியே ஒரு ஒதுக்குப்புறத்தில் இருந்த சமாதி ஒன்றில் படுத்துக்கொண்டான். ஆனால் அவனுக்குத் தூக்கம் வரவில்லை.

அச்சமயம், நகர வாயில் பக்கமிருந்து ஒரு வெளிச்சம் தோன்றியது அந்த வெளிச்சம் அவன் படுத்திருந்த இடத்தை நாடி வந்தது. ஆகையினால், அவன் பயந்து அருகில் இருநத ஒரு மரத்தின் மேல் ஏறி வெளிச்சம் வந்த திசையைப் பார்த்தான். இரண்டு நீக்ரோக்கள் ஒரு பெட்டியைச் சுமந்தபடி பின்னால் வர, ஒருவன் விளக்கு ஒன்றைக் கையில் வைத்தபடி முன்னால் வந்து அந்த மரத்தடியில் இந்த சமாதியருகில் நின்றனர். பெட்டியைச் சுமந்திருந்தவர்கள் இருவரும் பெட்டியை இறக்கிக் கீழே வைத்துவிட்டு இளைப்பாற உட்கார்ந்தனர். விளக்கை வைத்துக்கொணடு இருந்த நீக்ரோவைப் பார்த்து, அவர்கள் இருவரும், "கபூர்! ஏதாவது கதை சொல். அதைக் கேட்டுக் கொண்டே இளைப்பாறுகிறோம்," என்றனர்.

கபூர் சொன்ன பொய்

"**நா**ன் எட்டு வயதுச் சிறுவனாக இருந்தபோது அடிமை யாக்கப்பட்டேன். வருஷத்திற்கு ஒருமுறை பொய் சொல்லும் பழக்கம் எனக்கு ஏற்பட்டிருந்தது. ஆகையினால், எந்த எஜமானும் என்னை ஒரு வருஷத்திற்கு மேல் வேலைக்கு வைத்துக் கொண்டது இல்லை. நான் பொய் சொன்னதைத் தெரிந்து கொண்டதும அவர்கள் என்னை வேறொருவருக்கு விற்றுவிடுவார்கள்.

ஒரு சமயம் நான் அடிமை வேலை செய்துகொண்டிருந்த எஜமான், புதுவருஷக் கொண்டாட்டத்திற்காக ஒரு தோட்டத்தில் விருந்து நடத்தினான். விருந்து நடந்து கொண்டிருக்கையில், வீட்டிற்குப்போய் ஒரு சாமானை எடுத்து வரும்படி என்னிடம் சொன்னான். உடனே நான் வீட்டிற்குச் சென்று அவனுடைய மனைவியிடம், "உன் புருஷன்மேல் சுவர் இடிந்து விழுந்து இறந்துவிட்டான்," என்று சொன்னேன். அதைக் கேட்டும அவள் அழுது கூக்குரலிட்டு, அக்கம் பக்கத்திலிருந்தவர்களைத் திரட்டிக் கொண்டு, என்னை வழிகாட்டச் சொல்லிப் புறப்பட்டாள்.

எல்லோரும் அழுதுகொண்டே என்னைப் பின் தொடர்ந்து வந்தனர்.

நான் அவர்களுக்கு முன்னே விரைவாக நடந்து, என்னுடைய எஜமானிடம் போய், "நான் வீட்டிற்குப் போனேன். அங்கே சுவர் இடிந்து விழுந்து உன்னுடைய மனைவி இறந்து விட்டாள்," என்றேன். அதைக் கேட்ட அவன் அலறிப் புடைத்துக்கொண்டு வெளியே ஓடி வந்தான். அப்பொழுது எனக்குப் பின்னால் வந்துகொண்டிருந்த அவனடைய மனைவி மக்கள் அங்கே வந்து சேர்ந்தனர். ஒருவரையொருவர் உயிருடன் பார்த்ததும், எஜமான், என்னைத் திட்டினான். அதற்கு நான், "என்னுடைய குறையைத் தெரிந்துதானே என்னை வாங்கினாய்? இப்பொழுது எதற்காக என்னிடம் சண்டை போடுகிறாய்?" என்றேன்.

நான் சொன்னதைக் கேட்டதும், அங்கு கூடியிருந்த எல்லோரும் என்னை யாருக்காவது விற்றுவிடும்படி என்னுடைய எஜமானிடம் சொன்னார்கள். பிறகு, அவன் என்னை விற்று விட்டான். அப்படியே என்னைப் பலபோ வாங்கி என் பொய்யைக் கேட்டுத் துன்புற்றனர். கடைசியாக நான் அரண்மனை அடிமையாகிவிட்டேன்," என்றான்.

அதைக் கேட்ட மற்ற இருவரும் விழுந்து விழுந்து சிரித்து, "இதைப் போன்ற பொய்யை நாங்கள் கேட்டதே இல்லை," என்றனர். பிறகு, அவர்கள் அங்கே ஒரு குழியைத் தோண்டி அத்நப் பெட்டியைப் புதைத்துவிட்டுப் போய் விட்டார்கள். அவர்கள் போனதும் மரத்தின் மேலிருந்து கனீம் கீழே இறங்கி வந்தான். அவர்கள் புதைத்த பெட்டியில் இருப்பதைத் தெரிந்துகொள்ளும் நோக்கத்துடன், மண்ணைத் தோண்டி அந்தப் பெட்டியை வெளியே எடுத்தான். அந்தப் பெட்டியில் அழகான ஒரு பெண் மயங்கிக் கிடந்தாள்.

பெட்டியைத் திறந்ததும் நல்ல காற்று அவள் முகத்தின் மேல் வீசியதும், மயக்கம் தெளிந்து எழுந்து உட்கார்ந்தாள். கனீம் அவளுடைய வரலாற்றைக் கேட்டான். அதற்கு அவள், "என்னுடைய கதை மிகப் பெரியது. இங்கே அதைச் சொல்ல அவகாசமில்லை. முதலில், என்னை உன்னுடைய வீட்டிற்கு

அழைத்துப் போ; நான் சாவதானமாகச் சொல்கிறேன்" என்றாள். பொழுது புலர்ந்ததும். கனீம் அவளைப் பெட்டியில் போட்டு மூடி, ஒரு கழுதையின் மேல் வைத்து, தன்னுடைய வீட்டிற்கு எடுத்துச் சென்றான்.

அவளுடைய அழகு அவனைப் பித்தனாக்கி விட்டது. அவளுக்கு வேண்டிய பணிவிடைகளை அவனே ஓடி ஓடிச் செய்தான். அவளை விட்டுப்பிரிந்திருக்க அவனால் ஒரு கணமும் முடியவில்லை. அவளுடைய வரலாற்றைக் கேட்டுத் தெரிந்து கொள்ளாமலேயே ஒரு மாதம் கழிந்து விட்டது. ஒருநாள் அவள் அவளிடம், "நான் அரசனுடைய அடிமைப் பெண். என் பெயர் கூட்டெல்குலூப்.என்னுடைய அழகில் அரசன் மயங்கி,எனக்காகத் தனியாக ஒரு அரண்மனை கட்டிக் கொடுத்தான். அரசனுடைய மனைவிக்கு என்மேல் வெறுப்பு. ஆகையினால், ஒரு நாள் அரசனில்லாத சமயத்தில், என்னை நீக்ரோக்களிடம் ஒப்புவித்துப் புதைத்து விடும்படி சொன்னாள்.அதன்படியே அவர்கள் என்னைப் புதைத்தனர். பிறகு, நீ என்னைக் காப்பாற்றினாய். இதுதான் என்னுடைய வரலாறு," என்று சொன்னாள். அவள் அரசனுடைய பிரியத்திற்குப் பாத்திரமானவள் என்று தெரிந்துகொண்ட கனீம், அவளிடமிருந்து விலகிட முயன்றான்.

அடிமைப்பெண் கூட்டெல்குலூப் விஷயம் இவ்வாறிக்க, வெளியே போயிருந்த அரசன் திரும்பி வந்தான். அடிமைப் பெண்ணைக் காணாமல் அவன் மனம் கலங்கியது. அவனுடைய மனைவியை விசாரித்தான். அதற்கு அவள், "அந்த அடிமைப் பெண் இறந்து விட்டாள். அவளைப் புதைத்து சமாதி கட்டி விட்டேன்," என்று சொல்லி ஒரு சமாதியைக் காண்பித்தாள். அரசன் அந்த சமாதியினருகில் சென்று உட்கார்ந்து அழுதபடியே நாட்களைக் கழித்தான். ஒரு மாதத்திற்கு மேலேயாயிற்று. ஒருநாள் அரசன் தூங்குகையில், இரண்டு அடிமைப் பெண்கள் பேசிக் கொண்டது அவன் காதில் விழுந்தது. அதன் மூலம் கூல்டெல்குலூப் இறக்கவில்லை யென்றும், தன்னுடைய மனைவி தன்னை ஏமாற்றுவதற்காக அந்த சமாதியைக் கட்டி இருப்பதாகவும் தெரிந்து கொண்டான். மேலும், அவர்கள் பேசி கொண்டதிலிருந்து, கனீம் என்பவனுடன் அவள் வசித்து வருவதையும் தெரிந்து கொண்டான்.

ஆகவே, அவன் தன்னுடைய மந்திரியிடம் விஷயத்தைச் சொல்லி, "நீ போய் அந்த அடிமைப் பெண்ணையும் கனீமையும், இழுத்துக் கொண்டு வா," என்று உத்தரவிட்டான். உடனே, மந்திரி நாற்பது வீரர்களுடன் சென்று கனீம் இருந்த வீட்டைச் சூழ்ந்து கொண்டான். அதை அறிந்து அந்த அடிமைப் பெண் தந்திரமாகக் கனீமை வெளியே அனுப்பி விட்டுத் தான் மட்டும் வீட்டில் இருந்தாள். மந்திரி வீட்டினுள் சென்றான். கனீமைக் காணவில்லை. ஆகவே கூட்டெல் குலூப்பை மட்டும் அழைத்துக் கொண்டு அரசனிடம் போனான். அரசன் அவளைத் தனியாக ஒரு இருட்டறையில் வைக்கும்படி உத்தரவிட்டான்.

அங்கிருந்து தப்பிச் சென்ற கனீம் கையில் காசின்றி அலைந்து, கடைசியாக ஒரு மசூதியை அடைந்து தங்கினான். கூட்டெல்குலூப்பின் நினைவால், அவனுடைய உடல் இளைத்து, நலம் கெட்டு, நடக்கக்கூடச் சக்தியின்றி, படுத்த படுக்கையானான். மசூதியில் இருந்த ஒருவன், அவனுடைய நிலையைக் கண்டு ஆஸ்பத்திரிக்கு அனுப்பி வைத்தான். அவனை ஆஸ்பத்திரிக்கு எடுத்துச் சென்றவன், வழியில் ஓரிடத்தில் கிடத்தி விட்டுப் போய் விட்டான். அவனுடைய நிலையைக் கண்ட இரக்க சித்தமுள்ள ஒரு வியாபாரி அவனை அழைத்துக் கொண்டு போய் தன்னுடைய வீட்டில் வைத்து வைத்தியம் செய்து வந்தான்.

இது இப்படியிருக்க, அரசன் நாலா பக்கங்களிலும் ஆட்களை அனுப்பிக் கனீமைப் பிடித்து வரச் சொன்னான். ஆனால், கனீம் எங்கும் காணப்படாததால், அரசன் கோபம் கொண்டு, கனீமின் தாயாரும் குடியிருந்த வீட்டை இடித்துத் தரைமட்டமாக்கிவிடச் சொன்னான். அதனால் இருக்க இடமின்றிக் கனீமின் தாயாரும் தங்கையும் பிச்சைக் காரர்களைப் போல் ஊர் சுற்றினர்.

நாளடைவில், கனீம் ஒரு தவறும் செய்யவில்லையென்று கூட்டெல்குலூப் மூலம் அறிந்து கொண்டான் அரசன். ஆகவே, அவன் எங்கிருந்தாலும் பார்த்து அழைத்துக் கொண்டு வரும்படி அவளிடமே அரசன் சொன்னான். அதன் பேரில், அவள் புறப்பட்டுப்போய் பல இடங்களிலும் கனீமுக்கு உதவி செய்த வியாபாரியை விசாரித்தாள். சந்தித்து அவனிடம் ஏராளமான பொற்காசுகளைக் கொடுத்து வெளியூர் வாசிகள் யார் வந்தாலும்

அவர்களுக்கு வேண்டிய வசதிகள் செய்து கொடுத்து தனக்கு விஷயத்தைத் தெரிவிக்கும்படி சொன்னாள்.

அதைக் கேட்டதும அந்த வியாபாரி தன்னுடைய வீட்டில் சிகிச்சை பெற்றுவரும் வாலிபனைப் பற்றித் தெரிவித்தான். அவள் உடனே அங்கே சென்று பார்த்தாள். ஆனால், அவன்தான் கனீம் என்று அவளால் தெரிந்து கொள்ள முடியவில்லை. அவ்வளவு இளைத்து உருமாறி யிருந்தான். கனீம், ஆயினும், அவள் தினமும் அங்கே சென்று அவனைப் பார்த்து வந்தாள்.

அதே சமயத்தில் கனீமின் தாயாரும் தங்கையும் அதே நகரத்திற்கு வந்து சேர்ந்தனர். அரசனுடைய அடிமைப் பெண்ணின் கோரிக்கைக் கிணங்க அந்த வியாபாரி அவர்களையும் தன்னுடைய வீட்டிற்கு அழைத்துச் சென்றான். மறுநாள் அவள் வியாபாரியின் வீட்டிற்கு வந்தபொழுது அவர்களிருவரையும் சந்தித்தாள். அவர்களுடைய பேச்சிலிருந்து அவர்களிருவரும் கனீமின் தாயாரும் தங்கையும் என்று அறிந்தாள்.

பின்னர், அவர்கள் மூவரும் கனீம் படுத்திருந்த அறைக்குச் சென்றனர். அவனுடைய உடல்நிலை மிகவும் மோசமாக இருந்தது. அதனால் யாரையும் அடையாளம் கண்டுகொள்ள முடியவில்லை. ஆயினும், 'கூட்டெல் குலூப், கூட்டெல் குலூப்' என்றே பிதற்றிக் கொண்டிருந்தான்.

அவனுடைய பிதற்றலைக் கேட்ட அடிமைப் பெண், அவன் தான் கனீம் என்று கண்டு அவனருகில் உட்கார்ந்து கனிவோடு 'கனீம்' என்றாள். அவன் கண்களைத் திறந்து பார்த்தான். தன்னருகில் கூட்டெல்குலூப் இருப்பதைக் கண்டதும் அவன் முகம் மலர்ந்தது. அவனுடைய வியாதி பறந்த பேய்விட்டது. தன்னுடைய தாயாரையும் தங்கையையும் கண்டான். தான் அடைந்த கஷ்டங்களை எல்லாம் அவர்களிடம் சொன்னான்.

அதற்குப் பிறகு, சில நாட்களில் அவனுடைய உடல் நிலை தேறியதும், கூட்டெல்குலூப் அவனை அரசனிடம் அழைத்துச் சென்றாள். கனீம் அரசனை வணங்கித் தன்னுடைய வரலாற்றை ஆதியோடந்தமாகச் சொன்னான். அவனுடைய உண்மையான

பேச்சைக் கேட்ட அரசன் மனமகிழ்ந்து, கூட்டெல்குலூப்பை அவனுக்கு மணம் செய்து வைத்தான்.

பிறகு, அரசன் கனீமினுடைய தங்கையை மணம் செய்து கொண்டு, எல்லோரும் சந்தோஷமாக வாழ்ந்தனர்.''

தாஜுல்முல்க் கதை

"இஸ்பஹான் மலைச்சாரலை அடுத்த எல்மதீனாவை சுலைமான் என்ற அரசன் ஆண்டு வந்தான். அவனுக்கு மனைவியுமில்லை. ஆகையினால், மக்களுமில்லை. அவன் நீதியுடன் ஆண்டு வந்ததினால் மக்கள் எல்லோரும அவனை நேசித்தனர். ஆனால், அவனுக்கு மட்டும் மனைவி மக்களில்லாக் குறை உறுத்திக்கொண்டே இருந்தது. ஆகவே, அவன் தன்னுடைய மந்திரியிடம் தனக்கு ஒரு பெண் பார்த்து வரும்படி சொன்னான்.

ஆகவே, மந்திரி அரசனுக்குப் பெண்தேடி பல தேசங்களுக்கும் சென்றான். கடைசியாக ஜார்ஷா என்ற அரசனைச் சந்தித்து, அவனுடைய மகளைச் சுலைமான் அரசனுக்குக் கலியாணம் செய்து கொடுக்கும்படி கோரினான். அதைக் கேட்ட ஜார்ஷா மகிழ்ச்சியுடன் ஒப்புக்கொண்டான். சுலைமான் சார்பாக மந்திரியே அந்தப் பெண்ணைக் கலியாண ஒப்பந்தம் செய்து அழைத்துக் கொண்டு வந்து அரசனிடம் ஒப்புவித்தான். அரசனுக்கு ஒரு மனைவி வந்ததைப் பற்றி அந்த நாட்டு ஜனங்கள் பெரிய விழாவாகக் கொண்டினார்கள்.

மனைவி வந்ததும், ஒரு மாதகாலம் அரசன் ராஜாங்க காரியங்களைக் கவனிக்கவே இல்லை ஒரு வருஷத்தில் அவர்களுக்கு ஒரு ஆண் குழந்தை பிறந்தது. அந்தக் குழந்தைக்குத் தாஜுமுல்க் என்று பெயரிட்டான்.

தாஜுமுல்க் வாலிப வயதை அடைந்தான் அரசனுக்கு வேண்டிய எல்லா வித்தைகளையும் கற்றான். அவனுக்கு வேட்டையாடுவதில் அதிகப் பிரியம். ஆகையினால், அவன் ஒருநாள் வேட்டையாடப் போனான். அங்கே வியாபாரிகளின் கூட்டம் ஒன்றைச் சந்தித்தான். அந்த வியாபாரிகள் அரசகுமாரனுக்கு

அநேக பொருட்களைக் காணிக்கையாகக் கொடுத்தார்கள். அந்தக் கூட்டத்தில் அஜீஸ் என்ற ஒரு வாலிப வியாபாரியும் இருந்தான். அவன் அரசகுமாரனுக்கு காணிக்கை செலுத்தாமல், ஒரு ஓரமாக விசனத்துடன் உட்கார்ந்திருந்தான். அதைப் பார்த்த அரசகுமாரன் அவனுடைய வரலாற்றைச் சொல்லும்படி கேட்டான்.

அஜீஸ் கதை

“என்னுடைய தகப்பனாருக்கு நான் ஒரே மகன். நான் சிறு குழந்தையாக இருக்கும்போதே என்னுடைய கலியாணத்தைப் பற்றி நிச்சயித்துவிட்டனர். எனக்குக் கலியாணம் செய்வதாக இருந்த அஜீஸே என்னும் பெண்ணும் சிறு குழந்தையாக இருந்தபோதிருந்தே எங்கள் வீட்டிலேயே வளர்ந்து வந்தாள். எங்கள் இருவருக்கும் வாலிப வயதானதும் கலியாணம் செய்வதற்கான ஏற்பாடுகளை என் பெற்றோர் செய்தனர்.

முகூர்த்த நாள் குறிப்பிடப்பட்டு எல்லோருக்கும் அழைப்பு அனுப்பப்பட்டது. அன்றை தினம் என்னுடைய நண்பன் ஒருவனை அழைத்து வருவதற்காக நான் வெளியே போனேன். வெய்யில் கொடுமையினால், என்னால் நடக்க முடியாமல், ஒரு வீட்டுத் திண்ணையில் உட்கார்ந்தேன். வியர்வை ஆறாகப் பெருகிற்று. அதைத் துடைப்பதற்காகக் கைக்குட்டையைத் தேடினேன். என்னுடைய சட்டைப் பையில் இருந்த கைக்குட்டை காணப் படவில்லை. ஆகாவே, சட்டையினால் வியர்வையைத் துடைத்துக் கொள்ள முற்பட்டேன்.

அப்பொழுது, என்னருகே ஒரு வெள்ளைக் கைக்குட்டை வந்து விழுந்தது. தலைநிமிர்ந்து பார்த்தேன். ஒரு பெண்ணின் முகம் தெரிந்தது. அவளைப் போன்ற அழகிய பெண்ணை நான் பார்த்ததே இல்லை. அவள் என்னைப் பார்த்துத் தன் நடுவிரலை வாயில் வைத்து, எடுத்து பிறகு ஆள் காட்டி விரலுடன் சேர்த்து இரண்டு விரல்களையும் மார்பில் வைத்து ஜாடை காட்டி விட்டு மறைந்து விட்டாள். அதன் பொருள் எனக்கு விளங்கவில்லை. ஆயினும், அவள் மறுபடியும் வருவாள் என்று அங்கேயே உட்கார்ந்து இருந்தேன். பொழுதும் அஸ்தமித்து இருட்டிவிட்டது.

எனக்கு அப்பொழுதுதான் சுயநினைவு வந்தது. உடனே புறப்பட்டு வீட்டிற்குப் போனேன். இரவு நெடுநேரமாகி விட்டபடியால், கலியாணத்திற்கு வந்திருந்த உறவினர்கள் எல்லோரும் என்னைக் காணாததால் கோபித்துக் கொண்டு போய்விட்டார்கள். அவள் என்னைப் பார்த்ததும், "உங்கள் தகப்பனார் கூடக் கோபமாக இருக்கிறார். ஏற்பாடுகள் எல்லாம் வீணாகி விட்டதனால், இனி அடுத்த வருஷம்தான் கலியாணம் என்று சொல்லிவிட்டார்," என்று அழுதாள்.

பிறகு அவள் என்னைப் பார்த்து, "இந்நேரம் எங்கே போய் இருந்தீர்கள்?" என்று கேட்டாள். நான் வீட்டை விட்டுப் புறப்பட்டுப் போனது முதல் அந்தப் பெண்ணைச் சந்தித்து அவள் ஜாடை காண்பித்து வரையில் அவளிடம் சொன்னேன். மேலும் அந்தப் பெண் ஜாடை காட்டியதன் பொருள் என்ன வென்றும் அவளைக் கேட்டேன். அதற்கு அவள், "அந்தப் பெண் உங்கள் மேல் காதல் கொண்டு இருக்கிறாள். இன்னும் இரண்டு நாள் கழித்துத் தன்னைச் சந்திக்கச் சொல்லி ஜாடை செய்திருக்கிறாள்," என்று பொருள் கூறினாள்.

அதன்படி இரண்டு நாட்களுக்குப் பிறகு, நான் அந்தப் பெண்ணின் வீட்டிற்குச் சென்று திண்ணையில் உட்கார்ந்தேன். சிறிது நேரத்தில் அவள் ஜன்னலருகில் வந்து நின்றாள். ஒரு கண்ணாடியையும் சிவப்புக் கைக் குட்டையையும் ஒரு கையால் தன் மார்பின்மேல் அடித்துக் கொண்டாள். பிறகு கைக்குட்டையில் கண்ணாடியைக் கட்டி ஜன்னல் வழியாக மூன்று முறை கீழே விட்டு மேலே இழுத்தாள். கடைசியில் ஜன்னலை மூடிவிட்டுப் போய் விட்டாள். அவள் எதுவும் பேசவில்லை. ஆகவே, அவள் மறுபடியும் வரக்கூடும் என்ற ஆசையால் இருட்டும் வரையில் அங்கேயே உட்கார்ந்திருந்தேன். ஆனால், அவள் மறுபடியும் வரவேயில்லை. ஆகையினால், மனம் உடைந்து வீட்டிற்குத் திரும்பினேன்.

ஆஜீஸேவிடம் விவரத்தைச் சொன்னேன். அதற்கு அவள் 'இன்னும் ஐந்து நாட்களுக்குப் பிறகு, இதே தெருவில் உள்ள சாயக் கடைக்கு வந்து சந்திக்கிறேன்' என்று அவள் ஜாடையின் மூலம் தெரிவித்திருக்கிறாள் என்று விளக்கினாள். ஆகவே,

நான் மகிழ்ச்சியுடன் ஆறாம் நாள் அந்தத் தெருவில் இருந்த சாயக் கடைக்குச் சென்று காத்திருந்தேன். ஆனால் அவள் வரவில்லை. ஏமாற்றத்துடன் வீட்டிற்குத் திரும்பினேன். அஜீஸே என்னைப் பிரியமுடன் விசாரித்தாள். ஆனால், நான் அவளுடைய உபசரணையில் எரிச்சல் கொண்டு அடித்து விட்டேன். ஆயினும், அவள் வருத்தப்படாமல், மறு நாள் அந்தப் பெண்ணின் வீட்டிற்கே போகும்படி என்னை வற்புறுத்திச் சொன்னான்.

அதன்படி நான் மறுநாள் சென்றேன். அந்தப் பெண் ஜன்னலருகில் வந்து நின்றாள். ஒருவிளக்கும் பையும் அவளிடம் இருந்தது. என்னைப் பார்த்ததும் விளக்கைப் பையினுள் போட்டு எடுத்துக் கொண்டு உள்ளே போய் விட்டாள். வழக்கம் போல, நான் காத்திருந்த பின்னர் வீடு திரும்பினேன். அஜீஸேவிடம் தகவலைச் சொன்னேன். அதற்கு அவள், "அந்தப் பெண் உங்களை இன்றிரவு வரச் சொல்கிறாள்" என்று விளக்கம் சொன்னாள்.

ஆகவே, நான் அன்றிரவு அங்கே சென்றேன். வீட்டின் முன் கூடத்தில் யாருமில்லை. ஆனால், மேஜையின் மேல் உணவுப் பண்டங்கள் இருந்தன. எனக்குப் பசி அதிகமாக இருந்ததினால், அங்கிருந்த உணவைச் சாப்பிட்டேன். பிறகு, அங்கேயே தூங்கி விட்டேன். நான் எழுந்த பார்த்தபோது, பொழுது விடிந்திருந்தது. சுற்று முற்றும் பார்த்தேன். ஒருவரும் காணப்படவில்லை. ஆனால், என் வயிற்றின்மீது கொஞ்சம் உப்பும் அடுப்புக் கரியும் வைக்கப்பட்டு இருந்தது. என்னுடைய நிலைமை எனக்கே அவமானமாக இருந்தது. ஆகையினால், உடனே புறப்பட்டு என்னுடைய வீட்டை அடைந்தேன்.

முதல் நாள் இரவு நடந்த விஷயங்களை அஜீஸேவிடம் சொன்னேன். அதற்கு அவள், "அந்தப் பெண் உங்கள் மேல் கோபம் கொண்டு இருக்கிறாள். நீங்கள உண்மையாக அவளைக் காதலித்திருந்தால் தூங்கி இருக்க மாட்டீர் என்று நினைத்து உங்களை வெறுத்துவிட்டாள். உங்கள் வயிற்றின் மீது உப்பும் அடுப்புக் கரியும் வைக்கப்பட்டிருந்ததன் அர்த்தம் இதுதான்.' என்று சொன்னாள். அதைக் கேட்டதும் என் உயிரே போய் விடும் போலத் தோன்றிது. என்னுடைய முட்டாள்தனத்தினால் அந்தப் பெண் என்னை வெறுத்து விட்டாள் என்று தெரிந்து கொண்ட

நான் மறுபடியும் அவளைச் சந்திக்க ஒரு உபாயம் சொல்லும்படி அஜீஸேவைக் கேட்டேன்.

அதன் பேரில் அஜீஸே என்னைப் பார்த்து, "இன்றிரவும் நீ அங்கே போ; ஆனால், தூங்கிவிடாதே, அவளைச் சந்தித்த பின்னர் வீட்டிற்குத் திரும்பும்போது இந்தப் பாட்டைப் பாடு," என்று சொல்லி ஒரு பாட்டை எனக்குச் சொல்லிக் கொடுத்தாள். அவள் சொன்னபடியே அன்றிரவு நான் அங்கே சென்றேன். அவளைச் சந்தித்துமகிழ்ந்த பின்னர், வீட்டிற்குத் திரும்பும் போது அந்தப் பாட்டைப் பாடினேன். அந்தப் பாட்டை அவள் கேட்டதும் கோபித்துக் கொண்டு, "உனக்கு வேறு காதலி ஒருத்தி இருக்கிறாள். நீ போய் அவளையே கலியாணம் செய்துகொள்," என்றாள்.

அவள் சொன்னதைக் கேட்ட நான், மனக் கலக்கத்துடன் வீட்டிற்கு வந்தேன். என் வீட்டு வாசலில் ஏகக் கூட்டமாக இருந்தது. அவசரமாக வீட்டினுள் சென்றேன். அங்கே அஜீஸே இறந்து கிடந்தாள். அவளுடைய சாவுக்கு நான் தான் காரணம் என்று என் தாயார் அழுதாள். எனக்கும் வருத்தமாக இருந்தது. அவள் மறைவிற்காக நான் வருந்தவில்லை என்றாலும், என்னுடைய காதல் கைகூடுவதற்காகத் தகுந்த யோசனை சொல்லக்கூடியவள் இறந்து விட்டாளே என்று வருந்தினேன். பிரேத அடக்கம் முதுலிய சடங்குகளெல்லாம் முடிந்ததும், அன்றிரவு மீண்டும் என்னடைய காதலியின் வீட்டிற்குச் சென்றேன்.

அவள் என்னைப் பார்த்ததும், "இனிமேல் எந்தப் பெண்ணோடும் பேசுவதில்லை யென்று சத்தியம் செய்து கொடுத்தால் தான் இங்கே அனுமதிப்பேன்", என்றாள் அதன்படியே நான் சத்தியம் செய்தேன். பிறகு, நானும் அவளும் ஒரு வருஷகாலம் இன்பமாகக் கழித்தோம்.

ஒருநாள் நான் தெரு வழியே சென்று கொண்டிருந்தேன். அப்பொழுது, ஒரு கிழவி என்னருகில் வந்து, "என் வீட்டிற்கு ஒரு கடிதம் வந்திருக்கிறது. நீ அங்கே வந்து அதை எனக்குப் படித்துக் காட்டுகிறாயா?" என்று கேட்டாள். அதற்கு நான் சம்மதித்து அவளுடன் சென்றேன். அந்த வீட்டினுள் நுழைந்ததும் அங்கே ஓர் அழகிய பெண்ணைக் கண்டேன். அவள் என்னைக் கண்டதும் அன்புடன் வரவேற்று உபசரித்தாள். பிறகு என்னைப் பார்த்து.

“உனக்கு வாழ விருப்பமா? சாக விருப்பமா? என்றாள். வாழத்தான் விரும்புகிறேன்,” என்று நான் பதிலளித்தேன். அதற்கு அவள், “நீ வாழ விரும்பினால் என்னைக் கலியாணம் செய்து கொள்,” என்றாள். நான் மறுத்தேன். அதற்கு அவள், “அந்த வஞ்சகி டிலைலாவின் மகளிடமிருந்து நீ தப்ப வேண்டும்,” என்று சொல்லி, என்னைக் கட்டாய மணம் செய்து கொண்டாள்.

நான் அவளுடைய வீட்டிலிருந்து வெளியேற முடியாத வண்ணம் வீட்டுக் கதவை அடைத்து விட்டாள். அங்கேயே ஒரு வருஷம் அடைபட்டுக் கிடந்தேன். அப்பொழுது அவளுக்கு ஒரு ஆண் குழந்தை பிறந்தது. ஒரு வருஷத்துக்குப் பிறகு ஒரு நாள் மட்டும் என்னை வெளியே போய்வர அவள் அனுமதித்துக் கதவை திறந்தாள். அங்கிருந்து புறப்பட்டு நேராக என்னுடைய காதலியின் வீட்டிற்குச் சென்றேன். நான் அவளை விட்டுப் பிரிந்து ஒரு வருஷகாலமாகத் திரும்பி வராததால், அவள் கோபங் கொண்டாள். என்னைத் தன்னுடைய வீட்டில் சேர்த்துக் கொள்ள மறுத்தாள். ஆகவே நான் அங்கிருந்து புறப்பட்டு என்னுடைய வீட்டிற்குப் போனேன்.

என்னைக் கண்டதும் என்னுடைய தாயார் அழுது புலம்பினாள். என்னுடைய தகப்பனார் இறந்து பத்து நாட்கள் ஆயிற்று என்று அழுதாள். அதற்குப் பிறகு, நான் வீட்டிலே தங்கி இருக்க மனமின்றி இந்த வியாபாரிகளுடன் சேர்ந்து கொண்டு பல ஊர்களுக்கும் சென்றேன். இம்மாதிரிப் பிரயாணம் என் மனக்கவலையைக் குறைப்பதற்குப் பதில் அதிகமாக்கும் ஒரு சமப்வம் வழியில் ஏற்பட்டது. இந்த வியாபாரிகளுடன் ஒரு சமயம் கற்பூரத் தீவிற்குச் சென்றேன். அந்தத் தீவின் அரசகுமாரி துன்யாவைப் பார்த்தேன். அவளுடைய ஏக்கம் என்னைப் பெரிதும் வதைக்கிறது. அதனால் தான் இப்படிச் சோர்ந்தாற் போல இருக்கிறேன்,” என்று அஜீஸ் தன் வரலாற்றைச் சொல்லி முடித்தான்.

துன்யாவின் அழகைப்பற்றி அஜீஸ் வர்ணித்த தோரணையிலிருந்தே தாஜுமுல்க் அவள்மேல் காதல் கொண்டான். நேரே அரண்மனைக்குச் சென்றான். கற்பூரத் தீவு அரசகுமாரி துன்யாவைத் தனக்கு மணம் செய்து வைக்க வேண்டும் என்று தன்

தகப்பனிடம் சொன்னான். மகனுடைய விருப்பத்தை நிறைவேற்று வதற்காக அரசன், தன்னுடைய மந்திரியைக் கற்பூரத்தீவின் அரசனிடம் அனுப்பிப் பெண் கேட்க சொன்னான்.

மந்திரி பெண் கேட்கச் சென்றான். கற்பூரத் தீவின் அரசனுக்குத் தன்னுடைய மகளைத் தாஜுல்முல்க்கிற்கு பணம் செய்து வைக்க விருப்பம்தான். ஆனால், துன்யா, "நான் யாரையும் கல்யாணம் செய்து கொள்ளப் போவதில்லை. என்னுடைய விருப்பத்திற்கு மாறாக யாருக்காவது மணம் செய்து வைத்தால் அவனைக் கொன்றுவிட்டு நானும் தற்கொலை செய்து கொள்வேன்," என்றாள். ஆகவே, அந்த அரசன் பெண் கேட்க வந்த மந்திரியிடம் தன் மகள் சொன்ன விஷயத்தைச் சொல்லித் திருப்பி அனுப்பிவிட்டான்.

துன்யாவின் அபிப்பிராயத்தை மந்திரி மூலமாகக் கேள்விப்பட்ட தாஜுல்முல்க், "நான் இருப்பதைவிட அவளுடைய கையால் இறந்து விடுவதையே பாக்கியமாகக் கருதுவேன்," என்று சொல்லி, எப்படியாவது அப்பெண்ணைப் பார்க்க வேண்டும் என்று கற்பூரத் தீவிற்குப் புறப்பட்டான். துணைக்கு அஜீஸையும் மந்திரியையும் அழைத்துக் கொண்டு அங்குபோய்ச் சேர்ந்தான். மூவரும் வியாபாரிகளைப் போல உடையணிந்து அந்தத் தீவின் கடைத் தெருவில் ஒரு கடையை அமர்த்தி வியாபாரம் செய்தபடி, துன்யாவைச் சந்திப் பதற்கான வாய்ப்பை எதிர்பார்த் திருந்தனர்.

அரசகுமாரி துன்யாவுக்குத் தேவையான சில பொருட்களை வாங்குவதற்காக ஒரு கிழவி, ஒரு நாள் தாஜுல்முல்க்கின் கடைக்கு வந்தாள். துன்யாவுக்குப் பொருட்களை வாங்குவதற்காக அந்தக் கிழவி வந்திருக்கிறாள் என்று தெரிந்த தாஜுல்முல்க் விலையுயர்ந்த அநேக பொருட் களுடன் ஒரு கடிதத்தையும் கொடுத்து அனுப்பினான். அந்தப் பொருட்களைப் பார்த்து மகிழ்ந்த துன்யா, கடிதத்தைப் பார்த்ததும கோபம் கொண்டு, கிழவியிடம் ஒரு பதில் கடிதம் கொடுத்து அனுப்பினாள். அந்தக் கடிதத்தில் இனிமேல் தனக்கு அவன் கடிதம் எழுதினால் அவனைக் கொன்று விடுவதாகத் தெரிவித்திருந்தாள்.

தாஜுல்முல்க் அந்தப் பதில் கடிதத்தைப் படித்து விட்டுக் கிழவியிடம்,"அரசகுமாரி ஆண்களை வெறுக்கும் காரணம் என்ன?" என்றான் அதற்கு அந்தக் கிழவி, "துன்யா ஒரு நாள் கனவு கண்டாள்.

'ஒரு வேடன் பறவைகளைப் பிடிக்க வலை விரித்திருந்தான். அந்த வலையில் ஒரு ஆண் புறா அகப்பட்டது. அதைக் கண்ட ஒரு பெண்புறா அந்த ஆண் புறாவைத் தப்பிக்கும்படி செய்தது. பிறகு, பெண் புறா அகப்பட்டுக் கொண்டது. ஆனால், ஆண் புறா அந்தப் பெண் புறாவை விடுவிக்க முயற்சி செய்யவில்லை," அந்தக் கனவைக் கண்ட நாள் முதல், துன்யா ஆண்களே நம்பத்தகாதவர்கள் என்று முடிவுக்கு வந்துவிட்டாள். அதனால்தான், அவள் ஆண்களை வெறுக்கிறாள்," என்று சொன்னாள்.

அந்தத் தகவலைக் கேட்ட தாஜுல்முல்க், மந்திரி, அஜீஸ் ஆகிய மூவரும் யோசித்தனர். துன்யாவின் வெறுப்பைப் போக்குவதற்கான ஒரு திட்டம் தீட்டினர். வழக்கமாக அரசகுமாரி மாதத்தில் பத்து நாட்களைக் கழிக்கும் தோட்ட மாளிகையில் சித்திரம் வரைய ஏற்பாடுகளைச் செய்தனர். அதன்படி, ஒரு சுவரில், பெண் புறா ஒன்று வலையில் அகப்பட்டுக் கொண்டு இருப்பதைப் போலவும், இன்னொரு சுவரில் ஒரு ஆண்புறாவை வல்லூறு ஒன்று பிடித்துக் கொண்டிருப்பதைப் போலவும் எழுதச் செய்தனர்.

அதற்குப் பிறகு, துன்யா அந்த மாளிகைக்கு வந்தபொழுத அந்த சித்திரங்களைப் பார்த்தாள். ஆண் புறாவை வல்லூறு பிடித்துக் கொண்டதினால்தான் அது பெண் புறாவைக் காப்பாற்ற முடியவில்லை என்று நினைத்தாள். ஆகவே தான் கனவில் கண்ட ஆண் புறாவுக்கும் அம்மாதிரி அசந்தர்ப்பம் ஏற்பட்டிருக்கக்கூடும் என்று தன் பழைய அபிப்பிராயத்தை மாற்றிக் கொண்டாள். அதே தருணத்தில், முன்னேற்பாட்டின்படி அந்தத் தோட்டத்தில் வந்து காத்திருந்த தாஜுல்முல்க்கை ஜன்னல் வழியாகத் துன்யா பார்த்தாள். அவனுடைய அழகில் மயங்கினாள். கிழவியிடம் சொல்லி அவனைத் தன்னுடைய அரண்மனை அறைக்கு அழைத்து வரச் சொன்னாள்.

அதன்படி கிழவி தாஜுல்முல்க்கைப் பெண்வேடம் தரிக்கச் செய்து அரண்மனைக்கு அழைத்துப் போனாள். துன்யா அவனை கண்டதும் அன்புடன் வரவேற்றுத் தன் அறைக்கு அழைத்துச் சென்றாள். வேறுயாருக்கும் தெரியாதபடி அவனைத் தன் அறையிலேயே ஒரு மாதம் வைத்திருந்தாள். கிழவியுடன் சென்ற தாஜுல்முல்க் ஒரு மாதமாகியும் திரும்பி வராததைக்

கண்ட மந்திரியும் அஜீஸுும், அவனுக்கு ஏதோ ஆபத்து நேர்ந்து விட்டதனால்தான் அவன் திரும்பவில்லை என்று எண்ணினார்கள். ஆகவே, அவனுக்கு ஏற்பட்ட ஆபத்தை அவனுடைய தந்தையிடம் தெரிவிக்கப் புறப்பட்டாள்.

கற்பூரத் தீவின் அரண்மனையில் தன்னுடைய மகனுக்கு, ஆபத்து ஏற்பட்டிருக்கிறதென்று கேள்விப்பட்ட அரசன், கற்பூரத்தீவின்மீது படையெடுத்துச் செல்ல உத்தரவிட்டான்.

அதே சமயத்தில் கற்பூரத்தீவில் துன்யாவும் தாஜுல் முல்க்கும் நடத்தவந்த கள்ளக் காதல் அம்பலத்திற்கு வந்து விட்டது. அதனால், துன்யாவின் தகப்பன் அவர்கள் இருவரையும் சிரச்சேதம் செய்துவிடும்படி உத்தரவிட்டிருந்தான். அந்தத் தண்டனை நிறைவேற்றப்படும் தருணத்தில் சுலைமான் அரசனுடைய படைகள் அத்தீவை முற்றுகையிட்டன. அந்த முற்றுகையின் காரணத்தைத் தெரிந்து கொண்ட துன்யாவின் தந்தை, தன் மகளுடைய காதலன், சுலைமான் அரசனுடைய குமாரன் தான் என்று அறிந்து, தண்டனையை ரத்து செய்தான். ஆகவே படைகள் யுத்தம் செய்யவில்லை. தாஜுல்முல்க் தான் விரும்பிய துன்யாவை மணம் செய்த கொண்டு தன்னுடைய நாட்டிற்குப் போனான். பிறகு அஜீஸுக்கு ஏராளமான வெகுமதிகளைக் கொடுத்தான். எல்லோரும் சந்தோஷமாக வாழ்ந்தனர்," என்று ஷாரஜாத் சொல்லி முடித்தவிட்டு, அடுத்த கதையைச் சொல்ல ஆரம்பித்தாள்.

அரசனின் ஆசைநாயகி கதை

"ஹாரூன் எல் ரஷீத் என்ற அரசனுக்க அளவில்லாத அடிமைப் பெண்களும் ஆசைநாயகிகளும் இருந்தனர். ஆசை நாயகிகளில் ஒருத்தியின் பெயர் ஷம்சு நஹார். அவள் ஒரு நாள் தன் அடிமைப் பெண்கள் புடைசூழ அபுல்ஹாசன் என்ற வியாபாரியின் கடைக்குப் போனாள். அந்தக் கடையில் அலீ என்ற பாரசீக இளவரசன் உட்கார்ந்து பேசிக்கொண்டு இருந்தான். அலீயின் அழகு அவளை ஆட்கொண்டது. ஆகவே, அபுல்ஹாசனிடம் தன் விருப்பத்தைச் சொன்னாள்.

அவள் குறிப்பிட்டுச் சொன்ன முறையில் அந்த வியாபாரி அலீ இளவரசனை அவளிடம் அழைத்துச் சென்றான். ஷம்சு நஹாார் அவர்கள் இருவரையும் வரவேற்றுப் பேசிக் கொண்டிருக்கும் தருணத்தில், அரசன் அங்கே வருவதாக ஒரு அடிமைப் பெண் ஓடிவந்து சொன்னாள். ஆகவே, அவள் அவர்கள் இருவரையும் பின் வாசல் வழியாக அனுப்பி விட்டாள். அலீ இளவரசனும் வியாபாரியும் பிரிந்து தத்தம் வீட்டிற்குச் சென்றனர். அலீ ஏக்கத்தினால் படுத்திருந்தான். ஷம்சுநஹாாரிடமிருந்து ஏதேனும் தகவல் வந்தால் தனக்குத் தெரிவிக்கும்படி அபுல்ஹாாசனிடம் அலீ சொல்லி அனுப்பினான்.

ஆனால், அபுல்ஹாாசன் அவர்களுடைய காதல் விவகாரங்களில் தான் உடந்தையாக இருந்ததாக அரசனுக்குத் தெரியவந்தால் தனக்கு ஆபத்து ஏற்படும் என்று கருதினான். ஆகவே அந்த ஊரில் தனக்கு ஆபத்து ஏற்படும் என்று கருதினான். ஆகவே அந்த ஊரில் இருந்தால் அவர்கள் இருவரும் தன் மூ லமாகவே சந்திக்க முயற்சிப்பார்கள் என்று எண்ணி, அவர்களிடம் சொல்லிக் கொள்ளாமல் பாஸ்ரா நகருக்குப் போய் விட்டான்.

அபுல்ஹாாசனுக்கு நெருங்கிய நண்பன் ஒருவன் இருந்தான். அவன் நகை வியாபாரி, அபுல்ஹாாசன் பாஸ்ராவுக்குப் புறப்பட்டுப் போன தகவல் அவனுக்குக் கூடத் தெரியாது. அந்த நகை வியாபாரி ஒருநாள் அபுல்ஹாாசனைப் பார்ப்பதற்காக அவனுடைய வீட்டிற்கு வந்தான். அபுல்ஹாாசன் பாஸ்ராவுக்கு போய் விட்டதாகத் தெரிந்து தயங்கிய வண்ணம் அங்கே நின்றான். அச்சமயம், அடிமைப் பெண் ஒருத்தி அவனிடம் வந்து அபுல்ஹாாசனை விசாரித்தாள். அவன் பாஸ்ராவுக்கு போய்விட்டான் என்று தெரிந்ததும், அந்த அடிமைப் பெண் நகை வியாபாரியிடம் அலீ இளவரசனைத் தெரியுமா என்று கேட்டாள். அதற்கு அவன் தனக்குத் தெரியுமென்று சொல்லி அவளை அலீயின் வீட்டிற்கு அழைத்துச் சென்றான்.

அந்த அடிமைப் பெண், தான் கொண்டு வந்திருந்த ஒரு கடிதத்தை அலீயிடம் கொடுத்துப் பதில் கடிதம் பெற்றுச் சென்றாள். ஆகவே, ஷம்சு நஹாாருக்கும் அலீக்கும் இடையே நடந்த விஷயங்கள் அந்த நகை வியாபாரிக்கும் தெரிந்து விட்டது. அன்று முதல் அவர்கள் இருவரிடையே நடந்த விஷயங்கள்

அனைத்தும் அவனுக்கும் தெரிந்தே நடந்தது. ஒரு நாள் அந்த நகை வியாபாரிக்குச் சொந்தமான ஒரு வீட்டில் அலீயும் ஷம்சுநஹாரும் சந்தித்தனர். பிறகு, அன்றிரவு அங்கேயே தங்கினர்.

அவர்கள் அங்கு தங்கின இரவில் திருடர்கள் அந்த வீட்டில் புகுந்து கொள்ளையடித்துக்கொண்டு அவர்கள் இருவரையும் தூக்கிச் சென்றுவிட்டனர். பொழுது விடிந்ததும், அந்த விஷயம் எல்லோருக்கும் தெரியலாயிற்று. ஷம்சுநஹார் தன்னுடைய வீட்டில் தங்கினது அரசனுக்குத் தெரிந்தால் தன்னுடைய தலை போய்விடும் என்று நகை வியாபாரி கவலைப்பட்டாள். அச்சமயம் அவனுக்கு அறிமுகமில்லாத ஒருவன் வந்து, அவனிடம் ஒரு முக்கிய விஷயத்தைப்பற்றிப் பேசவேண்டும் என்று சொல்லி அழைத்துப் போனான்.

அவனுடன் சென்ற நகை வியாபாரி, ஒரு வீட்டில் அலீயும் ஷம்சுநஹாரும் அடைக்கப்பட்டிருப்பதைப் பார்த்தான். முதல் நாள் தன்னுடைய வீட்டில் களவுபோன பொருட்களையும் அங்கே கண்டான். தன்னை அழைத்து வந்தவன் திருடர் கூட்டத்தைச் சேர்ந்தவன் என்பதை யூகித்து நகை வியாபாரி அவனிடம் கெஞ்சிக் கேட்டு அலீயையும் ஷம்சுநஹாரையும் விடுதலை செய்து அழைத்து வந்தான். ஷம்சுநஹார் அரண்மனைக்குப் போய்விட்டான். ஆனால் நகை, வியாபாரி அரசனுக்கு அஞ்சி நடுங்கிய வண்ணம் இருந்தான்.

மறுநாள் ஷம்சுநஹாரின் அடிமைப் பெண், நகை வியாபாரின் வீட்டிற்கு வந்தாள். அரசனுக்கு விஷயம் தெரிந்து ஷம்சுநஹாரைத் தனி அறையில் போட்டு அடைத்து வைக்க உத்தரவிட்டிருப்பதாக அவனிடம் சொன்னாள். அதைக் கேள்விப்பட்டதும் நகை வியாபாரி உடனே அலீயின் வீட்டிற்குச் சென்றான். அரசனுக்கு விஷயம் தெரிந்து விட்டதால், இனி அந்த ஊரில் இருந்தால் பிராணாபத்து ஏற்படும் என்று அலீயிடம் சொன்னான். பிறகு, அவர்கள் இவருவரும் சேர்ந்து வெளியூருக்குச் சென்றனர்.

அரசன் ஷம்சுஹாரைத் தனி அறையில் அடைக்க உத்தரவிட்டான் என்றாலும், அவள் பேரில் அவன் கொண்டிருந்த மோகத்தின் காரணமாக அவளை மன்னித்தான். பழையபடி அவளை அரண்மனைக்குள் அனுமதித்தான். ஆயினும், அவள் அலீயின் ஏக்கத்தின் காரணமாக இறந்துவிட்டாள். வெளியூருக்குச்

சென்ற அலீயும் ஷம்சுநஹாரின் பிரிவாற்றமையால் மெலிந்து உயிர் விட்டான். அவர்களுடைய உண்மைக் காதலை அந்நாட்டு மக்கள் எல்லோரும் வியந்து பாராட்டடினார்கள்," என்று சொல்லிவிட்டு, வேறொரு கதையைச் சொல்ல ஆரம்பித்தாள்:

பூதங்கள் நடத்திய அழகுப் போட்டி

ஷாஜமான் என்ற ஒரு அரசனுக்கு நெடுங்காலம் மக்கட்பேறு உண்டாகவில்லை. அதனால், அவன் மனம் வருந்தினான். மன்னனுடைய மனவருத்தத்தைப் பார்த்த அவனுடைய மந்திரி அன்னதானம் செய்தால் பிள்ளைப்பேறு ஏற்படும் என்று யோசனை சொன்னான். அதன்படி, ஷாஜமான் அன்னதானம் செய்தான். அதன் பலனாக அவனுக்கு ஒர ஆண் குழந்தை பிறந்தது. அக்குழந்தைக்கு கமர் ஏ ஜமான் என்று பெயரிட்டனர்.

குழந்தை வளர்ந்து பதினைந்தாம் வயதை அடைந்ததும், அரசன் அவனுக்கு மணம் செய்விக்க விரும்பினான். ஆனால், கமர் ஏ ஜமான் மணம் செய்துகொள்ள மறுத்தான். அவ்விதமே மேலும் ஐந்தாண்டுகள் கழிந்தன. அரசன் தன்னுடைய மகன் கலியாண விஷயமாக மந்திரியிடம் யோசனை கேட்டான். அதற்கு மந்திரி கமர் ஏ ஜமானை அரச சபைக்கு வரவழைத்து எல்லோர் முன்னிலையிலும் கேட்டால் ஒப்புக்கொள்வான் என்று யோசனை சொன்னான்.

ஆகவே, ஷாஜமான் தன்னுடைய சபையைக் கூட்டினான். தன்னுடைய மகன் கமர் ஏ ஜமானை சபைக்கு வரவழைத்து அவனைக் கலியாணம் செய்துகொள்ள சொன்னான். ஆனால், கமர் ஏ ஜமான் ஆத்திரம் கொண்டான். தனக்குக் கலியாணம் வேண்டாம் என்று பல தடவைகள் சொல்லியிருந்தும், எல்லோர் முன்னிலையிலும் தன்னுடைய தகப்பன் அவமானம் செய்கிறான் என நினைத்தான். ஆகையினால், அவன் தன்னுடைய தகப்பனைப் பார்த்து, "என்னை ஏன இப்படி அவமானப்படுத்த வேண்டும்? எத்தனை தடவை சொன்னாலும் தெரியவில்லையா?" என்று கோபித்துக் கொண்டான். தன்னுடைய மகன் தன் சபையில் எல்லோர் எதிரிலும் தன்னை எதிர்த்துப் பேசியதால் ஷாஜமான்

சினங்கொண்டான். கமர் ஏ ஜமானைப் பிடித்துச் சிறையில் அடைக்க உத்தரவிட்டான்.

கமர் ஏ ஜமான் சிறை வைக்கப்பட்டான். அந்தச் சிறைச்சாலையில் இருந்த ஒரு கிணற்றில் மைமூன் என்ற ஒரு பெண் பூதம் வசித்து வந்தது. அந்தப் பெண் பூதம் கமர் ஏ ஜமானுடைய அழகைக் கண்டு மகிழ்ந்தது. அவனுக்கு எந்த விதமான தொந்தரவும் யாராலும் ஏற்படாமல் பார்த்துக் கொள்ள வேண்டும் என்று சங்கற்பம் செய்துகொண்டு வழக்கப்படி ஆகாய மார்க்கமாகச் சென்றது. ஆகாயத்தில் தனாஷ் என்ற ஆண் பூதத்தைச் சந்தித்தது. அந்த ஆண் பூதம் பாதாளத் தீவில் தான் கண்ட ஒரு அரசகுமாரியின் அழகைப் பற்றி சொன்னது. மேலும், அந்தப் பெண் யாரையும் கலியாணம் செய்துகொள்ள மாட்டேன் என்று சொன்னதனால், அவளுடைய தகப்பன் அவளைச் சிறையில் அடைத்திருப்பதாகவும் சொல்லிற்று.

அதைக் கேட்ட பெண் பூதம் தான் பார்த்த ஆணழகனைப் பற்றி சொல்லிற்று அந்த இரண்டு பூதங்களும் பார்த்த இருவரில் யார் அழகு மிக்கவர்கள் என்பதில் அவர்களுக்குள் வாக்குவாதம் ஏற்பட்டது. அதை முடிவு செய்வதற்காக பாதாளத் தீவில் இருந்த பெண்ணை எடுத்து வந்து கமர் ஏ ஜமான் அருகில் வைத்துப் பார்த்தன. அப்பொழுதும் அந்தப் பூதங்களால் முடிவு செய்ய இயலவில்லை. ஆகவே, கஷ்கஷ் என்ற ஒரு பூதத்தை மத்யஸ்தம் செய்யச் சொல்லின உடனே, கஷ்கஷ் பூதம் கமர் ஏ ஜமானையும் பாதாளத் தீவுப் பெண்ணையும் பார்த்தது. அந்தப் பூதத்தினாலும் முடிவு செய்ய முடியவில்லை.

ஆகவே, அந்த மூன்று பூதங்களும் யோசித்தன. தூங்கிக் கொண்டு இருக்கும் கமர் ஏ ஜமானையும் பாதாளத் தீவுப் பெண்ணையும் தனித் தனியே விழித்தெழச் செய்து, ஒருவரையொருவர் பார்க்கச் செய்து, அதிகமாக மோகிக்கப் படுபவரே சிறந்த அழகுடையவர் என்று தீர்மானிக்க வேண்டும் என்று முடிவு செய்தன. அதன்படி, முதலில் கமர் ஏ ஜமானை விழிக்கச் செய்தன. அவன் தன்னருகில் இருந்த பெண்ணைப் பார்த்தான். தன்னுடைய தகப்பனே அந்தப் பெண்ணை அனுப்பித் தன்னுடைய மனதை மாற்ற ஏற்பாடு செய்து இருக்கிறான் என்று

நினைத்தான். அவளுடைய அழகில் மயங்கினான் என்றாலும், தன்னுடைய தகப்பன் அனுமதி பெற்று அவளை மணந்து கொண்ட பின்னர்தான் அவளைத் தொடவேண்டும் என்று நினைத்தான். ஆகவே, அவளுடைய மோதிரத்தை எடுத்துத் தன்னுடைய விரலில் போட்டதும் படுத்துக் கொண்டான். பூதங்கள் அவனை மயக்கமுறச் செய்தன. பிறகு, அந்தப் பெண்ணை எழச்செய்தன. அவள் தன்னருகில் இருந்த கமர் ஏ ஜமானைப் பார்த்து, மகிழ்ந்தாள். மணம் செய்துகொண்டால் இவனைப் போன்ற அழகனையே மணம் செய்துகொள்ள வேண்டும் என்று நினைத்தாள். அவனுடைய மோதிரத்தை எடுத்துத் தன்னுடைய விரலில் அணிந்ததும், அவனுக்கு ஒரு முத்தம் கொடுத்துவிட்டுப் படுத்துக் கொண்டாள்.

அந்தப் பெண் அவனுக்கு முத்தம் கொடுத்ததைக் கண்ட பூதங்கள் கமர் ஏ ஜமான்தான் அழகில் சிறந்தவன் என்ற முடிவுக்கு வந்தன. அதற்குப் பிறகு, அந்தப் பெண்ணைத் தூக்கிக் கொண்டு பழையபடி பாதாளத் தீவில் முன்பு இருந்த இடத்திலேயே வைத்துவிட்டுப் போய்விட்டன.

விடிந்ததும் கமர் ஏ ஜமான் தன்னருகில் பார்த்தான். பெண்ணைக் காணவில்லை. அவனுக்கு ஏமாற்றமாய் இருந்தது. தன்னுடைய கையை பார்த்தான் மோதிரம் இருந்தது. ஆகவே, தான் கண்டது கனவல்ல என்று உறுதி செய்து கொண்டான். மீண்டும் தன்னுடைய தக்ப்பனே அப்பெண்ணை அப்புறப்படுத்த உத்தரவிட்டிருக்கிறான் என்று நினைத்தான். தனக்குக் காவலாக வைக்கப்பட்டிருந்த அடிமையைக் கூப்பிட்டு அந்தப் பெண்ணைப் பற்றி கேட்டான். அதற்கு அந்த அடிமை, தான் எந்தப் பெண்ணையும் பார்க்கவில்லை என்றான். அதனால், கமர் ஏ ஜமான் கோபம் கொண்டு அவனை அடித்துத் துன்புறுத்தினான். அந்த அடிமை அழுதுகொண்டே அரசனிடம் நடந்த நிகழ்ச்சிகளைச் சொன்னான். அதைக் கேட்ட அரசன், தன்னுடைய மந்திரியை அனுப்பி மகனுடைய நிலையைத் தெரிந்துவரச் சொன்னான்.

கமர் ஏ ஜமான் மந்திரியிடம் முதல் நாள் இரவு ஒரு பெண் தன்னருகில், படுத்து இருந்ததாகச் சொன்னான். அரசகுமாரனுக்குப் வைத்தியம் பிடித்து விடடது என்று மந்திரி கருதி, அரசனிடம்

போய்ச் சொன்னான். அதைக் கேட்டதும் அரசன் தானே மகனைக் காணச் சிறைச்சாலைக்குச் சென்றான். கமர் ஏ ஜமான் தன் தகப்பனிடமும் அதே மாதிரி சொன்னான். அந்தப் பெண்ணினுடைய மோதிரத்தையும் காட்டினான். அரசனுக்கு என்ன சொல்வதெனத் தோன்றவில்லை. ஆயினும் தன்னுடைய மகனை மீண்டும் அழைத்துப் போய், கடலருகில் இருந்த ஒரு மாளிகையில் வைத்துக் கண்காணித்து வந்தான்.

கமர் ஏ ஜமான் நிலைமை அவ்வாறிருக்க, பாதாளத் தீவுப் பெண் விடிந்து எழுந்ததும், தன்னருகில் அந்த ஆண் அழகனைக் காணாமல் திடுக்கிட்டாள். அடிமைப் பெண்களைக் கூப்பிட்டு விசாரித்தாள். தாங்கள் யாரையும் பார்க்கவில்லை என்று அவர்கள் சொன்னார்கள். மேலும், அவர்கள் அவ்விஷயத்தை அரசனிடம் தெரிவித்தார்கள். அரசன் வியப்படைந்தான். தன்னுடைய மகளைச் சந்தித்து விபரம் கேட்டான். முதல் நாள் இரவு ஒரு வாலிபன் தன் அருகில் இருந்ததாகச் சொல்லி மோதிரத்தைக் காண்பித்தாள். அவளுடைய தகப்பனுக்குக் கவலை உண்டாயிற்று. தன்னுடைய மகளுக்குப் பிடித்திருக்கும் பைத்தியத்தை நிவர்த்தி செய்பவர்களுக்குத் தன்னுடைய ராஜ்யத்தில் பாதியைக் கொடுத்து அவளையும் மணம் செய்து வைப்பதாகப் பிரகடனம் செய்தான். மூன்று வருஷங்கள் ஆயிற்று. ஆயினும், யாரும் முன்வந்து நிவர்த்தி செய்ய இயலவில்லை.

அந்தப் பெண்ணினுடைய ஒன்றுவிட்ட சகோதரன் வெளி நாட்டுக்குச் சென்றிருந்தவன், அச்சமயம் திரும்பி வந்தான். அரசகுமாரியின் நிலையைக் கேள்விப்பட்டு, அவளைப் போய்ப் பார்த்தான். அவளிடம் விஷயங்களை கேட்டுத் தெரிந்து கொண்டான். தான் எப்படியாவது அவளுடைய காதலனைக் கண்டுபிடித்து வருவதாகச் சொல்லிப் புறப்பட்டான். பல ஊர்களையும் சுற்றி விசாரித்தான். கமர் ஏ ஜமானுடைய தகவல் அவனுக்குத் தெரிய வந்தது. ஆகவே, அவனைப் பார்ப்பதற்காகக் கப்பல் ஏறிப்போனான். அவன் ஏறிச் சென்ற கப்பல் கமர் ஏ ஜமான் இருந்த கடற்கரை மாளிகையினருகில் வந்த பொழுது புயலினால் கவிழ்ந்து விட்டது. தட்டுத் தடுமாறிக் கரை சேர்ந்தான். கமர் ஏ ஜமானைப் பார்த்து விஷயத்தைச் சொன்னான். அதைக்

கேட்டதிலிருந்து படிப்படியாக அவன் உடல் நிலை தேறியது.

அந்தப் பெண்ணை பார்ப்பதற்காக பாதாளத்தீவிற்குப் போக வேண்டுமென்று துடித்தான். ஆனால் அவனுடைய தகப்பனார் அவனை விட்டுப் பிரிந்திருக்க சம்மதிக்க மாட்டார் என்று தெரிந்தது. ஒருநாள் வேட்டையாடப் போய் வருவதாகத் தெரிவித்துவிட்டு அந்தப் பெண்ணினுடைய ஒன்று விட்ட சகோதரனுடன் சேர்ந்து புறப்பட்டான். பாதாளத் தீவை அடைந்ததும், தான் ஒரு மந்திரவாதி யென்றும், அரச குமாரியின் பைத்தியத்தை நிவர்த்தி செய்வதாகவும் அந்த அரசனிடம் சொன்னான். அதன் பேரில், அவன் கமர் ஏ ஜமானைத் தன் மகள் இருந்த இடத்திற்கு அனுப்பி வைத்தான்.

கமர் ஏ ஜமானை அவள் இருந்த அறையின் முன் நின்று, தன் கையிலிருந்த அவளுடைய மோதிரத்தை ஒரு உறையிலிட்டு, வேலைக்காரன் மூலமாக அவளிடம் கொடுக்கும்படி சொன்னான். அவள் அந்த மோதிரததை பார்த்ததும், தன்னுடைய காதலன் வந்து விட்டான் என்று தெரிந்து, வெளியே ஓடிவந்து அவனைக் கட்டிப் பிடித்துக் கண்ணீர் பெருக்கினான். அவளுடைய மனோவியாதி பறந்தோடிவிட்டது.

பாதாளத் தீவின் அரசன் தன்னுடைய வாக்குப்படி மகளை அவனுக்கு மணம் செய்த வைத்தான். கமர் ஏ ஜமானுக்குத் தன்னுடைய தந்தையின் நினைவு வந்தது. ஆகவே, தன்னுடைய மனைவியை அழைத்துக்கொண்டு தன்னுடைய ஊருக்குப் புறப்பட்டான். போகும் வழியில், ஒருநாள் அவனுடைய மனைவி தூங்கிக் கொண்டிருக்கையில் அவள் அணிந்திருந்த கல் பதித்த நகையைப் பார்த்து ஆச்சர்யப் பட்டான். அந்த நகையை எடுத்து வெளிச்சத்தில் பார்ப்பதற் காகக் கூடாரத்தை விட்டு வெளியே வந்தான். அதைப் பார்த்துக கொண்டிருக்கையில், ஒரு பறவை அதைக் கொத்திக்கொண்டு பறந்து போயிற்று. அந்த நகையை அதனிடமிருந்து மீட்பதற்காக அவன் பறவையைத் துரத்திக் கொண்டே போனான். அந்தப் பறவை இரவுநேரமானதும் மரம் கண்ட இடத்தில் உட்கார்ந்து கொள்ளும்; பொழுது புலர்ந்ததும் பறந்து செல்லும் கமர் ஏ ஜமானும் விடாமல் அதைத் தொடர்ந்து சென்றான். அப்படி ஒரு மாதம் சென்ற பிறகு, அந்தப் பறவை ஒரு

நகரத்தை அடைந்தது. பிறகு அந்தப் பறவை அவன் கண்ணுக்குத் தென்படாமல் மறைந்து போயிற்று. அவனுக்குத் திரும்ப தன் மனைவியிடம் வருவதற்கு வழி தெரியவில்லை. ஆகையால், அங்கிருந்த ஒரு தோட்டக்காரனிடம் வேலைக்கு அமர்ந்து ஜீவனம் செய்ய ஆரம்பித்தான்.

அவனுடைய மனைவி தூங்கி எழுந்ததும், தான் அணிந்திருந்த நகையைக் காணாமல் பதறினாள். அவளுடைய கணவனையும் காணவில்லை. அப்படியே திகைத்து உட்கார்ந்தபடி யோசித்தாள். தன்னுடைய கணவன் தன்னை விட்டுப் பிரிந்து போய்விட்டான் என்று மற்றவர்கள் தெரிந்து கொள்வதை அவள் விரும்பவில்லை. ஆகவே, அவள் தன் கணவனுடைய ஆடைகளை எடுத்து அணிந்தாள். கமர் ஏ ஜமான் உத்தரவிடுவதைப் போல ஒரு குதிரையைக் கொண்டு வரச் சொன்னாள். அதன்மேல் ஏறி அமர்ந்து, மற்றவர்களைப் பின் தொடர்ந்து வரும்படி உத்தரவிட்டுப் பிரயாணத்தைத் தொடர்ந்து நடத்தினாள். இடையில் கருங்காலித் தீவை அடைந்தாள். ஆண் உடையில் இருந்த அவளை ஒரு அரசகுமாரன் என்று நினைத்த அந்தத் தீவின் அரசன் தன்னுடைய மகளை மணம் செய்து கொள்ளும்படி அவளிடம் சொன்னான். அவள் யோசித்தாள். அரசனுடைய கோரிக்கைக்கு இணங்க மறுத்தால், தனக்கு ஏதேனும் ஆபத்து விளையும் என்று எண்ணினாள். ஆகவே, அந்தப் பெண்ணை மணந்து கொண்டாள்.

அன்றிரவு மணப்பெண் தூங்கும் வரையில் அவள் கடவுளைத் தொழுவதில் ஈடுபட்டாள். அவ்வாறே அடுத்த இரண்டு இரவுகளும் நடை பெற்றன. மணப்பெண் தன் கணவனுடைய போக்கைத் தன் தந்தையிடம் தெரிவித்தாள். அந்த அரசனுக்கு மாப்பிள்ளையின் போக்கு விசித்திரமாகத் தோன்றியது. ஆயினும், "இன்னும் இரண்டு நாட்கள் பொறுத்துப்பார். அவன் உன்னிடம் சரியாக நடந்து கொள்ளாவிட்டால், அவனை ஊரைவிட்டுத் துரத்தி விடுகிறேன்," என்று மகளுக்குச் சமாதானம் சொன்னான்.

மறுநாள் இரவு தம்பதிகள் படுக்கையறையில் இருந்தபொழுது, மணப்பெண் தன்னுடைய தகப்பன் சொன்ன விஷயத்தை கணவனிடம் தெரிவித்தாள். அதைக்கேட்ட கமர் ஏ ஜமானுடைய

மனைவி தன்னுடைய ரகசியத்தை அவளிடம் சொன்னாள். தன்னுடைய கணவனைத் தான் மீண்டும் அடையும் வரையில், அந்த ரகசியத்தை யாரிடமும் சொல்லாமல் இருக்கும்படியும் வேண்டினாள். அதற்கு அவள் சம்மதித்தாள். காலையில், அவர்கள் இருவரும் மகிழ்ச்சியுடன் இருந்தனர். அதைக் கண்டட கருங்காலித் தீவு அரசன், தன்னுடைய மருமகள் ஒழுங்காக நடந்து கொண்டிருக்கிறான் என்று நினைத்து மகிழ்ந்தான்

இது இப்படியிருக்க, வேட்டைக்குச் சென்ற மகன் திரும்ப வராததால் ஷாஜமான் மனம் கலங்கினான். மிருகங்களினால் அவன் கொல்லப்பட்டிருப்பான் என்று நினைத்தான். தன்னுடைய ராஜ்யம் முழுவதையும் துக்கம் கொண்டாடச் சொன்னான். எல்லோரும் கருப்பு உடையணிந்து துக்கம் கொண்டாடினர்.

தோட்டக்காரன் வேலையில் அமர்ந்து கமர் ஏ ஜமான் ஒரு நாள் செடிகளுக்குத் தண்ணீர் பாய்ச்சிக்கொண்டு இருந்தான். அப்பொழுது ஒரு மரத்தின் மேலிருந்து ஒரு பறவையை இன்னொரு பறவை கொத்தி கொன்றுவிட்டது. இறந்து போன பறவை மரத்தின் மேல் இருந்து கீழே விழுந்தது. கமர் ஏ ஜமான் அதைப் பார்த்தான். இறந்த பறவையின் கழுத்தில் தான் இழந்த நகை இருந்தது. அதைப் பார்த்ததும் மகிழ்ச்சி அடைந்தான் தன்னுடைய கஷ்ட காலத்திற்கு விடிவு ஏற்பட்டு விடும் என்ற நம்பிக்கை கொண்டான். அந்த நகையை எடுத்துப் பத்திரமாக வைத்துக் கொண்டான். பிறகு, அவன் ஒரு மரத்தைச் சுற்றி மண்வெட்டியால் பாத்தி வெட்டினான். அப்பொழுத மண்வெட்டி ஏதோ பாத்திரத்தின் மீது அடிபடுவது போன்ற ஓசை கேட்டது. ஆகவே, மண்ணைத் தோண்டிப் பார்த்தான். ஒரு இரும்புக் கதவு தென்பட்டது. அதைத் திறந்து பார்த்தான்; ஒரு சுரங்க வழி தென்பட்டது. அதனுள் சென்றான்; அங்கே நூறு ஜாடிகள் நிறையச் செம்பொன் இருந்தது. உடனே அதை மூடிவிட்டு, மறுபடியும் தோட்டத்திற்கு வந்தான்.

அன்று மாலையில் அவன் தோட்டக்காரனைச் சந்தித்தான். தான் கண்ட புதையலைப் பற்றி அவனிடம் சொன்னான். அதைக் கேட்ட தோட்டக்காரன் அந்த புதையல் முழுவதையும் அவனையே எடுத்துக்கெள்ளச் சொன்னான். ஆனால், கமர் ஏ ஜமான் அதற்கு ஒப்புக் கொள்ளவில்லை. தோட்டக்காரனுக்குப்

பாதிப் பங்கு கொடுத்தான். அந்த சந்தர்ப்பத்தில் அவ்வூர் வியாபாரிகள் சிலர் கப்பல் ஏறிக் கருங்காலித் தீவிற்குப் புறப்படப் போதாகச் செய்தி கிடைத்தது. கமர் ஏ ஜமானும் அந்தக் கப்பலில் ஏறிப் பயணமாவதற்காகத் தன் பங்கிற்குக் கிடைத்த ஐம்பது ஜாடிகளையும் கப்பலில் ஏற்றச் செய்தான். கப்பல் புறப்படப் போகும் தருணத்தில், தோட்டக் காரன் உடல்நலமில்லை என்று கேள்விப்பட்டு அவனைப் பார்க்கப் போனான். தோட்டக்காரன் இறந்து விட்டான். ஆகையினால், அவன் புறப்பட இயலவில்லை. ஆனால், அவன் ஏற்றிய ஐம்பது ஜாடிகளுடன், அவனைவிட்டு அக்கப்பல் புறப்பட்டுப் போய்விட்டது. அவன் மறுபடியும் தோட்ட வேலையில் ஈடுபட்டான்.

அந்தக் கப்பல் கருங்காலித் தீவை அடைந்ததும் அந்தத் தீவில் ஆண் உடையில் ராஜ்யபாரம் செய்து வந்த கமர் ஏ ஜமானுடைய மனைவியைக் கப்பல் தலைவன் சந்தித்துத் தான் கொண்டு வந்த பொருட்களை விற்றான். கமர் ஏ ஜமான் ஏற்றிய ஐம்பது ஜாடிகளையும், அதைத் திறந்து பார்க்காமலேயே குறைந்த விலைக்கு விற்றுவிட்டான்.

அந்த ஜாடிகளை அரண்மனை அந்தப்புரத்திற்குக் கொண்டு வரச் செய்து திறந்து பார்த்தாள். அவைகளில் இருந்த செம்பொன்னைப் பார்த்ததும், அவள் கப்பல் தலைவனை வரவழைத்து அந்த ஜாடிகளைக் கப்பலில் ஏற்றியவனை உடனே அழைத்து வராவிடில் சிரச்சேதம் செய்துவிடுவேன் என்று உத்தரவிட்டாள். ஆகவே, அவன் மீண்டும் கமர் ஏ ஜமான் இருந்த தீவிற்குப் போய் அவனை அழைத்து வந்தான்.

கமர் ஏ ஜமான் கருங்காலித் தீவிற்கு வந்து சேர்ந்ததும், அவனை அரண்மனைக்கு வரவழைத்து நடந்த நிகழ்ச்சிகளை எல்லாம் அவனுடைய மனைவி தெரிவித்தாள். அவள் சொன்னதைக் கேட்ட எல்லோரும் ஆச்சர்யப்பட்டனர். அத்தனை நாளும் அவளை ஒரு ஆடவன் என்றே எல்லோரும் நினைத்திருந்தனர். அதற்குப்பிறகு, கமர் ஏ ஜமான் தன்னுடைய மனைவி மணந்து கொண்டிருந்த அந்த ராஜகுமாரியையும் மணந்துகொண்டு, அந்தத் தீவிற்கு அரசனாக வாழ்ந்து வந்தான்.

இளவரசர்களின் பராக்கிரமம்

“கமர் ஏ ஜமானுடைய இரண்டு மனைவியர்களும் ஒவ்வொரு ஆண் குழந்தையைப் பெற்றனர். அக்குழந்தைகள் வளர்ந்த பதினேழு வயது வாலிபர்களாயினர். அச்சமயம் கமர் ஏ ஜமான் ஒரு நாள் வேட்டையாடச் சென்றான். அன்று அரசனுடைய ஆசைநாயகிகள் இருவர் அந்த அரச குமாரர்களின் மேல் காமுற்று அவர்களை அழைத்து வர இரண்டு அடிமைகளை அனுப்பினர். விஷயத்தைக் கேள்விப் பட்ட அரச குமாரர்கள் சினங்கொண்டு அந்த அடிமைகளை வெட்டி விட்டனர்.

தாங்கள் அனுப்பிய அடிமைகளை அரசகுமாரர்கள் கொன்று விட்டதைக் கேள்விப்பட்ட அந்தப் பெண்கள் இருவரும் பயந்தனர். ஆயினும், அந்த அபவாதத்தில் இருந்து தப்புவதற்காக, அரசன் திரும்பி வந்ததும், அரசகுமாரர்கள் இருவரும தங்களிடம் துராக்கிருகம் செய்ய முயன்றதாகக் கோள் சொன்னார்கள். அதைக் கேட்ட கமர் ஏ ஜமான் ஆத்திரப்பட்டான். அரசகுமாரக்ள் இருவரையும் காட்டிற்குக் கொண்டுபோய் சிரச்சேதம் செய்துவிடும்படி உத்தரவிட்டான்.

ஆனால், அவர்களைச் சிரச்சேதம் செய்ய அழைத்துச் சென்றவன் அவர்களிடம் அனுதாபம் கொண்டவன். ஆகையால் அவர்களைக் கொல்லவில்லை. ஆனால், அவர்களைக் கொன்று விட்டதாக அரசனிடம் வந்து சொன்னான். அதற்கு அத்தாட்சியாக அவர்களுடைய உடையைக் கொண்டு வந்து காண்பித்தான். அவர்கள் இறந்து விட்டார்கள் என்று அசரன் நம்பினான். சில நாட்களில் அரசனுக்குத் தன் புதல்வர்கள் தவறு செய்யவில்லை என்று தெரிய வந்தது. அநியாயமாக அவர்களைக் கொல்ல உத்தரவிட்டதற்காகத் தன்னைத் தானே நொந்து கொண்டான். அன்று முதல் அவன் யாருடனும் முகம் பார்த்துப் பேசாமல் தனியாக ஒரு அறையில் இருந்தபடி அழுது கொண்டிருந்தான்.

காட்டிலே விடப்பட்ட இளவரசர்கள் இருவரும் நாட்டிற்குத் திரும்ப அஞ்சி, வேற்றூருக்குப் போகும் எண்ணத்துடன் நடந்து சென்றனர். மூன்று மாதங்கள் நடந்த பிறகு, ஒரு மலையுச்சியில்

இருந்த ஒரு நகரத்தை அடைந்தனர். அங்கு ஓரிடத்தில் மூத்தவனை இருக்கச் சொல்லிவிட்டு இளையவன் கடைத்தெருவுக்குச் சென்றான். அங்கே ஒரு கிழவன் அவனைச் சந்தித்து தன்னுடைய வீட்டிற்கு அழைத்துச் சென்றான். வீட்டை அடைந்ததும் அந்தக் கிழவன் அவனை ஒரு நிலவறையில் போட்டுப் பூட்டிவிட்டான்.

கடைத் தெருவுக்குச் சென்ற தம்பியைக் காணாமல் அண்ணன் அவனைத் தேடிச் சென்றான். ஆனால், அவனைக் கண்டு பிடிக்க முடியவில்லை. ஆகவே அங்குமிங்கும் சுற்றியலைந்த விட்டுக் கடைசியாக ஒரு தையற்காரனுடைய வீட்டிற்குப் போய்ச் சேர்ந்தான். அவனிடம் தன் வரலாற்றைச் சொன்னான். அதைக் கேட்ட தையற்காரன் அவனுடைய தம்பியைக் கண்டுபிடிக்கும் வரையில் தன் வீட்டிலேயே இருக்கும்படி சொன்னான். அதன்படி அவன் அங்கு தங்கித் தையல் தொழிலையையும் கற்று வந்தான்.

அப்படி இருக்கையில் ஒரு நாள் அவன் கடற்கரைப் பக்கமாகப் போனான். அப்பொழுது, ஒரு அழகிய பெண் அவனைத் தொடர்ந்து வந்து அவனுடனே வருவதாகச் சொன்னாள். அவனுக்கு என்ன சொல்வதென்று தெரியவில்லை. அவளை எங்கே அழைத்துப் போவதென்று புரியவில்லை. ஆகையால் அவன் பதில் எதுவும் சொல்லாமல் நடந்துகொண்டே இருந்தான். அந்தப் பெண்ணும் அவனைத் தொடர்ந்து வந்து கொண்டே இருந்தது. முன்னால் சென்ற அவன் ஒரு சந்துக்குள் நுழைந்தான். கொஞ்ச தூரம் சென்றதும் மேலே செல்ல முடியாமல் சந்து அடை பட்டிருந்தது. அந்தச் சந்தில் இருந்த கடைசி வீடு பூட்டியிருந்தது. ஆகவே, அவன் அவ் வீட்டுத் திண்ணையில் உட்கார்ந்தான். அந்தப் பெண்ணும் அவனைத் தொடர்ந்து வந்து அவனருகில் உட்கார்ந்தாள்.

அந்த வீடு அவனுடையதுதான் என்று அவள் நினைத்தாள். ஆகவே, அவனிடம் பூட்டைத் திறக்கச் சொன்னாள். ஆனால், சாவியை வேலைக்காரன் கொண்டு போய் இருப்பதாக அவன் சொன்னான். அதற்கு அவள், தெருவிலே எவ்வளவு நேரம் காத்திருப்பது என்று சொல்லிப் பூட்டை உடைத்தாள். வீட்டுச் சொந்தக்காரர்கள் வந்தால் ஆபத்து ஏற்படுமே என்று பயந்து அவன் தயங்கியபடியே நின்றான். ஆனால் அவள் எவ்விதக்

கவலையுமின்றி வீட்டினுள் சென்றாள். அவனையும் உள்ளே அழைத்தாள். அவன் தயங்கிய வண்ணம் உள்ளே சென்றான்.

அந்த வீட்டினுள் அவர்கள் இருவரும் நுழைந்த சற்று நேரத்தில், வீட்டுக்காரர்கள் அங்கு வந்து சேர்ந்தனர். அவனைக் கண்டதும் இளவரசன் திகிலடைந்து, அவனை தனியிடத்துக்கு அழைத்துச் சென்று தன் வரலாற்றைச் சொல்லி, மன்னிக்கும்படி வேண்டினான். அதைக் கேட்டதும் அந்த வீட்டுக்காரன் அவன் பேரில் அனுதாபங் கொண்டு, அவனுடைய இஷ்டப்படி அவன் அந்த வீட்டில் இருக்கலாம் என்றும், தான் அவனுடைய ரகசியத்தை அந்தப் பெண்ணிடம் சொல்வதில்லை என்றும் ஒப்புக் கொண்டான். அதன் பேரில் இளவரசன் நிம்மதியாக அந்தப் பெண்ணுடன் பேசிக் கொண்டு இருந்தான்.

அந்தப் பெண் இளவரசனைத் தான் வீட்டுச் சொந்தக்காரன் என்றும் வீட்டுச் சொந்தக்காரனை அவனுடைய அடிமை என்றும் நினைத்து, அவனைக் கொடுமைப்படுத்தினாள். அவன இளவரசனுக்குக் கொடுத்த வாக்குப்படி பொறுமையுடன் இருந்தான். அன்றிரவு அவள் அந்த வீட்டுக்காரன் தூங்கும் சமயம் கொலை செய்யப் போனாள். ஆனால் இளவரசன் அவளைத் தடுத்தான். அவள் மூர்க்கத்தனமாக அவனைக் கொல்லுவேன் என்று பிடிவாதம் செய்தாள். அதைக் கேட்ட இளவரசன் தானே அவனைக் கொல்வதாகச் சொல்லி அவளிடமிருந்த வாளைப் பிடுங்கி அவளையே கொன்று விட்டான்.அவள் போட்ட கூச்சலில் வீட்டுக்காரன் திடுக்கிட்டு எழுந்தான். இளவரசன் அவளைக் கொலை செய்திருப்பதைப் பார்த்து திகைத்தான். இளவரசன் நடந்த விஷயங்களை அவனிடம் சொன்னான். அதைக் கேட்ட வீட்டுக்காரன், இளவரசனைக் காப்பாற்றும் நோக்கத்துடன் அந்த பெண்ணின் பிரேதத்தை எடுத்து ஒரு கூடையில் வைத்துக் கடலில் எறிந்து விடுவதற்காகப் எடுத்துப் போனான்.

அவன் கடற்கரையை அடைந்ததும், அங்கு ரோந்து சுற்றிக் கொண்டிருந்த காலாளிகள் அவனைக் கூடையுடன் பிடித்துக் கொண்டுபோய் அரசனிடம் நிறுத்தினார்கள். அவன் ஒரு பெண்ணைக் கொலைசெய்த குற்றத்திற்காக அவனைத் தூக்கிலிடும்படி அரசன் உத்தரவிட்டான். அவனைத் தூக்கிலிடும்

விஷயம் நகரெங்கும் பறையறைந்து தெரிவிக்கப்பட்டது. அதைக் கேள்விப்பட்ட இளவரசக் தூக்கிலிடும் இடத்திற்குச் சென்று அந்தப் பெண்ணைக் கொன்றது தான் தானென்று சொன்னான். அதைக் கேட்ட காவலாளிகள் அவனை அரசனிடம் அழைத்துச் சென்றனர். இளவரசன் அரசனிடம் தன்னுடைய வரலாற்றைச் சொன்னான். உடனே, அரசன தண்டனையை மாற்றினான். இளவரசனைத் தன்னுடைய ராஜ்ய மந்திரியாக நியமித்தான். அவனுடைய தம்பியைத் தேடிப் பிடிக்கும்படி உத்தர விட்டான்.

கிழவனுடைய வீட்டில் அடைப்பட்டிருந்த அரச குமாரனுக்குத் தினந்தோறும் அந்தக் கிழவனுடைய மகள் ஆகாரம் கொண்டு போய்க் கொடுப்பாள். அவள் அவனுடைய அழகில் மயங்கி விட்டாள். அவளுக்கு அரசனுடைய உத்தரவு தெரிய வந்தது. அந்த விஷயத்தை அரசகுமாரனிடம் தெரிவித்தாள். பிறகு, ஒரு நாள் சமயம் பார்த்து, அரசகுமாரனை மந்திரியின் வீட்டிற்கு அழைத்துச் சென்றாள். சகோதரர்கள் இருவரும் சந்தித்தனர். தாங்கள் இருவரும் பிரிந்திருந்த காலத்தில் நடந்த நிகழ்ச்சிளை ஒருவருக்கொருவர் சொல்லிக் கொண்டனர். பிறகு, அந்தக் கிழவனுடைய மகள் செய்த உதவிக்காக நன்றி காண்பிக்கும் பொருட்டு, அவன் அவளை மணந்து கொண்டான். அந்தக் கிழவன் ஆனந்தக் கண்ணீர் பெருக்கி, நீமெத் அல்லா இன்பமாக வாழ்ந்ததைப் போல நீங்கள் வாழ்வீர்கள்," என்று ஆசிர்வதித்தான். அதைக்கேட்ட இளவரசர்கள் அந்தக் கதையைச் சொல்லும்படி கேட்டனர். உடனே அந்தக் கிழவன் அந்தக் கதையைச் சொன்னான்.

நீமெத் அல்லாவின் கதை

"**எ**ல்கூபே என்ற நகரத்தில் எர்ரபியா என்பவன் வசித்து வந்தான். அவனுக்கு ஒரு ஆண் குழந்தை பிறந்தது. அந்தக் குழந்தைக்கு நீமெத் அல்லா என்று பெயரிட்டனர். ஒரு நாள் எர்ரபியா கடைத் தெருவுக்குப் போனான். அங்கு அடிமைப் பெண்ணொருத்தி கையில் பெண் குழந்தை ஒன்று இருந்தது. அந்தக் குழந்தை எர்ரபியாவைக் கவர்ந்தது. ஆகையினால், குழந்தையுடன் அந்த அடிமைப் பெண்ணை விலைக்கு வாங்கினான். அந்தப் பெண்

குழந்தைக்கு நோம் என்று பெயரிட்டுத் தன் மகனுடன் வளர்த்து வந்தான்.

இரண்டு குழந்தைகளும் அண்ணன் தங்கையைப் போல வளர்நது வந்தனர். அக்குழந்தைகளுக்குப் பத்து வயதான போது எர்ரபியா தன்னுடைய மகனைக் கூப்பிட்டு, "நோம் உன்னுடைய தங்கையல்ல; அவள் உனக்கு அடிமை," என்று சொன்னான். அதைக் கேட்ட நீமெத் அல்லா, "அப்படியானால் நான அவளைக் கலியாணம் செய்து கொள்கிறேன்," என்றான். அதற்குப் பிறகு, நான்கு வருஷங்கள் சென்றன.

அந்த நகரத்து அரசன் நோமின் அழகைப்பற்றிக் கேள்விப் பட்டான். ஆகவே, அவளை எப்படியாவது மர்வான் ராஜ்ய அரசனுக்குப் பரிசாக கொடுக்க வேண்டும் என்று திட்டமிட்டான். ஆகவே, ஒரு கிழவியை அந்தப் பெண்ணிடம் அனுப்பித் தந்திரமாகத் தன்னிடம் அழைத்து வரும்படி சொன்னான். கிழவி அவளை அழைத்து வந்தாள். அந்த அரசன், உடனே அவளைப் பாதுகாப்புடன் மர்வான் நாட்டிற்கு அனுப்பி விட்டான்.

நோமைக் காணாததால் நீமெத் அல்லா துயரத்தினால் படுத்த படுக்கையாகி விட்டான். அவனுக்கு வைத்தியம் செய்வதற்காக ஒரு பாரசீக வைத்தியன் வந்தான். அவனுக்கு நீமெத் அல்லாவின் நோயினுடைய காரணம் தெரிய வந்தது. ஆகவே, எர்ரபியாவிடம் சொல்லி நீமெத் அல்லாவைத் தன்னுடன் கடையை டமாஸ்கஸ் நகருக்கு அழைத்துச் சென்றான். அங்கே ஒரு கடையை வாடகைக்கு அமர்த்தினார்கள். வைத்தியனும் நீமெத் அல்லாவும் தந்தையும் மகனும் எனத் தெரியப்படுத்தி வியாபாரம் செய்து வந்தனர். வைத்தியத் தொழிலையும் மேற்கொண்டனர்.

அச்சமயம், ஒரு கிழவி, ஒரு நாள் அந்தக் கடைக்கு வந்தாள். தன்னுடைய மகளுக்கு உடல் நலமில்லை என்று தெரிவித்து மருந்து கேட்டாள். அதற்கு அந்த வைத்தியன் பிணியாளியின் பெயர் , வயது, ஊர் முதலான விபரங்களைக் கேட்டான். அதற்கு அந்தக் கிழவி தன்னுடைய மகள் பெயர் நோம் என்றும் எல்கூபா நகரமென்றும் மற்ற விபரங்களையும் சொன்னான். அதைக் கேட்டதும் வைத்தியன் ஏதோ மருந்தைக் கொடுத்து அனுப்பும்படி

நீமெத்திடம் ஜாடை செய்தான். உடனே, நீமெத் ஒரு சிறிய பெட்டியில் சில மருந்துகளை வைத்து, அத்துடன் ஒரு கடிதமும் வைத்து அனுப்பினான்.

கிழவி, அந்த மருந்துப் பெட்டியைக் கொண்டு போய் நோமிடம் கொடுத்தாள். அந்தப் பெட்டியில் இருந்த கடிதத்தை நோம் படித்ததுப் பார்த்தாள். தன்னுடைய காதலன் அந்த நகரத்திற்கே வந்திருப்பதை உணர்ந்து, மகிழ்ச்சி அடைந்தாள். உடனே, ஒரு பதில் கடிதம் எழுதி அந்தக் கிழவியிடமே கொடுத்து அனுப்பினாள். நீமெத் அல்லா அதைப் படித்துப் பார்த்தான். அந்தக் கடிதத்தில் குறிப்பிட்டிருந்தபடி பெண்ணுடை அணிந்து அந்தக் கிழவியைப் பின் தொடர்ந்து நோம் இருந்த இடத்திற்குச் சென்றான்.

நீமெத் அல்லா அவளுடன் பேசிக் கொண்டிருக்கும் போது மர்வான் அரசன் அங்கு வந்து விட்டான். தன்னுடைய அரண்மனை அந்தப்புரத்தில் வேறொரு ஆடவன் இருப்பதைக் கண்டதும் அளவிலாக் கோபம் கொண்டான் ஆகவே, அவனையும் நோமையும் தண்டிக்கும்படி உத்தரவிட்டான். ஆனால், நீமெத் அல்லா தங்களுடைய வரலாற்றை ஆதியோடந்தமாகச் சொன்னான். அதைக் கேட்டதும் மர்வான் அரசன் உண்மையை உணர்ந்து, அவர்களை மன்னித்து, அவர்கள் மீண்டும் ஒன்று சேர்ந்து வாழ வேண்டிய ஏற்பாடுகளைச் செய்து கொடுத்தான்," என்று அந்தக் கிழவன் சொல்லி முடித்தான்.

பிறகு, அந்த இளவரசர்கள் இரண்டுபேரும் அங்கிருந்த எல்லோருடனும் பேசிக் கொண்டிருந்தனர். அப்பொழுது அந்தத் தீவின் மீது யாரோ ஒரு அரசன் படையெடுத்து வந்திருப்பதாகச் செய்தி கிடைத்தது. கொஞ்சநேரத்தில் படையெடுத்து வந்த அரசனின் தூதுவன் அவர்களிடம் வந்து கமர் ஏ ஜமான் அரசனுடைய படைகள் வந்திருப்பதாகத் தெரிவித்தான். அதைக் கேட்ட இளவரசர்கள் கமர் ஏ ஜமான் தங்களுடைய தந்தைதான் என்று தெரிவித்தார்கள். அதன் பேரில் அந்தத் தூதுவன் அவர்களை அழைத்துக் கொண்டு கமர் ஏ ஜமானிடம் சென்றான். தன்னுடைய குமாரர்களை உயிருடன் கண்ட கமர் ஏ ஜமான் அளவிலா மகிழ்ச்சியுடன் அவர்களை அணைத்துக்

கண்ணீர் பெருக்கினான். அதற்குப் பிறகு, அவர்கள் இருவரையும் அழைத்துக்கொண்டு, தன்னுடைய நாட்டிற்குப் போய்ச் சுகமாக வாழ்ந்தனன்,' என்று ஷாரஜாத் சொல்லிவிட்டு, "இந்தக் கதையைவிட அலாவுத்தீனுடைய சாகசங்களை கேட்டால் இதைவிட சுவாரசியமாய் இருக்கும்" என்றாள். உடனே ஷாரியர் மன்னன் அந்தக் கதையைச் சொல்லும்படி கேட்டான்.

அலாவுத்தீன் சாகஸங்கள்

"கெய்ரோ நகரத்தில் ஷம்சுத்தின் என்ற பிரசித்திபெற்ற வியாபாரி ஒருவன் இருந்தான். அவனுக்குக் கலியாணமாகி நாற்பது வருஷங்களுக்குப் பின் ஒரு ஆண் குழந்தை பிறந்தது. அவன் அந்தக் குழந்தையைக் கண்ணெனக் கவனித்து வளர்த்து வந்தான். மற்றவர்களின் கண்களில் தென்பட்டால் தோஷம் நேரும் என்று நினைத்து ஒருநிலவறையைக் கட்டி அதிலே வைத்தான். அக்குழந்தைக்கு அலாவுத்தின் அபு ஷமத் என்று பெயரிட்டான். அலாவுத்தீனுடைய படிப்பு சாப்பாடு முதலிய எல்லாம் அந்த நிலவறையிலேயே நடைபெற்றன.

அப்படியே அவன் பதினேழுவயது வாலிபனாகும் வரையில் வளர்ந்து வந்தான். ஒரு நாள் அவன் இருந்த நிலவறையின் கதவு திறந்திருந்தது. அதன் வழியாக வெளியே வந்தான். அப்பொழுதுதான் அவன் முதன் முதலாக எல்லோரையும் பார்த்தான். அவனுக்கு எல்லாமே வியப்பைக் கொடுத்தன. அவனுடைய தாயாரிடம் சென்று, தன்னுடைய தந்தையின் கடைக்குப் போவதாகச் சொன்னான். அதற்கு அவனுடைய தாய், தோஷம் பட்டுவிடும் என்று ஆட்சேபித்தாள். அவசியமானால், அவனுடைய தந்தையின் காலத்திற்குப் பிறகு கடைக்குப் போனால் போதுமென்று அவள் சொன்னாள். ஆனால், அவன் ஒப்புக் கொள்ளவில்லை. "நான் எங்கும் வெளியே போகாமல் அடைபட்டுக் கிடந்தால், என்னுடைய தகப்பனாருக்கு நான் ஒரு பிள்ளை இருப்பதாகவே ஊராருக்குத் தெரியாது. ஆகையினால், கடைக்குப் போய் வியாபாரத்தைக் கவனித்துக் கொள்கிறேன்," என்று பிடிவாதம் செய்தான். ஆகவே, அவள் தன் கணவனிடம் விஷயதைச் சொல்லி, மறுநாள் அவனை கடைக்கு அழைத்துப்

போகச் சொன்னாள். அதைக் கேட்ட ஷம்சுத்தீன் தன்னுடைய மகனைப் பார்த்து, வியாபாரிக்கு இருக்கவேண்டிய பணிவு முதலான குணங்களை உபதேசித்துக் கடைக்கு அழைத்துச் சென்றான்.

அன்று கடைத்தெருவில் இருந்த வியாபாரிகள் அவ்வளவு பேரும் ஷம்சுத்தீனுக்கு அந்த வயதில் ஒரு மகன் இருப்பதைக் கேட்டு ஆச்சர்யப்பட்டனர். ஷம்சுத்தீனுக்குக் குழந்தை பிறந்த விஷயமே கடைத்தெருவில் யாருக்குமே தெரியாது. அந்தக் கடைத்தெருவில் இருந்த வியாபாரிகள் யாருக்குப் பிள்ளை பிறந்தாலும் மற்றவர்களுக்கு விருந்தளிப்பது வழக்கம், ஷம்சுத்தீனும் நகரத் தோட்டத்தில் விருந்துக்கு ஏற்பாடு செய்தான்.

விருந்தில் வாலிபர்கள் எல்லாம் ஒருபுறமும் வயோதிகர்கள் மற்றொரு புறமும் அமர்ந்து உணவருந்தினர். அப்பொழுது வாலிபர்களின் கோஷ்டியில் ஒவ்வொரு வாலிபனும் தான் சென்ற ஊர், செய்த வியாபாரம் முதலானவை களைப் பற்றிப் பெருமையாகச் சொல்லிக் கொண்டிருந்தனர். ஆனால், அலாவுத்தீனால் அம்மாதிரி எதுவும் சொல்ல முடியவில்லை. ஆகவே, மற்ற வாலிபர்கள் எல்லோரும் அலாவுத்தீனைக் கேலி செய்தனர். அதனால் அலாவுத்தீன் ஆத்திரத்துடன் தன்னுடைய வீட்டிற்குச் சென்றான். விருந்தில் நடந்த விஷயங்களை தன் தாயாரிடம் சொன்னான்.

அதைக் கேட்டதும் அவனுடைய தாயார் அவன் விருப்பப்படியே வெளியூருக்குச் சென்று வியாபாரம் செய்துவர அனுமதித்தாள். ஆகவே, ஷம்சுத்தீன் தன்னுடைய மகனுக்குத் தேவையான வியாபாரச் சரக்குகளைக் கொடுத்தான். அலாவுத்தீன் அந்த சரக்குகளுடன் பாக்தாத் நகரத்திற்குப் பயணமானான். வழியில் அராபியக் கொள்ளைக் கூட்டத்தினர். அவன் கொண்டுபோன பொருள்களைக் கொள்ளையடித்து சென்றனர். ஆகவே, அவன் மிகவும் சிரமத்துடன் பாக்தாத் நகருக்குப் போய்ச் சேர்ந்தான்.

அந்த கிராமத்தில் இருந்த ஒரு மசூதியில் போய்த் தங்கினான். அச்சமயம் அந்த மசூதிக்கு ஒரு முதியவனும் ஒரு வாலிபனும்

வந்தனர். அந்த முதியவனுடைய மகளை வாலிபன் கலியாணம் செய்து கொண்டிருந்தான். ஆனால் அவனுடைய மனைவி அவனை வெறுத்ததன் காரணமாக விவாகரத்துச் செய்துகொண்டிருந்தனர். என்றாலும், மீண்டும் அவளைத் தனக்குக் கலியாணம் செய்து கொடுக்கும்படி அந்த வாலிபன் முதியவனைப் பார்த்துக்கேட்டான். அதற்கு அந்த முதியவன் ஒப்புக்கொள்ளவில்லை. அங்கே உட்கார்ந்திருந்த அலாவுத்தீனைப் அந்த முதியவன் பார்த்தான். உடனே, அலாவுத்தீனைப் பார்த்து, "நீ என் மகளைக் கலியாணம் செய்துகொண்டு வாழ்க்கை நடத்துவதாக இருந்தால் எனக்கு நீ பத்தாயிரம் பொற்காசுகள் கொடுக்க வேண்டும். இல்லாவிடில், இன்றிரவு நீ அவளை மணம் செய்துகொண்டு, நாளைக் காலையில் விவாகரத்து செய்து கொள்வதாக இருந்தால், நான் உனக்கு ஆயிரம் பொற்காசுகள் கொடுக்கிறேன். இதற்கு நீ சம்மதிக்கிறாயா?" என்று கேட்டான்.

அலாவுத்தீன் யோசித்தான். கையில் கொண்டு வந்த பொருட்களை எல்லாம் பறிகொடுத்துவிட்டுத் தரித்திரனைப் போல அலைந்து கொண்டிருப்பதைவிட, அந்தப் பெண்ணை மணம் செய்து கொண்டு மறுநாள் விவாகரத்து செய்து கொள்வதே மேல் என்று முடிவு செய்தான். தன்னுடைய சம்மதத்தை முதியவனிடம் தெரிவித்தான். பிறகு, கலியாணம் செய்து வைத்தான். அன்றிரவு அலாவுத்தீன் அந்தப் பெண்ணிடம் தன் வரலாற்றைச் சொன்னான். ஜுபைதா என்ற அந்தப் பெண் அவனுடைய அழகில் மயங்கினாள். அவனுடைய தரித்திரத்தின் காரணமாக, அவன் தன்னை விவாகரத்து செய்வதை அவள் விரும்பவில்லை. ஆகவே, அவனுக்கு ஒரு யோசனை சொல்லிக் கொடுத்தாள்.

அந்த யோசனையின்படி, மறுநாள் அலாவுத்தீன் அந்த முதியவனிடம் பத்துநாள் தவணையில் பத்தாயிரம் பொற்காசுகள் கொடுப்பதாகவும், விவாகரத்து செய்தகொள்ளப் பிரியப்படவில்லை என்றும் தெரிவித்தான். கிழவன் ஒப்புக் கொண்டான். அலாவுத்தீனும் ஜுபைதாவும் இரவு நேரங்களில் ஆடிப்பாடி பொழுதைப் போக்கினர். ஒன்பதாம் நாள் இரவு, நகர் சோதனைக்கு வந்த அரசன் ஜுபைதாவின் பாட்டுக்குரலைக் கேட்டு மகிழ்ந்து அந்த வீட்டுக் கதவைத் தட்டினான். அலாவுத்தீன் கதவைத்

திறந்து பார்த்தான். வீட்டுவாசலில் ஒரு வழிப்போக்கனைப்போல் நின்றிருந்த அரசனைப் பார்த்து, "என்ன வேண்டும்?" என்று கேட்டான். அதற்கு அவன், "எனக்கு சங்கீதம் கேட்பதில் அதிக விருப்பம். உன் வீட்டிலிருந்து பாட்டுக் குரல் கேட்டது. ஆகவே, அந்தப் பாட்டைக் கேட்க விருப்பம் கொண்டு கதவைத் தட்டினேன்" என்றான். உடனே ஜுபைதா பாடினாள். அரசன் கேட்டு மகிழ்ந்தான். பிறகு, அலாவுத் தீனுடைய வரலாற்றை அவன் கேட்டான். அலாவுத்தீன்-தன்னுடைய வரலாறு முழுவதையும் அவனிடம் சொன்னான். அரசன் அதைக் கேட்டதும் அவர்களிடம் விடைபெற்றுச் சென்றான். மறுநாள் பத்தாயிரம் பொற்காசுகள் செலுத்த வேண்டியிருந்தது. என்ன செய்வதெனத் தோன்றாமல் அலாவுத்தீனும் ஜுபைதாவும் சிந்தித்துக் கொண்டிருந்தனர்.

அவர்களிடமிருந்து விடைபெற்றுச் சென்ற அரசன், அலாவுத்தீனுக்கு உதவி செய்ய வேண்டும் என்று நினைத்தான். ஆகவே, கெய்ரோவிலிருந்து ஷம்சுத்தின் அனுப்பி வைத்ததாக ஏராளமான பொருட்களையும் பத்தாயிரம் பொற்காசு களையும் அலாவுத்தீனுக்கு அனுப்பி வைத்தான். தன்னுடைய தந்தைதான் தனக்கு அந்தப் பொருட்களையும் பொன்னையும் அனுப்பி வைத்திருப்பதாக அலாவுத்தீன் நம்பினான். ஆகவே அதைப் பெற்றுக் கொண்டு கிழவனுக்குக் கொடுக்க வேண்டிய பத்தாயிரம் பொற்காசுகளைக் கொடுத்தான். பிறகு, அதே நகரத்தில் வியாபாரம் செய்துகொண்டு மனைவியுடன் வாழ்ந்து வந்தான்.

அந்த நகரத்தில் அவனுடைய புகழ் நாளுக்கு நாள் வளர்ந்து வந்தது. அரசனும் அவனை வரவழைத்து அரசசபையில் ஒரு முக்கிய பதவியைக் கொடுத்துக் கௌரவித்தான். அவன் தினசரி அரசசபைக்கு போய் வந்தான். அப்படியிருக்கையில் ஒரு நாள் திடீரென்று அவனுடைய மனைவி ஜுபைதா மரணம் அடைந்தாள். அதனால், அவன் துக்கம் தாளாமல் அரச சபைக்கு போவதை நிறுத்திவிட்டான். அலாவுத்தீன் சபைக்கு வராததைக் கண்ட அரசன், அதன் காரணத்தை விசாரித்தான். அவனுடைய மனைவி இறந்து விட்டதனால்தான் அவன் வரவில்லை என்று தெரிந்து கொண்ட அரசன், அவனுக்கு வேறொரு அழகிய அடிமைப் பெண்ணை மணம் செய்து வைத்தான்.

அதே பெண்ணை அரசாங்க உத்தியோகஸ்தரின் மகன் ஒருவன் மணம் செய்து கொளள் வேண்டும் என்று நினைத்திருந்தான். ஆகவே அவளை அலாவுத்தீன் மணந்து கொண்டதும் அவனுக்குக் கோபம் உண்டாயிற்று. எப்படியாவது அலாவுத்தீனிடமிருந்து அவளைப் பிரித்துவிட வேண்டும் என்று முயற்சி செய்தான். அவன் ஒரு திருடனுடைய உதவியைக் கோரினான். அந்தத் திருடன் அரசனுடைய அறையிலிருந்து சில பொருட்களைத் திருடிக் கொண்டுபோய் அலாவுத்தீனுடைய அறையில் புதைத்து விட்டான். தன் அறையிலிருந்த பொருட்களை அரசன் காணாததால், அதைத் திருடியவனைக் கண்டுபிடிக்கும்படி உத்தரவிட்டான். அந்தத் திருடன் கொடுத்த தகவலின்படி களவு போன பொருட்கள் அலாவுத்தீனுடைய வீட்டிலிருந்து கைப்பற்றப்பட்டன. அலாவுத்தீனைக் கைது செய்து அரசன் முன் கொண்டு போயினர். அரசன் அலாவுத்தீனைத் தூக்கில் போடும்படி உத்தரவிட்டான்.

அதன்படி அலாவுத்தீனைத் தூக்கில் போடும் சமயம், அவனுடைய நண்பன் ஒருவன் தந்திரமாக அவனைத் தப்புவித்தான். பிறகு அந்த நண்பனும் அலாவுத்தீனும் அலெக்சாண்டிரியா நகருக்ககுப் போயினார்கள். அங்கே ஒரு கடையை விலைக்கு வாங்கி சாமான்களை விற்றும் வாங்கியும் வர்த்தகம் செய்து வந்தான்.

அலாவுத்தீனைக் கைது செய்த அழைத்துக் கொண்டு போனதும, அவனுடைய மனைவியை அடைய அந்த உத்தியோகஸ்தனுடைய மகன் எவ்வவோ முயற்சிகள் செய்தான். ஆனால், அவன் எண்ணம் கைகூடாமல் மனம் உடைந்து இறந்து விட்டான். அலாவுத்தீன் பிரிந்த சமயம் அவள் ஒன்பது மாதக் கர்ப்பிணியாக இருந்தாள். பிறகு, அவளுக்கு ஒரு ஆண் குழந்தை பிறந்தது. அந்தக் குழந்தைக்கு அஸ்லான் என்று பெயரிட்டு வளர்த்து வந்தாள். அவனுடைய மனைவி யாஸ்மீன்.

அலாவுத்தீனுடைய நண்பனான ஒரு பிரபு அந்தக் குழந்தையைக் கவனித்து வளர்த்து வந்தான். அஸ்லானுக்குப் பதினான்கு வயதாயிற்று. அப்பொழுது ஒரு நாள் அவன் தன்னுடைய தகப்பன்மேல் திருட்டுக்குற்றம் சுமத்திய திருடனைச்

சந்திக்கும் சந்தர்ப்பம் ஏற்பட்டது. அந்தத் திருடன் மூலமாகத் தன் தகப்பனைப் பற்றிக் கேள்விப்பட்டான். அஸ்லான் அரசனுடைய அபிமானத்தைப் பெற்று, தன்னுடைய தந்தையின் விஷயத்தை அரசனிடம் தெரிவித்தான். அவன் சொன்னதைக் கேட்ட அரசன் அளவிலா ஆச்சரியம் அடைந்தான். என்றாலும், அலாவுத்தீன் தூக்கில் போடப்பட்டு இறந்துவிட்டதாக கருதி இருந்தான். ஆகவே, அஸ்லானிடம், "உன்னுடைய தந்தை இறந்து விட்டான். அவன் இப்பொழுது இருப்பதாக இருந்தால் நிச்சயம் மன்னித்து விடுவேன்," என்றான்.

அந்தவிஷயம் அலாவுத்தீனைத் தூக்குத் தண்டனையிலிருந்த காப்பாற்றிய நண்பனுக்குத் தெரிய வந்தது. ஆகவே, அவன் அரசனிடம் சென்று, அலாவுத்தீன் உயிருடன் இருப்பதாகவும், அரசன் அனுமதி கொடுத்தால் அழைத்து வருவதாகவும் சொன்னான். பிறகு அரசனுடைய அனுமதியுடன் அலெக்சாண்டிரியாவுக்குப் போய் அலாவுத்தீனை அழைத்து வந்தான். அரசன் அலாவுத்தீனை அன்புடன் வரவேற்றான். அவன்மேல் அநியாயமாகத் திருட்டுக் குற்றம் சாட்டிய திருடனுக்குத் தூக்குத் தண்டனை விதிக்கப்பட்டது," என்று அந்தக் கதையை முடித்தாள் ஷாரஜாத்.

அரட்டைக்கல்லி அபுல்ஹாசன் கதை

"பாக்தாத் நகரத்தை ஹரூன் எல் ரஷீத் என்ற அரசன் ஆண்ட காலத்தில் அபுல்ஹாசன் என்பவன் இருந்தான். அவனுடைய தகப்பன் அவனுக்குத் திரண்ட ஆஸ்தியை விட்டு இறந்தான். அபுல்ஹாசன் அந்த ஆஸ்தியை இரண்டு பாகங்களாகப் பிரித்தான். ஒரு பாகத்தைப் பத்திரப் படுத்தினான். மற்றொரு பாகத்தைத் தன் நண்பர்களுடன் சேர்ந்து உல்லாசமாகச் செலவழித்தான், அப்படிச் செலவழித்ததினால் ஒரு வருஷத்தில் அந்தப் பணம் செலவழிந்து போயிற்று. ஆகவே அவன் தன்னுடைய நண்பர்களிடம் சென்று தன்னிடம் இருந்த பணம் முழுவதும் செலவழிந்து விட்டதென்று சொன்னான். மேலும், அவர்களுடைய உதவியைக் கோரினான். ஆனால், அவனுடன் சேர்ந்து கூத்தடித்த நண்பர்களில் யாரும் அவனுக்கு உதவி செய்யவில்லை.

அதனால், அவன் மனம் உடைந்து ஒரு பிரதிக்னை செய்து கொண்டான். 'பழைய நண்பர்கள் யாருடனும் சேருவதில்லை; புது நண்பன் யாராக இருந்தாலும் ஒரு ராத்திரிக்கு மேல் நட்பு கொள்வதில்லை,'' என்ற முடிவுக்கு வந்தான். அதற்குப் பிறகு தான் பத்திரப்படுத்தி வைத்திருந்த பணத்தை எடுத்து, தன் சங்கற்பப்படி நடக்கத் தொடங்கினான்.

அது முதல் அவன் தினசரி இரவு வெளியே சென்று ஒவ்வொரு புது ஆசாமியை அழைத்துக் கொண்டு தன்னுடைய வீட்டிற்கு வருவான். அவன் அந்தப் புது ஆசாமியுடன் சாப்பிட்டு மகிழ்வான். பிறகு அவனைப் போகச் சொல்வான். மறுபடியும் அந்த ஆசாமியைச் சந்திக்க நேர்ந்தால் அவனுடன் பேசமாட்டான். இப்படி நடந்து வருகையில், ஒருநாள் நகர் சோதனைக்கு வந்த அரசனை அபுல்ஹாசன் சந்தித்தான்.

அங்கே வந்த ஆசாமி அரசன் என்று அபுல்ஹாசன் தெரிந்து கொள்ளவில்லை.

அன்றிரவு அழைத்துவந்த ஆசாமியுடன் அபுல்ஹாசன் சந்தோஷமாகச் சாப்பிட்டான். சாப்பாட்டிற்கிடையே அரசன் அபுல்ஹாசனுடைய வரலாற்றை விசாரித்தான். அவன் சொன்ன வரலாற்றைக் கேட்ட அரசன் சிரித்தான். பிறகு, அரசன் அவனைப் பார்த்து, "என்னால் உனக்கு ஏதாவது காரியம் ஆக வேண்டிய இருக்கிறதா?'' என்று கேட்டான். அதைக் கேட்ட அபுல்ஹாசன் "நான் என்னுடைய வீட்டில் பாட்டுப் பாடினால் பக்கத்து வீட்டுக்காரன் சண்டைக்கு வருகிறான். எனக்கு மட்டும் அதிகாரம் இருந்தால், பக்கத்து வீட்டுக்காரன் என் ஜோலிக்கு வராதபடி உதைத்து விடுவேன்,'' என்று சொன்னான்.

அபுல்ஹாசன் சொன்னதைக் கேட்ட அரசன், "ஆண்டவன் உனக்கு அருள் புரிவாராக,'' என்று சொன்னான். பிறகு அபுல்ஹாசனுக்குத் தெரியாமல்அரசன் ஒரு மயக்க மருந்தைக் கிண்ணத்தில் ஊற்றி அவனுக்குக் குடிக்கக் கொடுத்தான். அபுல்ஹாசன் அதைக் குடித்ததும் மயக்கம் அடைந்தான். அரசன், உடனே வெளியே சென்று தன்னுடைய காவலர்களை அழைத்தான். அபுல்ஹாசனைத் தூக்கிக் கொண்டு அரண்மனைக்குச் சென்று, அங்கிருந்த எல்லோரிடமும் அபுல்ஹாசன் விழித்து

எழுந்ததும் அங்குள்ள எல்லோரும் அவனை, “மகாராஜா” என்று கூப்பிட்டு, அவன் சொல்படி நடந்துகொள்ள வேண்டும் என்று உத்தரவிட்டான்.

அதன்படி, அபுல்ஹாசன் விழித்து எழுந்ததும், எல்லோரும் அவனெதிரில் கைகட்டி வாய் புதைத்து நின்று, “மகாராஜா! மகாராஜா!” என்றனர். அபுல்ஹாசனுக்கு ஒன்றும் புரியவில்லை. தான் காண்பது கனவா என்று சந்தேகப்பட்டான். முதல் நாள் இரவு தன்னுடன் சாப்பிட்டவன் ஒரு மந்திரியாக இருக்கக்கூடும் என்று சந்தேகப்பட்டான். ஆயினும், எல்லோரும தன்னை “மகாராஜா” என்று கூப்பிட்டதில் பெருமை கொண்டான்.

உடனே, அரசாங்க உத்தியோகஸ்தன் ஒருவனைக் கூப்பிட்டு, “நீ போய் அபுல்ஹாசனுடைய தாயாரிடம் நூறு பொற்காசுகளைக் கொடுத்து, என்னுடைய வணக்கத்தைச் சொல். பிறகு, அபுல்ஹாசனுடைய பக்கத்து வீட்டுக்காரனை ஆயிரம் சாட்டையடிகள் கொடுத்து, “இனிமேல் பக்கத்து வீட்டுக்காரருடன் சண்டைக்குப் போகாதே” என்று எச்சரித்துவிட்டு வா,” என்று உத்தரவிட்டான். பிறகு, அவன் தனக்குப் பசிக்கிறது என்று சொல்லி உணவைக் கொண்டு வரச் சொன்னான். அடிமைப் பெண்கள் அவனுக்கு உணவு பரிமாறினர்.

இந்த நிகழ்ச்சிகளை அரசன் மறைவாக இருந்து கவனித்து வந்தான். அபுல்ஹாசன் சாப்பிட்டுக் கொண்டிருந்த சமயத்தில், அரசன் ஒரு அடிமைப்பெண்ணைக் கூப்பிட்டு, அபுல்ஹாசனுக்கு மயக்க மருந்ததை ஊற்றி கொடுக்கச் சொன்னான். அந்த அடிமைப் பெண் கொடுத்த மயக்க மருந்தை அபுல்ஹாசன் குடித்ததும் மயங்கி விழுந்தான். உடனே அரசன் அவனை எடுத்துப் போய் அவனுடைய வீட்டில் விட்டு வரும்படி உத்தரவிட்டான். காவலாளிகள் அப்படியே செய்தனர்.

மயக்கம் தெளிந்ததும், அபுல்ஹாசன் தன்னை அரசன் என்று நினைத்துக் கொண்டே பேச ஆரம்பித்தான். அதைக் கண்ட அவனுடைய தாயார் அவனுக்குப் பைத்தியம் பிடித்து விட்டது என்று நினைத்தாள். அவனுடைய தாயார் எவ்வளவு சொல்லியும் கேட்காமல், அரசனைப் போல நடிக்கவும் பேசவும் ஆரம்பித்தான். தனக்குப் புத்திமதி கூறிய தாயாரைப் பிடித்து அடித்தான். அதைக்

கண்ட ஜனங்கள் அவனைப் பைத்தியக்கார விடுதியில் கொண்டு போய்ச் சேர்த்தனர்.

சிலநாட்களுக்குப்பிறகு அவன் பைத்தியக்கார விடுதியிலிருந்து வெளியே வந்தான். பிறகு முன்போலவே ஒவ்வொரு இரவும் விருந்தாளியை அழைத்து வந்து சாப்பிட்டு வந்தான். அச்சமயம், ஒருநாள் பழையபடி நகர் சோதனைக்கு வந்த அரசனைச் சந்தித்தான். அரசன் அவனுடைய நலத்தை விசாரித்தான். ஆனால், அபுல்ஹாசன் அவன் பேரில் கோபம் கொண்டு, "உன்னோடு பேசுவது கூட ஆபத்து, உன்னால் நான் பைத்தியக்கார விடுதிக்குப் போக நேரிட்டது. உன்னுடைய மந்திர சக்தியை என்னிடமா காட்ட வேண்டும்?" என்றான்.

அதைக்கேட்ட அரசன் சிரித்து மழுப்பி, "எனக்கு ஒன்றும் தெரியாதே! அன்று நான் உன் வீட்டில் சாப்பிட்டுத் திரும்புகையில், கதவைத் திறந்து வைத்து விட்டு வந்தேன். அச்சமயம் யாராவது மந்திரவாதி உள்ளே புகுந்து உனக்குக் கெடுதி செய்து விட்டானோ, என்னவோ? எனக்குத் தெரியாது. ஆனால், உனக்கு ஒரு நன்மை ஏற்பட்டதாகச் கேள்விப் பட்டேனே! உன்னுடைய பக்கத்து வீட்டுக்காரன் இப்பொழுது உன்னுடன் சண்டைக்கு வருவதில்லையாமே!" என்றான். அதற்கு அபுல்ஹாசன், "அது உண்மைதான்; ஆயினும் உன்னால் எனக்கு ஏற்பட்ட அவஸ்தையை நான் மறக்கமாட்டேன். இனி உன்னை என்னுடைய வீட்டிற்கு அழைத்துப் போகவும் மாட்டேன்," என்றான். அரசன் அவனை விடவில்லை. "என்னால் உனக்கு ஏதேனும் நன்மை உண்டாகும்; இன்று உன்னுடைய வீட்டில் சாப்பிட விரும்புகிறேன்,"என்று அபுல்ஹாசனிடம் அரசன் சொன்னான்.

அதைக் கேட்ட அபுல்ஹாசன்,"உன்னுடைய பூதங்களை ஏவி விடாமல் இருக்கிறேன் என்று சத்தியம் செய்து கொடுத்தால்தான் உன்னை அழைத்துப்போவேன்," என்றான். அரசன் அதற்கு ஒப்புக்கொண்டான். ஆகவே, அபுல்ஹாசன் அவனைத் தன் வீட்டிற்கு அழைத்துச் சென்றான். அன்றிரவும் அரசன் அவனுக்கு மயக்க மருந்தைக் கொடுத்தான். அவன் மயங்கி விழுந்ததும், தன்னுடைய காவலாளிகளைக் கூப்பிட்டு, அவனை அரண்மனைக்கு எடுத்துச் செல்லும்படி உத்தர விட்டான்.

பிறகு, எல்லோரிடமும் முன் மாதிரியே நடந்து கொள்ளும்படி உத்தரவிட்டான். அபுல்ஹாசன் மயக்கம் தெளிந்து எழுந்தான்.

எல்லோரும் அவனை, "மகாராஜா," என்று அழைத்தனர். அவனுக்குத் திகில் உண்டாயிற்று. மறுபடியும் அந்த மந்திரவாதி தன்னை ஏமாற்றி விட்டான் என்று நினைத்தான். ஆகவே, தன்னுடைய நிலைமையை உணர்ந்து கொள்வதற்காக, அங்கிருந்த ஒரு அடிமையைக் கூப்பிட்டுத் தன்னுடைய காதைக் கடிக்கச் சொன்னான். அதற்கு அந்த அடிமை, "மகாராஜாவின் காதைக் கடிக்கலாமா?" என்றான். அபுல்ஹாசன் அவனை அதட்டி, "ராஜாவின் உத்தரவை எதிர்த்துப் பேசுகிறாயா? உன்னை என்ன செய்கிறேன் பார்!" என்று மிரட்டினான். உடனே அநத் அடிமை அவனுடைய காதைக் கடித்தான். அபுல்ஹாசன் வலி பொறுக்க முடிாயாமல் வீறிட்டலறினான்.

அவனுடைய அலறைக் கேட்ட எல்லோரும் கை கொட்டிச் சிரித்தனர். அதைக் கண்ட அபுல்ஹாசனுக்கு மேலும் கோபம் உண்டாயிற்று. "உங்கள் பேரில் தவறில்லை. ஆனால், உங்கள தலைவனாகிய மந்திரவாதியை என்ன செய்கிறேன் பாருங்கள்," என்று கத்தினான். மறைவாக இருந்து அபுல்ஹாசனைக் கவனித்துக் கொண்டிருந்த அரசன், "ஓ அபுல்ஹாசன்! எங்களைக் கொன்று விடாதே!" என்று சிரித்தான். அவனுடைய குரலைப் புரிந்து கொண்டான். அபுல்ஹாசன். தன்னுடைய வீட்டிற்கு சாப்பிட வந்தது அரசன்தான் என அவன் உணர்ந்து மன்னிப்புக் கோரினான்.

பிறகு அரசன் அவனுக்கு ஒரு அழகிய அடிமைப் பெண்ணை மணம் செய்து வைத்தான். மேலும், ஆயிரம் பொற்காசுகளையும் கொடுத்து அனுப்பினான். அபுல்ஹாசனும் அவனுடைய மனைவியும் தாராளமாகச் செலவழித்து வாழ்க்கை நடத்தி வந்தனர். அதனால், அவர்களிடம் இருந்த பணம் முழுவதும் செலவழிந்து விட்டது. ஆகவே, அபுல்ஹாசன் தன் மனைவியைப் பார்த்து, "நான் ஒரு யோசனை சொல்கிறேன். அதன்படி நாம் நடந்தால், அரசன் எனக்கு நூறு பொற்காசுகளும், ராணி ஜுபைதா உனக்கு நூறு பொற்காசுகளும் கொடுப்பார்கள்," என்றான். "என்ன

அப்பேர்ப்பட்ட அருமையான யோசனை?" என்றாள் அவனுடைய மனைவி.

"நான் இறந்து விட்டதாகச் சொல்லி நீ ராணியிடம் போய் அழுதால் அவள் உனக்குப் பணம் கொடுப்பாள். நீ இறந்துவிடட்தாக நான் அரசனிடம் போய் அழுதால் அவன் எனக்குப் பணம் கொடுப்பான்," என்றான் அபுல்ஹாசன். அந்த யோசனையின்படி அபுல்ஹாசனுடைய மனைவி ராணியிடம் சென்று தன் கணவன் இறந்து விட்டான் என்று அழுதாள். அவளுடைய துயரத்தைக் கண்டு ராணி மனம் கலங்கி, அவளிடம் நூறு பொற்காசுகளைக் கொடுத்து பிரேத அடக்கம் செய்யச் சொன்னாள். பிறகு, அபுல்ஹாசன் அரசனிடம்ட சென்று தன்னுடைய மனைவி இறந்து விட்டதாக அழுதான். அதைக் கேட்ட அரசன் அவனிடம் நூறு பொற்காசுகள் கொடுத்தான். பிரேத அடக்கத்தை விமரிசையாகச் செய்யும்படி அரசன் அபுல்ஹாசனிடம் சொல்லி அனுப்பி விட்டு, நேராக ராணியிடம் அந்த விஷயத்தைச் சொல்லப் போனான். அரசன் அங்கே போனதும் ராணி, அரசனிடம் அபுல்ஹசான் இறந்து விட்டதாக அவனுடைய மனைவி வந்து சொன்ன தகவலைச் சொன்னாள். ஆனால், அரசன் அதை மறுத்து, இறந்தது அபுல்ஹாசனுடைய மனைவிதான் என்று சொன்னான்.

அதனால், அரசனுக்கும் ராணிக்கும் வாதம் உண்டாயிற்று. அரசன் ஒரு ஆண் அடிமையை அபுல்ஹாசன் வீட்டிற்கு அனுப்பி இறந்தது யார் என்பதைத் தெரிந்து வரும்படி சொன்னான் அந்த அடிமை அங்கு சென்று பார்த்த பொழுது, அபுல்ஹாசன் அழுது கொண்டு இருந்தான். எனவே, அந்த அடிமை திரும்பி அரசனிடம் வந்து, "அபுல்ஹாசனுடைய மனைவிதான் இறந்து விட்டாள்," என்று சொன்னான். அதைக் கேட்ட ராணி அந்த வார்த்தையை நம்பாமல், ஒரு பெண் அடிமையை அனுப்பிப் பார்த்து வரச் சொன்னாள்.

அந்தப் பெண் அடிமை போய்ப் பார்த்தபொழுத, அபுல்ஹாசனுடைய மனைவி அழுது கொண்டிருந்தாள். ஆகவே, அவள் திரும்பி வந்து, "இறந்தது அபுல்ஹாசன்தான்," என்று சொன்னாள். அதைக் கேட்ட அரச தம்பதிகளுக்குள் மேலும்

வாக்கு வாதம் பலத்தது. அரசனுடைய அடிமை அவன் கட்சி ஜெயிக்க வேண்டும் என்று பொய் சொல்கிறான் என்று ராணி சொன்னாள். அரசனும் ராணியின் அடிமையின் மேல் குற்றம் சுமத்தினான். இப்படி வெகுநேரம் தர்க்கம் செய்த பின்னர், அவர்கள் இருவரும் அபுல்ஹாசன் வீட்டிற்கு போய் நேரிலேயே பார்த்துச் சந்தேகத்தை நிவர்த்தி செய்து கொள்ள விரும்பினர்.

ஆகவே அவர்கள் முன்பு அங்கு போய் வந்த இரண்டு அடிமைகளையும் தங்களுடன் அழைத்துக்கொண்டு அங்கு போனார்கள். அரசன் தன் வீட்டிற்கு வருவதை அபுல்ஹாசன் பார்த்தான். தன் மனைவியிடம் அவ்விஷயத்தைச் சொன்னான். உடனே, அபுல்ஹாசனும் அவனுடைய மனைவியும் நீட்டிப் படுத்துக் கொண்டு விட்டார்கள். அரச தம்பதிகள் அங்கு வந்து பார்த்தனர். அவர்கள் இரண்டு பேரும் படுத்திருப்பதைப் பார்த்த அரசன் அபுல்ஹாசன் தலை மாட்டில் உட்கார்ந்தான் "உங்கள் இருவரில் யார் முதலில் இறந்தது என்று சொன்னால் ஆயிரம் பொற்காசுகள் கொடுக்கிறேன்" என்று உரக்கச் சொன்னான். அரசன் சொன்னதை கேட்ட அபுல்ஹாசன் துள்ளி எழுந்து, "நான் தான் முதலில் இறந்தேன். எனக்கு ஆயிரம் பொற்காசுகளைக் கொடுங்கள் என்றான். உடனே அவனுடைய மனைவியும் எழுந்து 'முதலில் இறந்தது நான்தான்' என்றாள்.

அதைக் கேட்ட அரசன், அவர்கள் பொய் சொன்னதற்காகக் கடிந்தான். என்றாலும், அபுல்ஹாசனைப் பார்த்து, "எதற்காக இம்மாதிரி பொய் சொன்னாய்?" என்று கேட்டான். அதற்கு அபுல்ஹாசன், "என்னிடம் இருந்த பொருள் முழுவதும் செலவழிந்து போயிற்று. இம்மாதிரிச் சொன்னால் நீங்கள் பொருள் கொடுப்பீர்கள் என்றுதான் சொன்னேன். அதிருக்கட்டும்; நீங்கள் இப்பொழுத கொடுக்கிறேன் என்று சொன்ன ஆயிரம் பொற்காசுகளையும் கொடுங்கள்," என்றான்.

அபுல்ஹாசன் சொன்னதைக் கேட்ட அரசன் சிரித்து விட்டுத் தான் சொன்ன சொல்படி ஆயிரம் பொற்காசுகளை அவனுக்குக் கொடுத்தான். மேலும் அபுல்ஹாசனைத் தன் சமஸ்தான உத்தியோகத்தில் சேர்த்துக் கொண்டான். அதனால்

அபுல்ஹாசனுக்கு நிரந்தரமான வருவாய் கிடைத்து வந்தது,'' என்றாள் ஷாரஜாத்.

போலி அரசன் கதை

"ஹோரூன் அல் ரஷித் அரசன் ஒருநாள் இரவு, தன் மந்திரியுடன் நகர் சோதனைக்குப் போனான். வியாபாரி களைப் போல உடையணிந்து அவர்கள் பல தெருக்களைச் சுற்றிய பின்னர் டைக்கிரிஸ் நதிக்கரையை அடைந்தார்கள். ஆற்றங்கரையில் ஒரு கிழவன் படகில் உட்கார்ந்திருந்தான். அந்தப் படகில் ஏறிக் கொஞ்ச தூரம் சென்று வரலாமென்று அரசன் விரும்பினான். ஆகவே, படகோட்டிக் கிழவனைக் கூப்பிட்டு, "எங்களைப் படகில் ஏற்றிக்கொண்டு கொஞ்ச தூரம் போய் வந்தால் உனக்குப் பணம் தருகிறோம்,'' என்றான்.

அதைக் கேட்ட படகோட்டி, அரசனைப் பார்த்து, "நீ என்ன விஷயம் தெரியாத ஆளாக இருக்கிறாயே! வழக்கப்படி அரசன் படகு, ஆற்றில் வரும் நேரம் என்பது கூடத் தெரியாமல் பேசுகிறாயே? உன் பேச்சைக் கேட்டு நான் படகு ஓட்டினால், என் தலையல்லவா போய்விடும்,'' என்றான். அரசனுக்கு அவன் சொன்னது விளங்கவில்லை. ஆகவே, அவனை விபரமாகச் சொல்லும்படி கேட்டான்.

அதற்கு அந்தக் கிழவன், "தினசரி இரவு நேரங்களில் அரசன் தன் நண்பர்களுடன் ஒரு படகில் ஏறி ஆற்றில் செல்வது வழக்கம். இம்மாதிரி ஒரு வருஷ காலமாக இரவு நேரங்களில் வருகிறான். அப்படி அரசனுடைய படகு வரும் சந்தர்ப்பத்தில் வேறு எந்தப் படகும் ஆற்றில் போகக் கூடாது. மீறிப் போனால் தண்டனை கிடைக்கும்,'' என்றான். அதைக் கேட்ட அரசன் வியப்படைந்தான். ஆயினும், அந்த நிகழ்ச்சியை நேரில் பார்த்து அறிய வேண்டும் என்று எண்ணினான். உடனே படகோட்டிக் கிழவனைப் பார்த்து, "உன்னுடைய படகில் எங்களை ஏற்றிக்கொண்டு ஒரு ஓரமாகப் போய்க்கொண்டிருந்தால் போதும். அரசனுடைய படகை நாங்கள் பார்க்க மிகுந்த ஆவல் கொண்டு இருக்கிறோம். உன்னுடைய

சிரமத்திற்காக நிறையப் பொருள் கொடுக்கிறோம்," என்று சொன்னான்.

படகோட்டி ஒருவாறு சம்மதித்தான். முன்னதாகப் பணத்தைப் பெற்றுக்கொண்டு, அவர்களைப் படகில் ஏற்றிக் கொண்டு கொஞ்ச தூரம் சென்றான். அப்பொழுது அவ்வழியாக அரசனுடைய படகு வந்துகொண்டிருந்தது. அதைப் பார்த்ததும் படகோட்டிக் கிழவன் ஒரு படுதாவினால் தன் படகில் இருந்தவர்களை மூடிவிட்டான். படுதாவில் இருந்த பொத்தல் வழியாக அரசனும் மந்திரியும் எதிரில் வந்த படகைப் பாத்தனர். அந்தப் படகின் மத்தியில் ஒரு சிம்மாசனத்தில் ஒருவன் உட்கார்ந்திருந்தான். அரசன் அணியும் உடையைப் போன்றே அவனும் அணிந்து காணப்பட்டான். அவனைச் சுற்றி அநேக அடிமைகள் இருந்தனர். மற்ற எல்லா ஆடம்பரங்களும் கொண்டு அந்தப் படகு விளங்கிற்று. அதைப் பார்த்த அரசன் படகோட்டிக் கிழவனிடம், "இன்று எங்களைக் கரைக்குக் கொண்டு போய்விடு; மறுபடியும் நாளை இரவு வருகிறோம். நாளையதினமும நீ இம்மாதிரியே ஏற்றிச் சென்றால், உனக்கு நிறையப் பொருள் கொடுக்கிறோம்," என்றான். கிழவன் ஒப்புக் கொண்டான். அரசனும் மந்திரியும் அரண்மனைக்குச் சென்றனர்.

மறுநாள் இரவு, அரசனும் மந்திரியும் ஆற்றங்கரைக்கு வந்தனர். கிழவனுடைய படகில் ஏறிச் சென்றனர். முதல் இரவு வந்ததைப் போலவே, அரசனுடைய படகு வந்தது. அந்தப் படகை பின்தொடர்ந்து செல்லும்படி கிழவனிடம் சொன்னார்கள். கிழவன் மறுத்தான். உடனே, கிழவனிடம் பத்துப் பொற்காசுகளைக் கொடுத்தனர். அதைப் பெற்றுக் கொண்டதும் கிழவன் உற்சாகத்துடன் அந்தப் படகைப் பின் தொடர்ந்து தன் படகைச் செலுத்தினான்.

முன்னால் சென்ற படகு ஓரிடத்தில் நிறுத்தப்பட்டது. அதில் இருந்த எல்லோரும் இறங்கிக் கரையை அடைந்தனர். அதைக் கண்ட அரசன், தான் சென்ற படகையும் நிறுத்தச் சொன்னான். மந்திரியையும் உடன் அழைத்துக் கொண்டு கரையை அடைந்தான். முன்னால் சென்ற படகில் இருந்த காவலாளிகள் அவர்களைப் பிடித்து அந்தப் போலி அரசனிடம் கொண்டு போனார்கள்.

"எங்கு வந்தீர்கள்? நீங்கள் யார்?" என்று அந்தப் போலி அரசன் அதட்டினான். அதைக் கேட்ட ஹரூன் எர்ரஷித். "நாங்கள் வெளியூர்வாசிகள். வியாபார விஷயமாக இங்கு வந்தோம். வழி சரியாகத் தெரியாமல் இங்கே வந்துவிட்டோம்," என்றான்.

அதைக்கேட்ட போலி அரசன், "நீங்கள் வெளியூர்க் காரர்கள் என்பதால் தண்டிக்காமல் விடுகிறேன். பாக்தாத் நகரைச் சேர்ந்தவர்கள் என்று சொல்லி இருந்தால் சிரச்சேதம் செய்யச் சொல்லி இருப்பேன்," என்றான். பிறகு அந்தப் போலி அரசன் தன்னுடைய மந்திரியைப் பார்த்து, "இன்று ராத்திரி இவர்களுக்கும் சாப்பாடு போட ஏற்பாடுகளைச் செய்," என்று உத்தரவிட்டான். அதற்குப் பிறகு, எல்லோருமாக அந்தப் போலி அரசனுடைய அரண்மனையை அடைந்தனர். அந்த மாளிகையில் ஆடம்பரமான விருந்து நடைபெற்றது. பிறகு சங்கீதக் கச்சேரியும் நடனக் கச்சேரியும் நடைபெற்றன.

அச்சமயம் போலி அரசனுடைய உடம்பில் தழும்புகள் இருந்ததை அரசன் கவனித்தான். அவனுடைய உடம்பில் சவுக்கடி பட்ட தழும்புகள் ஏற்படக் காரணம் என்னவென்று கேட்கும்படி தன் மந்திரியிடம் சொன்னான். அவர்கள் இருவரும் ரகசியமாகப் பேசிக் கொண்டிருந்ததைக் கண்ட போலி அரசன், அவர்களைப் பார்த்து, "என்ன ரகசியம் பேசுகிறீர்கள்?" என்று கேட்டான். அதைக் கேட்ட மந்திரி போலி அரசனைப் பார்த்து, "ரகசியம் ஒன்றுமில்லை, அரசே! அரசராகிய தங்கள் உடம்பில் சவுக்கடித் தழும்புகள் ஏற்படக்காரணம் என்னவாயிருக்கும், என்று யோசித்தோம்," என்று சொன்னான். அதைக் கேட்ட போலி அரசன் சிரித்தான். பிறகு, தன்னுடைய வரலாற்றைச் சொன்னான்.

"நான் உண்மையான அரசனே அல்ல. ஆனால், ஒரு நகை வியாபாரி. ஒருநாள் என்னுடைய நகைக் கடைக்கு அழகான ஒரு பெண் வந்தாள். அவள் என்னுடைய கடையில் இருந்த பல நகைகளைப் பார்த்தாள். கடைசியாக, ஒரு வைரமாலையைத் தேர்ந்தெடுத்து, அதன் விலையைக் கேட்டாள். 'லட்சம் பொற்காசுகள்," என்றேன். உடனே அவள் அதைத் தன்னுடைய வீட்டிற்குக கொண்டு வந்து கொடுத்து கிரயத்துகையைப் பெற்றுக் கொள்ளச் சொன்னாள். ஆகையினால், நான் அந்த மாலையை

எடுத்துக கொண்டு அவளுடன் சென்றேன். அவள் வீட்டினுள் சென்றாள். நான் வெளித் திண்ணையில் உட்கார்ந்தேன். ஒரு அடிமைப் பெண் வெளியே வந்தாள். என்னை உள்ளே வந்து உட்காரும்படி, தன் எஜமானி சொன்னதாகத் தெரிவித்தாள்.

அதன்படி நான் உள்ளே போய் உட்கார்ந்தேன். சற்று நேரத்தில் அந்தப் பெண் வந்தாள். என்னைப் பார்த்துச் சிரித்தாள். அவளுடைய மோகனச் சிரிப்பில் நான் மயங்கினேன். இருவரும் பேசிக் கொண்டு இருந்தோம். "என்னைக் கலியாணம் செய்து கொள்ள முடியுமா?" என்ற அவள் என்னைக் கேட்டாள். நான் சம்மதித்தேன். உடனே, திருமணப் பதிவாளனை வரச் சொன்னாள். அதே இடத்தில் எனக்கும் அவளக்கும் திருமணம் நடைபெற்றது.

நான் ஒரு மாதம் அவள் வீட்டிலேயே இருந்தேன். என்னுடைய வீட்டிற்கோ, அல்லது, கடைக்கோ நான் போகவில்லை. ஒரு நாள் அவள் என்னைப் பார்த்து, "நான் வெளியே போகவேண்டும். நான் திரும்பி வரும் வரையில் இப்பொழுது உட்கார்ந்துள்ள இடத்தை விட்டு நகரக்கூடாது." என்றாள். அவளுடைய நிபந்தனையைக் கேட்டு நான் சிரித்தேன். ஆனால், நான் அதைவிட்டு நகருவதில்லை யென்று சத்தியம் செய்யச் சொல்லி அவள் கேட்டாள். நான் நகருவதில்லை யென்று சத்தியம் செய்து கொடுத்தேன். பிறகு, அவள் வெளியே சென்றாள்.

நான் அங்கேயே அசையாமல் உட்கார்ந்து இருந்தேன். சற்று நேரத்தில் ஒரு கிழவி அங்கே வந்தாள். ராணி என்னைக் கூப்பிடுவதாகச் சொன்னாள். நான் என்னுடைய மனைவிக்குக் கொடுத்திருக்கும் வாக்கைச் சொன்னேன். ஆனால், அந்தக் கிழவி நான் வந்தே ஆகவேண்டும் என்று பிடிவாதமாக அழைத்தாள். மேலும், என்னுடைய மனைவி துன்யா திரும்புவதற்குள் திரும்பி வந்துவிடலாம் என்றும் சொன்னாள். ஆகவே, நான் அவளுடன் சென்றேன். ராணி என்னைப் பாடச் சொன்னாள். நான் பாடினேன். ராணி மகிழ்ச்சியுடன் எனக்கு விடை கொடுத்து அனுப்பினாள்.

நான் மீண்டும் என் மனைவி துன்யாவின் வீட்டிற்குப் போனேன். எனக்கு முன் அவள் அங்கே திரும்பி வந்து படுத்துக் கொண்டு இருந்தாள். நான் அவளுடைய கால்மாட்டில்

உட்கார்ந்தேன். அவள் கால்களை வருடினேன். அவள் கண்களைத் திறந்து பார்த்தாள். என்னைக் கண்டதும், உதைத்துத் தள்ளினாள். பிறகு, அவள் தன்னுடைய அடிமைப் பெண்களை கூப்பிட்டு என்னைக் கொலை செய்யச் சொன்னாள். நான் அழுதேன்; கெஞ்சினேன். அவள் கொஞ்சமும் இரங்கவில்லை. என்னுடைய பரிதாபத்தைக் கண்ட பணிப் பெண்களும அழுதனர். தங்களுடைய எஜமானிக்குச் சிபாரிசு செய்து என் தண்டனையைக் குறைக்கும்படி கேட்டனர்.

அதற்குப் பிறகு, அவள் மனமிரங்கி என்னைச் சவுக்கால் அடித்து வெளியே துரத்தும்படி உத்தரவிட்டாள். அதன் நான் சவுக்கடி பட்டதினால் ஏற்பட்ட தழும்புகள்தான் இவை" என்று அந்தப் போலி அரசன் தன் வரலாற்றைச் சொன்னான்.

பிறகு, அரசனும் மந்திரியும் அங்கிருந்து விடைபெற்றுத் திரும்பினர். மறுநாள் அரசன் தன் மந்திரியிடம் சொல்லி அந்தப் போலி அரசனைச் சபைக்கு வரவழைத்தாள். அவனை அடித்துத் துரத்திய துன்யாவையும் வரவழைத்தான். அவர்கள் இருவருக்கும் மறுபடியும் மணம் செய்து வைத்து, ஒற்றுமையாக வாழும்படி புத்திமதி கூறி அனுப்பினான். என்று ஷாரஜாத் போலி அரசன் கதையைச் சொல்லி முடித்தான்.

சோம்பேறி அபூ முகம்மது கதை

"**ஹா**ரூன் அல் ரஷீத் அரசனுடைய கிரீடத்தில் பதிப்பிப்பதற்காக ரத்தினக்கல் ஒன்று தேவைப்பட்டது. ஆகவே, அநத் ராஜ்யத்தில் இருந்த எல்லா வியாபாரிகளிடமும் பார்த்தார்கள். யாரிடமும் அதற்குத் தேவையான ரத்தினக் கல் கிடைக்கவில்லை. ஆனால், பாஸ்ரா நகரத்தில் வசித்த சோம்பேறி அபூ முகம்மது என்ற வியாபாரிடம்தான் அது கிடைக்கும் என்று எல்லா வியாபாரிகளும் தெரிவித்தனர். ஆகவே அவனை அழைத்துக் கொண்டு வரும்படி அரசன் உத்தரவு விட்டான்.

அரசனுடைய உத்தரவுக்கிணங்க அபூமுகம்மது வந்தான். தன்னிடமிருந்த ரத்தினக் கற்களையெல்லாம் காண்பித்தான். சாதாரண வியாபாரியான சோம்பேறி அபூ முகம்மதுவிடம்

அவ்வளவு விலையுர்ந்த கற்கள் இருந்ததைக் கண்டு அரசனே வியப்படைந்தான். ஆகவே, அரசன் அவனைப் பார்த்து, "உன்னுடைய தகப்பன் இறந்த பொழுது உனக்கு எந்தவிதமான ஆஸ்தியும் வைத்துச் செல்லவில்லை என்று கேள்விப்பட்டேன். நீயும் சோம்பேறித்தனமாகவே காலம் கழிப்பதாகத் தெரிகிறது. உன்னிடம் இவ்வளவு விலையுயர்ந்த பொருட்கள் எப்படி கிடைத்தது என்ற விபரத்தைச் சொல்," என்றான். அரசன் உத்தரவுப்படி அபூ முகம்மது தன்னுடைய கதையைச் சொன்னான்.

"என்னுடைய சிறுவயதிலேயே என் தந்தை இறந்துவிட்டார். அவர் மிகவும் ஏழை. ஆகையால், என் தாயார் சில வீடுகளில் பணிப்பெண்ணாக உழைத்து வந்தாள். நான் பதினைந்து வயதுவரையில் எந்தவேலையும் செய்யாமல் சோம்பேறித்தனமாகத் தூங்குவதிலேயே காலம் கழித்தேன். ஆகையினால், எனக்கு சோம்பேறி என்ற அடைமொழியைச் சேர்த்து சோம்பேறி அபூ முகம்மது என்று எல்லோரும் அழைத்தனர்.

வழக்கப்படி ஒருநாள் தூங்கிக் கொண்டிருந்தேன். அப்பொழுது என் தாயார் என்னிடம் வந்து, "அபுல்முஸாபர்' என்பவர் சைனா தேசத்திற்குப் போகிறாராம். நீ அவரிடம் போய் இந்த ஐந்து வெள்ளிக் காசுகளைக் கொடுத்து ஏதாவது பொருள் வாங்கிவரச் சொல், அதை வைத்து வியாபாரம் செய்தால் உனக்கு நல்லது," என்று சொல்லி என்னிடம் ஐந்து வெள்ளிக் காசுகளைக் கொடுத்தாள். அந்த விஷயத்தை அபுல் முஸாபரிடம் போய்ச் சொல்வதற்குக் கூட எனக்குச் சோம்பேறித்தனமாக இருந்தது. ஆயினும், என்னுடைய தாயார் மிகவும் வற்புறுத்தியதன் பேரில் நான் போய் அபுல் முஸாபரிடம் ஐந்து வெள்ளிக் காசுகளைக் கொடுத்து விஷயத்தைச் சொன்னேன். அபுல் முஸாபர் அதைப் பெற்றுக் கொண்டு, ஏதாவது வாங்கி வருவதாகச் சொல்லி புறப்பட்டார்.

மறுபடியும் நான் சோம்பேறித்தனமாகத் தூங்கு வதிலேயே காலம் கழித்து வந்தேன். சில நாட்களுக்குப் பிறகு அபுல்முஸாபர் திரும்பி வந்தார். அந்தக் குரங்கை என்னிடம் ஒப்புவித்து விட்டுத் தன்னுடைய வீட்டிற்கு வரச்சொன்னார். நான் அங்கே போனதும் அவர் குரங்கை வாங்கி வந்த வரலாற்றைச் சொன்னார்.

175

அவர் சீனாவிலிருந்து கப்பலில் திரும்புகையில், மூன்று நாட்கள் பிரயாணத்திற்குப் பின்னர்தான் என்னுடைய ஞாபகம் வந்தது. ஆகவே, எனக்கு ஏதாவது வாங்கி வருவதற்காகக் கப்பலைத் திருப்பி சீனாவுக்கே கொண்டு போகச் சொன்னார். ஆனால், மற்ற பிரயாணிகள் அதற்கு இணங்கவில்லை. அவர் திரும்பிப் போய் வாங்கிவரும் பொருளை, நான் விற்று லாபம் கிடைக்கக்கூடியதற்கும் அதிகமான பணத்தை அவர்கள் கொடுப்பதாகஒப்புக்கொண்டனர்.அப்படியேஒவ்வொருபணமும் கொடுத்தனர். ஆகையினால் கப்பலைத் திரும்பச் சீனாவுக்கே கொண்டு போகாமல் பிரயாணத்தைத் தொடர்ந்தார்கள்.

வரும் வழியில் கப்பல் ஒரு தீவை அடைந்தது. அந்தத் தீவில் ஒரு மனிதக் குரங்கை ஐந்து வெள்ளிக்காசுகள் கொடுத்து வாங்கினர். பிறகு, ஒரு தீவில் கப்பல் தங்கின பொழுது, அந்தக் குரங்கு கடலில் குதித்து ஏராளமான முத்துக்களை எடுத்து வந்து கொடுத்தது. அதற்குப் பிறகு கப்பல் வேறொரு தீவை அடைந்ததும், அந்தத் தீவில் இருந்த ஜனங்கள் கப்பலில் இருந்த எல்லோரையும் பிடித்துக்கொண்டு போனார்கள். அந்த ஜனங்கள் மனிதர்களையே கொன்று தின்னும் குணம் படைத்தவர்கள். ஆகையால், அவர்களைக் கொல்லும் நோக்கத்துடன் கட்டிப்போட்டு வைத்திருந்தனர்.

அன்று ராத்திரி அந்த மனிதக் குரங்கு எல்லோருடைய கட்டுகளையும் அவிழ்த்துவிட்டது. அதனால் எல்லோரும் தப்பித்துக்கொண்டு கப்பலை அடைந்து புறப்பட்டனர். பிறகு பாஸ்ரா நகரை அடைந்தனர். உடனே, அபுல்முஸாபர் என்னிடம் அந்தக் குரங்கை ஒப்புவித்ததுடன், மற்றவர்கள் எனக்காக அவரிடம் கொடுத்த பணத்தையும் முத்துக்களையும் கொடுத்தார்.

அபுல்முஸாபர் என்னிடம் கொடுத்த பணத்தை முதலாக வைத்து நான் வர்த்தகம் செய்ய ஆரம்பித்தேன். அந்த மனிதக் குரங்கும் என்னுடைய கடையில் உட்கார்ந்து வியாபராத்தைக் கவனித்து வந்தது. அந்தக் குரங்கு தினசரி காலையில் எங்கோ புறப்பட்டுப் போகும். மத்தியானம்தான். திரும்பி வரும் அப்படிப் போய் வரும்பொழுதெல்லாம் ஆயிரம பொற்காசுகளை என்னிடம்

கொண்டுவந்து கொடுக்கும், நான் அதை வாங்கி வைத்துக் கொள்வேன். அதனாலும், எனக்கு ஏராளமான பணம் சேர்ந்தது.

அப்படியிருக்கையில், அந்த மனிதக் குரங்கு ஒருநாள், கடையில் யாருமில்லாத சமயமாகப் பார்த்து என்னிடம் பேசிற்று. குரங்கு பேசுவதை கேட்ட நான் பயந்தேன். ஆனால் அநத்க் குரங்கு என்னைப் பார்த்து, "நான்ஒரு பூதம்; உன்னுடைய நன்மைக்காகத்தான் குரங்கு ரூபத்தில் உன்னிடம் வேலை செய்து வருகிறேன். உனக்கு வேண்டிய திரவியங்களை எல்லாம் சேர்த்துக் கொடுத்துவிட்டேன். இனி, நீ ஒரு பெண்ணைக் கலியாணம் செய்து கொள்ள வேண்டும். நாளைக் காலையில் நீ கடைத்தெருவிலுள்ள ஷெரீப் என்பவனிடம் சென்று, அவனுடைய மகளை உனக்கு மணம் செய்து கொடுக்கச் சொல். அதற்காக அவன் கேட்கும் பொருளைத் தயங்காமல் கொடு," என்று சொல்லிற்று.

அதன்படி, நான் மறுநாள் ஷெரீப்பிடம் சென்று விஷயத்தைச் சொன்னேன். நான் மூவாயிரம் பொற்காசுகள் கொடுத்தால், அவன் தன்னுடைய மகளை எனக்கு மணம் செய்து வைப்பதாகச் சொன்னான். அவன் கேட்ட தொகையைக் கொடுத்தேன். உடனே அவன், தன்னுடைய மகளை எனக்கு மணம் செய்து வைத்தான். பிறகு என்னைப் பார்த்து, "இன்னும் பத்து நாட்கள் பொறுத்து, நீ வந்து உன்னுடைய மனைவியை அழைத்துப்போ," என்றான். நான் வீட்டிற்குத் திரும்பி வந்தேன். நடந்த விஷயங்களைக் குரங்கிடம் சொன்னேன்.

நான் சொன்னதைக் கேட்டுக் கொண்டிருந்த குரங்கு, உடனே என்னைப் பார்த்து, "அடுத்த பத்தாவது நாள் நீ அங்கு போகும்பொழுது ஒரு காரியம் செய்ய வேண்டும். நீ அந்த வீட்டுக்குள் நுழைந்ததும் மேலண்டைக் கோடியில ஒரு அறை இருக்கும். அந்த அறையின் வாசல்படியில் ஒரு சாவிக் கொத்து இருக்கும். அதை எடுத்து அறையைத் திறந்து உள்ளே சென்றால், ஒரு இரும்புப் பெட்டி தென்படும், அந்தப் பெட்டியின் அருகில் மந்திரக் கொடிகள் நான்கும் பதினொரு பாம்புகளும் ஒரு வெள்ளைச் சேவலும் காணப்படும். அவைகளுக்குப் பக்கத்தில் ஒரு கத்தி இருக்கும். அந்தக் கத்தியினால் சேவலையும் பாம்புகளையும் கொன்றுவிட வேண்டும். பிறகு அந்த மந்திரக் கொடிகளையும்

கிழித்துவிட வேண்டும். அதற்குப் பிறகுதான், நீ உன்னுடைய மனைவியின் அறைக்குப் போகவேண்டும்," என்றது.

நான் என்னுடைய மனைவியை அழைத்து வரச் சென்றபோது, அந்தக் குரங்கு சொன்னபடியே செய்தேன். அங்கே இருந்த பாம்புகளை நான் கொன்றபோது, என்னுடைய மனைவி "ஐயய்யோ! பூதம் வந்து அவளைத் தூக்கிச் சென்றுவிடும்!" என்று அலறும் குரல் கேட்டது. அவள் அப்படிக் கதறி வாய் மூடு முன் ஒரு பூதம் வந்து அவளைத் தூக்கிச் சென்றது. அதைப் பார்த்த அவளுடைய தந்தை வாயிலும் வயிற்றிலும் அடித்துக் கொண்டு அழுதான். அங்கிருந்த பாம்புகளை நான் கொன்று விட்டதனால்தான் பூதம் தன்னுடைய மகளைத் தூக்கிக் கொண்டு ஓடிவிட்டது என்று அழுதான். அதற்குக் காரணமாக இருந்த என்னை, உடனே வீட்டை விட்டுத் துரத்தினான்.

பிறகு நான அந்த ஊரிலேயே இருக்க மனமின்றி நடந்து சென்று ஒரு பாலைவனத்தை அடைந்தேன். மாலை நேரமாயிற்று. களைத்துப்போய் ஓரிடத்தில் உட்கார்ந்தேன். என்னுடைய தலைவிதியை நொந்தபடி ஏதேதோ எண்ணினேன். அப்பொழுது, நான் இருந்த இடத்திற்கு, இரண்டு பாம்புகள் வந்தன. ஒன்று பழுப்பு நிறமாகவும், இன்னொன்று வெள்ளை நிறமாகவும் இருந்தன. பழுப்பு நிறப் பாம்பு மற்றதைத் துரத்திக் கொண்டு வந்தது. ஆகவே, நான் ஒரு கல்லையெடுத்து பழுப்பு நிறப் பாம்பைக் கொன்றேன். வெள்ளைப் பாம்பு ஓடிப் போயிற்று. கொஞ்ச நேரம் கழித்து அந்தப் பாம்பு மேலும் பத்து வெள்ளைப் பாம்புகளுடன் அங்கே வந்தது. இறந்து கிடந்த பழுப்புப் பாம்பை அவைகள் கொத்தி உருத் தெரியாமல் சிதைத்து விட்டன. பிறகு அந்தப் பாம்பு கள் எல்லாம் போய்விட்டன.

அந்த நிகழ்ச்சிகளைப் பார்த்துக்கொண்டே நான் சோர்வினால் படுத்து உறங்கினேன். அப்பொழுது, ஒரு அசரீரிக் குரல் கேட்டது. நான் திடுக்கிட்டு எழுந்து உட்கார்ந்தேன். அந்தக் குரல் வந்த திக்கைப் பார்த்தேன். என் எதிரே ஒரு மனித உருவம் தோன்றியது. அந்த உருவம் என்னைப் பார்த்து, "பயப்படாதே! நீ காப்பாற்றிய அந்த வெள்ளைப் பாம்பு என்னுடைய மூத்த சகோதரன், நாங்கள் ஐந்துபேர் சகோதரர்கள் அவன் உன்னுடைய

மனைவியை அபகரித்துக் கொண்டு வந்துவிட்டான் என்பது எங்களுக்குத் தெரியும். நீ அவனைக் காப்பாற்றியதற்காக, நாங்கள உனக்கு ஒரு உதவி செய்கிறோம். என்னுடைய இளைய சகோதரன் ஒருவனுடன் நீ போனால், உன்னுடைய மனைவி இருக்கும் இடத்தைக் காட்டுவேன். ஆனால், நீ அவனுடன் போகும்பொழுது, எக்காரணத்தை முன்னிட்டும் கடவுளின் பெயரைச் சொல்லாதே. சொன்னால், உனக்கு ஆபத்து விளையும்," என்றது.

உடனே, அந்தப்பூதம் என்னைத் தூக்கிக்கொண்டு ஆகாய மார்க்கமாகப் பறந்தது. அப்பொழுது எங்களெதிரே பச்சை நிற உடையுடன் ஒருவன் வந்தான். அவனுடைய கையில் தீப்பொறி பறக்கும் ஈட்டி ஒன்று இருந்தது. அவன் என்னைப் பார்த்து, "எல்லாம் கடவுள் செயல்" என்று சொல்; இல்லாவிடில், இந்த ஈட்டியால் உன்னைக் குத்திக் கொன்று விடுவேன்," என்றான். நான் பயந்து, "எல்லாம் கடவுள் செயல்" என்றேன். நான் அப்படிச் சொன்னதுதான் தாமதம், என்னைத் தூக்கிச் சென்ற பூதம் என்னை அப்படியே நடுக்கடலில் போட்டது.

நான் நடுக்கடலில் விழுந்தேன். அச்சமயம் அவ்வழியாக ஒரு கப்பல் வந்தது. அந்தக் கப்பலில் இருந்தவர்கள் என்னைப் பார்த்ததும் அதிலே ஏற்றிக் கொண்டார்கள். ஆனால், அவர்கள் பேசிய மொழி எனக்குப் புரியவில்லை. ஆயினும், அவர்களுடனே சென்று ஒரு நகரத்தை அடைந்தேன். அந்த நகரத்து அரசனிடம் என்னை அழைத்துச் சென்றனர். அந்த அரசனுக்கு அராபிய மொழி தெரியும். ஆகவே, அவன் என்னைத் தன்னுடைய மெய்க்காப்பாளனாகச் சேர்த்துக் கொண்டான்.

நான் அந்த நகரத்திற்குப் போய்ச் சேர்ந்து ஒரு மாதம் ஆயிற்று. ஒருநாள், கடற்கரையில் உட்கார்ந்திருந்தேன். அப்பொழுது ஒரு குதிரை வீரன் என்னிடம் வந்து, "சோம்பேறி அபூ முகம்மது நீதானா?" என்றான். "ஆமாம்," என்றேன். உடனே, அவன் எனனைப் பார்த்து, "உன்னைப் பற்றி எனக்குத் தெரியும். உன்னுடைய மனைவி சிறைவைக்கப் பட்டு இருக்கும் இடத்தை நான் காண்பிக்கிறேன்," என்றான்.

பிறகு, என்னிடம் ஒரு மந்திர வாளைக் கொடுத்தான். அந்த வாளை கையில் வைத்திருந்தால், நான் மற்ற யாருடைய கண்களுக்கும் புலம்படமாட்டேன் என்றும், என்னிடம் அவன் சொன்னான். அந்த வாளைப் பெற்றுக் கொண்டு அவன் குறிப்பிட்டுக் காட்டிய திக்கில் சென்றேன். வெகுதூரம் சென்றதும், பித்தளைச் சுவரினால் கட்டப்பட்ட ஒரு கோட்டை தென்பட்டது. நான் அந்தக் கோட்டை அருகில் சென்றதும், அந்தக் குதிரை வீரன் மீண்டும் அங்கே வந்தான். அந்தக் கோட்டையினுள் செல்ல வாசல் இல்லை. "எப்படி உள்ளே போவது?" என்று அவனைக் கேட்டேன். அந்தக் கோட்டைச் சுவரின் அருகே இருந்த ஒரு நீரூற்றை அவன் என்னிடம் காட்டி அதன் வழியாக உள்ளே போகும்படி சொன்னான்.

அவன் சொன்னபடியே நீரூற்றின் வழியாகக் கோட்டைக்குள் சென்றேன். அங்கே என் மனைவி தங்கத்தால் செய்யப்பட்ட ஒரு சிம்மாசனத்தில் உட்கார்ந்து இருந்தாள். அவள் என்னைக் கண்டதும், ஆவலுடன் எழுந்து ஓடி வந்தாள். தன்னைப் பூதம் சிறைப் பிடித்துக் கொண்டு வந்தது முதல் அது வரையில் நடந்த விஷயங்களை என்னிடம் சொன்னாள். அந்தப் பூதத்தை வெல்வதற்கான வழியை என்னிடம் சொன்னாள். அவள் சொன்னபடியே நான் அங்கிருந்த ஒரு பித்தளைக் கழுகைக் கைப்பற்றினேன். உடனே அங்கிருந்த பூதங்கள் என்னைச் சரண் அடைந்தன.

அந்தப் பூதங்களிடம் சொல்லி, என் மனைவியைத் தூக்கிக் கொண்டு வந்த பூதத்தைச் சங்கிலியால் பிணைக்கச் சொன்னேன். அவைகள் அந்தப் பூதத்தைக் கட்டியதும், நான் என்னுடைய மனைவியை அழைத்துக் கொண்டு, கப்பலில் ஏறி பாஸ்ரா நகருக்கு வந்தேன். பாஸ்ராவை அடைந்ததும், மீண்டும் அந்தப் பூதத்தைக் கொண்டு வரச் செய்த, ஒரு பித்தளைச் செம்பில் அந்தப் பூதத்தை போட்டு மூடி முத்திரை வைத்துவிட்டேன். அது முதல் அந்தபூதம் செம்பில் அடைபட்டுக் கிடக்கிறது. நான் என்னுடைய மனைவியுடன் சுகமாக வாழ்ந்த வருகிறேன். எனக்கு அளவிலா ஆஸ்தி கிடைத்த வரலாறு இதுதான். இப்பொழுது என்னிடம் உள்ள ரத்தினக் கற்கள் தங்களுக்குப் பிடிக்கவில்லை. என்றால், நான்

அந்தப் பூதங்களிடம் சொல்லி இன்னும் உயர்தர ரத்தினக் கற்களை வரவழைத்துக் கொடுக்கிறேன்,” என்று சொல்லி முடித்தான் சோம்பேறி அபூ முகம்மது.

அதைக் கேட்ட ஹருன் ஏர் ரஷீத் மன்னன் மனம் மகிழ்ந்து, அவனுக்கு நிறையச் சன்மானங்கள் கொடுத்து கௌரவித்தான்,” என்றாள் ஷாரஜாத்.

அதிசயக் காதலன் கதை

“குராசான் நாட்டிலே மெஜுூத்தின் என்ற வியாபாரி இருந்தான். அவனுக்கு அறுபதாவது வயதில் ஒரு ஆண் குழந்தை பிறந்தது. அந்தக் குழந்தைக்கு அலீஷேர் என்று பெயரிட்டனர். அந்தக் குழந்தை வளர்ந்து வாலிபன் ஆனான். அச்சமயம் மெஜுூத்தின் உடல்நலமின்றிப் படுத்திருந்தான். தன்னுடைய அந்திய காலம் நெருங்கி விட்டதை உணர்ந்த மெஜுூத்தின், தன் மகனைப் பார்த்து, “அலீஷேர்! நீ வாழ்க்கையில் கடைபிடிக்க வேண்டிய சில விஷயங்களைச் சொல்கிறேன். கெட்டவர்களுடன் சேராதே; உன்னால் இயன்ற நன்மையைப் பிறருக்குச் செய்; கடவுளை நம்பு; உன்னிலும் தாழ்ந்தவர்களிடம் அன்பு காட்டு; பெரியோர் சொல்படி நட’ குடிபழக்கம் செய்யாதே; இந்த வார்த்தை களின்படி நீ வாழ்நதால் உனக்கு மிக்க அனுகூலங்கள் ஏற்படும்,” என்று சொல்லி, இறந்து விட்டான்.

தகப்பன் மறைந்த சிறிது நாட்களில் அவனுடைய தாயாரும் மரணம் அடைந்தாள். அவர்களுடைய மரணத்திற்குப் பின், ஒரு வருஷகாலம் அவன் தன்னுடைய தகப்பன் சொல்படியே வாழ்ந்தான். ஆனால், துரதிருஷ்ட வசமாக அவனுக்குத்தகாத நட்பினர் சிலர் சேர்ந்ததால் தீயவழிகளின் சென்றான். அதனால் அவனுடைய சொத்து அனைத்தும் செலவழிந்து விட்டது. உடுத்தியிருந்த ஆடை ஒன்றைத் தவிர வேறு எதுவும் இல்லை என்ற நிலைமைக்கு அவன் வந்துவிட்டான்.

அந்த நிலையில், அவன் தன்னுடைய பழைய நண்பர் களின் உதவியை நாடினான். ஆனால், யாரும் உதவவில்லை. ஆகவே மனமுடைந்து கால்கள் போனவழியே நடந்து சென்ற வண்ணம்

இருந்தான். அப்படிப் போய்க் கொண்டு இருக்கும் போது, ஓரிடத்தில் ஜனங்கள் கும்பலாக நிற்பதைப் பார்த்தான். அதன் காரணத்தைத் தெரிந்து கொள்ளும் நோக்கத்துடன், அந்தக் கும்பல் இருந்த இடத்திற்குப் போனான். அங்கே அடிமைப் பெண்களை விற்றுக் கொண்டிருந்தனர். அந்த வேடிக்கையைப் பார்த்துக் கொண்டே நின்றான்.

அப்பொழுது, ஜுமுரத் என்ற ஒரு அடிமைப் பெண்ணை ஏலத்தில் விட்டனர். அநேகர் ஏலம் கோரினர். ஆனால், அவள் அவர்களுடைய கோரிக்கையை ஒப்புக் கொள்ளவில்லை. தனக்குப் பிடித்தனமானவன் ஏலம் கோருவதைத்தான் ஒப்புக்கொள்வேன் என்று ஜுமுரத் சொன்னாள். ஆகவே, அந்தக் கூட்டத்தில் இருப்பவர் யாரைப் பிடித்திருக்கிறது என்று ஏலம் விடுபவன் அவளைக் கேட்டான். அதற்கு அவள் அலீஷேரைச் சுட்டிக் காட்டினாள். ஆகவே, ஏலம் விடுபவன் அலீஷேரைப் பார்த்து அந்தப் பெண்ணை வாங்கிக் கொள்ளச் சொன்னான்.

ஆனால், அலீஷேர் தன்னுடைய நிலைமையைச் சொல்லித் தன்னால் வாங்க இயலாது என்றான். அதைக் கேட்ட ஜுமுரத் "நீ பொய் சொல்கிறாய்; நான் உன்னைச் சோதனை போட்டுப் பார்க்கிறேன்," என்று சொல்லி, அவனுடைய, சட்டைப் பையில் கையை விட்டுப் பார்த்தாள். அதிலிருந்து ஒரு பணப்பையை எடுத்தாள். அந்தப் பையில் ஆயிரம் பொற்காசுகள் இருந்தன. அதில் தொள்ளாயிரம் பொற்காசுகளை ஏலம் கோருபவனிடம் கொடுக்கச் சொல்லி அலீஷேரிடம் சொன்னாள். அவள் சொன்னபடியே அலீஷேர் கொடுத்து விட்டு அவளைத் தன்னுடைய வீட்டிற்கு அழைத்துச் சென்றான்.

வீட்டில் ஒன்றுமில்லாததைக் கண்ட ஜுமுரத், ஆயிரம் பொற்காசுகளைத் தன்னிடமிருந்து அவனுக்குக் கொடுத்தாள். அந்தப் பணத்தைக் கொண்டு வீட்டிற்குத் தேவையான சாமான்களை எல்லாம் வாங்கச் சொன்னாள். குடும்பம் நடத்துவதற்குத் தேவையான எல்லாச் சாமான்களையும் வாங்கியதும், அவர்கள் குடித்தனம் செய்ய ஆரம்பித்தனர்.

அலீஷேரைத் துணி வாங்கிக் கொண்டு வரச்செய்து, அதில் பின்னல் வேலை செய்த கொடுப்பாள். அவன் அதை எடுத்துப் போய்க் கடைத்தெருவில் விற்று வருவான். அப்படியே அவர்கள் வாழ்க்கை நடந்து வந்தது. வழக்கப்படி ஒரு நாள் அவன் கடைத் தெருவிற்குப் போனான். அவன் கொண்டு போன பின்னல் துணியை ஒருவன் விலைக்கு வாங்கினான். அலீஷேர் அவனிடம் பணத்தை வாங்கிக் கொண்டு வீட்டிற்குத் திரும்பினான். அந்தத் துணியை வாங்கியவனும் அவனைத் தொடர்ந்து வந்தான். அலீஷேர் வீட்டை அடைந்ததும், அவன் தனக்குத் தாகமாக இருக்கிறதென்று சொல்லிக்குடிக்க தண்ணீர் கேட்டான். அலீஷேர் தண்ணீர் கொண்டு வந்து கொடுத்தான். அவன் தண்ணீரைக் குடித்ததும், பசியாக இருக்கிறது என்று சொல்லிச் சாப்பிடுவதற்கு ஏதாவது கொடுக்கச் சொன்னான்.

சாப்பிடுவதற்கு எதுவும் இல்லை என்று அலுஷேர் தெரிவித்தான். ஆயினும், அவன் தனக்கு மிகவும் பசியாக இருப்பதனால், கடைக்குப்போய் ஏதாவது வாங்கிவரச் சொல்லி நூறு பொற்காசுகள் கொடுத்தான். திண்பண்டம் வாங்குவற்காக நூறு பொற்காசுகளைக் கொடுக்கும் அறியாமையைக் கண்டு அலீஷேர், அவனை ஏமாற்றி விடலாம் என்று நினைத்தாள். ஆகவே, அந்தப் பணத்தை வாங்கிக் கொண்டு கடைக்குப் போனான். சில திண்பண்டங்களை வாங்கிக் கொண்டு திரும்பி வந்தான்.

அந்தத் திண்பண்டங்களைச் சாப்பிடச் சொல்லி அலீஷேர்அவனிடம் கொடுத்தான். அலீஷேரையும் தன்னுடன் சாப்பிடச் சொல்லி அவன் சாப்பிடுகையில் அவன் ஒரு வாழைப் பழத்தில் மயக்க மருந்தை வைத்து அலீஷேருக்குக் கொடுத்தான். அலீஷேர் அந்தப் பழத்தைத் தின்றதும் மயங்கி விழுந்தான்.

அலீஷேர் மயங்கினதும், அவன் அந்த வீட்டைப் பூட்டினான். சாவியைக் கையில் எடுத்துக்கொண்டு நேரே தன் சகோதரனிடம் கொண்டுபோய்க் கொடுத்தான். அவனுடைய சகோதரன், ஜுமுரத்தின் மீது கோபம் கொண்டிருந்தான். அவளை அலீஷேர் வாங்கிக் கொண்டு வருவதற்குமுன அவன் வாங்க விருமபினான். ஆனால், ஜுமுரத் அவனை விரும்பவில்லை. ஆகையால் அவன்

அவளைப் பழிவாங்கும் நோக்கத்துடன் தன் தம்பியரிடம் சொல்லி அம்மாதிரி ஏற்பாட்டைச் செய்தான். கொடுத்த சாவியைப் பெற்றதும் உதவிக்குச் சிலரை அழைத்துக்கொண்டு அலீஷேரின் வீட்டிற்குப் போனான். பூட்டைத் திறந்து உள்ளே சென்று ஜுமுரத்தைப் பிடித்துக் கட்டி, இழுத்துக்கொண்டு, தன்னுடைய வீட்டிற்குக் கொண்டுவந்து விட்டான்.

மயக்கம் தெளிந்து எழுந்த அலீஷேர் தன்னுடைய வீட்டில் ஜுமுரத் இல்லாததைக் கண்டு கதறினான். 'ஜுமுரத்' 'ஜுமுரா' என்று கத்திக் கொண்டு தெருவெல்லாம் அலைந்தான். அதைக் கண்ட குழந்தைகள் எல்லாம், 'பைத்தியம்' பைத்தியம் என்று அவன பின்னாலே ஓடின. அந்நிலையில் ஒரு கிழவி அலீஷேரைப் பார்த்தாள். அவனுடைய வரலாற்றைக் கேட்டாள். அவன் எல்லா விஷயங்களையும் அவனிடம் சொன்னான்.

அதைக் கேட்ட அந்தக் கிழவி, அவனுடைய மனைவி இருக்கும் இடத்தை கண்டுபிடித்து வருவதாகச் சொன்னாள். பிறகு ஒரு கூடையில் சில சாமான்களை வைத்துக்கொண்டு அவைகளை விற்பவளைப்போல வீடு வீடாகச் சென்று பார்த்தாள். ஒரு வீட்டில் ஜுமுரத் அடைத்து வைக்கப்பட்டிருப்பதைப் பார்த்தாள். உடனே அந்தக் கிழவி அங்கிருந்த அடிமைப் பெண்களிடம் விஷயத்தைச் ொசல்லி ஜுமரத்தின் மேல் அனுதாபம் உண்டாகும்படி செய்தாள். ஆகவே, எல்லா பெணகளும் ஒன்று சேர்ந்து ஒரு முடிவுக்கு வந்தனர்.

அதன்படி, மறுநாள் இரவு அலீஷேர் ஜுமுரத் இருந்த வீட்டின் பக்கமாகப் போய்க் காத்துக்கொண்டு இருந்தான். அன்று ராத்திரி அலீஷேரைப் பார்த்ததும ஜுமுரத்துடன் புறப்பட்டு வரவேண்டும் என்று ஏற்பாடு. ஆனால், அங்கே போன அலீஷேர் வீட்டுத்திண்ணையில் படுத்து உறங்கி விட்டான். அச்சமயம் அவ்வழியே வந்த திருடன் அலீஷேரின் குல்லாவைத் திருடித் தன் தலையில் வைத்துக் கொண்டு போனான். இரவு நேரமாகையால் ஜுமுரத் ஆள் அடையாளம் தெரியாமல், அந்தத் திருடன்தான் அலீஷேர் என்று நினைத்தாள். ஆகவே, அவள் வீட்டிலிருந்து வந்தததும் வெளியில் இருந்த ஆளை அடையாளம் பார்க்காமலேயே கூடப் புறப்பட்டுப் போய் விட்டாள். போகும்

வழியில் ஜுமுரத் அவனிடம் கேட்ட கேள்விக்கு அவன் எதுவும் பதில் சொல்லவில்லை. அதனால் சந்தேகம் கொணடு அவனைக் கூர்ந்து கவனித்தாள். அவன் அலீஷேர் அல்லவென்பதைத் தெரிந்த ஜுமுரத் அழுதாள். ஆனால், அவன் அவளை விடவில்லை. அவன் தன்னுடைய குகையில் கொண்டுபோய் அவளை அடைத்துவிட்டு, மறுபடியும் திருடுவதற்காக வெளியே போய்விட்டான்.

அவன் வெளியே போனதும், ஜுமுரத், அவளுக்குக் காவலிருந்த அந்தத் திருடனுடைய தாயாரை ஏமாற்றி விட்டு ஆண் உடையணிந்த ஓடிவிட்டான். அப்படியே நடந்து சென்று ஒரு நகரத்தை அடைந்தாள். அவள் அந்த நகரத்தை அடைந்த சமயத்தில், அந்நகர மக்கள் எல்லோரும் நகர வாயிலில் கூடி இருந்தனர். அவர்கள் ஆண் உடையில் இருந்த ஜுமுரத்தைப் பார்த்ததும், மகிழ்ச்சியுடன் வரவேற்றனர். அந்த ஊர் அரசன் மக்கட் பேறின்றி இறந்து விட்டதால், அவ்வூர் வழக்கப்படி, அவர்கள் முதலில் பார்க்கும் அந்நியரிடம் ஆட்சிப் பொறுப்பை ஒப்புவிக்க வேண்டும், ஜுமுரத் அங்கு போன சந்தர்ப்பத்தில் அரசன் இறந்து விட்டதால், அந்தப் பொறுப்பை அவளிடம் ஒப்புவித்து அந்நகர அரசனாக்கினர்.

அவள் ஆட்சிப் பொறுப்பை ஏற்று ஒரு வருஷம் ஆயிற்று. ஆனால், அலீஷேர் எங்கிருக்கிறான் என்பதை அவளால் தெரிந்து கொள்ள முடியவில்லை. அதைத் தெரிந்து கொள்வதற்காக பல முயற்சிகள் செய்தாள். அந்த நகரத்தில் இருந்த எல்லோருக்கும் ஒருநாள் விருந்துக்கு ஏற்பாடு செய்தாள். அங்கே சாப்பிட வந்தவர்களை எல்லாம் கூர்ந்து கவனித்துக் கொண்டு இருந்தாள். அலீஷேரை மயக்கமுறச் செய்தவன் அங்கு சாப்பிட வந்திருந்தான். ஜுமுரத் அவனை அடையாளம் கண்டுகொண்டாள்.

சில வீரர்களிடம் சொல்லி அவனைப் பிடித்துக் கொண்டு வரச் சொன்னாள். அவனைத் தூக்கிலிடும்படி உத்தரவிட்டாள். அதற்குப் பிறகும் ஒரு நாள் விருந்து நடந்தது, அன்றைய விருந்திற்கு, ஜுமுரத் அவனை அடையாளங் கண்டு கொண்டதும், அவனையும் தூக்கிலிடச் செய்தாள்.

ஜுமுரத் நிலைமை இவ்வாறிருக்க, தூங்கிக் கொண்டிருந்த அலீஷேர் எழுந்து சுற்றும் முற்றும் பார்த்தான். அவனுடைய

குல்லாயைக் காணவில்லை. அவனை வரச் சொல்லியிருந்த ஜுமுரத்தும் காணப்படவில்லை. கிழவியிடம் சென்று விஷயத்தைச் சொன்னான். அதைக் கேட்ட கிழவி அலீஷேரைத் தன் வீட்டில் இருக்கச் சொன்னாள். மறுநாள் ஜுமுரத்தைத் தேடிச் சென்றாள். ஆனால், அவள் அங்கு காணப்படவில்லை. மீண்டும் அலீஷேரிடம் வந்து விஷயத்தைச் சொன்னாள். அலீஷேர் மனோ நோயினால் படுத்த படுக்கையானான். அவனுடைய உயிருக்கே ஆபத்து ஏற்படும்போலத் தோன்றியது. ஆயினும், அந்தக் கிழவியின் உதவியால் அவன் உடல்நிலை நாளுக்கு நாள் தேறி வந்தது.

அலீஷேர் உடல்நிலை தேறியதும், அவன் ஜுமுரத்தைத் தேடி அலைந்தான். அவள் எங்கும் காணப்படவில்லை. கடைசியாக ஜுமுரத் இருந்த நகரத்திற்கே வந்து சேர்ந்தான். அவன் அந்த நகரத்திற்கு வந்து நாளும் ஒரு விருந்த நடந்தது. அலீஷேர் சாப்பிடுவதற்காக அங்கே போனான். ஜுமுரத் அவனை அடையாளம் கண்டு கொண்டாள். ஆயினும், தான் யாரென்பதை உடனே அவனிடம் தெரிவிக்கவில்லை.

அவன் சாப்பிட்டு முடிந்ததும், சில சேவகர்களை அனுப்பி அவனை அழைத்து வரச் சொன்னாள். அவனுடைய வரலாற்றை விசாரித்தாள். பிறகு, ஜுமுரத் அவனுக்கு வேண்டிய வசதிகளைச் செய்துகொடுக்கச் சொல்லி உத்தரவிட்டாள். அப்பொழுது அவள் யாரென்பதை அவனிடம் தெரிவிக்கவில்லை.

அன்றிரவு அலீஷேரைத் தன்னுடைய அறைக்கு அழைத்து வரச் சொன்னாள். அலீஷேர் வந்து சேர்ந்தான். ஜுமுரத் அவனிடம் நெடுநேரம் பேசிக் கொண்டிருந்தாள். அப்பொழுதுகூட அலீஷேர் அவளை அடையாளம் தெரிந்து கொள்ளவில்லை. கடைசியாக ஜுமுரத் தான் யாரென்பதை அவனிடம் சொன்னாள். அவள் அதைச் சொன்னதும்தான் அவன் புரிநதுகொண்டான். அளவில்லா ஆனந்தத்துடன் அவளை நெருங்கினான். பிறகு, இருவரும் பேசிக் கொண்டு இருந்தனர். பொழுது புலர்ந்தது.

அரசனாக இருந்த ஜுமுரத் அந்த நகர ஆட்சியை வேறொருவனிடம் ஒப்புவித்துவிடடு, அலீஷேருடன் சொந்த நாட்டிற்குத் திரும்பினாள். அலீஷேரும் ஜுமுரத்தும் ஒற்றுமையாக வாழ்ந்து அநேக குழந்தைகளைப் பெற்றனர்," என்றாள் ஷாரஜாத்.

அலீ மன்சூர் சொன்ன கதை

"**ஹா**ரூன் எர் ரஷீத் மன்னனுக்கு ஒருநாள் இரவு தூக்கம் வரவில்லை. அரண்மனை அந்தப்புரமும் அன்று அவனைக் கவரவில்லை. பொழுதுபோக்கும் வழியைச் சொல்லும்படி மந்திரியைக் கேட்டான். மந்திரி, வழக்கப்படி அரசன் கையாளும் பல வழிகளைச் சொன்னான். ஆனால், புதிதாக ஏதேனும் சொல்லும்படி அரசன் மந்திரியைக் கேட்டான். மந்திரி யோசித்துக் கொண்டு இருந்தான்.

அப்பொழுது, அரசனைப் பார்ப்பதற்காக அரசவைத் தோழன் அலீமன்சூர் வந்திருப்பதாகக் காவல்காரன் வந்து தெரிவித்தான். அதைக் கேட்ட ஹரூன் எர் ரஷீத் மகிழ்ச்சியுடன் அவனை வரச் சொல்லி அனுப்பினான். அலீமன்சூர் பொழுது போக்கக் கதைகள் சொல்வதில் வல்லவன் ஆகையால், அரசன் அவனைப் பார்த்து, "மன்சூர்! ஏதாவது கதை சொல். பொழுதுபோக்க சௌகரிமாக இருக்கும்..," என்றான் அரசன் உத்ரவுப்படி அலீமன்சூர் தன்னுடைய சொந்த அனுபவத்தையே ஒரு கதையாகச் சொன்னான்.

"பாஸ்ரா நகர அரசன் முகம்மதுவை வருஷம் ஒருமுறை நான் போய்ச் சந்திக்கும் பழக்கம் உண்டு. அதன்படி ஒருமுறை அரசனைப் பார்க்க அரண்மனைக்குப் போனேன். நான் அங்கே போன சந்தர்ப்பத்தில் அரசன் வேட்டைக்குக் கிளம்பச் சித்தமாக இருந்தான். என்னைக் கண்டதும் உற்சாகம் மேலோங்க என்னையும் வேட்டைக்குக் கூப்பிட்டான். எனக்கு அலுப்பாக இருந்தது. ஆகவே, நான் வரவில்லை என்றேன். அதைக்கேட்ட அரசன், "அப்படியானால், நான் திரும்பி வரும் வரையில் இங்கேயே இரு," என்று சொன்னான். பிறகு, அரண்மனைச் சேவகர்களிடம் என்னுடைய சௌகர்யங் களைக் கவனித்துக் கொள்ளும்படி சொல்லிவிட்டு, வேட்டைக்குப் போய்விட்டான்.

நான் அநேகமுறை பாஸ்ரா நகருக்குச் சென்றிருக்கிறேன். என்றாலும், அரண்மனையையும் அதன் உத்யானவனத்தையும் தவிர வேறெதையும் பார்த்ததே இல்லை. ஆகவே, அந்நகரத்தைச்

சுற்றிப் பார்த்து வரலாமென்று கிளம்பினேன், அந்த அழகான பாஸ்ரா நகரில் எழுபது வீதிகள் இருந்தன. எல்லா வீதிகளும் ஒரே மாதிரியாக இருந்தன. அந்தத் தெருக்களில் நான் சுற்றி அலைந்துவிட்டு அரண்மனைக்குத் திரும்பினேன். ஆனால், வழி தெரியவில்லை. ஆகையால், ஒரு தெருவில் நடந்து கொண்டே இருந்தேன்.

அப்படிப் போய்க் கொண்டு இருக்கையில் ஒரு பெரிய வீட்டின் கதவு திறந்திருக்கக் கண்டேன். அந்த வீட்டினுள் இருந்து சோகமயமான பாட்டுக் குரல் கேட்டது. ஆகவே, அங்கேயே தயங்கி நின்றேன். பிறகு, மனத்தை திடம் செய்து கொண்டு அவ் வீட்டுக்குள் சென்றேன். அங்கே அழகிய பெண் ஒருத்தி நின்றிருந்தாள். அவளைப் போன்ற அழகியை நான் கண்டதே இல்லை.

நான் அந்த வீட்டில் நுழைந்தைக் கண்ட அந்த பெண், "என்ன ஐயா! கொஞ்சம் கூட மரியாதையின்றி, வேறொருவர் வீட்டில் நுழைகிறாயே! உனக்கு அவமானமாக இல்லையா?" என்றாள். அதைக் கேட்ட நான் மழுப்பினபடியே, "எனக்கு அதிக தாகமாக இருக்கின்றது. கொஞ்சம் தண்ணீர் குடித்து விட்டுப் போகலாம் என்று வந்தேன்," என்றேன். உடனே அவள் ஒரு அடிமைப் பெண்ணைக் கூப்பிட்டு, "இவருக்குத் தாகம் அதிகமாக இருக்கின்றதாம்; தங்கச் செம்பில் கொஞ்சம் தண்ணீர் கொண்டு வந்து கொடு," என்று உத்தரவிட்டாள். அந்த அடிமைப் பெண் அவள் சொன்னபடியே தண்ணீர் கொண்டு வந்தாள். நான் தண்ணீர் குடித்த பிறகும் அங்கேயே நின்றிருந்தேன்.

ஆகையினால், அந்தப் பெண் மீண்டும்ட என்னைப் பார்த்து, "இன்னும் என்ன வேண்டும்?" என்றாள். "என் மனம் மிகவும் சஞ்சலம் அடைந்திருக்கிறது," என்றேன். "எதைப்பற்றி?" என்றாள் அந்தப் பெண். "ஒன்றும் இல்லை; யாருக்கும் அதிர்ஷ்டம் நிலைத்து இருப்பதில்லையே என்றுதான் சஞ்சலப்பட்டேன்," என்றேன். "யாரைக் குறிப்பிட்டு இந்தக் கவலை?" என்றாள். "வேறு யாருமில்லை; இந்த வீட்டுக்காரனைப் பற்றித்தான் நினைத்தேன்" என்று சொன்னேன்.

உடனே, அந்தப் பெண் வியப்புடன், "இந்த வீட்டுச் சொந்தக்காரரைத் தெரியுமா?" என்றாள். "தெரியாமல் என்ன? நகை வியாபாரி முகம்மதுவின் வீடு என்பதுகூட எனக்குத் தெரியாதா? முகம்மதுஸவுக்குக் குழந்தை குட்டிகள் ஏதேனும் உண்டா?" என்றேன். "ஒரே ஒரு பெண்; அவளுக்குப் பூதூர் என்று பெயர்," என்றாள். "அந்தப் பெண் நீதானா?" என்றேன். "ஆமாம்" என்று சொல்லிவிட்டு, என்னை வெளியே போகும்படி சொன்னாள். "நான் போகிறேன்; ஆனால் உன்னைப் பார்த்தால், ஏதோ கவலைப்பட்டுக் கொண்டு இருக்கிறாய் என்று தோன்றுகிறது. உன்னுடைய கவலையின் காரணத்தை என்னிடம் சொல்" என்றேன்.

உடனே அவள் என்னைப் பார்த்து, "பாஸ்ரா நகரிலேயே அழகுமிக்க ஜுபேர் என்பவனை நான் காதலித்தேன். ஒருநாள் என் வீட்டு வேலைக்காரி என்னை முத்தமிடுவதை அவன் பார்த்தான். அன்று முதல், அவன் என்னை விட்டு பிரிந்துபோய் விட்டான். மறுபடியும் என்னுடைய வீட்டிற்கே வரவில்லை," என்றாள். அவள் சொன்னதைக் கேட்டதும், "இப்பொழுது என்ன செய்வதாக உத்தேசித்து இருக்கிறாய்?" எனறேன் அதற்கு அவள் என்னைப் பார்த்து, "அவனுக்கு ஒரு கடிதம் எழுதி உன்னிடம் கொடுக்கிறேன். நீ அந்தக் கடிதத்தைக் கொண்டுபோய் அவனிடம் கொடுத்துப் பதில் வாங்கி வந்தால், உனக்கு ஐந்நூறு பொற்காசுகள் கொடுக்கிறேன்," என்று சொன்னாள். நான் ஒப்புக்கொண்டேன். உடனே, அவள் ஒரு கடிதம் எழுதி என்னிடம் கொடுத்தாள்.

நான் அந்தக் கடிதத்தை எடுத்துக் கொண்டு ஜுபேர் வீட்டிற்குப் போனேன். அவன் வேட்டைக்குப் போய்விட்டு அப்பொழுததான் திரும்பி வந்தான். அவனுடைய வீட்டுத் திண்ணையில் உட்கார்ந்திருந்த என்னைப் பார்த்ததும் வரவேற்று உள்ளே அழைத்துச் சென்றான். எனக்கு உணவளித்து உபசரித்து, நான் வந்த விஷயத்தைக் கேட்டான். நான் கொண்டு போயிருந்த கடிதத்தை அவனிடம் கொடுத்தேன்.

அந்தக் கடிதத்தை அவன படித்துப் பார்த்தான். பிறகு, என்னைப் பார்த்து, "அவளுடைய கடிதத்திற்கு பதில் எழுதிக் கொடுப்பதைவிட வேறு எந்தக் காரியமானாலும் செய்கிறேன்,"

என்றான் அவன் சொன்னதைக் கேட்ட நான் கோபமாய் எழுந்தேன். ஆனால், அவன் என்னைத் தடுத்து நிறுத்தி, "அவள் இந்தக் கடிதத்தை உன்னிடம் கொடுத்து என்ன சொன்னாள் என்பது எனக்குத் தெரியும்," என்றான். "என்ன! சொல் பார்க்கலாம்," என்றேன். உடனே அவன் என்னைப் பார்த்து, "இதற்குப் பதில் கடிதம் வாங்கி வந்தால், உனக்கு ஐந்நூறு பொற்காசுகள் கொடுப்பதாகச் சொன்னாள். அல்லவா?" என்றான். "ஆமாம்" என்றேன் வியப்புடன்.

நான் ஒப்புக்கொண்டதும், அவன் என்னைப் பார்த்து, நீ இங்கேயே இரு; நான் உனக்கு அந்தத் தொகையைக் கொடுக்கிறேன்" என்றான். நான் அவனுடைய வீட்டில் சாப்பிட்டேன். அன்றிரவு அங்கேயே தங்கினேன். மறுநாள காலையில் ஒரு வேலைக்காரன் ஐந்நூறு பொற்காசுகள் கொண்ட ஒரு பணமுடிப்பை என்னிடம் கொடுத்தான். பிறகு, அவன் என்னிடம், "அந்தப் பெண்ணுடைய வீட்டிற்குப் போக வேண்டாம்; இம்மாதிரி ஒரு சம்பவம் நடந்ததாகவும் நினைக்க வேண்டாம்" என்று சொல்லி எனக்கு விடை கொடுத்தான்.

நான் அங்கிருந்து வெளியேறினேன். மீண்டும் அந்தப் பெண்ணினுடைய வீட்டிற்குச் சென்று, நடந்த சம்பவங்களைச் சொல்லிவிட முடிவு செய்தேன். ஆகவே, அவளுடை வீட்டிற்குச் சென்றேன். அவள் எனக்காகக் காத்திருந்தாள். என்னைப் பார்த்ததும், "காரிய சித்தி ஆகவில்லை என்று எனக்குத் தெரியும்" என்றாள். "உனக்கு எப்படித் தெரியும்?" என்றேன். அதைக் கேட்டதும் அவள் அவனுடைய வீட்டிற்கு நான் போயிருந்த பொழுது நடந்த சம்பவங்களை, தானே நேரில் பார்த்ததைப்போல, அவ்வளவு சரியாகச் சொன்னாள். எனக்கு ஆச்சரியமாக இருந்தது, "நீ நேரில் பார்த்ததைப் போலவே சொல்கிறாயே! உனக்கு எப்படித் தெரியும்?" என்றேன். அதற்கு அவள், "காதலர்களின் மனதுக்குக் கண்கள் உண்டு என்பதை நீ தெரிந்துகொள்" என்று சொன்னாள். பிறகு நான் அவளிடம் விடைபெற்று அரண்மனைக்குப் போனேன். வேட்டையிலிருந்து அரசன் திரும்பி இருந்தான். வழக்கப்படி அரசனிடம் பேசிக் கொண்டிருந்து விட்டு, பாக்தாத் நகரத்திற்குப் போய்விட்டேன்.

அதற்கு அடுத்த வருஷமும் நான் பாஸ்ரா அரசனைப் பார்க்கப் போனேன். அரசனைப்பார்த்துவிட்டு பாக்தாத்திற்கு திரும்புவதற்கு முன், அந்தப் பெண்ணைப் பார்த்துவிட்டுப் போகலாம் என்று நினைத்தேன். ஆகவே, அவளுடைய வீட்டை நோக்கிப் போனேன். அங்கே சென்று பார்த்தபொழுது வீட்டு வெளிப்புறக்கதவு பிடுங்கப்பட்டு அலங்கோலமான நிலையில் காணப்பட்டது. வெளியே நின்றபடியே யோசித்தேன். ஒருகால் அந்தப் பெண் இறந்திருக்கக்கூடும் என்று நினைத்து, அவளுடைய காதலன் வீட்டிற்குச் சென்றேன்.

அங்கும் அதே நிலைதான் வீடெல்லாம் இடிந்து குப்பை மேடாய்க் காட்சியளித்தது, என்னுடைய மனம் கலங்கிற்று, அந்த வீட்டு வாசலில் நின்று கண்ணீர் வடித்தேன். அச்சமயம் அந்த இடிந்த வீட்டினுள் இருந்து ஒரு அடிமை வெளியே வந்தான். அவனிடம் விஷயத்தை விசாரித்தேன். அதற்கு அவன், தன்னுடைய எஜமானன் காதல் பைத்தியம் பிடித்து ஊண் உறக்கமின்றி ஏங்கிக் கொண்டிருப்பதாகச் சொன்னான். உடனே நான் உள்ளே சென்றேன். அவன் தன் நினைவு இன்றி இருந்தான். மிகுந்த பிரயாசையின் பேரில், அவன் என்னைப் புரிந்துகொள்ளும்படி செய்தேன்.

அவனுக்குச் சுயநினைவு வந்ததும், என்னைப் பார்த்து, "ஓ மன்சூர்! என்னுடைய விதியை என்ன சொல்வேன்? அவளில்லாமல் நான் ஒரு கணம் கூட உயிரோடு இருக்க மாட்டேன். நான் அவளுக்கு ஒரு கடிதம் எழுதித் தருகிறேன். நீ அவளிடம் கொண்டுபோய்க் கொடுத்து பதில் கடிதம் வாங்கி வந்தால், உனக்கு ஆயிரம் பொற்காசுகள் கொடுக்கிறேன்" என்று வேண்டினான். பிறகு அவன் ஒரு காகிதத்தை எடுத்து, "அருமைத் தலைவியே! ஆண்டவன் பேரால் உன்னை வேண்டிக் கொள்கிறேன். உன்மேல் நான் கொண்ட காதலின் காரணமாக என்னுடைய பகுத்தறிவு இழந்தேன். நான் உனக்கு அடிமை. என்னிடம் கருணை காட்டும்; உன் நினைவால் நான் உருகுகிறேன். அப்பொழுது, உன்னுடைய காதலின் தன்மையை அறியாமல் முரட்டுத்தனமாக நடந்து கொண்டேன். இப்பொழுது, அதை உணருகிறேன். அன்பு வெள்ளத்தின் அலைகள் என்னை அலக்கழிக்கின்றன. உன்னை

ஒரு முறை சந்திக்கும் வாய்ப்பைக் கொடுத்து நீயே என்னைக் கொன்றுவிடுவதாக இருந்தாலும், அந்தப் பாக்கியத்தையாவது எனக்குக் கொடு" என்று எழுதி, என்னிடம் கொடுத்தான்.

அந்தக் கடிதத்தை வாங்கிக் கொண்டு, நான் அவளுடைய வீட்டிற்குச் சென்றேன்; கடிதத்தைக் கொடுத்தேன். அவள் அதைப் படித்துப் பார்த்தாள். ஆனால், பதில் எதுவும் சொல்லவில்லை. அவளுடைய முகம் சலனமற்று இருந்தது. ஒருக்கால், அவளுடைய மன கசந்து விட்டதோ வென்று நினைத்தேன். ஆயினும், ஒரு பதில் கடிதம் எழுதிக் கொடுக்கச் சொன்னேன். அவள் எதுவும் பேசாமல், ஒரு காகிதத்தை எடுத்தாள். கடுமையான பதில் எழுதிக் கொடுத்தாள்.

அதைப் பார்த்த நான், "என்ன அம்மா! இப்படி எழுதிக் கொடுத்தால், அதைப் படித்து முடிப்பதற்குள் அவன் இறந்து விடுவானே! அதனால், நீ என்ன நன்மையை அடைவாய்? தவறை மன்னிக்கக்கூடிய குணம் அல்லவா, எல்லா நல்ல குணங்களிலும் சிறந்தது! இது உனக்கும் நன்றாகத் தெரியுமே! அப்படியிருந்தும் இம்மாதிரி எழுதுகிறாயே? வேறு கடிதம் ஒன்றை எழுதிக் கொடு," என்று சொல்லி அக்கடிதத்தைக் கிழித்து எறிந்தேன்.

நான் சொல்லிக்கொண்டிருக்கும் போதே அவளுடைய கண்களில் நீர் மல்கியது. பேசாமல் வேறு காகிதம் ஒன்றை எடுத்தாள். "உன்னுடைய பேராசையும் கோழைத்தனமும் இன்னும் எத்தனை காலத்திற்கு நீடிக்குமோ? என்னுடைய எதிரிகள் எல்லோரும் என்னைக் கண்டு ஏளனம் செய்ததற்குப் பிறகாவது உன்னுடைய ஆத்திரம் தணிந்து இருக்குமென்று நினைக்கிறேன். என்னையறி யாமலே நான் ஏதாவது குற்றம் செய்திருந்தால், அதை எனக்கு எடுத்துக் காட்டித் திருத்தி இருக்கலாமே? நீ என் பேரில் கொணடுள்ள அன்பைப் போலவே, நானும் உன் பேரில் கொண்டுள்ளேன். தூங்கும் பொழுது கண்களை இமைகள் தழுவுவதைப் போல நான் உன்னைத் தழுவ விரும்புகிறேன்" என்று எழுதிக் கொடுத்தாள்.

மகிழ்ச்சியுடன் நான் அதை வாங்கிக்கொண்டு அவனிடம் சென்றேன். என்னுடைய வரவை அவன் ஆவலுடன் எதிர்

பார்த்துக்கொண்டு இருந்தான். நான் கொண்டு வந்த கடிதத்தை அவனிடம் கொடுத்தேன். அவன் அக்கடிதத்தைப் பிரித்தான். அச்சமயம் வாயிற்கதவுப் பக்கமிருந்து பாதச் சலங்கை ஒலி கேட்டது. திரும்பிப் பார்த்தேன். அந்தப் பெண்ணே வந்து விட்டாள். அவளைப் பார்த்ததும், அவன் தாவி எழுந்தான். இருவரும் ஒருடலாகத் தோன்றினர்.

நிலைமையை உணர்ந்து நான் வெளியேற முயற்சித்தேன். ஆனால், அவர்கள் என்னைத் தடுத்த நிறுத்தினர். பிறகு அவர்கள் திருமணம் நடந்தது. நான் அவர்களுடன் சில நாட்கள் தங்கி இருந்தேன். அவர்களுடைய இன்ப வாழ்க்கையைப் பார்த்து, மகிழ்ச்சியுடன் ஊருக்குத் திரும்பினேன், என்று தான் கண்ட நிகழ்ச்சியை ஹரூன் எர் ரஷீத்திடம் சொல்லி முடித்தான்," என்றாள் ஷாரஜாத்.

மாயக் குதிரை கதை

"பெர்ஷிய நாட்டு அரசன் ஒருவனுக்கு மூன்று பெண்களும் ஒரு பிள்ளையும் இருந்தனர். அந்த அரசன் வருஷத்திற்கு இரு முறை நடக்கும் திருவிழாக் காலங்களில், தன்னுடைய அரண்மனையில் எல்லாக் குடிமக்களையும் அனுமதிப்பான். அம்மாதிரி ஒரு சந்தர்ப்பத்தில், அரசனைப் பார்ப்பதற்காக, மூன்று முனிவர்கள் வந்தனர்.

அவர்களில் ஒருவனிடம் தங்க மயில் இருந்தது. அந்த மயில் ஒரு மணி நேரத்திற்கு ஒரு முறை சப்தம் செய்யும். இரண்டாமவனிடம் ஒரு பறை இருந்தது. அதை நகர வாசலில் வைத்தால், எதிரிகள் வருவதை அறிந்து தானாகவே பறையடிக்கும். மூன்றாவது முனிவனிடம் ஒரு மாயக்குதிரை இருந்தது. அந்தக் குதிரையின் மேல் ஏறிக் கொண்டால் நினைத்த இடத்திற்குப் பறந்து போகும். அவர்கள் மூவரும் அரசனிடம் விஷயத்தைச் சொன்னார்கள். தங்க மயிலையும் பறையையும் அரசன் பரிசோதித்தான். அவர்கள் சொன்னது உண்மைதான் என்று கண்டான். ஆகவே அவர்களைப் பார்த்து, "உங்களுக்கு என் வேண்டும்?" என்றான். அதற்கு அவர்கள்

இருவரும், தங்களுக்கு அரசகுமாரிகளை மணம் செய்து கொடுக்க வேண்டும் என்றார்கள். அவர்களுடைய விருப்பப்படியே அரசன் தன் மூத்த குமாரத்திகள் இருவரை அந்த இரண்டு முனிவர்களுக்கும் மணம் செய்துவைத்தான். கடைசியாகக் குதிரையைப் பரிசோதனை செய்ய விரும்பினான். ஆனால், அரசகுமாரன், தான் பரீட்சை செய்வதாகச் சொல்லி, குதிரைமேல் ஏறினான். ஆனால், குதிரை பறக்கவில்லை. உடனே, முனிவன் இளவரசனருகில் சென்று அந்தக் குதிரையில் விசையை முடுக்கியதும், குதிரை மேலே எழுந்தது. ஆகாய மார்க்கமாகப் பறக்க ஆரம்பித்தது. இளவரசன் நாள் முழுவதும் ஆனந்தமாகப் பறந்து கொண்டிருந்தான். மாலை நேரமாயிற்று. அவன் கண்களுக்குத் தென்பட்ட ஒரு நகரத்து அரண்மனை மேல்மாடியில் குதிரையை இறக்கினான். நன்றாக இருட்டி விட்டது. அரசகுமாரனுக்குப் பசியாக இருந்தது. ஆகவே, சாப்பிடுவதற்காக, மாடியில் இருந்து இறங்கி வந்தான்.

அப்பொழுது, அந்நகர அரசகுமாரி அடிமைப் பெண்கள சூழ நந்தவனத்தில் போவதைக் கண்டான். அரசகுமாரியின் முன்னால் ஒருவன் கையில் வாளுடன் சென்று கொண்டிருந்தான். அதைக் கண்ட இளவரசன் அவன்மேல் பாய்ந்து வாளைப் பிடுங்கினான். அவளையும் அடிமைப் பெண்களையும் துரத்தினான். அவனைக் கண்ட இளவரசி மயங்கினாள். அவர்கள் இருவருமாக நந்தவனத்தில் இருந்த மாளிகையினுள் சென்று பேசிக்கொண்டு இருந்தனர்.

வாளைப் பறிகொடுத்த வீரன், அரசனிடம் சென்றான். அவனுடைய மகளை ஒரு பூதம் இழுத்துக்கொண்டு நந்தவன மாளிகைக்குள் சென்றிருப்பதாகத் தெரிவித்தான். அதைக் கேட்ட அரசன், பரபரப்புடன் நந்தவனத்திற்கு வந்தான். மாளிகையின் முன் அடிமைப் பெண்கள் நின்றிருந்தனர். அவர்களை விசாரித்தனர். அதற்கு அவர்கள், "பூதம் அல்ல; ஒரு அழகிய வாலிபன்தான் அரசகுமாரியுடன் பேசிக் கொண்டிருக்கிறான்," என்றனர். அதைக் கேட்ட அரசன் கொஞ்சம் திருப்தியுடன் உள்ளே சென்றான்.

தன்னுடைய அனுமதியின்றித் தன் மகளிடம் பேசிக் கொண்டிருந்ததற்காக அந்த அரசகுமாரனுடன் சண்டையிட்டான். ஆனால், அந்த வாலிபனுடன் சண்டையில் ஜெயிக்க

முடியாது என்று தெரிந்ததும், "நீ இந்த மாதிரி அக்கிரமமாக அரண்மனைக்குள் வரலாமா? நியாயமாக நீ நாலு பேரறிய வந்து பெண்கேட்டுமணம்செய்துகொண்ட பிறகல்வா பேசவேண்டும்?" என்று கோபித்துக் கொண்டான். பிறகு அந்த அரசகுமாரனைப் பிடித்துக் கட்டும்படி தன் வீரர்களிடம் சொன்னான்.

அதைக் கேட்ட அரசகுமாரன், அந்த அரசன் தன்னை வாட்போரில் ஜெயித்தால், தான் தண்டனைக்கு உள்ளாவதாகவும், தான் ஜெயித்தால் அரசன் தனக்குப் பட்டம் சூட்ட வேண்டும் என்னும் சொன்னான். மேலும், அரசன் தன்னுடன் வாட்போர் செய்ய விரும்பாவிடில், அந்த அரசனுடைய படைவீரர்கள் எல்லோருடனும் தனித்து நின்று போரிட்டு ஜெயித்தால், அரசகுமாரியைத் தனக்கு மணம் செய்து வைக்க வேண்டும் என்றான்.

அதைக் கேட்ட அரசன், அவனைத் தன்னுடைய வீரர்களுடன் சண்டையிடச் சொன்னான். அதன்படி மறுநாள் அரசனுடைய படைவீரர்கள் அணிவகுத்து நின்றனர். அரசகுமாரன் படை வீரர்களைச் சுற்றி வந்தான். பிறகு அரசனிடம் தான் தன்னுடைய குதிரையின் மேல் ஏறிக்கொண்டுதான் சண்டையிட முடியும் என்று தெரிவித்தான். அதைக் கேட்ட அரசன், "உன்னுடைய குதிரை எங்கே?" என்றான். "மேல்மாடியில் இருக்கிறது," என்றான் பெர்ஷிய அரசகுமாரன். அதைக்கேட்ட அரசன் வியப்புற்றான். அந்த இளவரசனுக்குப் பைத்தியமோ என்று சந்தேகப்பட்டான்.

ஆயினும், சில வீரர்கள் மேல்மாடிக்கு அனுப்பிப்பார்த்து வரச்சொன்னான். அவர்கள் அங்கே போய்ப் பார்த்தனர். அங்கிருந்த மாயக்குதிரையைத் தூக்கிக்கொண்டு வந்து சேர்த்தனர். அதைப் பார்த்த அங்கிருந்தோர் எல்லோரும் அரசகுமாரனுக்குப் பைத்தியம்தான் என்று முடிவு செய்தனர். மரக் குதிரையின்மேல் ஏறிச்சண்டை செய்கிறேன் என்று சொல்லும் அவனுடைய அறியாமையைக் கண்டு எல்லோரும் பரிதாபப்பட்டனர். அவனுடைய விருப்பப்படியே சண்டையிடலாம் என்று அரசன் உத்தரவிட்டான். உடனே, அவன் குதிரைமேல் ஏறிப் பறந்து போய் விட்டான்.

அவன் குதிரை மேல் ஏறிப் பறந்து போய்விட்ட விஷயத்தை, அரசன் தன்னுடைய மகளிடம் சொன்னான். அதைக் கேட்டதும் அவள் அவனுடைய பிரிவு ஆற்றாமல் துயருற்று அழுதாள். அரசன் எவ்வளவு சமாதானம் சொல்லியும் அவள் துக்கம் குறையவில்லை. மீண்டும் அவனைக் கண்டு பேசுமுன் அன்னபானம் செய்வதில்லை என்று முடிவு செய்து கொண்டாள்.

பறந்து சென்ற அரசகுமாரன், தன்னுடைய நாட்டிற்குப் போனான். மாயக்குதிரையினால்தான் தன்னுடைய மகன் காணாமல் போய்விட்டான் என்று நினைத்தான். ஆகவே அந்தக் குதிரையைக் கொண்டு வந்த முனிவனைப் பிடித்துச் சிறையில் அடைக்கச் சொன்னான். மகன் திரும்பி வந்ததைக் கண்ட அரசன் மகிழ்ச்சி கொண்டான். முனிவனை விடுதலை செய்யச் சொன்னான். அரசகுமாரன் தான் போனது முதல் நடந்த நிகழ்ச்சிகளைத் தகப்பனிடம் சொன்னான். அவன் உயிா பிழைத்து வந்ததைக் குறித்து, அரசன் மிகவும் மகிழ்ச்சி கொண்டு ஒரு விருந்துக்கு ஏற்பாடு செய்தான்.

அந்த விருந்தின் போது, ஒரு அடிமைப் பெண் பாட்டுப் பாடினாள். அந்தப் பாட்டில் காதல் ஏக்கம் தொனித்தது. பிரிந்திருப்பதனால் மறந்து விட்டேன் என நினைக்க வேண்டாம்; உன்னை மறந்தது வேறெதை நினைக்க முடியும்? காலம் முடியும்; ஆனால் உன் மீது நான் கொண்ட காதல் முடியாது; இறந்தாலும் மறுபடியும் பிறந்து ஒன்று கூடுவோம்'' என்ற பொருள்பட அவள் இசைத்த பாட்டு, இளவரசனுடைய நினைவைக் கிளர்ந்தது. முதல் நாள் அவன் கண்ட இளவரசியின் நினைவு தோன்றியது.

அன்றிரவவு எல்லோரும் படுக்கைக்குப் போனபின், அவன் குதிரைமேல் ஏறி உட்கார்ந்து விசையை முடுக்கினான். அந்த அரசிளங்குமாரின் அரண்மனையை நோக்கிப் புறப்பட்டான். அதே மாடியில் இறங்கி உள்ளே சென்றான். ஆனால், முதல் நாள் அவன் பார்த்த மாளிகையில் அவளைக் காணவில்லை. அரண்மனை முழுவதையும் சுற்றிப் பார்த்தான். கடைசியாக ஓரிடத்தில் இளவரசி படுத்திருப்பதையும் அவளைச் சுற்றித் தாதிமார் இருப்பதையும் பார்த்தான். உடனே அங்கே சென்றான்.

இளவரசி அவனைக் கண்டதும் எழுந்து ஓடிவந்த அணைத்துக் கொண்டாள்.

இருவரும் மகிழ்ச்சியுடன் பேசிக் கொண்டிருந்தனர். கடைசியில் அவளைத் தன்னுடன் புறப்பட்டு வரும்படி இளவரசன் சொன்னான். அவள் ஒப்புக்கொண்டாள். உடனே, அவளை அழைத்துக் கொண்டு குதிரையின்மேல் தன்னுடன் உட்கார வைத்து விசையை முடுக்கினான். குதிரை பறந்தது. அதைக் கண்ட தாதிப் பெண்கள் விரைந்தோடி அரசனிடம் செய்தியைத் தெரிவித்தனர் அரசன் ஓடிவந்து பார்த்து, இளவரசனைத் திருப்பிக் கீழே இறங்கி வரச்சொன்னான்.

தகப்பனைப் பார்த்ததும் இளவரசியின் முகம் வாடியது. அதைக் கண்ட இளவரசன், அவளைத் திரும்பவும் அங்கே கொண்டு போய் விடுவதாகச் சொன்னான். ஆனால், அவள் சம்மதிக்கவில்லை; அவன் எங்கே போனாலும் அவனுடனேயே இருக்க விரும்புவதாகச் சொன்னாள். அதைக் கேட்ட இளவரசன் அளவிலா மகிழ்ச்சி கொண்டான். குதிரையைத் தன்னுடைய நகரத்தை நோக்கிச் செலுத்தினான். அந்த நகரத்தை அடைந்ததும், அரசகுமாரியை அவன் அரண்மனைக்கு அழைத்துச் செல்லவில்லை. அவளைத் தனியாக ஒரு மாளிகையில் இருக்கச் செய்தான். குதிரையையும் அவளிடம் ஒப்படைத்தான். தான் மட்டும் அரண்மனைக்குப் போய் மறுநாள் வந்து, அவளை அரண்மனை மரியாதையுடன் அவன் அரண்மனைக்கு அழைத்துச் செல்வதாகச் சொல்லி சென்றான். அவன் சொன்னதை அவள் மகிழ்வுடன் ஒப்புக் கொண்டாள். அரசகுமாரன் அரண்மனைக்குச் சென்றான். அவனுடைய தந்தையிடம் விஷயத்தைச் சொன்னான். அரசன் மனமகிழ்ந்து மகனுடைய விருப்பப்படி அவளை அழைத்து வருவதற்கான ஏற்பாடுகளைச் செய்தான். பிறகு, அவளை அழைத்து வரப் போகையில் அவளைக் காணவில்லை.

தனியாக மாளிகையில் விடப்பட்ட அரசகுமாரி அங்கிருக்கும் சமயம், அந்த மாயக்குதிரையைச் செய்த முனிவன் தற்செயலாக அங்கே வந்தான். அங்கே இருந்த தன்னுடைய மாயக்குதிரையைப் பார்த்தான். ஆவல் மேலிட அம் மாளிகையினள் நுழைந்தான். அங்கே இருந்த அரசகுமாரியைப் பார்த்தான். அவனுக்கு விஷயம்

ஒருவாறு விளங்கிற்று. அந்தப் பெண்ணை அரசகுமாரன் கொண்டு வந்து இருக்கிறான் என்று யூகித்து, அவளிடம் போய், "உன்னை வேறு ஒரு மாளிகைக்கு அழைத்துக்கொணடு போகும்படி அரசகுமாரன் சொன்னான்," என்று அவளிடம் தெரிவித்தான். அவன் சொன்னதை அரசகுமாரி நம்பினாள். உடனே அவன் அரசகுமாரியை அதே மாயக்குதிரையின்மேல் உட்கார வைத்து விசையை முடுக்கினான். குதிரை பறந்து மேலே போய்க் கொண்டிருந்தது.

அவளுக்குச் சந்தேகம் உண்டாயிற்று. அவனைக் கேட்டாள். அவன் சிரித்தான். அவன் தன்னை ஏமாற்றி அழைத்துக்கொண்டு போகிறான் என்பதை அவள் உணர்ந்ததும், அழுதாள். ஆயினும் அவன அவளை விடவில்லை. குதிரை பறந்து சென்றது. கிரேக்க நாட்டு எல்லையில் இருந்த ஒரு சோலையில் குதிரையைக் கீழே இறக்கினான். இளவரசி அழுது கொண்டே இருந்தாள்.

அந்தச் சமயம் அந்தச் சோலைக்கு கிரேக்க அரசனுடைய வீரர்கள் தற்செயலாக வந்தனர். அழுது கொண்டிருந்த இளவரசியை பார்த்ததும், அவர்கள் முனிவன்மேல் சந்தேகம் கொண்டனர். ஆகவே, முனிவனைக் கட்டி இழுத்துக் கொண்டு அந்தப் பெண்ணையும் அரசனிடம் அழைத்துப் போனார்கள். கிரேக்க அரசன் அந்த முனிவனை விசாரித்தான். அதற்கு அந்த முனிவன் அவள் தன்னுடைய மனைவி என்று சொன்னான். ஆனால் அந்தப் பெண் குறுக்கிட்டு, "அவன் பொய் சொல்கிறான்; நான் அவனுடைய மனைவி அல்ல; ஆனால், அவன் என்னை வஞ்சித்து அழைத்துக் கொண்டு வந்திருக்கிறான்," என்று அழுதாள். ஆகவே, அந்த அரசன் அந்த முனிவனைப் பிடித்துச் சிறையில் அடைக்கச் சொல்லி உத்தரவிட்டான்.

தனியே மாளிகையில் விடப்பட்ட காதலியைக் காணாத அரசகுமாரன் வருந்தினான். அவளைக் கண்டுபிடிப்பதற்காகப் புறப்பட்டான். அவளுடைய தந்தையின் ஊருக்குச் சென்றாள் அங்கேயும் அவள் காணப்படவில்லை. அங்கிருந்து பல தேசங்களையும் சுற்றிப் பார்த்துக் கடைசியாக கிரேக்க தேசத்திற்குச் சென்றான். அங்கே, ஒரு சத்திரத்தில் தங்கினான். அந்தச் சத்திரத்தில் தங்கியிருந்த இரண்டு வழிப்போக்கர்கள் பேசிக்

கொண்டதிலிருந்து, மாயக் குதிரை, முனிவன், அழகான பெண் ஆகிய வார்த்தைகள் அடிக்கடி அவன் காதுகளில் விழுந்தன. ஆகவே, அவன் அவர்களை அணுகி, பக்குவமாகப் பேசி முழுத்தகவலையும் தெரிந்து கொண்டான்.

அவர்கள் மூலமாகத் தெரிந்துகொண்ட தகவலின்படி, அவன், உடனே புறப்பட்டு கிரேக்க அரசனுடைய அரண்மனையை நோக்கிப் போனான். ஆனால், அவன் அங்கு போய்ச் சேர்ந்த நேரம், அரசனைச் சந்திக்கும் நேரம் அல்ல. ஆகவே, அவன்மேல் சந்தேகப்பட்ட காவலாளர்கள் அவனைப் பிடித்துச் சிறையில் வைத்தனர். அதே சிறையில் தான் அந்த மாயக்குதிரையைச் செய்த முனிவனும் சிறை வைக்கப்பட்டு இருந்தான். அன்றிரவு முனிவன் அழுது புலம்பிக் கொண்டிருந்ததை அரசகுமாரன் கவனித்தான். பிறகு, அங்கிருந்த காவலாளர்களின் மூலமாகத் தன்னுடைய காதலி பைத்தியம் பிடித்து அரண்மனை அந்தப்புரத்திலே இருப்பதாகத் தெரிந்து கொண்டான்.

மறுநாள், காலையில், காவலாளர்கள் அரசகுமாரனை விசாரணை செய்ய வேண்டி அரசனிடம் கொண்டு போனார்கள். அரசன் அவனுடைய வரலாற்றை விசாரித்தான். உடனே அரசகுமாரன் அரசனைப் பார்த்து, "நான் பெர்ஷியா தேசத்தைச் சேர்ந்தவன். நான் ஒரு வைத்தியன். எப்பேர்ப்பட்ட வியாதினாலும் குணப்படுத்துவேன். பைத்தியம் பிடித்தவர்களைக் குணப்படுத்து வதில் எனக்கு விசேஷ திறமை உண்டு. நான் இப்படி வைத்தியம் செய்துகொண்டே எல்லாத் தேசங்களையும் சுற்றி வருகிறேன். நேற்றுதான் இங்கு வந்தேன். அநியாயமாக என்னைச் சிறையில் அடைத்து விட்டார்கள்," என்றான்.

'பைத்தியத்தைக் குணம் செய்ய வல்லவன்', என்று அரச குமாரன் சொன்னதைக் கேட்ட அரசன், மகிழ்ச்சி அடைந்தான். தன்னுடைய அந்தப்புரத்திலே பைத்தியம் பிடித்திருக்கும் ஒரு பெண்ணுக்கு வைத்தியம் செய்து குணப்படுத்த முடியுமாவென்று கேட்டான் அரசகுமாரன், அந்தப் பெண்ணுக்குப பைத்தியம் பிடித்த வரலாற்றைப் பற்றி விசாரித்தான். அதற்கு அரசன், தான் அந்தப் பெண்ணை ஒரு நந்தவனத்திலே முனிவனுடன் பார்த்த விவரத்தைச் சொன்னான். மாயக்குதிரையைப் பற்றியும்

சொன்னான். அதைக் கேட்ட அரசகுமரன், தான் முதலில் அந்த மாயக்குதிரையைப் பார்த்தால், அவளுடைய பைத்தியம் காரணத்தைப் புரிந்துகொண்டு, அதற்கு தகுந்த வைத்தியம் செய்ய முடியும் என்று சொன்னான்.

ஆகவே, அரசன் அவனை அழைத்துப் போய் அந்த மாயக் குதிரையைக் காண்பித்தான். அரசகுமாரன், மாயக்குதிரையைப் பரிசோதனை செய்து பார்த்தான். அது பழுதடையாமல் இருந்ததைக் கண்டு தனக்குள் மகிழ்ந்தான். தன்னுடைய எண்ணத்தையும் மகிழ்ச்சியையும் அவன் வெளியே காட்டவில்லை. தன்னை அந்தப் பெண்ணிடம் அழைத்துப் போகச் சொன்னான். அவன் அங்கு போய்ப் பார்த்ததும், உண்மையில் அரசகுமாரிக்குப் பைத்தியம் பிடிக்கவில்லை என்று தெரிந்து கொண்டான். அவள் அப்படிப் பைத்தியம் பிடித்தவளைப் போல நடித்ததினால் தான், அந்த அரசனிடமிருந்து தப்ப முடிந்ததும் என்பதையும் உணர்ந்தான்.

“நான் அவளுக்குத் தகுந்த வைத்தியம் செய்யப் போகிறேன். எல்லோரும் விலகி இருங்கள்,” என்று அரசகுமாரன் எல்லோரையும் அப்பால் போகச் சொன்னான். பிறகு, அவனுடைய காதலியின் அருகே சென்று மெதுவான குரலில், “இங்கிருந்து தப்பிப் போவதற்கான ஏற்பாடுகளைச் செய்கிறேன். நான் சொல்கிறபடி நடந்து கொள். நாளைய தினம் அரசன் இங்கே வந்தால், அவனிடம் சந்தோஷமாகப் பேசு. மற்ற விஷயங்களை நான் கவனித்துக் கொள்கிறேன்,” என்று சொன்னான்.

பிறகு, அரசனைப் பார்த்து, “இந்தப் பெண்ணை ஒரு பூதம் பிடித்திருக்கிறது. அந்தப் பூதத்தை விரட்ட வேண்டும் என்றால், இவளையும் அந்த மாயக்குதிரையையும் மறுபடியும் அதே நந்தவனத்திற்கு கொண்டு போகவேண்டும்,” என்று சொல்லி, அவனிடம் விடை பெற்றுச் சென்றான். மறுநாள் அரசன் அந்தப் பெண்ணைப் பார்க்கச் சென்றபோது, அவள் மகிழ்ச்சியுடன் பேசினாள். ஆகையினால், அரசன் அந்த வைத்தியனுடைய திறமையில் நம்பிக்கை கொண்டான். உடனே, அந்த அரசகுமாரனை அழைத்து வரச் சொன்னான்.

அவன் வந்து சேர்ந்ததும், அரசன் அந்தப் பெண்ணையும் மாயக் குதிரையையும் நந்தவனத்திற்குக் கொண்டு போகும்படி உத்தரவிட்டான். அரசன் வைத்தியனை உடன் அழைத்துக் கொண்டு பரிவாரங்களுடன் நந்தவனத்தை அடைந்தான். அங்கே போய்ச் சேர்ந்ததும் வைத்தியனைப் போல நடிடித்த அரசகுமாரன், அரசனைப் பார்த்து, "நீங்களும் மற்ற பரிவாரங்களும் தூரமாக இருக்கவேண்டும். நான் அந்த பூதத்தை விரட்டியதும், இந்தக் குதிரையின்மேல் நானும் அந்தப் பெண்ணும் உட்கார்ந்தால், அந்தக் குதிரை தானாக நகர்ந்து வந்து உங்களிடம் சேரும்," என்றான். அவன் சொன்னதை அரசன் நம்பினான். அதன்படியே தன்னுடைய பரிவாரங்களுடன் தூரமாகச் சென்று பார்த்துக்கொண்டே நின்றிருந்தான்.

அவர்கள் எல்லோரும் தூரமாகப் போனதும், அரசகுமாரன் தன்னுடைய காதலியைக் குதிரையின்மேல் தன்னுடன் உட்கார வைத்து விசையைத் திருகினான். உடனே, குதிரை மேலே எழும்பிப் பறந்தது, அந்த குதிரை பறந்தபடியே தன்னிடம்தான் வரும் என்று அரசன் காத்திருந்தான். ஆனால், அரசகுமாரன் குதிரையைத் தன்னுடைய நகரத்தை நோக்கிச் செலுத்தினான். அரசகுமாரன் தன்னுடைய நகரத்தை அடைந்ததும், அந்தப் பெண்ணை நேராக அரண்மனைக்கே அழைத்துச் சென்றான்.

தன்னுடைய மகன் திரும்பி வந்துவிட்டதைப் பார்த்த பெர்ஷிய அரசன் மிகவும் மகிழ்ச்சி அடைந்தான். அந்தப் பெண்ணை அரசகுமாரனுக்கு மணம் செய்து வைத்தான். பிறகு, அந்த மாயக்குதிரையைச் சுக்குநூறாக உடைத்தெறியச் சொல்லி உத்தரவிட்டான்.

அரசகுமாரன் தன் மனைவியுடன் இன்பமாக வாழ்ந்து வரும் செய்தியை மனைவியின் பெற்றோருக்குத் தெரியப் படுத்தினான். தங்களுடைய குமாரத்தி அரசகுமாரனை மணம் செய்து கொண்டு சுகமாக வாழ்வதைக் கேள்வியுற்ற அவர்கள், ஏராளமான பரிசுகளை அனுப்பி வைத்தனர்," என்று மாயக்குதிரையின் கதையை ஷாஜராத் சொல்லி முடித்தாள்.

மந்திரி குமாரியின் காதல் கதை

"முன் காலத்தில் பிரபலமாக இருந்த ஒரு அரசனுக்கு இப்ராஹிம் என்ற மந்திரி இருந்தான். அவனுக்கு ஒரு பெண் இருந்தாள். அவளுடைய அழகின் காரணமாக அவளை "ரோஜாப்பூ" என்றே எல்லோரும் அழைத்தனர். அவளுடைய அழகைப் பார்த்து அரசனே கூட ஆச்சரியப்படுவான்.

அந்த அரசனுக்குத் தன்னுடைய ராஜ்யத்தில் உள்ள வீரர்களை எல்லாம் வரவழைத்து வருஷத்திற்கு ஒருமுறை பந்து விளையாடும் பழக்கம் உண்டு. இப்படி ஒரு வருஷம் பந்து விளையாட்டு நடந்தது. அந்த விளையாட்டை, மாடியிலிருந்து மந்திரிகுமாரி ஜன்னல் வழியாகப் பார்த்துக் கொண்டிருந்தாள்.

பந்து விளையாடிய வீரர்களில் ஒரு அழகன் இருந்தான். அவனையே கூர்ந்து கவனித்தாள். அவனுடைய பெயர் என்ன வென்று தன் அருகில் இருந்த ஒரு தாதியைக் கேட்டாள். அநேக வீரர்கள் பந்து விளையாடிக் கொண்டு இருந்தார்கள். ஆகையால், மந்திரிகுமாரி யாரைப்பற்றி கேட்கிறாள் என்று புரிந்து கொள்ள முடியவில்லை. ஆகவே அவள் விரும்பும் வாலிபனைக் குறிப்பிட்டுக் காட்டும்படி அந்த தாதி சொன்னாள். மந்திரிகுமாரி, உடனே, ஒரு ஆப்பிள் பழத்தை எடுத்து தான் விரும்பிய வாலிபன் மேல் விட்டெறிந்தாள். ஆப்பிள் பழம் தன்மேல் விழுந்ததும், அந்த வாலிபன் தலை நிமிர்ந்து பார்த்தான். மாடியில் ஜன்னலருகில் நின்றிருந்த மந்திரி குமாரியைப் பார்த்து மலைத்தான்.

உடனே, தாதி மந்திரிகுமாரியிடம், "அவனுடைய பெயர் அன்செல் உஜூத்" என்று சொன்னாள். அன்றிரவு மந்திரி குமாரிக்கு உறக்கம் வரவில்லை. ஆகவே, அந்த வாலிபனுக்கு ஒரு கடிதம் எழுதினாள். அந்தக் கடிதத்தைத் தன் தலையணையின் கீழ்வைத்து விட்டு, நெடு நேரத்திற்குப் பிறகு தூங்கி விட்டாள். அவள் தூங்கும் சமயம் அங்கே வந்த ஒரு தாதி, அந்தக் கடிதத்தை எடுத்துப் படித்துப் பார்த்தாள். மந்திரி குமாரியின் மன நிலையை உணர்ந்தாள். கடிதத்தைப் பழைய படியே வைத்துவிட்டாள்.

மந்திரிகுமாரி, எழுந்ததும், அந்தத் தாதி மிகவும் பணிவாக, "அம்மா! காதல் உணர்ச்சியை மனத்திற்குள்ளேயே வைத்திருந்தால், அநேக வியாதிகள் உண்டாகும்." என்றாள். அதைக் கேட்ட மந்திரிகுமாரி, "காதல் கைகூட வேண்டும் என்றால் என்ன செய்ய வேண்டும்?" என்றாள். "காதலை நேரில் சந்தித்தால்தான் கைகூடும்," என்றாள் தாதி. "அப்படிச் சந்திப்பதற்கு என்ன செய்ய வேண்டும்?" என்றாள் மந்திரிகுமாரி. "கடிதம் எழுதினால் காரியம் கைகூடும்," என்றாள் தாதி.

அந்தத் தாதியிடம் விஷயத்தைச் சொல்லலாமாவென்று மந்திரிகுமாரி யோசித்தாள். அவள் யோசிப்பதைப் பார்த்த தாதி, "அம்மா! ஒரு கனவு கண்டேன். ஒரு தேவதூதன் கனவில் தோன்றினான். உன்னுடைய எஜமானி அன்செல் உஜூத்தின் மேல் காதல் கொண்டு இருக்கிறாள். அவர்கள் இருவருடைய காதல் கைகூடுவதற்கு நீ உதவி செய், என்று சொல்லிவிட்டு மறைந்தான்," என்று சொன்னாள்.

அந்தத் தாதி குறிப்பாகத் தன்னுடைய காதலன் பேரைச் சொன்னதும், மந்திரி குமாரி அவளிடம் நம்பிக்கை கொண்டாள். தான் எழுதி வைத்திருந்த கடிதத்தை அவளிடம் கொடுத்தாள். தாதி அந்தக் கடிதத்தைக் கொண்டுபோய் அன்செல் உஜூத்திடம் கொடுத்தாள். அவன் படித்தான். பிறகு, அந்தக் கடிதத்தின் பின்பக்கமே பதிலை எழுதிக் கொடுத்து அனுப்பினான் தாதி கொண்டுவந்த பதில் கடிதத்தை மந்திரி குமாரி படித்தாள்; மகிழ்ந்தாள்.

மறுபடியும் ஒரு கடிதம் எழுதி, அவளிடமே கொடுத்து அனுப்பினாள்.

அந்தக் கடிதத்தை எடுத்துக் கொண்டு தாதி புறப்படும் சமயம், மந்திரியின் மாளிகைக் காவலாளி, "எங்கே போகிறாய்?" என்று கேட்டான். அதனால் பயந்த தாதி நடுங்கினாள். அந்தக் கடிதத்தைத் தவறிக் கீழே போட்டு விட்டாள். அதை ஒரு வேலைக்காரன் எடுத்து மந்திரியிடம் கொண்டு போய் கொடுத்தான். மந்திரி அந்தக் கடிதத்தைப் படித்துப் பார்த்தான். மகளுடைய விஷயம் அவனுக்குப் புரிந்தது. உடனே, தன்னுடைய மனைவியிடம் சொன்னான். அதைக் கேட்ட மந்திரியின் மனைவி கலக்கம்

அடைந்தாள். என்றாலுமம தன் கலக்கத்தை வெளிப்படுத்தாமல், கணவனுக்கு ஆறுதல் சொன்னாள்.

ஆனால் மந்திரியின் மனைவியைப் பார்த்து, "இந்த விஷயத்தை நீ மிகவும் சாதாரணமாக நினைக்கிறாய். உனக்கு விஷயம் தெரியாது. நம்முடைய அரசனே அவளை நேசிக்கிறான். ஆகையால், அவள் வேறொருவனைக் காதலிக்கிறாள் என்று அரசனுக்குத் தெரிந்தால் விபரீதம் ஏற்படும்," என்றான். "அப்படியானால், மிகவும் பாதுகாப்பான ஒரு இடத்தில் அவளை வைத்துவிட வேண்டும். யாரும் போகமுடியாத ஒரு இடத்தில் அவளை வைத்துவிட்டால், அவள் அவனைச் சந்திக்க முடியாது. ஆகையால் குனூஸ் கடலின் மத்தியில் இருக்கும் மலைமேல் ஒரு மாளிகையைக் கட்டி, அவளை அங்கே வைத்து விடவேண்டும்," என்றாள் மந்திரியின் மனைவி.

ஆகவே, அந்த மலையின் மேல் ஒரு மாளிகையைக் கட்டி முடிக்கும்படி மந்திரி உத்தரவிட்டான். மாளிகையைக் கட்டி முடித்ததும், மகளை அங்கே அழைத்துப் போகும் ஏற்பாடுகளைச் செய்தான். அதை உணர்ந்த மந்திரிகுமாரி தன் வீட்டுக்கதவில் தான் போகும் விஷயத்தை எழுதி வைத்தாள். அவளை அழைத்துப் போய் மலைமாளிகையில் விட்டு வந்தார்கள்.

வழக்கப்படி அன்செல் உஜூத் மந்திரியின் வீட்டு வழியாக வந்தான். கதவில் எழுதப்பட்டிருந்த விஷயத்தைப் படித்தான். அவன் கண்கள் இருண்டு நிலைதடுமாறி விழுந்தான். மயக்கம் தெளிந்து எழுந்ததும், தன்னுடை வீட்டிற்குப் போனான். ஆனால், அங்கே இருப்புக் கொள்ளவில்லை. உடம்பெல்லாம் எரிவதைப்போல் அவஸ்தைப்பட்டான். பிறகு அங்கிருக்க மனமின்றி கால்கள் போன வழியே நடக்க ஆரம்பித்தான். ஒரு பாலைவனத்தை அடைந்தான். அந்தப் பாலைவனத்திடையே இருந்த ஒரு நீருற்றின் அருகே களைத்துப் போய் உட்கார்ந்தான்.

நீருற்றில் தண்ணீர் குடித்து விட்டு ஏதோ சிந்தித்த வண்ணம் உட்கார்ந்து இருந்தான். அப்பொழுது, ஒரு சிங்கம் அவனை நோக்கி வந்தது. அந்தச் சிங்கம் தன்னைக் கொன்று விடும் என்பதை உணர்ந்தான். ஆயினும், தன்னுடைய காதலி பிரிந்துபோன துயர வரலாற்றை அந்தச் சிங்கத்திடம் சொல்லி அழுதான். அவனுடைய கதையைக் கேட்ட சிங்கம் கூட அழுதது. அவன்மேல்

பரிதாபப்பட்டு அந்தச் சிங்கம் அவனைக் கொல்லவில்லை. ஆனால், அவனைத் தனக்குப் பின்னால் வரும்படி ஜாடை செய்த அழைத்துப் போய், குனூஸ் கடற்காரையருகில் விட்டுப் போய் விட்டது.

கடற்கரையில் இருந்த காலடிச் சுவடுகளைப் பார்த்த அன்செல் உஜுத், தன்னுடைய காதலி அந்த வழியாகத்தான் கொண்டு போகப்பட்டு இருப்பாள் என்று தீர்மானித்தான். ஆனால், கடலைக் கடப்பதற்கு என்ன செய்வதெனத் தோன்றாமல் திகைத்து நின்றான். அப்பொழுது, அருகில் இருந்த ஒரு மலையில் ஒரு குகையில் இருந்து மனிதக் குரல் கேட்டது. அந்தக் குரல் வந்த திசையில் போனான். அங்கே ஒரு துறவி இருந்தான். அந்தத் துறவியிடம் தன்னுடைய கதையைச் சொல்லி அழுதான். அதைக் கேட்ட துறவிக்கும் துக்கம் உண்டாயிற்று.

அந்தத் துறவி மலைச்சாரலில் இருந்து பனை ஓலைகளைக் கொண்டு வரும்படி அன்செல் உஜுத்திடம் சொன்னான். துறவி சொன்னபடியே அவன் பனை ஓலைகளைக் கொண்டு வந்து கொடுத்தான். அந்தப் பனைஓலைகளைக் கொண்டு துறவி ஒரு படகைச் செய்து அன்செல் உஜுத்திடம் கொடுத்தான். அப்படகில் ஏறிக் கடலில் போனால் ஒருக்கால், அவனுடைய காதலி இருக்கும் இடத்தை அடையக்கூடும் என்று துறவி சொன்னான். துறவியின் சொற்படி, அன்செல் உஜுத் பனை ஓலைப்படகில் ஏறிச் சென்றான். அதிர்ஷ்டவசமாக, மந்திரி குமாரி வைக்கப்பட்டிருந்த மலையடிவாரத்தைப் படகு அடைந்தது.

அன்செல் உஜுத் படகில் இருந்து இறங்கினான். மலையுச்சியில் ஒரு மாளிகை இருப்பதைப் பார்த்து உச்சிக்குப் போனான். அந்த மாளிகையின் வாயிற்கதவு தாளிடப்பட்டு இருந்தது. அந்த வாயிற்படியின் அருகிலேயே மூன்று நாட்கள் உட்கார்ந்து இருந்தான். நான்காவது நாள், அந்தக் கதவைத் திறந்து ஒருவன் வெளியே வந்தான். வெளியே உட்கார்ந்திறந்த அன்செல் உஜுத்தை அவன் பார்த்தும், "நீ யார்? இங்கே எப்படி வந்தாய்?" என்று கேட்டான்.

உடனே அன்செல் உஜுத் அவனைப் பார்த்து, "நான் இஸ்பகான் நகரத்தில் ஒரு வியாபாரி. வியாபார விஷயமாகக்

கப்பலில் வந்தேன் கப்பல் உடைந்து போயிற்று. நான் ஒருவன் மட்டும பிழைத்து, இம்மலை அடிவாரத்தை அடைந்தேன். இங்கே உள்ள மாளிகையைப் பார்த்து இங்கே வந்தேன்." என்றான். அதைக் கேட்ட அந்தக் காவலாளி, "நானும் இஸ்பஹான் நகரத்தைச் சேர்ந்தவன் தான். என்னுடைய சிறுவயதில் எதிரிகள் வந்து என்னுடைய நாட்டைப் பிடித்துக் கொண்டனர். நான் அங்கிருந்து தப்பி வந்து விட்டேன். அங்கே என்னுடைய மாமன் மகள்கூட இருக்கிறாள். அவளுடைய நினைவு எனக்கு அடிக்கடி தோன்றும்," என்று பெருமூச்சு விட்டான். அந்தக் காவலாளி, பிறகு அன்செல் உஜூத்தை மாளிகையினுள் அழைத்துச் சென்றான். மாளிகையுனுள் சென்றதும், அன்செல் உஜூத் அந்த மாளிகையில் இருப்பவர்களைப் பற்றிய விபரத்தை அந்தக் காவலளியிடம் கேட்டான். அந்தக் காவலாளி மந்திரி குமாரியின் வரலாற்றை அவனிடம் சொன்னான்.

அன்செல் உஜூத் இப்படி மாளிகையின் முன்புறமாகப் பேசிக் கொண்டு இருக்கையில், "ரோஜாப்பு" அங்கே சிறைப்பட்டடிருக்க விரும்பாமல், பின்புறச் சுவரில் படர்ந்திருந்த ஒரு கொடியைப் பற்றி யாருக்கும் தெரியாமல் கீழே இறங்கிப் போய் மலை அடிவாரத்தை அடைந்தாள். அங்கே செம்படவக் கிழவன் ஒருவன் படகில் போய்க் கொண்டிருந்தான். அந்தக் கிழவனிடம் கெஞ்சிக் கேட்டு அவன் படகில் ஏறிக்கொண்டாள். அவன் அந்தப் படகைச் செலுத்திக் கொண்டு போனான். அப்படியே மூன்று நாள் பிரயாணம் செய்த பின்னர், படகு ஒரு நகரத்துக்கு அருகில் போய்ச் சேர்ந்தது.

அந்த நகரத்து அரசன் டிர்பாஸ் என்பவன் தன் அரண்மனை மாடியில் உட்கார்ந்தபடி கடலில் வந்த படகைக் கவனித்தான். அந்தப் படகில் அழகான ஒரு பெண் இருப்பதைக் கவனித்தான். உடனே, புறப்பட்டு கடற்கரைக்கு வந்தான். அந்தப் பெண்ணைப் பார்த்து அவளுடைய வரலாற்றை விசாரித்தான். அவள் தன்னுடைய வரலாற்றைச் சொன்னாள். அவளுடைய சோகக் கதையைக் கேட்ட டிர்பாஸ் தன் மகள் போலப் பாவித்து அரண்மனைக்கு அழைத்துச் சென்றான். அவளுடைய காதலன் எங்கிருந்தாலும் கண்டு பிடித்து வருவதாகச் சொன்னான்.

பிறகு, டிர்பாஸ் மன்னன் அந்தப் பெண்ணினுடைய நாட்டு அரசனுக்கு ஒரு கடிதம் எழுதித் தன் மந்திரியிடம் கொடுத்து அனுப்பினான். அந்தக் கடிதத்தில், தன்னுடைய மகளை அன்செல் உஜூத் என்பவனுக்கு மணம் செய்து கொடுக்க விரும்புவதாகவும், ஆகையால், அவனை உடனே அனுப்பிக் கொடுக்கும்படியாகவும் எழுதி இருந்தான். டிர்பாஸ் மன்னனுடைய மந்திரி அந்தக் கடிதத்தைக் கொண்டு போய் அந்த அரசனிடம் கொடுத்தான்.

அவன் கடிதத்தைப் படித்துப் பார்த்தான். உடனே, தன்னுடைய மந்திரி இப்ராஹிமைக் கூப்பிட்டு, "அன்செல் உஜூத் எங்கிருந்தாலும் அழைத்துக்கொண்டு வா; அவனை அழைத்துவரத் தவறினால், நீ இந்த பதவியை இழக்க நேரிட்டு ஊரைவிட்டுப் போக நேரிடும்," என்று உத்தரவிட்டான். உடனே அவன் டிர்பாஸ் அரசனுடைய மந்திரியையும் உடன் அழைத்துக்கொண்டு, அன்செல் உஜூத்தைத் தேடிப் புறப்பட்டான். அவனைப் பற்ற பல இடங்களில் விசாரித்தும் சரியான தகவல் தெரியவில்லை. மேலும் விசாரித்துக் கொண்டே சென்ற அவர்கள் குனூஸ் கடற்கரையை அடைந்தனர்.

அந்தக் கடலுக்கு மத்தியில் இருந்த மலை மாளிகையைப் பற்றி டிர்பாஸ் அரசனுடைய மந்திரி இப்ராஹிமைக் கேட்டான். அதற்கு இப்ராஹிம், "இந்த மலையின் மேல் முன் காலத்தில் ஒரு பெண் பூதம் இருந்தது. அந்தப் பூதம் ஒரு மனிதனைக் காதலித்தது. அந்த விஷயம் தன்னுடைய இனத்தாருக்குத் தெரிந்தால், அவனைக் கொன்று விடுவார்கள் என்று, அந்தப் பெண் பூதம் கருதியது. ஆகையால், அவனை இந்த மலையின் மேல் கொண்டு வந்து வைத்து இருந்தது. அவனுக்கும் அந்தப் பெண் பூதத்திற்கும் அநேக குழந்தைகள் பிறந்தன. அந்தக் குழந்தைகள் அழும் சப்தம் இவ்வழியாகக் கப்பலில் போகிறவர்களுக்கு எல்லாம் கேட்கும்" என்று சொன்னான்.

டிர்பாஸ் அரசனுடைய மந்திரி அந்த மலை மாளிகையைப் பார்க்க விரும்பினான். ஆகையால், இப்ராஹிம அவனை அங்கே அழைத்துச் சென்றான். அங்கு போனதும் காவலாளிகள் எல்லோரும் இப்ராஹிமை வணங்கினார்கள். அவர்களிடையே புதிதாக இருந்த அன்செல் உஜூத்தை இப்ராஹிம் பார்த்தான்.

அவனுடைய உருவம் மாறி அடையாளம் தெரிந்துகொள்ள முடியாத நிலையில் அன்செல் உஜூத் இருந்தான். ஆகவே, அங்கிருந்த ஒரு காவலாளி, “இவன் இஸ்பஹான் நகரத்தைச் சேர்ந்தவன். இவன் ஏறிவந்த கப்பல் மூழ்கிவிட்டதால், இங்கே வந்து சேர்ந்தான்” என்று சொன்னான்.

இப்ராஹிம் அதைக் கேட்டதும், தன்னுடைய மகளைப் பார்ப்பதற்காக மாளிகையின் உட்பகுதிக்குச் சென்றான். அங்கு அவளைக் காணவில்லை. ஆகையால், எல்லோலைரயும் விசாரித்தனர். அவள் எங்கே போனாள் என்பது யாருக்கும தெரியாது. ஆகவே, அவர்கள் எல்லோரும் தங்களுக்குத் தெரியாது என்றனர். அதன் பேரில், அந்த மலைப்பிரதேசம் முழுவதம் தேடிப் பார்க்கும்படி இப்ராஹிம் உத்தர விட்டான். ஆனால், அவள் எங்கும் காணப்படவில்லை. இப்ராஹிம் மனம் உடைந்தான். தான் தேடிவந்த அன்செல் உஜூத்தும் கிடைக்கவில்லை. தன்னுடைய மகளையும் காணவில்லை. என்ன செய்வதெனத் தோன்றாமல் அழுது புலம்பினான்.

டிர்பாஸ் மன்னனுடைய மந்திரி நிலைமையைக் கவனித்தான். மேற்கொண்டு நாட்களைக் கடத்துவதில் உபயோகமில்லை என்று தெரிந்து கொண்டான். அங்கிருந்தபடியே தன்னுடைய நகரத்திற்காவது போகலாம் என்ற முடிவுக்கு வந்தான். அன்செல் உஜூத்தை அழைத்துப் போகலாம் அங்கே போனால், அரசன் கோபம் கொள்வான் என்றும் நினைத்தான். ஆயினும், வேறு வழி ஒன்றும் தோன்றாததால், எப்படியும் திரும்பி விடுவது என்ற முடிவுக்கு வந்தான். பிறகு, அந்த மலை மாளிகையில் இருந்த அன்செல் உஜூத்தை ஒரு வேலைக்காரன் என்று நினைத்து, அவனைத் தன்னுடன் அனுப்பும்படி இப்ராஹிமைக் கேட்டான். இப்ராஹிம் அவனை அந்த மந்திரியுடன் அனுப்பி வைத்தான்.

டிர்பாஸ் மன்னனுடைய மந்திரி தன்னுடைய நகருக்கு வந்து சேர்ந்தான். அவன் வந்து சேர்ந்த செய்தி அறிந்த டிர்பாஸ் மன்னன் அவனை உடனே வரச் சொல்லித் தகவல் அனுப்பினான். அந்த மந்திரி தயங்கினான். அவனுடைய தயக்கத்தைக் கண்ட வேலைக்காரனாக இருந்த அன்செல் உஜூத்

மந்திரியின் தயக்கத்துக்குக் காரணம் கேட்டான் மந்திரி அவனிடம் எல்லாவற்றையும் விபரமாகச் சொல்லி வருந்தினான்.

அதைக் கேட்ட அன்செல் உஜூத், மந்திரிக்குத் தைரியம் சொல்லி, அன்செல் உஜூத்தைத் தெரிந்த ஒருவனை அழைத்து வந்திருப்பதாக அரசனிடம் சொல்லும்படி மந்திரியிடம் சொல்லி அனுப்பினான். மந்திரி தைரியமாக அரசனிடம் சென்றான்; விஷயத்தைச் சொன்னான். அதைக் கேட்ட அரசன் அந்த வேலைக்காரனை அழைத்துவரும்படி உத்தரவிட்டான்.

அரசன் உத்தரவுப்படி, வேலைக்காரனைப் போல் இருந்த அன்செல் உஜூத் அரசன் சமூகத்தில் போய் நின்று வணங்கினான். அரசன் அவனைப் பார்த்து, "அன்செல் உஜூத்தை உனக்குத் தெரியுமா?" என்று கேட்டான். "எனக்கு நன்றாகத் தெரியும்," என்றான் அன்செல் உஜூத். "அப்படியானால், அவனை அழைத்துவர முடியுமா?" என்றான் அரசன். "அவனை எதற்காக அழைத்துவர வேண்டும் என்னும் காரணம் எனக்குத் தெரிந்தால், அழைத்துக்கொண்டு வருகிறேன்" என்றான் அன்செல் உஜூத்.

அதைக் கேட்ட அரசன், "அது மிகவும் ரகசியமான விஷயம்? தனியாகச் சொல்லுகிறேன்," என்று சொல்லி, அன்செல் உஜூத்தைத் தனியாக அழைத்துப் போனான். "ரோஜாப்பூ" பெண்ணினுடைய வரலாறு முழுவதையும் அன்செல் உஜூத்திடம் அரசன் சொன்னான். அன்செல் உஜூத் ஆச்சர்யப்பட்டான். தான் உடுத்திக் கொள்வதற்கு, நல்ல உடைகள் கொடுத்தால் அன்செல் உஜூத்தை அழைத்து வருவதாக அரசனிடம் தெரிவித்தான். அவன் விருப்பப்படியே உடைகளைக் கொண்டுவந்து கொடுக்கும்படி அரசன் உத்தவிட்டான்.

அவன் அந்த உடைகளை அணிந்து கொண்டான். பிறகு, அரசனைப் பார்த்து, "நான்தான் அன்செல் உஜூத்; என்னை ரோஜாப்பூ இருக்கும்இடத்திற்கு அழைத்துச் செல்லுங்கள்" என்றான். அதைக் கேட்ட அரசன் மகிழ்ச்சியுடன், அவனை ரோஜாப்பூவினிடம் அழைத்துச் சென்றான்.எதிர்பாராத விதமாகத் தான் தன் காதலன் அன்செல் உஜூத்தைப் பார்த்த ரோஜாப்பூ மயங்கி விழுந்தாள். அன்செல் உஜூத் அவளை வாரியெடுத்துத் தன் மடியில் இருத்தி மயக்கம் தெளிய வைத்தான்.

அதற்குப் பிறகு, டிர்பாஸ் அரசன் அரண்மனையிலேயே அவர்கள் இருவருக்கும் திருமணம் நடைபெற்றது. அவ்விஷயத்தை டிர்பாஸ் மன்னன் ரோஜாப்பூவினுடைய தந்தைக்கும் அவனுடைய அரசனுக்கும் தெரியப்படுத்தினான். அதைக் கேள்விப்பட்ட அந்த அரசன் மணமக்களை உடனே தன்னுடைய நகரத்திற்கு அனுப்பி வைக்கும்படி கேட்டுக் கொண்டான்.

அன்செல் உஜூத்தும் ரோஜாப்பூவும் தங்களுடைய ராஜ்யத்திற்குப் போனார்கள். அவர்கள் இருவருக்கும் திருமணமான வைபவத்தை அந்த அரசன் சிறப்பாகக் கொண்டாடினான். இப்ராஹிம் மந்திரி மட்டற்ற மகிழ்ச்சி அடைந்தான்," என்றாள் ஷாரஜாத்.

பேய் வீட்டின் கதை

"கெய்ரோ நகரத்தில் ஹசன் என்று ஒரு வியாபாரி இருந்தான். அவன் நகைக் கடை நடத்தி வந்தான். அதனால் அவனுக்கு அளவற்ற செல்வம் குவிந்தது. அவனுக்கு அலீ என்று ஒரு குமாரன் இருந்தான். ஹசன் தன்னுடைய ஒரே மகனை அலீயை சீரும் சிறப்பும் விளங்க வளர்த்து வந்தான். எல்லாக் கலைகளையும் அலீ கற்று, நல்ல பண்புகளுடன் விளங்கினான். தகப்பனுடைய தொழிலையே பின்பற்றி அதிலே ஈடுபட்டான்

ஹசன் வயோதிகம் அடைந்து தன் இறுதி நாளை எதிர் பார்த்திருந்தான். அவனுக்குத் தன்னுடைய மகன் நல்லவிதமாக வாழ வேண்டும் என்று அக்கறை ஏற்பட்டது. ஆகையினால், அவன் அலீயை அழைத்து, "அலீ! என்னுடைய முடிவு நெருங்கிக் கொண்டு இருக்கிறது. எனக்குப்பின் நீ எவ்வாறு நடந்து கொள்ள வேண்டும் என்பதைப்பற்றி சில வார்த்தைகள் உனக்குச் சொல்கிறேன். அதன்படி நீ நடந்து முன்னுக்கு வரவேண்டும். எளியவர்களுக்கு உதவ வேண்டும்; எல்லோரிடமும் அன்பு காட்ட வேண்டும்; நல்லோர் நட்பை நாடி தீயோருடன் சேர்வதைத் தவிர்க்க வேண்டும்; பொறாமையை விட்டு ஏழைகள் நலனில் அக்கறை காட்ட வேண்டும்; குடிப்பழக்கம் கூடாது; வீட்டு வேலைக்காரர்களிடம் அன்புடன் நடந்து கொள்ள வேண்டும்.

இதன்படி நீ நடக்கத் தவறினால் உனக்குக் கஷ்டம் உண்டாகும்," என்று புத்திமதி சொல்லி விட்டு ஹசன் இயற்கை எய்தினான்.

தகப்பன் மறைவுக்குப்பின பின்னர், அலீ, அதே துக்கத்தில் மூழ்கிக் கிடந்தான். அதைக் கண்ட அவனுடைய நண்பர்கள் சிலர் அவனிடம் வந்து, "இப்படி துக்கப்பட்டுக் கொண்டே இருந்தால் உடல்நிலை கெட்டுவிடும். ஆகையால், எங்களுடன் வா," என்று அழைத்துப் போனார்கள். அவனை அழைத்துப் போய் ஒரு விருந்து நடத்தினார்கள். மறுநாளும் அதைத் தொடர்ந்து பல நாட்களும் அப்படியே நடந்தன. நாளடைவில், அம்மாதிரி விருந்தின் பயனாக அவனுக்கு குடிப் பழக்கம் ஏற்பட்டது. அலீயின் மனைவி, தன் கணவனுடைய போக்கைக் கண்டு கலங்கினாள். ஆகவே, தன் கணவனைப் பார்த்து, "உங்கள் தகப்பனார் சொன்ன புத்திமதியைக் கேளாமல் அவளுடைய வார்த்தைகளையும் அலீ லட்சியம் செய்யவில்லை. தான் என்ன செய்தாலும், தன்னுடைய செல்வம் குறையாது என்ற மமதையுடன் திரிந்தான்.

அவனுடைய நண்பர்கள் எல்லோரையும் அழைத்துப் பல விருந்துகள் நடத்தினான். அப்படியே மாதக் கணக்காக செலவு செய்த வந்ததினால், அவனிடம் இருந்த ரொக்கப் பணம் கரைந்து போயிற்று. பிறகு, அலீ தன்னிடம் இருந்த நகை நட்டு முதலானவைகளை விற்றுச் செலவு செய்தான். அதுவும் செலவழிந்த போயிற்று. ஆகவே, நிலபுலன்களையும் விற்றுச் செலவழித்தான். இறுதியாக அவன் குடியிருந்த வீடு ஒன்றுதான் மிஞ்சி நின்றது. வயிற்றுப் பாட்டிற்கு வேறு வழியில்லாமல் போகவே, அந்த வீட்டையும் விற்றுத் தீர்த்தான்.

கடைசியில், ஒருநாள் உணவுக்குக்கூட அவனுக்கு வழியில்லாமல் போய்விட்டது. அவனுக்கு இரண்டு குழந்தைகள்; ஒன்று ஆண்; மற்றது பெண்; அந்தக் குழந்தைகள் பசியால் துடிப்பதைக் கண்ட அவனுடைய மனைவி அலீயைப் பார்த்து, "உங்களுடைய நண்பர்கள் யாரிடமாவது சென்று கொஞ்சம் பணம் வாங்கி வந்தால், குழந்தைகளுக்காவது, ஏதாவது வாங்கிக் கொடுக்கலாம்," என்று சொல்லி, அவனை அவனுடைய நண்பர்களிடம் அனுப்பினாள். அலீ தன் நண்பர்களை நாடிச் சென்றான். ஆனால், அவனுக்கு யாரும் உதவவில்லை. ஆகவே,

அவன் மணமுடைந்து திரும்பினான். தன் மனைவியிடம் விஷயத்தைச் சொல்லி வருந்தினான்.

அதைக் கேட்ட அலீயின் மனைவி, தன்னுடைய சிநேகிதியின் வீட்டிற்குப் போனாள். சிநேகிதியின் நிலையைக் கண்டு அவள் அனுதாபம் கொண்டாள். அவள் கேட்ட பொருட்களைக் கொடுத்து அனுப்பினாள். அதைக் கொண்டு அவன் தன் குழந்தைகளுக்கும் கணவனுக்கும் உணவு சமைத்துப் பரிமாறினாள்.

அலீயின் மனம் தத்தளித்தது. நான் எங்கேயாவது போய் பணம் சம்பாதித்து வருகிறேன் என்று மனைவியிடம் சொல்லி விட்டுப் புறப்பட்டான். எங்கே போவதென்று அவனுக்கே தெரியவில்லை. ஆயினும், கால்கள் சென்ற வழியே நடந்து கடற்கரையை அடைந்தான். அங்கே ஒரு கப்பல் நின்றிருந்தது. அலீயின் தகப்பனுடைய நண்பன் ஒருவன், அங்கே அவனைச் சந்தித்தான். அலீயின் விருப்பப்படி அந்தக் கப்பலில் போவதற்கு வேண்டிய ஏற்பாடுகளை அவன் செய்து கொடுத்தான். அலீ கப்பலேறிப் போய் டிம்யாட் என்ற பட்டணத்தை அடைந்தான். அந்த நகரத்தில் இருந்த ஒரு வியாபாரி அலீயைத் தன் வீட்டில் இருக்கச் சொல்லி உபசரித்தான்.

சில நாட்கள், அலீ அங்கே தங்கி இருந்தான். எவ்விதமான வருவாயும் கிடைக்க அவனுக்கு வழி தோன்றவில்லை. ஆகவே, மேலும் அங்கே தங்க மனமின்றி அவனிடம் விடைபெற்று சிரியா நகரத்திற்குச் சென்றான். அங்கிருந்து டமாஸ்கஸ் பட்டணத்திற்கு சென்றான். அங்கே சில வியபாரிகள் பாக்தாத் பட்டணத்திற்குப் புறப்படுவதைப் பார்த்தான். ஆகவே, அவர்களுடன் சேர்ந்து பாக்தாத்திற்குப் பணமானான். அந்த வியாபாரிகளில் ஒருவன், அலீயிடம் மிகவும் அன்பு காட்டி உதவினான். அதனால், அலீ சௌகர்யமாகப் பிரயாணம் செய்ய வசதி ஏற்பட்டது.

பாக்தாத் நகரை அடைவதற்கு முதல்நாள் இரவு கொள்ளைக் கூட்டத்தினர் வந்து அந்த வியாபாரிகளைத் தாக்கினர். அதனால் பலர் இறந்தனர். அலீ தப்பித்துக் கொண்டு ஓடி பாக்தாத் பட்டணத்தின் கோட்டை வாசலை அடைந்தான். கோட்டை வாசல் காவலாளிகளுடன் அன்றிரவு அலீ தங்கினான். மறுநாள்

காலையில், ஒரு காவலாளி அலீயை அழைத்துப் போய், ஒரு வர்த்தகனுக்கு அறிமுகம் செய்து வைத்தான். அந்த வர்த்தகன் அலீயின் வரலாற்றைக் கேட்டான். அதற்கு அலீ, தான் ஒரு வியாபாரி என்றும், பாக்தாத்திற்கு வரும் வழியில் கொள்ளைக்காரர்கள் தன்னுடைய பொருட்களைக் கொள்ளை அடித்துப் போய் விட்டதாகவும் சொன்னான். அலீ சொன்னதைக் கேட்ட அந்த வியாபாரி அனுதாபம் காட்டினான். பிறகு அவனுக்கு உணவளித்தான். அலீ தங்கி இருப்பதற்காகத் தனக்குச் சொந்தமான இரண்டு வீடுகளில், அலிக்கு எது பிடித்திருக்கிறதோ அதில் தங்கி இருக்கலாம் என்று சொல்லி, ஒரு அடிமையைக் கூப்பிட்டு அந்த வீடுகளைக் காண்பிக்கச் சொன்னான்.

அந்த அடிமை, அலீயை அழைத்துப் போய் வீடுகளைக் காட்டினான். அதில் ஒன்றைக் குறிப்பிட்டுத் தான் அதிலே தங்கி இருக்க விரும்புவதாக அடிமையிடம் அலீ சொன்னான். ஆனால், அந்த அடிமை அதற்கு ஒப்புக்கொள்ளவில்லை அந்த வீட்டில் பேய் வாசம் செய்வதாகவும் அதில் தங்குபவர்களை அந்த பேய் கொன்று விடுவதாகவும் அடிமை சொன்னான். அதைக் கேட்ட அலீ, தான் அந்த வீட்டிலேயேதான் தங்க வேண்டும் என்று வற்புறத்தினான். அதில் தங்குவதனால் பேய் தன்னைக் கொன்று தன் கஷ்டத்திற்கு ஒரு முடிவு ஏற்படும் என்று அலீ கருதினான். ஆனால், அந்த அடிமை, தன்னுடைய எஜமானைக் கேட்காமல் அந்த வீட்டின் சாவியைக் கொடுக்க மறுத்தான்.

பிறகு அந்த அடிமை தன் எஜமானிடம் சென்று விஷயத்தைச் சொன்னான். அலீயும் தான் அதே வீட்டில் இருக்கப் பிரியப் படுவதாக அந்த வியாபாரியிடம் சொன்னாள். அதைக் கேட்ட வியாபாரி அலீயைப் பார்த்து, "நீ அந்த வீட்டில் குடியிருப்பதனால், உனக்கு ஏற்படும் விளைவுகளில் என்னைச் சம்பந்தப் படுத்துவ தில்லை, என்று எழுதிக் கொடுத்தால் நான் உன்னை அந்த வீட்டில் தங்க அனுமதிக்கிறேன்" என்றான். அலீ, அதற்குச் சம்மதித்து அப்படியே ஒரு ஒப்பந்த பத்திரம் எழுதிக் கொடுத்தான்

அதற்குப் பிறகு, அலீ அந்த வீட்டிற்குச் சென்றான். அவனுக்கு வேண்டிய உணவுப் பொருட்களை அந்த வியாபாரி அனுப்பி வைத்தான். அன்றிரவு அலீ சாப்பிட்டனதும், படுப்பதற்காக

மாடிக்குப் போனான். தூங்குவதற்கு முன் ஆண்டவனைத் தியானித்தான். அப்பொழுது, "அலீ! அந்தத் தங்கத்தை உன்னிடம் சேர்பிக்கட்டுமா?" என்று ஒரு குரல் கேட்டது. உடனே அலீ, "எங்கே அந்தத் தங்கம்?" என்றான். அவன் இப்படிக் கேட்டு வாய் மூடுமுன், அந்த அறையில் தங்கமாகக் குவியத் தொடங்கிற்று அந்த அறை முழுவதும் நிரம்பியதும், அந்தக் குரல், "என்னை விடுதலை செய்துவிடு; என்னுடைய வேலை தீர்ந்து விட்டது. நான் போக வேண்டும்" என்றது.

அதைக் கேட்ட அலீ, "இந்தத் தங்கம் உன்னிடம் வந்த வரலாற்றைச் சொன்னால்தான் விடுதலை செய்வேன்" என்றான். உடனே அந்தக் குரல் அலீயிடம், "இந்தத் தங்கம் உன்னைச் சேர வேண்டும் என்பதாக முன் காலத்திலேயே எழுதப்பட்டு இருக்கிறது. ஆகையால், நாங்கள் அதைப் பாதுகாத்து வந்தோம். இங்கே வந்து தங்கும் ஒவ்வொருவனையும் உன்னைக் கேட்ட மாதிரியே கேட்போம். ஆனால், அவன் பயந்து விடுவான். நாங்கள் உடனே அவன் கழுத்தைத் திருகிக் கொன்று விடுவோம். உன்னைக் கேட்டதற்கு நீ பயப்படவில்லை. ஆகையால், நீதான் அலீயென்று தெரிந்து தங்கத்தை உன்னிடம் சேர்ப்பித்து விட்டோம். இது மட்டுமல்ல; இன்னும் உனக்குச் சேர வேண்டிய தங்கம் ஏராளமாக எல்யேமென் தீவில் இருக்கிறது" என்றது.

அதைக் கேட்ட அலீ, "எல்யேமென் தீவில் இருக்கும் தங்கத்தையும் கொண்டுவந்து சேர்த்தால்தான் உன்னை விடுதலை செய்வேன்" என்றான். "அதையும் கொண்டுவந்து சேர்த்தால் என்னை விடுதலை செய்வதாக சத்தியம் செய்துகொடு," என்றது. அலீ அப்படியே சத்தியம் செய்து கொடுத்தான். அந்தப் பேய் மூன்று நாட்களில் அதைக் கொண்டுவந்து சேர்ப்பதாகத் தவணை கேட்டுத் திரும்பிப் போக முயன்றது. அப்பொழுது அலீ அந்தப் பேயை மீண்டும கூப்பிட்டு, "என்னுடைய மனைவி மக்கள் கெய்ரோவில் இருக்கிறார்கள். அவர்களையும்இங்கே கொண்டுவந்து சேர்க்க வேண்டும்" என்று உத்தரவிட்டான்.

அதற்கு அந்தப் பேய் எல்யேமென் தவுத் தங்கத்தைக் கொண்டு வரும்போது, அவர்களையும் அழைத்து வருவதாகச் சொல்லி விடைபெற்றுச் சென்றது. பொழுது புலர்ந்ததும், பேய்

கொண்டுவந்து கொட்டிய தங்கம் முழுவதையும் அலீ எடுத்து அந்த வீட்டிற்குள்ளே புதைத்து வைத்தான். பிறகு வெளியே வந்து, வாசல் திண்ணையில் உட்கார்ந்து இருந்தான்.

முதல் நாள் அலீயை அந்த வீட்டிகுக் கொண்டு வந்து விட்டுப்போன வேலைக்காரன், அன்று காலையில் அங்கே வந்தான். அலீயைப் பேய்கள் கொன்றிருக்கும்; அவனுடைய பிரேதத்தைத் தான் எடுத்துப் போக வேண்டும் என அவன் நினைத்தபடி வந்தான். ஆனால், அங்கே அலீ உயிருடன் உட்கார்ந்திருப்பதைப் பார்த்து ஆச்சர்யம் அடைந்தான். ஆகவே மறுபடியும் திரும்பித் தன் எஜமானனிடம் போய் விஷயத்தைச் சொன்னான். அவன் சொன்னதைக் கேட்டு அந்த வியாபாரி வந்து அலீயை விசாரித்தான்.

ஆனால், அலீ அந்த வீட்டில் எதுவுமே விசேஷமாக நடக்கவில்லை என்று சொன்னான். பிறகு. வியாபாரி அவனுடன் சற்று நேரம் பேசிக் கொண்டிருந்தான். அலீயினுடைய வர்த்தகப் பொருட்கள் எப்பொழுது வந்து சேரும் என்று விசாரித்தான். அதற்கு அலீ, "இன்னும் மூன்று நாட்களில் வந்து சேரும்," என்று பதிலளித்தான் அதற்குப் பிறகு, அங்கிருந்து தன் வீட்டிற்குச் சென்றான். அலீ தங்கியிருக்கும் வீட்டிற்குத் தேவையாக எல்லாச் சாமான் களையும் வேலைக்காரர்களையும் அனுப்பி வைத்தான்.

பேய் சொல்லிவிட்டுச் சென்றபடியே மூன்றாவது நாள் காலையில் அலீயிடம் வந்தது. "எல்யேமென் தீவுத் தங்கத்தை எடுத்துக்கொண்டு, உன்னுடைய மனைவி மக்களையும உடன் அழைத்துக்கொண்டு எல்லாப் பேய்களும் வேலைக் காரர்களைப் போன்ற உருவத்துடன், நாளையதினம் இங்கு வந்து சேரும்படி ஏற்பாடு செய்திருக்கிறேன். நீ அவர்களை ஊர்வலமாக அழைத்துவர வேண்டும்," என்று சொல்லி மறைந்தது.

அதனுடைய விருப்பப்படியே, அலீ அந்த நகரப் பிரமுகர்களுடன் சென்று தன் மனைவி மக்களை ஊர்வலமாக வீட்டிற்கு அழைத்து வந்தான். எல்லாப் பேய்களும் வேலைக்காரர்களைப் போல் தலைமேல் ஒவ்வொரு பெட்டியைச் சுமந்து கொண்டிருந்தன. அந்தப் பெட்டிகளில் வர்த்தகப்

பொருட்கள் இருக்கிறதென்று அந்த நகரத்து மக்கள் எல்லோரும் எண்ணினார்கள். அலீயின் மனைவி மக்களின் ஆடை அலங்காரங் களைப் பார்த்து வியந்தனர். அலீயைப் போன்ற பெரிய வர்த்தகன் உலகத்திலேயே இல்லை என்று பேசியபடியே அவர்கள் தத்தம் வீடுகளுக்குச் சென்றனர். வீட்டை அடைந்ததும், அலீ தன் மனைவியிடம் எல்லா விஷயங்களையும் சொன்னான். அதைக் கேட்ட அவள் மகிழ்ச்சியுடன், "இதெல்லாம் உங்கள் தகப்பனாருடைய ஆசீர்வாத பலத்தினால்தான் ஏற்பட்டது," என்று சொன்னாள்.

அலீ அதே நகரிலேயே வர்த்தகம் செய்யத் தொடங்கினான். அவனுடைய புகழும் செல்வாக்கும் அரசனுக்குத் தெரியவந்தது. ஆகவே, அரசன் அலீயைப் பார்க்க விரும்பினான். அரசனுடைய சேவகர்கள் வந்து அரசன் அவனைக் கூப்பிடுவதாக அலீயிடம் சொன்னார்கள். உடனே, அரசனைக் காண அலீ சென்றான். அரசனுக்குக் காணிக்கையாக விலையுயர்ந்த ரத்தினங்களை எடுத்துச் சென்றான். அலீ அளித்த காணிக்கையைப் பார்த்ததும், அரசன் மலைத்துப் போனான். தனக்கு அடங்கிய பல சிற்றரசர்களிடம் கூட அவ்வளவு உயர்ந்த ரத்தினங்களை அவன் பார்த்ததில்லை. ஆகவே, அலீயின் செல்வத்தைப் பற்றி மகிழ்ச்சி கொண்டான். அவனைத் தன்னுடைய மந்திரியாக நியமித்தான். அரச குமாரியை அலீயின் மகனுக்குக் கல்யாணம் செய்து வைத்தான்.

சில நாட்களுக்குப் பிறகு, அரசனுடைய உடல்நிலை நலிவு கண்டது. ஆகவே, அரசன் அலீயின் மகனும் தன்னுடைய அரசாட்சிப் பொறுப்பேற்றுக் கொண்ட சில நாட்களில் அரசன் உயிர் துறந்தான். ஹசன் தன்னுடைய பெற்றோகளின் புத்திமதிப்படி அரசாட்சியை நல்ல முறையில் நடத்தி வந்தான்," என்று முடித்தாள் ஷாரஜாத்.

சிந்துபாத் மாலுமி கதை

"பாக்தாத் நகரத்தை ஹரூன் எர் ரஷீத் மன்னன் ஆண்ட காலத்தில் கூலிக்காரன் ஒருவன் இருந்தான். அவன் பெயர் சிந்துபாத். கடைத் தெருவில் அவன் சாமான்களைச் சுமந்து

கொண்டிருந்தான். ஆதலால் அவனைக் கூலிக்கார சிந்துபாத் என்று எல்லோரும் கூப்பிட்டனர்.

ஒருநாள் கூலிக்கார சிந்துபாத் சில சாமான்களைச் சுமந்து சென்றான். வெய்யில் கடுமையாக இருந்தது. அவனால் நடக்கக்கூட முடியவில்லை. களைத்துப் போய், ஒரு மாளிகையின் அருகில் ஒதுங்கி நின்றான். அந்த மாளிகையினுள் இருந்து இன்னிசை கேட்டது. உள்ளே எட்டிப் பார்த்தான். அநேக வேலைக்காரர்கள் அங்கு மிங்கும் நடந்தவண்ணம் இருந்தனர். தன்னுடைய ஏழ்மை நிலையையும் அந்த வீட்டு அதிபதியின் நிலையையும் ஒப்பிட்டுப் பார்த்தான். ஆண்டவன் பேரில் அவனுக்கு ஆத்திரம் உண்டாயிற்று, மனிதப் பிறவிகளிலேயே ஒருவனைப் பணக்காரனாகவும் இன்னொருவனைப் பரம ஏழையாகவும் படைத்திருக்கும் எல்லாம் வல்ல அந்த ஆண்டவனை நிந்தித்தான்.

கூலிக்கார சிந்துபாத் ஆண்டவனை நிந்தித்துப் பேசியது அந்த வீட்டு அதிபதியின் காதில் விழுந்தது. ஆகவே, அவன் ஒரு வேலைக்காரனை அனுப்பி வெளியே இருந்த கூலிக்காரனை அழைத்து வரச் சொன்னான். வேலைக்காரன் வந்து கூலிக்காரனைக் கூப்பிட்டான். கூலிக்காரன் உள்ளே சென்றான். அங்கே அவன் கண்ட காட்சி நம்பமுடியாத மாதிரி இருந்தது. அதைப் போன்ற அலங்காரமான வீட்டை அவன் பார்த்ததே இல்லை. அந்த வீட்டை சொர்க்கத்தின் ஒரு பகுதியாக இருக்குமென்று நினைத்தான்.

தயங்கியபடியே வீட்டுக் கூடத்தை அடைந்தான். அங்கே, நடுத்தர வயதுள்ள ஒரு சீமான் உட்கார்ந்து இருந்தான். அவன் கூலிக்காரனை வரவேற்றான். அவனுக்கு உணவு பரிமாறச் சொல்லி சாப்பிடச் சொன்னான். கூலிக்காரன் சாப்பிட்டானதும்அந்தச் சீமான் கூலிக்காரனைப் பார்த்து, "நீ ஆண்டவனை நிந்தித்ததைக் கேட்டுக்கொண்டு இருந்தேன். நீ யார்? உன்னுடைய பெயர் என்ன?" என்று கேட்டான்.

அதைக் கேட்ட கூலிக்காரன், "என் பெயர் சிந்துபாத்; கூலி வேலை செய்து பிழைதது வருகிறேன். வறுமையால் வாடுபவர்கள் வழக்கமாக ஆண்டவனை நிந்திப்பதைப்போல, நானும் ஏதோ சொல்லி விட்டேன் நான் அப்படிச் சொன்னதைத்

தவறாக நினைக்கக் கூடாது,'' என்றான். அதைக் கேட்ட அந்தச் சீமான், "நானும் உன்னைப்போல மிகவும் துன்பப்பட்டு இருக்கிறேன். என்னுடைய பெயர் சிந்துபாத் மாலுமி. நான் இந்த நிலைமைக்கு வருவதற்கு எவ்வளவு பாடுபட்டு இருக்கிறேன் என்று உனக்குத் தெரியாது. ஏழுமுறை கடலைக் கடந்து சென்று பல இன்னல்களுக்கு ஆளாகி இருக்கிறேன். அந்த வரலாற்றை உன்னிடம் விவரமாகச் சொல்கிறேன், கேள்,'' என்று சொல்லித் தன் கடற் பிரயாண வரலாற்றைச் சொன்னான்.

சிந்துபாத்தின் முதற் பிரயாணம்

"என்னுடைய தகப்பனார் வர்த்தகம் செய்து பெரும் பொருள் சம்பாதித்தார். நான் சிறு குழந்தையாக இருந்த போதே அவர் இறந்துவிட்டார். அவர் இறந்தபின், நான் பெரியவன் ஆனதும், அந்த சொத்து முழுவதையும் என்னிஷ்டம் போலச் செலவழித்தேன். பொருளெல்லாம் செலவழிந்ததும் எனக்குப் புத்தி வந்தது. பெரியவர்கள் சொல்லும் 'மூன்று விஷயங்களைவிட மூன்று விஷயங்கள் சிறந்தவை' என்ற பழமொழி நினைவுக்கு வந்தது. அது என்னவென்றால், "பிறக்கும் நாளைவிட இறக்கும் நாளே மேலானது; இறந்து போன சிங்கத்தைக் காட்டிலும் உயிரோடு இருக்கும் நாயே மேலானது; அரண்மனைவியைவிட மயானமே மேலானது,'' என்பதுதான்.

அந்தப் பழமொழி நினைவுக்கு வந்ததும், சென்றதைப் பற்றி நினைப்பதில் பயனில்லை என்று கருதினேன் செய்ய வேண்டியதைப் பற்றிச் சிந்தித்தேன். உடனே, என்னிடம் மிஞ்சி நின்ற சில பொருட்களை விற்றுப் பணமாக்கினேன். அதனால் மூவாயிரம் வெள்ளிக் காசுகள் கிடைத்தன. அந்தத் தொகையை கொண்டு கடல் கடந்து வியாபாரம் செய்ய நினைத்தேன். சில வியாபாரிகளுடன் சேர்ந்து பாஸ்ரா நகருக்குப் போனேன்.

அந்த நகரத்தில் சில நாட்கள் தங்கினோம். கொண்டு போன பொருட்களை விற்ற பின்னர், அங்கிருந்து சில பொருட்களை வாங்கிக் கொண்டு பல தீவுகளைச் சுற்றி வியாபாரம் செய்தேன். பிறகு, கப்பல் ஒரு தீவை அடைந்தது. நங்கூரம் பாய்ச்சிக் கப்பலை

நிறுத்தினோம். அந்தத் தீவு தெய்வலோகத்து நந்தவனம் போல காட்சி அளித்தது. அந்தத் தீவில் இறங்கினோம்.

ஒரு மணல் மேட்டில் அடுப்புப் பற்று வைத்து சமையல் செய்து சாப்பிட்டோம். அப்பொழுது அந்தக் கப்பல் தலைவன் கப்பலில் இருந்தபடியே எங்களைக் கூப்பிட்டு, "எல்லோரும் ஓடிவந்து கப்பலில் ஏறுங்கள். நீங்கள் தங்கி இருப்பது தீவல்ல; அது ஒரு மீன். அந்த மீன் மேல் மணல் மூடி, மரங்கள் வளர்ந்திருக்கின்றன. நீங்கள் அடுப்பு பற்றவைத்த சூட்டினால், அந்த மீன் நகருகிறது. இன்னும் சற்று நேரத்தில் அது தண்ணீருக்குள் போய் விடும். உடனே கப்பலில் ஏறி உயிர் பிழையுங்கள்," என்று கத்தினான்.

எல்லோரும் அவசரமாகக் கப்பல் ஏற முயற்சித்தோம். சில பேர்தான் கப்பலில் ஏற முடிந்தது. மற்றவர்கள் கப்பலை அடையுமுன், அந்த மீன் தண்ணீருக்குள் மூழ்கிச் சென்றது. மீன் மேல் தங்கித் தண்ணீருக்குள் முழுகியவர்களில் நானும் ஒருவன். அதிர்ஷ்டவசமாக என் கையில் மரக்கட்டை ஒன்று கிடைத்தது. அந்தக் கப்பல் தலைவன் கடலில் மூழ்கியவர்களைக் கவனிக்காமல் போய் விட்டான். நான் அந்தக் கட்டையைப் பிடித்து நீந்தினேன். மூன்று நாட்களுக்குப் பிறகு, ஒரு தீவை அடைந்தேன். கரையைச் சேர்ந்ததும், என்னால் ஒரு அடிகூட நடக்க முடியவில்லை. அப்படியே மயங்கி விழுந்தேன். மறுநாள் காலையில் நான் கண் விழித்தேன்.

மெல்ல எழுந்து நடந்தேன். கண்களுக்குத் தென்பட்ட பழங்களைப் பறித்துத் தின்றேன். சுனை நீரைக் குடித்தேன். அப்படியே நடந்து செல்கையில், பெண் குதிரை ஒன்றைக் கண்டேன். அந்தக் குதிரையின் அருகில் சென்றேன். அது கனைத்துக்கொண்டு ஓடிற்று. ஆகவே, அதைப் பிடிக்க முடியாமல் திரும்பினேன். அப்பொழுது, என்னை நோக்கி ஒருவன் வருவதைப் பார்த்தேன். அவன் என்னைப் பார்த்து, "நீ யார்? இங்கு எப்படி வந்தாய்?" என்று கேட்டான். என்னுடைய வரலாற்றை நான் அவனிடம் சொன்னேன்.

பிறகு, அவன் என்னைத் தன்னுடன் அழைத்துக் கொண்டு ஒரு நிலவறைக்குப் போனான். அங்கே எனக்கு உணவளித்தான். சாப்பிட்ட பின்னர், நான் அவனைப் பார்த்து, "நீ யார்? ஏன் இந்த

மாதிரி நிலவறையில் இருக்கிறாய்?'' என்று கேட்டேன். அதற்கு அவன், "நான் எல்மிராஜ் அரசனுடைய குதிரைக்காரன். அந்த அரசனுடைய குதிரைகளை எல்லாம் நான்தான் கவனித்துக் கொள்கிறேன். ஒவ்வொரு பௌர்ணமி அன்றும், இங்கு பெண் குதிரைகளைக் கொண்டு வருவோம். என்னைச் சேர்ந்த பலர் இத் தீவில் நாலா பக்கங்களிலும் இம்மாதிரி பெண் குதிரைகளைக் கொண்டுபோய் இருக்கிறார்கள். குதிரைகளை மேயவிட்டு நாங்கள் நிலவறைக்குள் புகுந்து கொள்வோம். இங்கு மேயும் பெண் குதிரைகளைப் பார்த்துக் கடலிலுள்ள ஆண் குதிகைரகள் கரைக்கு வரும். நாங்கள் உடனே, அந்தக் குதிரைகளைப் பிடித்துக் கொண்டு போவோம்,'' என்று சொன்னான்.

அவன் அப்படிச் சொன்ன சற்று நேரத்தில், அவனைச் சேர்ந்தவர்கள் எல்லோரும் குதிரைகளைப் பிடித்துக் கொண்டு வந்தார்கள். பிறகு, அவர்கள் எல்லோரும் தங்களுடைய ராஜ்யத்திற்குப் புறப்பட்டார்கள். என்னையும் தங்களுடன அழைத்துச் சென்றார்கள். அவர்களுடைய ராஜ்யத்தை அடைந்ததும், எல்மிராஜ் அரசனிடம் என்னுடைய வரலாற்றைச் சொன்னார்கள். அதைக் கேட்ட அரசன் என் மேல் பரிவு கொண்டான். என்னை அந்த ராஜ்ய துறைமுக அதிகாரியாக நியமித்தான். அன்று முதல் நான் அந்த ராஜ்யத்தில் ஒரு பெரிய மனிதனாகக் கருதப்பட்டு வந்தேன்.

நான் துறைமுக அதிகாரியாக நியமிக்கப்பட்டு இருந்ததினால், அந்தத் துறைமுகத்திற்கு வரும் எல்லாப் பிரயாணிகளையும் சந்திக்கும் சந்தர்ப்பம் எனக்கு ஏற்பட்டு இருந்தது. அப்படி அங்கு வந்த அநேகம் பேரிடம் பாக்தாத் நகரத்தைப் பற்றி விசாரித்தேன். ஆனால், சரியான தகவல் சொல்பவர்கள் யாரும் கிடைக்கவில்லை. எனக்கு வீட்டு நினைவு அதிகமாகிக் கொண்டே இருந்தது. ஒருநாள், எல்மிராஜ் அரசனுடைய சபைக்குச் சென்றேன். அங்கே இந்தியாவைச் சேர்ந்த பல பிரயாணிகள் வந்திருந்தனர். அவர்களிடம் கேட்டேன். ஆனால், அவர்களுக்குக்கூட தெரியவில்லை.

ஆகவே, நான் சோர்வுடன் கடற்கரைக்குச் சென்று என வேலையைப் பார்த்துக்கொண்டு நாட்களைக் கழித்தேன்.

அப்பொழுத, அந்தத் துறைமுகத்திற்கு ஒரு கப்பல் வந்து நின்றது. அந்தக் கப்பல் தலைவன் என்னிடம் வந்து, "இந்தக் கப்பலில் சில சாமான்கள் இருக்கின்றன. அவைகளை இங்கே யாருக்காவது விற்க வேண்டும். அதன் சொந்தக்காரன் கடலில் மூழ்கி இறந்துவிட்டான். ஆகவே, அவைகளை விற்று வரும் பணத்தைக் கொண்டு போய் அவனுடைய வீட்டில் கொடுக்க வேணடும்," என்றான். அவன் சொன்னதைக் கேட்டதும், "நீங்கள் எந்த ஊரைச் சேர்ந்தவர்கள்? கடலில் இறந்து போனவன் பெயர் என்ன?" என்று கேட்டேன்.

"நாங்கள் பாக்தாத் நகரத்தைச் சேர்ந்தவர்கள். கடலில் இறந்தவன் பெயர் சிந்துபாத்" என்று அந்தக் கப்பல் தலைவன் என்னிடம் சொன்னான். அதைக் கேட்டதும் நான் அவனைக் கூர்ந்து பார்த்தேன். என்ன ஆச்சர்யம்! நான் முன்பு புறப்பட்டு வந்த அதே கப்பலின் தலைவன்தான் அவன் எனக் கண்டு கொண்டேன். நான்தான் அந்த சிந்துபாத் என்று அவனிடம் சொன்னேன். அவனும் என்னை அடையாளம கண்ட கொண்டான். உடனே, மற்றப் பிரயாணிகள் எல்லோரையும் கூப்பிட்டு என்னைக் காட்டினான். அவர்களும் என்னை அடையாளம் கண்டு கொண்டனர்.

பிறகு, நான் அவர்கள் எல்லோரையும் எல்மிராஜ் அரசனிடம் அழைத்துச் சென்றேன். அவர்கள் எல்லோரும் எனது நாட்டைச் சேர்ந்தவர்கள் என்று தெரிந்த அரசன், மிகவும் சந்தோஷத்துடன் அவர்களை. வரவேற்றான். அவர்கள் எல்லோரும் தாங்கள் கொண்டு வந்திருந்த பல அபூர்வப் பொருட்களை அரசனுக்குக் காணிக்கையாகக் கொடுத்தனர். அதற்குப் பிறகு, நான் அரசனைப் பார்த்து, "என்னுடைய ஊருக்குப் போக அனுமதி கொடுக்க வேண்டும்," என்று கேட்டேன். எல்மிராஜ் அரசன் மனமுவந்து எனக்கு அனுமதி கொடுத்தான். மேலும், எனக்கு ஏராளமான பொருட்களைப் பரிசாகக் கொடுத்தான், நான் அதைப் பெற்றுக் கொண்டு அரசனை வணங்கி விட்டுப் புறப்பட்டேன். மற்ற நண்பர்களுடன் கப்பலில் ஏறிப் பல ஊர்களுக்கும் சென்ற பின்னர், இறுதியாக இந்த ஊருக்கு வந்து சேர்ந்தேன்.

"நான் கெண்டுவந்த பொருட்களைக் கொண்டு இங்கே வியாபாரம் செய்தேன். அதனால் எனக்கு ஏராளமாகப் பணம்

சேர்ந்தது. இதுதான் எனது முதல் பிரயாணக் கதை. இரண்டாவது பிரயாணத்தில் நான் அடைந்த அனுபவங்களை நாளைய தினம் சொல்கிறேன். ஆகையால், நீ நாளையும் இங்கு வரவேண்டும்." என்று கூலிக்கார சிந்துபாத்திடம் சிந்துபாத் மாலுமி சொன்னான்.

இரண்டாவது பிரயாணக் கதை

"முதல் பிரயாணம் செய்ததினால் எனக்கு ஏற்பட்ட பல இன்னல்களை மறந்து மறுபடியும் பிரயாணம் செய்ய வேண்டும் என்ற ஆவல் உண்டாயிற்று. ஆகவே, வியாபாரத்திற்கு வேண்டிய அநேக பொருட்களை வாங்கினேன். அவைகளைக் கப்பலில் ஏற்றிக் கொண்டு மற்ற வியாபாரிகளுடன் புறப்பட்டேன்.

கப்பல் ஒரு தீவை அடைந்தது. அங்கே இறங்கிச் சுற்றிப் பார்த்தோம். அங்கே காணப்பட்ட ஒரு ஓடையருகில் நான் சென்று உட்கார்ந்து என்னிடம் இருந்த ஆகாரத்தைச் சாப்பிட்டேன். பிறகு, அங்கேயே கொஞ்ச நேரம் படுத்துத் தூங்கலாம் என்று நினைத்துப் படுத்தேன். தூக்கம் தெளிந்து எழுந்து பார்த்தபோது கப்பலையும் காணவில்லை, மற்றவர்களையும் காணவில்லை. என்னைக் கவனியாமல் கப்பல் தலைவன் புறப்பட்டுப் போய்விட்டான்.

முதற் பிரயாணத்தினால் அவ்வளவு கஷ்டப்பட்டும் எனக்கு புத்தி வரவில்லையே என்று என்னையே நொந்தேன். பிறகு, அங்கிருந்த ஒரு உயரமான மரத்தின் மேலேறிச் சுற்றிலும் பார்த்தேன். தீவின் நடுவில் வெள்ளையாக ஏதோ ஒன்று தெரிந்தது. உடனே, மரத்தைவிட்டு இறங்கி அந்தத் திசையில் சென்றேன். நெடுந்தூரம் நடந்தபிறகு வட்டமான ஒரு கோபுரம் போன்ற ஒரு வஸ்து தென்பட்டது. பார்ப்பதற்கு அது ஒரு பெரிய கட்டிடத்தைப் போன்றிருந்தது. அதைச் சுற்றிவந்து பார்த்தேன். அதனுள்ளே போவதற்கு எந்தப் பக்கத்திலும் வாயிற்படி காணப்படவில்லை.

அங்கேயே நின்று யோசித்துக் கொண்டு இருந்தேன். வெயில் மறைந்து இருட்ட ஆரம்பித்தது. சூரியனை மேகம் மறைக்கிறது போலும் என்று எண்ணி நிமிர்ந்து மேலே பார்த்தேன். அப்பொழுது ஆகாயத்தையே மறைக்கும்படியாக ஒரு பெரிய

பறவை வந்தது. அந்தப் பறவை நான் நின்றிருந்ததன் பக்கத்தில் இருந்த அந்த வெள்ளைக் கோபுரத்தின்மீது வந்து உட்கார்ந்தது.

நான் கேள்விப்பட்ட ஒரு விஷயம் அப்பொழுதுதான் என் நினைவிற்கு வந்தது. அந்தப் பகுதியில் ரூக் என்ற மிகப் பெரிய ஒரு பறவை வசித்து வருவதாகக் கேள்விப்பட்டு இருந்தேன். அந்தக் கோபுரத்தைப் போன்ற வஸ்து அந்தப் பறவையின் முட்டையாக இருக்கக்கூடும் என்று முடிவு செய்தேன். அந்தப் பறவையின் சிறப்பு என்னவென்றால், அது தன் குஞ்சுகளுக்குத் தீனியாக யானைகளைப் பிடித்து வந்து கொடுக்கும்.

அந்தப் பறவையைப் பார்த்த நான் பயந்து, அந்த முட்டையின் ஒரு ஓரமாக ஒதுங்கி மறைந்து கொண்டேன். அந்தப் பறவை முட்டையின்மேல் உட்கார்ந்தபடியே தூங்கிற்று. அங்கிருந்து எப்படித் தப்பலாம் என்று நான் யோசித்தேன் அந்தத் தீவில் மனிதர்களே இல்லையென்று தெரிந்தது. ஆகவே, அங்கே இருப்பதைவிட அந்தப் பறவையின் மூலமாகப் பறந்து போகலாம் என்ற முடிவுக்கு வந்தேன்.

உடனே, என்னுடைய முண்டாசுத் துணியை நன்றாக முறுக்கினேன். அதன் ஒரு நுனியை அந்தப் பறவையின் காலில் கட்டினேன்! இன்னொரு நுனியை என்னுடைய இடுப்பில் கட்டிக் கொண்டேன். பொழுது புலர்ந்ததும், அந்தப் பறவை என்னைத் தூக்கிக் கொண்டு பறந்தது.

அந்தப் பறவை சென்று ஒரு மலையின்மீது உட்கார்ந்தது. நான் உடனே அந்த காலில் கட்டியிருந்த துணியை அவிழ்த்தேன். அந்தப் பறவை என்னைக் கவனிக்கவே இல்லை. பிறகு, அந்தப் பறவை தன் நகங்களால், ஒரு பெரிய பாம்பைப் பற்றிக் கொண்டு, சமுத்திரத்தை நோக்கிப் போயிற்று. அதைப் போன்ற பெரிய பாம்புகள் ஏராளமாக அங்கே இருந்தன.

பயங்கரமான அந்தப் பாம்புகளிடம் இருந்து தப்புவதற்காக ஓடினேன். ஒரு பள்ளத்தாக்கில் இறங்கினேன். அங்கே ஏராளமான வைரக்கற்கள் குவிந்து இருந்தன. நான் அந்த வைரக் கற்களைப் பார்த்துக்கொண்டு இருக்கும்போது, வெட்டித் தோல்

முல்லை பிஎல். முத்தையா 223

உரிக்கப்பட்ட ஆடு ஒன்று, மேலே இருந்து அந்த வைரக்குவியலின் மேல் விழுந்தது.

அதைப் பார்த்ததும், நான் கேள்விப்பட்ட ஒரு விஷயம் நினைவுக்கு வந்தது. அங்கே உள்ள வைரக்கற்களை அடைவதற்காகச் சில வியாபாரிகள் அம்மாதிரி ஆடுகளை அங்கே வீசி எறிவது வழக்கம் என்று கேள்விப்பட்டு இருந்தேன். அம்மாதிரி எறியப்படும் ஆட்டு மாமிசத்தில் அந்த வைரக்கற்கள் ஒட்டிக் கொள்ளும், பிறகு, அந்த மாமிசத்தைத் தின்பதற்காகச் சில கழுகுகள் அதைத் தூக்கிச் செல்லும், கழுகுகள் மாமிசத்தைத் தூக்கிக் கொண்டு பறந்து மேலே வந்ததும், அந்த வியாபாரிகள் கூச்சலிட்டுக் கழுகளை விரட்டிவிட்டு அந்த மாமிசத்தில் ஒட்டிக்கொண்டு இருக்கும் வைரங்களை எடுத்துப் போவார்கள்.

அந்த விஷயத்தை நான் நினைத்துக் கொண்டு இருந்த பொழுது, இன்னொரு ஆடும் அங்கே வந்து விழுந்தது. உடனே, நான் அங்கிருந்து தப்புவதற்கான யோசனை செய்தேன். அங்கே கிடைத்த வைரங்களை எல்லாம் எடுத்து என் சட்டைப் பைகள் கொள்ளும் அளவுக்கு நிரப்பிக் கொண்டேன். என்னுடைய முண்டாசுத் துணியின் ஒரு நுனியை அந்த ஆட்டின் உடலில் கட்டினேன். இன்னொரு நுனியை என் உடம்பில் கட்டிக் கொண்டேன்.

மேலே இருந்து ஒரு பெரிய கழுகு பறந்து வந்து அந்த ஆட்டைத் தூக்கிக் கொண்டு பறந்தது. அந்த ஆட்டின் உடலில் கட்டப்பட்டிருந்த துணியின் இன்னொரு நுனியில் என்னையும் கட்டி இருந்ததினால், கழுகு ஆட்டைத் தூக்கிச் சென்ற போது, நானும் அதனுடன் மேலே தூக்கிச் செல்லப்பட்டேன். மலை உச்சியை அடைந்ததும், கழுகு அந்த ஆட்டைக் கீழே வைத்தது. உடனே, நான் கட்டை அவிழ்த்தேன். பிறகு, தூரப்போய் நின்று அந்தக் கழுகைக் கவனித்தேன்.

அப்பொழுது, யாரோ கூக்குரலில் அந்தக் கழுகைத் துரத்தும் சப்தம் கேட்டது. அங்கே ஒருவன் தென்பட்டான். அவன் என்னைப் பார்த்ததும் பயந்தான். என்றாலும, என்னிடம் எதுவும் பேசாமல், அந்த ஆட்டு மாமிசத் தருகில் போய் அதைப் புரட்டி;ப பார்த்தான்.

அந்த மாமிசத்தில் வைரக் கற்கள் எதுவும் ஒட்டிக் கெண்டு இருக்கவில்லை. ஆகவே, அவனுடைய துரதிர்ஷ்டத்தைப் பார்த்து அழுதான். நான் அவனருகில் சென்றேன். அவன் என்னைப் பார்த்து, "நீ யார்? இங்கே எதற்காக வந்தாய்?" என்றான். என்னுடைய வரலாற்றை நான் அவனிடம் சொன்னேன். என் சட்டைப் பையில் இருந்த வைரங்களில் அவனுக்கும் பங்கு கொடுப்பதாகச் சொன்னேன். அதன்பேரில் அவன் திருப்தி அடைந்தான்.

நான் அவனிடம் பேசிக் கொண்டு இருக்கையில், மற்றும் சிலர் அங்கே வந்து சேர்ந்தார்கள். அவர்களும் அம்மாதிரி வைரம் சேகரிக்க வந்தவர்கள்தான் என்று அறிந்தேன். ஆகவே, என்னிடம் இருந்த வைரங்களை அவர்களுக்கும் கொடுத்தேன். அவர்கள் எல்லோரும் மகிழ்ச்சி அடைந்தனர்.

பிறகு, எல்லோருமாகச் சேர்ந்து புறப்பட்டு கீழே இறங்கினோம். வழியில் ஏராளமான மிருகங்கள் தென்பட்டன. அவைகளில் ஒரு வகையான பெரிய மிருகம் ஒன்று யானையைத் தன் தலைமேல் தூக்கிக் கொண்டு திரியும். அதனால் யானை இறந்து விடும். அந்த யானையின் கொழுப்பு கரைந்து அந்த மிருகத்தின் கண்களை மூடிவிடும். அதனால், அந்த மிருகத்திற்குக கண் தெரியாது. அம்மாதிரிச் சந்தர்பத்தில் ரூக் என்ற அந்தப் பறவை அந்தப் பெரிய மிருகத்தையே கூட தூக்கிக் கொண்டு போய்விடும். இம்மாதிரி இன்னும் அநேக காட்சிகளைப் பார்த்துக்கொண்டே மலையில் இருந்து இறங்கிச் சமவெளியை அடைந்தோம்.

பிறகு, ஒவ்வொரு ஊராகச் சென்று வியாபாரம் செய்தோம். கடைசியாக, நான் பாஸ்ராவை அடைந்தேன். மறுபடியும் பழையபடி பாக்தாத்திற்கு வந்து என்னுடைய வியாபாரத்தைக் கவனித்து வந்தேன். இதுதான் என்னுடைய இரண்டாவது பிரயாணக் கதை. நாளைக்கு மூன்றாவது பிரயாணக் கதையைச் சொல்கிறேன்," என்று சொல்லிக் கூலிக்கார சிந்துபாத்தை அனுப்பி வைத்தான், சிந்துபாத் மாலுமி.

மூன்றாவது பிரயாணக் கதை

"இரண்டாவது பிரயாணத்திலிருந்து நான் திரும்பி வந்த சில நாட்களில், மறுபடியும் பிரயாணம் செய்ய வேண்டும் என்ற ஆசை எனக்கு உண்டாயிற்று. ஆகையினால் வர்த்தகத்திற்குத் தேவையான அநேக பொருட்களை வாங்கிச் சேகரித்தேன். இங்கிருந்து பாஸ்ரா நகருக்குப் போனேன். அங்கிருந்து கப்பல் ஏறிப் புறப்பட்டேன்.

சில நாட்களுக்குப் பின், கப்பல் ஒரு தீவின் பக்கமாகப் போயிற்று. அப்பொழுது கப்பல் தலைவன் அந்தத் தீவில் இருந்த ஒரு மலையைப் பார்த்துவிட்டு, வாயிலும் வயிற்றிலும் அடித்துக் கொண்டு அழுதான்.

கப்பலில், இருந்த பிரயாணிகள் எல்லோரும் அவனைப் பார்த்து, "என்ன விஷயம்? ஏன் இப்படி அழுகிறாய்?" என்று கேட்டோம். அதற்கு அவன் எங்களைப் பார்த்து, "நம் எல்லோடைய உயிருக்கும் ஆபத்து வந்துவிட்டது. அதோ தெரியும் மலைதான் மனிதக் குரங்குமலை. அதில் உள்ள குரங்குகள் எல்லாம் ஒன்று சேர்ந்து வந்து கப்பலைப் பிடித்துக் கொள்ளும். நாம் உயிர் பிழைப்பது அரிது," என்று சொல்லி விட்டு, மீண்டும் அழுதான்.

அவன் சொன்ன சிறிது நேரத்தில் எண்ணற்ற மனிதக் குரங்குகள் வந்து கப்பலில் ஏறின. கையில் கிடைத்ததை எல்லாம் அழித்தன. கப்பலைக் கரையோரமாகக் கொண்டு போய் எங்களை எல்லாம் தீவுப்பக்கம் விரட்டின. நாங்கள் எல்லோரும் தீவை அடைந்ததும், அந்தக் குரங்குகளைப் பார்த்துக்கொண்டே இருந்தோம். குரங்குகள் கப்பலைத் தூக்கிக்கொண்டு மலை உச்சிக்குப் போய் விட்டன.

குரங்குகள் கப்பலைத் தூக்கிக் கொண்டு போய் விட்டதனால், நாங்கள் எல்லோரும் தீவின் உட்பகுதிக்குச் சென்றோம். அங்கே ஒரு பெரிய கட்டிடம் தென்பட்டது. அதனுள் நுழைந்து பார்த்தோம். பனை மரத்தைப் போல கன்னங் கரேலென்று ஒரு பெரிய பூதம் அங்கே நின்றிருந்தது. அந்த பூதம் எங்களை உற்றுப் பார்த்தது. அதனுடைய கண்கள் தீப்பந்தத்தைப் போல் பிரகாசித்தன.

அந்தப் பூதம் குனிந்து, அங்கிருந்தவர்களில் என்னை மட்டும் பிடித்து மேலே தூங்கிற்று, அதனுடைய கையில் நான் ஒரு விளையாட்டுப் பொம்மையைப்போல இருந்தேன். அது என்னைப் புரட்டிப் பார்த்தது, கசாப்புக் கடைக்காரன் ஆட்டைப் பிடித்துப் பார்ப்பது போல, பரீட்சை செய்து பர்ர்த்து. அதிருப்தியுடன் என்னைக் கீழேவிட்டு, வேறொருவனை எடுத்துப் பார்த்தது, அவனையும் புரட்டிப் பார்த்து கீழே விட்டு, கடைசியாகக் கப்பல் தலைவனைத் தேர்ந்தெடுத்தது.

பிறகு, அந்தக் கப்பல் தலைவனுடைய கழுத்தை நெறித்துக் கொன்றது. அந்த உடலை அடுப்பில் போட்டு வறுத்துச் சாப்பிட்டது, எங்கள் கண்களுக்கு எதிரிலேயே அம்மாதிரி அந்தப் பூதம் செய்ததைக் கண்ட நாங்கள் எல்லோரும பயந்து அழுதோம். அந்தப் பூதம் எதையும் லட்சியம் செய்யவில்லை. கப்பல் தலைவனை வறுத்துச் சாப்பிட்டதும், அங்கே இருந்த ஒரு பெரிய மேடையில் படுத்துத் தூங்கிற்று. பொழுது விடிந்ததும் எழுந்து போய்விட்டது.

நாங்கள் எல்லோரும் கூடி என்ன செய்வது என்று கவலைப்பட்டுக் கொண்டு இருந்தோம். இம்மாதிரி பூதத்தின் கையில் சாவதைவிட, கடலிலேயே செத்து இருந்தால் எவ்வளவோ மேலாக இருக்கும் என்று எண்ணினோம். அன்று மாலை நேரத்தில் மறுபடியும் அந்தப் பூதம் வந்தது. எங்களில் ஒருவனைப் பொறுக்கி எடுத்தது முதல் நாள் கப்பல் தலைவனைக் கொன்றதைப் போலவே, அவனையும் கொன்று, வறுத்துச் சாப்பிட்டது. பழையபடி தூங்கி எழுந்ததும் போய் விட்டது.

மறுபடியும் நாங்கள் எல்லோரும் ஒன்று கூடி யோசித்தோம், அந்தப் பூதத்தைக் கொன்று விடுவது என்று முடிவு செய்தோம். ஒருக்கால், அந்தப் பூதத்தைக் கொல்லும் முயற்சியில் தோல்வி யுற்றால், தப்பி ஓடுவதற்கு ஒரு வழி கண்டு பிடித்தோம்.

அங்கே கிடந்த பெரிய மரத்துண்டுகளை எல்லாம் ஒன்று சேர்த்துக் கட்டி, கட்டுமரமாகச் செய்தோம். அதைக் கொண்டு போய் கடற்கரையில் வைத்துவிட்டுத் திரும்பிவந்து காத்திருந்தோம். அந்தப் பூதம் வந்தது. ஒருவனைப் பிடித்துத் தின்றது. பிறகு, வழக்கம் போலவே தூங்கிற்று.

அந்தப் பூதம் தூங்கும் சமயத்தில், இரண்டு இரும்புக் கம்பிகளைப் பழுக்க காய்ச்சினோம். தூங்கிக் கொண்டிருந்த அந்தப் பூதத்தின் இருபக்கமும் நின்று அமுக்கிப் பிடித்துக் காய்ச்சிய இரும்புக்கம்பிகளை அதன் கண்களில் சொருகினோம். பூதம் பயங்கரமாகக் கூச்சல் போட்டது. அதன் கண்கள் குருடாகி விட்டன.

ஆத்திரத்துடன் அலறிபடியே பூதம் எழுந்து எங்களைப் பிடிக்கப்பார்த்தது. ஆனால், அதன் கண்கள் குருடாகிவிட்டதனால், அதனால் எங்களைப் பிடிக்க முடியவில்லை. பிறகு, அந்தப் பூதம் தட்டுத் தடுமாறியபடி வெளியே போயிற்று. கொஞ்ச நேரத்தில் அது ஒரு பெண் பூதத்தை அழைத்து வந்தது. அந்தப் பெண் பூதம், ஆண் பூதத்தைவிடப் பார்ர்ப்பதற்குப் பயங்கரமாக இருந்தது.

ஆகவே, நாங்கள் எல்லோரும் அந்தப் பூதங்களின் பிடிக்கு அகப்படாமல் கடற்கரைக்கு ஓடினோம். அங்கு இருந்த கட்டு மரத்தில் ஏறிப் புறப்பட்டோம். ஆனால், அந்தப் பூதங்கள் பெரிய பாறாங்கற்களை எடுத்து எங்கள் மேல் வீசின. அதனால் எங்களில் என்னையும் வேறு இருவர்களையும் தவிரப் பிறர் எல்லோரும் இறந்து விட்டனர்.

தப்பிப் பிழைத்த மூவர் மட்டும் மரத்திலே மிதந்து சென்று ஒரு தீவை அடைந்தோம். அங்கே ஒரு பெரிய பாம்பு வந்து எங்களில் ஒருவனைப் பிடித்து விழுங்கி விட்டது. உடனே நானும் இன்னொருவனும் ஓடிப்போய் ஒரு மரத்தின் மேல் ஏறிக் கொண்டோம். அன்றிரவு மரத்தின் மேலேயே இருந்தோம். அங்கேயும் ஒரு பாம்பு வந்தது. மரத்தின்மேல் என்னுடன் இருந்தவனைப் பிடித்து விழுங்கிவிட்டது.

நான் மட்டும் உயிருடன் விடப்பட்டேன். பொழுது புலர்ந்ததும், மரத்திலிருந்து இறங்கி நடந்து சென்றேன். மாலை நேரமாயிற்று. என்னையும் பாம்பு விழுங்கி விடுமோ என்று பயந்தேன். ஆகையினால், பெரிய பெரிய மரங்களை என்னுடைய உடலில் சேர்த்துக் கட்டிக் கொண்டு ஓரிடத்தில் இருந்தேன். அங்கேயும் ஒரு பாம்பு வந்தது. என்னைச் சுற்றி பெரிய மரங்களை வைத்துக் கட்டி இருந்ததினால், அது என்னை விழுங்க

முடியவில்லை. பலமுறை என்னைச் சுற்றிச் சுற்றிப் பார்த்த பின்னர், அந்தப் பாம்பு போய்விட்டது.

பாம்பு போனதும், நான் கட்டுகளை அவிழ்த்தேன். நடந்து சென்று கடற்கரையை அடைந்தேன். கடலில் ஒரு கப்பல் போவது தென்பட்டது. உடனே, ஒரு மரக்கிளையை ஒடித்து கப்பலில் இருந்தவர்களுக்கு ஜாடை காண்பித்தேன். அவர்கள் அதைப் பார்த்து, கப்பலைக் கரையருகில் கொண்டு வந்தனர்.

கப்பலைத் தூரமாக நிறுத்தி, அதில் இருந்த எல்லோரும் என்னை உற்றுக் கவனித்தனர். என்னைப் பார்த்து அவர்கள் சந்தேகப்பட்டனர். ஆனால், என்னுடைய கூக்குரலைக் கேட்டு அவர்கள் தைரியமாக என்னிடம் வந்தனர். என்னுடைய வரலாற்றைக் கேட்டனர். நான் சொன்ன வரலாற்றைக் கேட்டு அவர்கள் எல்லோரும் ஆச்சரியப்பட்டனர். பிறகு. என்னை அவர்களுடன் கப்பலில் ஏற்றிக் கொண்டனர். பிரயாணம் மறுபடியும் துவங்கிற்று.

அப்பொழுது, கப்பல் தலைவன் என்னிடம் வந்து, "பாக்தாத் நகரத்தைச் சேர்ந்த ஒருவனுடைய பொருட்கள் கப்பலில் இருக்கின்றன. இதற்குமுன் இதே கப்பலில் வந்த அவன் ஒரு தீவில் காணாமல் போய்விட்டான். ஆகவே, அவனுடைய பொருட்களை நீ எடுத்து விற்றுக் கிடைக்கும் லாபத்தை நீயே எடுத்துக்கொள். அசல் தொகையை என்னிடம் கொடுத்துவிட. நான் அந்தத் தொகையை அவனுடைய குடும்பத்தினரிடம் கொடுத்து விடுகிறேன்," என்று சொன்னாள். அவன் சொன்னதைக் கேட்ட நான் வியப்புடன், "பாக்தாத் நகரத்தைச் சேர்ந்தவனா! அவனுடை பெயர் என்ன? அவன் எப்பொழுது காணாமல் போனான்' என்றேன்.

அந்தக் கப்பல் தலைவன் அந்த விவரத்தைச் சொன்னான். அவன் சொன்னதிலிருந்து, அவன் குறிப்பிட்ட ஆள் நானே தான் என்று தெரிந்து கொண்டேன். என்னுடைய இரண்டாவது பிரயாணத்தின்போது, என்னைக் கவனிக்காமல் கப்பலை ஓட்டிச் சென்ற கப்பல் தலைவன் அவன்தான் என்று தெரிந்து கொண்டேன்.

ஆகவே, என்னுடைய வரலாற்றை விபரமாக அவனிடம் சொன்னேன். உடனே, கப்பலில் இருந்த மற்ற பிரயாணிகள்

முல்லை பிஎல். முத்தையா 229

எல்லோரையும அவன் கூப்பிட்டு என்னுடைய விஷயத்தைச் சொன்னான். அங்கிருந்த பெரும்பாலோர் அதை நம்பவில்லை. ஆனால், ஒரே ஒரு பிரயாணி மட்டும் என்னை அடையாளம் தெரிந்து கொண்டான். மலைச்சரிவில் வைரம் எடுப்பதற்காக ஆட்டு மாமிசத்தை வீசிய வியாபாரிகளில் அவனும் ஒருவன் என்பதை நானும் தெரிந்து கொண்டேன்.

உடனே, அந்த வியாபாரி நான் சொன்னது உண்மைதான் என்று எல்லோரிடமும் சொன்னான். அதன்பேரில் மற்றவர்கள் எல்லோருக்கும் என் வார்த்தையில் நம்பிக்கை ஏற்பட்டது. கப்பலில் இருந்த என்னுடைய பொருட்களை எல்லாம் என்னிடம் ஒப்புவித்தார்கள். பிறகு சென்ற ஊர்களில் அவைகளை விற்று லாபத்துடன் ஊர் திரும்பினேன். இதுதான் என்னுடைய மூன்றாவது பிரயாண வரலாறு நாளையதினம், நான்காவது பிரயாணக் கதையைச் சொல்கிறேன்," என்று சொல்லிக் கூலிக்கார சிந்துபாத்திற்கு விடை கொடுத்தான் சிந்துபாத் மாலுமி.

நான்காவது பிரயாணக் கதை

"மூன்றாவது பிரயாணத்தில் இருந்து திரும்பி வந்த சில நாட்களிலேயே மறுபடியும் வெளிநாட்டு வியாபரம் செய்ய வேண்டும் என்ற எண்ணம் எனக்குத் தோன்றியது. ஆகவே, வர்த்தகப் பொருட்களை வாங்கிக்கொண்டு பாஸ்ராவுக்கு போனேன். அங்கே இருந்த மற்ற வியாபாரிகளுடன் சேர்ந்து கப்பல் ஏறிப் புறப்பட்டேன்.

சில நாட்கள் சென்றதும், கப்பல் நடுக்கடலில் இருக்கும் போது, ஒரு புயல் காற்று உண்டாயிற்று. அதனால் கப்பல் கவிழ்ந்து விட்டது. எல்லோரும் கடலில் மூழ்கினோம். தத்தளித்துக் கொண்டு நீர் மட்டத்திற்கு மேலே வந்தபொழுது, மரத்துண்டு ஒன்று கிடைத்தது. கடலில் மூழ்கிய சிலர் அதைக் கண்டதும் கைகளால் பற்றிக் கொண்டு மிதந்தோம். காற்றடித்த வாக்கில் அந்த மரத்துண்டு மிதந்து போய்க் கரையை அடைந்தது.

கரையை அடைந்ததும். எங்களால் நடக்கக்கூட இயலவில்லை. அப்படியே களைத்துப் போய் படுத்துக் கொண்டோம். மறுநாள்,

பொழுது விடிந்ததும் அந்தத் தீவினுள் சென்றோம். அங்கே ஒரு பெரிய கட்டிடம் தென்பட்டது. அதனருகில் சென்றோம். அப்பொழுது ஆடையின்றி இருந்த சிலர், அந்தக் கட்டிடத்தினுள் இருந்து எங்களை நோக்கி ஓடிவந்தனர்.

ஆளுக்கொருவராக எங்களைப் பிடித்து இழுத்துக் கொண்டு அந்தக் கட்டிடத்தினுள் கொண்டு போனார்கள். அங்கே அவர்களுடைய தலைவன் இருந்தான். அவன் எங்களை உட்காரச் சொன்னான். நாங்கள் உட்கார்ந்தோம். பிறகு அவன் எங்களுக்கு உணவு பரிமாறச் சொல்லி, எங்களைச் சாப்பிடச் சொன்னான். என்னுடன் இருந்த எல்லோரும் அந்த உணவைச் சாப்பிட்டனர். ஆனால், என்னால் அதைச் சாப்பிட முடியவில்லை. என்னுடன் இருந்த மற்றவர்கள் அந்த உணவைச் சாப்பிடும்பொழுது, அவர்களுடைய குணம் மாறுதல் அடைந்ததை நான் கவனித்தேன்.

அவர்கள் அப்படிச் சாப்பிட்டுக் கொண்டு இருக்கும் பொழுது, அவர்கள் எல்லோருக்கும் தேங்காய் எண்ணெயைக் கொடுத்து அதையும் குடிக்கச் சொன்னார்கள். அதன்படியே அவர்கள் அந்த எண்ணெயைக் குடித்ததும், அவர்கள் எல்லோரும் மறுபடியும் சாதம் பரிமாறச் சொன்னார்கள். ஏதோ பைத்தியம் பிடித்தவர்களைப் போல எல்லோரும் சாப்பிட்டனர். அவர்கள் எல்லோருக்கும் பகுத்தறியும் உணர்ச்சி மறைந்து விட்டதை உணர்ந்தேன். நான் ஒருவன்தான் அங்கு நடக்கும் நிகழ்ச்சிகளை அறிந்து கொள்ளும் நிலைமையில் இருந்தேன்.

அந்தத் தீவு ஜனங்களைக் கூர்ந்து கவனித்தேன். அவர்கள் மனிதர்களையே தின்னும் இனத்தவர் என்பதை அறிந்தேன். தற்செயலாக அந்தத் தீவிற்கு வரும் மனிதர்களைப் பிடித்து உணவளித்து, கொழுக்க வைத்துக் கொன்று தின்பதுதான் அவர்கள் பழக்கம் என்பதையும் தெரிந்து கொண்டேன். அந்த அரசனுக்கும் மற்ற குடிஜனங்களுக்கும் ஒரே ஒரு வித்தியாசம். அரசன், கொன்ற மனிதனை வறுத்துச் சாப்பிடுவான். மற்றவர்கள் அப்படியே பச்சையாகத் தின்பார்கள். அவ்வளவுதான் வித்தியாசம்.

அங்கே கொடுக்கப்பட்டு வந்த உணவை மற்றவர்கள் சாப்பிட்டதனால் அதைச் சாப்பிட்ட எல்லோரும் உடல்

பெருத்துக் காணப்பட்டனர். ஆனால், நான் பழையபடியே இருந்தேன். ஆகையால், என்னை யாரும் லட்சியம் செய்ய வில்லை.

ஒருநாள், கடற்கரைப் பக்கம் போனேன். அங்கே ஒரு இடையன் தென்பட்டான். அந்த இடையன் என்னைத் திரும்பிப் பார்க்கும்படி ஜாடை காட்டினான். நான் திரும்பிப் பார்த்தேன். பிறகு அவன் என்னருகில் வந்து, "உனது வலப்புறம் தெரியும் பாதையில் போய்விடு," என்றான்.

அவன் சொன்னபடியே நான் அந்தப் பாதை வழியாக நடந்து சென்றேன். ஏழு நாட்கள் நடந்த பிறகு, ஒரு மிளகுத் தோட்டம் தென்பட்டது. அந்தத் தோட்டத்தில் அநேகர் மிளகு சேகரித்துக் கொண்டிருந்தனர். என்னைப் பார்த்ததும அவர்கள் எல்லோரும ஓடிவந்து, "நீ யார்? இங்கு எப்படி வந்தாய்?" என்று கேட்டனர். நான் என்னுடைய வரலாற்றை அவர்களிடம் சொன்னேன்.

உடனே, அவர்கள், என்னை அவர்களுடைய அரசனிடம் அழைத்துப் போனார்கள். அந்த அரசன் என்னை அன்புடன் வரவேற்று. என்னுடைய வரலாற்றைக் கேட்டான். நான் என்னுடைய முழு வரலாற்றையும் சொன்னேன். பிறகு, அந்த அரசன் என்னைத் தன்னுடனேயே இருக்கச் சொன்னான்.

அங்கே நான் தங்கி இருந்த பொழுது, அந்த நாட்டு மக்கள் எல்லோரும் குதிரையின்மேல் சேணம் இல்லாமலேயே சவாரி செய்வதைப் பார்த்தான். ஆகவே, ஒரு சேணம் செய்து அரசனுக்குக் கொடுத்தேன். சேணத்தின் மேல் உட்கார்ந்து சவாரி செய்து பார்த்த அரசன் மிகவும் மகிழ்ந்தான். அதற்குப் பிறகு, அந்த நாட்டுப் பிரமுகர்கள் அநேகருக்கும் சேணம் செய்து கொடுத்தேன். அதனால் எல்லோரும் என்னை நேசித்தனர்.

ஒருநாள், அந்த அரசன் என்னைப் பார்த்து, "நீ இங்கு வந்து சேர்ந்ததில் எனக்கு மிகவும் மகிழ்ச்சிதான்; ஆனால், நீ ஒரு காரியம் செய்ய வேண்டும்," என்றான். "என்ன காரியம்?" என்றேன். அதற்கு அந்த அரசன், "இந்த ஊரைச் சேர்ந்த ஒரு பெண்ணை நீ மணந்து கொண்டு, இங்கேயே இருந்துவிட வேண்டும்," என்றான்.

நான் தயங்கினேன். என்றாலும் அரசனுடைய விருப்பப்படி ஒரு பெண்ணைக் கலியாணம் செய்து கொண்டேன். எனக்கு

வேண்டிய எல்லாச் சௌகர்யங்களையும் அரசன் செய்து கொடுத்தான். நானும் என் மனைவியும் மகிழ்ச்சியாகவே காலம் கழித்தோம்.

அப்பொழுது, ஒருநாள், என்னுடைய பக்கத்து வீட்டுக் காரனுடைய மனைவி இறந்துவிட்டாள். நான் போய்த் துக்கம் விசாரித்து அவனுக்கு ஆறுதல் சொன்னேன். இன்னொரு பெண்ணை மணந்து இன்பமாக வாழும்படி சொன்னேன். ஆனால், அவன் அழுதான், இன்னும் ஒருநாள் மட்டுமே உயிருடன் இருக்கப் போகும் நான், எதற்காக இன்னொரு பொண்ணை மணந்து கொள்ள வேண்டும் என்று அழுதான். நான் அவனைத் தேற்றினேன். “இன்னும் ஒருநாள் மட்டும்தான் உயிருடன் இருப்பேன் என்று சொல்கிறாயே! அப்படி யெல்லாம் மனதை அதைரியப்படுத்திக் கொள்ளாதே! நீ இன்னும் நெடுநாட்களுக்கு உயிருடன் இருப்பாய். ஆகையால் வேறொரு பெண்ணை நீ மணந்துகொள்,” என்று அவனிடம் சொன்னேன்.

நான் சொன்னதைக் கேட்ட அவன் மேலும் அழுதபடி என்னைப் பார்த்து, “இந்த நாட்டு வழக்கம் உனக்குத் தெரியாது. ஆகையினால்தான் நீ இப்படி சொல்கிறாய். என்னுடைய மனைவியைப் புதைக்கும்போது என்னையும் சேர்த்துப் புதைத்து விடுவார்கள். கணவன் இறந்தால் மனைவியையும் சேர்த்துப் புதைத்துவிடும் பழக்கம் இங்கு உண்டு. கணவனோ, அல்லது மனைவியோ இறந்தால் மற்றவரையும் சேர்த்துப் புதைத்து விடுவார்கள். ஒருவர் இறந்தபின் இன்னொருவர் உயிருடன் இருக்கக்கூடாது என்பதுதான் எங்கள் பழக்கம். ஆகையால் என்னையும் நாளைய தினம் புதைத்துவிடுவார்கள்,” என்று அழுதான்.

மறுநாள், அவனுடைய மனைவியின் பிரேத அடக்கத்திற்கு நானும் சென்றேன். அவர்களுடைய முறைப்படி, பிரேதத்தை எடுத்துச சென்றார்கள். ஊருக்கு வெளியே ஒரு இடத்தில் ஒரு பெரிய கிணறு இருந்தது. அதன் மேல்புறம் ஒரு பெரிய கல் மூடப்பட்டு இருந்தது. அந்தக் கல்லை அப்புறப்படுத்தினர். பிரேதத்தை அந்தக் கிணற்றுக்குள் போட்டனர். பிறகு அவனையும் கயிற்றால் கட்டி அந்தக் கிணற்றுக்குள் இறக்கினார்கள். மறுபடியும்

அந்தக் கல்லைப் போட்டுக் கிணற்றை மூடிவிட்டு எல்லோரும் திரும்பினார்கள்.

அந்த சம்பவத்தைப் பார்த்துவிட்டு வந்த நான் அரசனிடம் சென்றேன். அம்மாதிரி உயிருடன் இருப்பவர் களை போட்டுப் புதைப்பது சரியானதல்லவென்று அவனிடம் சொன்னேன். ஆனால், அவன் அதை ஒப்புக்கொள்ளவில்லை. அந்தப் பழக்கம் எங்கள் மூதாதையர் காலத்தில் இருந்து கையாளப்பட்டு வருகிறது. ஆகையினால், அந்தப் பழக்கத்தை மாற்ற முடியாது" என்று செல்லி விட்டான். அதன் பேரில், நான் என்னுடைய நிலைமையைக் குறித்துக் கவலைப் பட்டேன். "ஒருக்கால், என்னுடைய மனைவி ,இறந்து விட்டால், என்னையும் உயிருடன் போட்டுப புதைத்து விடுவார்களே என்று பயந்தேன்.

அம்மாதிரி நான் பயப்பட்டுக் கொண்டிருந்த சந்தர்ப்பத்தில், ஒருநாள் என் மனைவி நோய்வாய்ப்பட்டாள். என்னுடைய பயம் அதிகரித்தது. சில நாட்களில் அவள் இறந்துவிட்டாள். அவள் இறந்ததும், அந்த நாட்டுப் பழக்கப்படி என்னையும் புதைப்பதற்காக இழுத்துக் கொண்டு போனார்கள். நான் என்னாலான மட்டும் எதிர்ப்பைக் காண்பித்தேன். ஆயினும், என்னை இழுத்துப் போய் என் கையில் ஏழு ரொட்டிகளையும் ஒரு பாத்திரத்தில் தண்ணீரையும் கொடுத்தார்கள். பிறகு என்னைக் கிணற்றில் இறக்கியதும், கல்லைப் போட்டு மூடிவிட்டுப் போய் விட்டார்கள்.

அந்தக் கிணற்றில் ஏராளமான பிரேதங்கள் அழுகிக் கிடந்தன. அந்த வாடையை என்னால் சகிக்க முடியவில்லை. கிணற்றின் உட்புறம் மிகவும் விசாலமாக இருந்தது. ஆகவே, அங்கே ஒரு ஓதுப்புறமாக உட்கார்ந்தபடி கையில் இருந்த ரொட்டியைத் தினத்திற்குக் கொஞ்சமாகத் தின்று உயிரைப் பிடித்துக்கொண்டு இருந்தேன்.

சில நாட்களுக்குப் பிறகு, கிணற்றின் மேலிருந்த கல் அகற்றப்பட்டு வெளிச்சம் உள்ளே தெரிந்தது. முதலில் ஒரு ஆண் பிரேதம் உள்ளே விழுந்தது. சற்று நேரம் கழித்து ஒரு பெண்ணைக் கயிற்றில் கட்டிக் கீழே இறக்கினார்கள். நான் ஒரு ஓரமாக நின்று அந்தப் பெண்ணைப் பார்த்தேன். அவளுடைய

கையில் ரொட்டியும் தண்ணீரும் இருந்தன. ஆகவே, ஒரு எலும்பினால் அவளை அடித்துக் கொன்றேன். அவள் கையில் இருந்த ரொட்டியையும் தண்ணீரையும் நான் எடுத்துப் போய் என்னிடத்தில் வைத்துக் கொண்டேன். அந்த ரொட்டியையும் தண்ணீரையும் குடித்துச் சில நாட்கள் உயிர் பிழைத்தேன்.

அவ்விதமாகக் கிணற்றுக்குள் இறக்கப்பட்ட பலரைக் கொன்று அவர்களிடமிருந்த ரொட்டியின் உதவியால் பல நாள் உயிருடன் இருந்து வந்தேன். அச்சமயம் அந்தக் கிணற்றுக்குள் காட்டுமிருகம் ஒன்று வந்து ஒரு பிணத்தை இழுத்துக்கொண்டு ஓடியது. அதைப் பார்த்த நான், அநத் மிருகம் போன திசையில் சென்றேன். அந்தப் பக்கம் ஒரு வழி தென்பட்டது. அதன் வழியாகத்தான் மிருகங்கள் அந்தக் கிணற்றுக்குள் வரும் என நினைத்து, அதன் வழியாக வெளியே வந்தேன்.

அப்படி வெளியே வந்ததும் எனக்கு எல்லையில்லா ஆனந்தம் உண்டாயிற்று. என்றாலும், மறுபடியும் அந்த ஊருக்குள் செல்ல முடியாது என்று உணர்ந்து கவலைப்பட்டேன்.அவர்களிடமிருந்து தப்பித்துக் கொண்டு,பாக்தாத்திற்குப் போய்ச் சேரவேண்டும் என்ற ஆர்வத்தால் கடற்கரைப் பக்கமாகப் போனேன்.

அப்பொழுது, ஒரு கப்பல் தென்பட்டது. என்னிடம் இருந்த வெள்ளைத் துணியை ஒரு குச்சியில் கட்டி கப்பலில் இருந்தவர் களுக்கு ஜாடை காட்டினேன். கப்பலில் இருந்தவர்கள் அதைப் பார்த்ததும், கப்பலில் இருந்த ஒரு படகை இறக்கிக் கரைக்கு அனுப்பினார்கள். நான் அந்தப் படகில் ஏறிப் போய்க் கப்பலில் அடைந்தேன்.

கப்பலில் இருந்தவர்களிடம் என் வரலாற்றைச் சொன்னேன். அந்தக் கப்பல் தலைவன் மிகவும் உதாரகுணம் கொண்டவன். ஆகவே, என்னைக் கொண்டுவந்து பாஸ்ராவில் இறக்கிவிட்டுப் போனான். பிறகு, நான் பாஸ்ரவிலிருந்து புறப்பட்டு பாக்தாத்தை அடைந்து பழையபடி வியாபாரம் செய்தேன். இதுதான் என்னுடைய நான்காவது பிரயாண வரலாறு. நாளையதினம் ஐந்தாவது பிரயாணத்தைப் பற்றிச் சொல்கிறேன்," என்று முடித்தான் சிந்துபாத் மாலுமி.

ஐந்தாவது பிரயாணக் கதை

“நான்காவது பிரயாணம் போய் வந்த சில நாட்களில், மீண்டும் வெளிநாட்டுப் பயணத்தில் எனக்கு விருப்பம் ஏற்பட்டது. முன்மாதிரி இல்லாமல் அந்த முறை நானே ஒரு கப்பலை விலைக்கு வாங்கினேன். என்னுடைய வர்த்தகப் பொருட்களைத் தவிர மற்ற வியாபாரிகளின் பொருட் களையும் ஏற்றச் செய்தேன். அதற்கான கட்டணத்தையும் வசூலித்தேன்.

பாஸ்ராவில் இருந்து கப்பல் புறப்பட்டது. சில நாட்கள் பயணத்திற்குப் பின், கப்பல் ஒரு தீவை அடைந்தது. பிரயாணிகள் எல்லோரும் கப்பலைவிட்டு இறங்கித் தீவினுள் சென்றனர். நான் மட்டும் கப்பலில் தனித்து இருந்தேன்.

தீவினுள் சென்ற அவர்கள் எல்லோரும் அங்கே இருந்த ரூக் என்ற பட்சியின் முட்டையைப் பார்த்து ஆச்சர்யப் பட்டனர். அதற்குமுன் அவர்கள் அவ்வளவு பெரிய முட்டையைப் பார்த்தது இல்லை. ஆகவே, அதைப் பற்றி வேடிக்கையாகப் பேசினர். அவர்களில் ஒருவன் விளையாட்டுத் தனமாக அந்த முட்டையை உடைத்து விட்டான்.

அந்த முட்டையிலிருந்த குஞ்சு வெளியே வந்தது. அதைப் பிடித்து கொன்று சமைத்து சாப்பிட்டனர். அப்பொழுது அந்தக் குஞ்சினுடைய தாய்ப் பறவை பறந்து வந்தது. முட்டை உடைக்கப்பட்டிருப்பதைப் பார்த்து, அந்தப் பறவை கூச்சல் போட்டது. அதைப் பார்த்த, எல்லோரும் சேர்ந்து அதைக் கற்களால் அடித்துத் துரத்தினர்.

அதுபோய்ச் சற்று நேரத்தில் ஒரு ஆண் பறவையைக் கூட்டிக்கொண்டு வந்தது. இரண்டு பறவைகளும் பயங்கரமாகக் கத்தின. அதைப் பார்த்து எல்லோரும் பயந்து கப்பலுக்குள் வந்து சேர்ந்தனர். நான் விஷயத்தைக் கேள்விப்பட்டேன். எனக்கு ரூக் பறவைகளின் குணம் தெரியும் ஆகையால், உடனே கப்பலைச் செலுத்தச் சொன்னேன்.

கப்பல் புறப்படுவதைப் பார்த்த அந்தப பறவைகள், பெரிய பாறாங்கற்களைத் தூக்கிக் கொண்டுவந்து கப்பலின் மேல்

போட்டன. ஆண் பறவை போட்ட கல் குறி தவறிக் கடலில் விழுந்தது. ஆனால், பெண் பறவை போட்ட கல் கப்பலின் மேல் விழுந்தது. கப்பல் உடைந்து தண்ணீரில் மூழ்கியது.

அதிர்ஷ்டவசமாக ஓர மரத்துண்டு என் கையில் கிடைத்தது. அதைப் பிடித்து நீந்தியபடியே கரையைச் சேர்ந்தேன். பசியும் களைப்பும் அதிகமாக இருந்தது. ஆகையினால், அங்கே மரங்களில் பழுத்திருந்த பழங்களைப் பறித்துத் தின்றேன். பிறகு. அங்கிருந்த ஒரு ஓடைக்குச் சென்று தண்ணீர் குடித்தேன்.

அப்பொழுது ஓடையின் அக்கரையில் ஒரு கிழவன் உட்கார்ந்து இருந்தான். அவனும் என்னைப் போலவேதான் அந்தத் தீவிற்கு வந்து சேர்ந்து இருப்பான் என்று நினைத்தேன். ஆகவே அவனைப் பார்த்து, “நீ யார்? இங்கு எப்பொழுது வந்து சேர்ந்தாய்?” என்று கேட்டேன். ஆனால், என்னுடைய கேள்விகளுக்கு அவன் பதில் சொல்லவில்லை. தன்னால் நடக்க முடியாது என்றும், தன்னை இக்கரைக்குக் கொண்டு வந்து விடும்படியும், ஜாடையினால் தெரிவித்தான்.

உடனே, நான் அக்கரைக்குப் போனேன். அவனை என் தோளின்மேல் தூக்கி உட்காரவைத்து இக்கரைக்கு கொண்டு வந்து சேர்த்தேன். அவன் என் தோளில் இருந்து இறங்க மறுத்தான். அவனைக் கீழே இறக்கிவிட முயற்சித்தேன். ஆனால், அவன் தன்னுடைய கால்களை என் கழுத்தைச் சுற்றி இறுக்கிக் கொண்டு உட்கார்ந்து இருந்தான். என்னால் அவனை இறக்கிவிட முடியவில்லை.

அவன் என்னுடைய தோளின்மேல் உட்கார்ந்தபடியே, பல இடங்களுக்கும் தூக்கிச் செல்லும்படி ஏவினான். அவன் சொன்ன இடங்களுக்கு எல்லாம் அவனைச் சுமந்து சென்றேன். எங்கெங்கோ சுற்றியும் அவன் தோளில் இருந்து இறங்கவே இல்லை. நான் தூங்கும் பொழுதுகூட அவன் என் தோளின் மேலேயே உட்கார்ந்து இருந்தான்.

அவனிடமிருந்து தப்பித்துக்கொள்ளும் மார்க்கம் எனக்குத் தெரியவில்லை. அவனைச் சுமந்து சுமந்து நொந்தேன். நாட்கள்

பல ஆயின; என்றாலும், அவனும் என்னை விடவே இல்லை. சோர்வுடன் அவனைச் சுமந்தபடியே திரிந்தேன்.

ஒருநாள் ஒரு திராட்சைத் தோட்டத்தின் பக்கமாக அவனைச் சுமந்து சென்றேன். அங்கே சில பூசனிக் காய்கள் உலர்ந்து கிடந்தன. ஒரு பூசணிக்காயை எடுத்து உடைத்தேன். அந்தப் பூசணி ஓட்டில் திராட்சை ரசத்தைப் பிழிந்து நிரப்பி வெய்யிலில் வைத்தேன். தினமும் அந்தத் திராட்சை ரசத்தைக் கொஞ்சம் குடித்து வந்தேன். அந்த திராட்சை ரசம் எனக்கு தெம்பு உண்டாக்கியது.

நான் தினந்தோறு அந்த ரசத்தைக் குடிப்பதைப் பார்த்த அந்த கிழவன், ஒருநாள் தனக்கும் அந்த ரசத்தைக் கொடுக்கச் சொன்னான். அந்த ஓட்டில் மீதமிருந்த அவ்வளவு ரசத்தையும் அவனுக்குக் கொடுத்தேன். அவன் அதைக் குடித்தான். சற்று நேரத்தில், அவன் தள்ளாடிச் சாய்தான். அதுதான் தருணம் என்று,நான் அவனை பிடித்துக் கீழே இழுத்துப் போட்டேன். அவன் தலை குப்புற விழுந்தான். உடனே, ஒரு பெரிய கல்லை எடுத்து அவனுடைய தலையில் போட்டுக் கொன்று விட்டேன்.

பிறகு, கடற்கரையை அடைந்தேன். ஏதாவது கப்பல் வராதாவென்று காத்துக்கிடந்தேன். பல நாட்களுக்குப் பிறகு, ஒரு கப்பல் வந்தது. அந்தக் கப்பலில் ஏறிக்கொண்டேன். வழியில் இருந்த ஒரு தீவில் அந்தக் கப்பல் நின்றது. அநேகர் அந்தத் தீவில் இறங்கினர். நானும் இறங்கினேன். தீவைச் சுற்றிப் பார்த்தேன். நான் திரும்பி வருவதற்குள், கப்பல் புறப்பட்டுப் போய்விட்டது.

அன்று மாலை நேரம் ஆயிற்று. அந்தத் தீவில் இருந்த ஜனங்கள் எல்லோரும் கடற்ரையை நோக்கிப் போனார்கள். அங்கே ஒவ்வொரு குடும்பத்தினருக்கும் ஒவ்வொரு படகு இருந்தது. எல்லோரும் தத்தம் படகில் ஏறி உட்கார்ந்தனர். இரவு பூராவும் படகிலேயே இருந்தனர். என்னையும் தன்னுடைய படகில் ஏற்றிக் கொண்டனர். ஊர் ஜனங்கள் எல்லோரும் அப்படிப் படகுகளில் வந்து தங்குவதன் காரணத்தை அவனிடம் கேட்டேன்.

அதற்கு அவன் என்னைப் பார்த்து, "நீ வெளியூரைச் சேர்ந்தவன். ஆகையால், உனக்கு விஷயம் தெரியவில்லை. இந்தத் தீவை அடுத்து இருக்கும் மலையில் மனிதக் குரங்குகள்

ஏராளமாக இருக்கின்றன. அந்தக் குரங்குகள், இரவு நேரங்களில் இந்த ஊருக்குள் புகுந்து அட்டகாசம் செய்யும். பொழுது புலர்ந்ததும், மலைக்கு ஓடிவிடும். அதனல்தான், எல்லோரும் மாலை நேரமானதும இப்படி வந்து தஙகுவார்கள். விடிந்ததும் எல்லோரும் தங்களுடைய வீட்டிற்குப் போய்விடுவார்கள்," என்றான்.

அன்றிரவு பூராவும்அவர்களைப் போலவே நானும் படகிலேயே இருந்தேன். விடிந்ததும், அவன் என்னையும் தன்னுடன் அவனுடைய வீட்டிற்கு அழைத்துப் போனான். வீட்டை அடைந்ததும், அவன் என்னைப் பார்த்து, "உனக்கு என்ன தொழில் தெரியும்?" என்று கேட்டான். அதற்கு நான், "எனக்கு ஒரு தொழிலும் தெரியாது," என்றேன்.

ஆகவே, அவன் என்னைப் பார்த்து, "நீ செய்வதற்கு ஒரு சுலபமான வேலையைச் சொல்கிறேன். அதன்படி நடந்தால் உனக்கு வருமானம் கிடைக்கும்," என்றான். பிறகு, அவன் என்னிடம் ஒரு சாக்குப் பையைக் கொடுத்தான். அந்தப் பை நிறையச் சிறுசிறு கூழாங்கற்களைப் பொறுக்கிக் கொண்டு வரச் சொன்னான். அவன் சொன்னபடியே பை நிறைய கற்களைப் பொறுக்கி வந்தேன்.

பிறகு, அவன் என்னைப் பார்த்து, "இன்று உன்னைச் சிலருடன் அனுப்புகிறேன். நீ அவர்களுடன் சென்று அவர்கள் செய்வதைப் போலவே நீயும் செய்ய வேண்டும்," என்று சொல்லி, அவர்களுக்கு அறிமுகம் செய்து வைத்தான். உடனே அவர்கள் என்னைப் பார்த்து, கற்கள் நிரப்பிய உன்னுடைய சாக்குப் பையை எடுத்துக் கொண்டு எங்களுடன் வா," என்றனர். நான் பையை எடுத்துக் கொண்டு அவர்களுடன் சென்றேன்.

எல்லோரும் அந்த மனிதக் குரங்குகள் இருந்த மலைக்குப் போய்ச் சேர்ந்தோம். அவர்கள் எல்லோரும் தங்கள் பைகளில் இருந்த கற்களை எடுத்து, மரங்களின்மேல் இருந்த குரங்குகளைப் பார்த்து எறிந்தார்கள். நானும் என்னுடைய பையில் இருந்த கற்களை எடுத்து எறிந்தேன். நாங்கள் எல்லோரும் கற்களை எடுத்து எறிவதைப் பார்த்த குரங்குகள், அவைகள் இருந்த மரத்தில் இருந்த பழங்களையும், தேங்காய்களையும் பறித்து எங்கள் மேல் எறிந்தன.

குரங்குகள் எறிந்த பழங்களையும் காய்களையும் எடுத்து அவர்கள் எல்லோரும் தங்கள் பையில் நிரப்பினர். என்னையும் அப்படியே செய்யச் சொன்னார்கள். எல்லோரும் பைகளை நிரப்பினதும், திரும்பி ஊருக்கு வந்து சேர்ந்தோம். நாங்கள் கொண்டு வந்த பொருட்களை அந்த ஊர் ஜனங்கள் விலைக்கு வாங்கினர். அதனால், எனக்கு வருவாய் ஏற்பட்டது. அப்படியே அநேக நாட்கள் செய்து வந்தேன்.

ஒருநாள், கடற்கரைப் பக்கம் உலவிக்கொண்டு இருந்தேன். அப்பொழுது, ஒருகப்பல் அந்தத் தீவிற்கு வந்தது.அந்தக் கப்பலைப் பார்த்ததும், என்னுடைய ஊருக்குத் திரும்ப வேண்டும் என்ற ஆசை ஏற்பட்டது. ஆகவே, என்னுடைய நண்பனுடைய வீட்டிற்குப் போனேன். அவனிடம் விஷயத்தைச் சொன்னேன். அவன் மகிழ்ச்சியுடன் விடை கொடுத்தான். அந்தத் தீவில் நான் சம்பாதித்த பொருட்களை எல்லாம் எடுத்துக் கொண்டு புறப்பட்டேன். வரும் வழியில் அநேக தீவுகளைப் பார்த்தேன். ஒரு தீவில் விநோதமான மிளகுச் செடிகளைப் பார்த்தேன். இந்தச் செடிகளில் உள்ள இலைகளை பார்த்தேன். மழைக் காலங்களில் அந்தச் செடிகளில் உள்ள இலைகள் மிளகுகளின் மேல் தண்ணீர் படாதபடி குடையைப் போல கவிழ்ந்து கொள்ளும். மழை நின்றதும் பழைய நிலைக்குப் போய்விடும்.

அம்மாதிரியான இன்னும் அநேக விநோதங்களைப் பார்த்துக் கொண்டே பிரயாணம் செய்தோம். கப்பல் பாஸ்ராவை அடைந்ததும். நான் அங்கே இறங்கினேன். பிறகு, பாக்தாத்திற்கு வந்து, பழையபடி வியாபாரத்தைக் கவனித்து வந்தேன். இதுதான் என்னுடைய ஐந்தவாது பிரயாணக் கதை. நாளைய தினமும் நீ இங்கு வா. நான் என்னுடைய ஆறாவது பிரயாண வரலாற்றையும் உன்னிடம் சொல்கிறேன்," என்று சொல்லி முடித்தான் சிந்துபாத் மாலுமி.

ஆறாவது பிரயாணக் கதை

"ஐந்தாவது பிரயாணத்தில் இருந்து நான் திரும்பி வந்ததும், இனிமேல் பிரயாணம் செய்யக் கூடாது என்று நினைத்தேன். சில

நாட்களுக்குப் பிறகு, பெரிய வியாபாரிகள் சிலர் என்னுடைய கடைக்கு வந்தனர். அவர்களை மகிழ்ச்சியுடன் வரவேற்றேன். பல விஷயங்களைப் பற்றி பேசிக் கொண்டு இருந்தோம்.

பிறகு, அவர்கள் விடை பெற்றுச் செல்லும்போது ,என்னைப் பார்த்து, “நாங்கள் எல்லோரும் வெளிநாட்டுக்குப் போகிறோம்; நீயும் வருகிறாயா?” என்றனர். அவர்களுடன் சேர்ந்து செல்ல வேண்டும் என்ற ஆசை எனக்கும் உண்டாயிற்று. ஆகவே, “நானும் வருகிறேன்,” என்று சொன்னேன்.

குறிபிட்ட நாளில், எல்லோரும் பாஸ்ராவுக்கு போனோம். அங்கே இருந்த ஒரு கப்பலில் ஏறிப் புறப்பட்டோம். சில நாட்கள் சென்றன. ஒருநாள், கப்பல் நடுக்கடலில் இருக்கும்போது, கப்பல் தலைவன் குய்யோ முறையோ என்று கூச்சல் போட்டு அழுதான். “என்ன விஷயம்? ஏன் இப்படி அழுகிறாய்?” என்று எல்லோரும் அவனைக் கேட்டோம்.

உடனே, அவன் எங்களைப் பார்த்து, “இனி நாம் உயிருடன் திரும்புவது சந்தேகம். முனபின் தெரியாத ஒரு கடலில் கப்பல் இப்பொழுது போய்க்கொண்டு இருக்கிறது. கரை எந்தப் பக்கத்தில் இருக்கிறது என்று என்னால் கண்டு கொள்ள முடியவில்லை,” என்று அழுதான். அவன் சொன்னதைக் கேட்டதும், நாங்கள் எல்லோரும் கலங்கினோம்.

சிறிது நேரத்தில், ஒரு பெரிய காற்று அடித்தது. அதனால் பாய்மரம் முறிந்தது. என்றாலும், அந்தக் காற்று வாக்கிலேயே தத்தளித்துக் கொண்டு கப்பல் போயிற்று. பல நாட்கள் அப்படியே போனதும், ஒருநாள் கரையோரம் இருந்த ஒரு மலையில் மோதி உடைந்தது. சிலர் தண்ணீரில் மூழ்கி இறந்தார்கள். சிலர் கஷ்டத்துடன் நீந்தி, அந்த மலையை அடைந்தனர். அப்படி மலையை அடைந்தவர்களில் நானும் ஒருவன்.

மலையில் நின்றபடியே கடற்புரமாகப் பார்த்தோம். எங்களுடைய கப்பலைப் போலவே இன்னும் பல கப்பல்கள் அந்த மலையில் மோதி உடைந்திருப்பது கண்டோம். அப்படி உடைந்த கப்பல்களில் இருந்த அநேக பொருட்கள் கரையோரமாகக் குவிந்து இருந்தன.

என்னுடன் இருந்த பலர் தீவினுள் சென்றனர். நானும் ஒரு பக்கம் போனேன். அந்தத் தீவைப் போன்ற அழகிய தீவை நான் பார்த்ததே இல்லை. அந்தத் தீவில் ஓடிய சிற்றாறுகளில் முத்துக்களும் ரத்தினங்களும் மலிந்து கிடந்தன. அம்மாதிரியான பல இயற்கை வளங்களை பார்த்துக் கொண்டே, மறுபடியும் பழைய இடத்திற்கே திரும்பி வந்தேன்.

மற்றவர்களும் அங்கே திரும்பி வந்து சேர்ந்தனர். அங்கே கிடைத்த சில காய்கறிகளைத் தின்றோம். வேறு எவ்விதமான உணவுப் பொருளும் அந்தத் தீவில் கிடைக்கவில்லை. ஆகவே, பசிக்கொடுமையால், என்னைத் தவிர எல்லோரும் இறந்தனர்.

நானும் இறந்து விடுவேனோ என்னும் நிலைமை ஏற்பட்டது. அப்படி இறக்க நேர்ந்தால், என்னுடைய பிரேதத்தை எடுத்து புதைப்பதற்குக் கூட ஒருவரும் இல்லையே என்று ஏங்கினேன். விதியின் கொடுமையை எண்ணி அழுதேன். கடைசியாக ஒரு முடிவுக்கு வந்தேன். அம் முடிவின்படி நானே ஒரு குழியை வெட்டினேன். அந்தக் குழியில் இறங்கி உட்கார்ந்து கொண்டால், நான் இறந்ததும், காற்றடித்து, அதனால் குழியை மணல் மூடிவிடும் என்று நினைத்தேன்.

சில நாட்கள் அப்படி இருந்தும், நான் சாகவில்லை. ஆகவே, யோசித்தேன். அந்தத் தீவில் வந்து முடியும் ஆறுகளின் ஆரம்ப இடம் ஒன்று இந்தாக வேண்டும் என்று என் மனத்திற்குப் பட்டது. ஆகவே, அந்த ஆற்றின் வழியாகப் போனால், ஏதாவது ஒரு நகரம் தென்படும் என்று எண்ணினேன்.

உடனே ஒரு படகைக் கட்டி முடித்தேன். அந்தத் தீவில் கிடைத்த முத்துக்களையும் ரத்தினங்களையும் படகு நிறையச் சேமித்துக் கொண்டு படகைச் செலுத்தினேன். அநேக நாட்கள் சென்றதும், ஒரு நகரம்கூடத் தென்படவில்லை. ஒருநாள் இரவு நான் படகிலேயே தூங்கி விட்டேன். மறுநாள் காலையில் விழித்து எழுந்தபோது, என்னுடைய படகு, கரையோரம் இருந்த ஒரு மரத்தில் கட்டப்பட்டு இருந்தது. கொஞ்சதூரம் தள்ளி, அநேகம் பேர் உட்கார்ந்து இருந்தனர்.

அவர்கள் என்னைப் பார்த்து ஏதோதோ கேள்விகள் கேட்டனர். ஆனால், அவர்கள் பேசிய மொழி எனக்குப் புரியவில்லை.ஆகையினால், நான் பதில் சொல்லாமல் நின்றிருந்தேன். அப்பொழுது, அவர்களிடையே இருந்த ஒருவன் அராபிய மொழியில் பேசினான். என்னுடைய வரலாற்றைக் கேட்டான். அவனிடம் விபரத்தைச் சொன்னேன்.

அதற்குப் பிறகு அவர்கள் எல்லோரும் சேர்ந்து, என்னை அவர்களுடை அரசனிடம் அழைத்துப் போனார்கள். அந்த அரசனை நான் வணங்கினேன். என்னிடமிருந்த முத்துக்களையும் ரத்தினங்களையும் அந்த அரசனுக்குப் பரிசாகக் கொடுத்தேன். அதனால், அவன் மனம் மகிழ்ந்தான். என்னுடைய வரலாற்றை விசாரித்தான். பிறகு என்னை அங்கேயே இருக்கும்படி கேட்டுக் கொண்டான்.

அரசனுடைய விருப்படியே நான் சில நாட்கள் அங்கே தங்கினேன். பிறகு, என்னுடைய ஊருக்குப் போக விரும்புவதை அவனிடம் ஒருநாள் தெரிவித்தேன். அதைக் கேட்ட அந்த அரசன், மிகவும் மகிழ்ச்சியுடன் விடை கொடுத்தான். எனக்கு ஏராளமான பரிசுப் பொருட்களைக் கொடுத்தான். மேலும், பாக்தாத் மன்னன் ஹரூன் எர் ரஷீத்திடம சேர்ப்பிக்கும்படி ஒரு கடிதத்தையும் கொடுத்தான்.

அவைகளைப் பெற்றுக் கொண்டு, கப்பலில் ஏறி பாஸ்ராவுக்கு வந்தேன். பிறகு, பாக்தாத் நகரத்திற்கு வந்து ஹரூன் எர் ரஷீத் மன்னனிடம் அந்த அரசன் கொடுத்த கடிதத்தைக் கொடுததேன். ஹரூன் எர் ரஷீத் மன்னன் என்னுடைய பிரயாண அனுபவங்களைக் கேட்டு மகிழ்ந்தான். ஏராளமான பரிசுகளை எனக்குக் கொடுத்துக் கௌரவித்தான்.

அதற்குப் பிறகு, நான் பழையபடி வியாபாரத்தைக் கவனித்து வந்தேன். இதுதான் என்னுடைய ஆறாவது பிரயாண அனுபவம். நாளைய தினம் ஏழாவது பிரயாணத்தைப் பற்றி சொல்கிறேன்,' என்றான் சிந்துபாத் மாலுமி.

ஏழாவது பிரயாணக் கதை

"நான் போய்வந்த ஆறு பிரயாணங்களிலும் எனக்கு ஏற்பட்ட கஷ்டங்களை நினைத்துப் பார்த்தேன். இனிமேல் பிரயாணம் செய்வதில்லை என்று முடிவு செய்து கொண்டேன். பிரயாணம் செய்து செய்து எனக்கும் அலுத்துப் போய் விட்டது.

ஆகவே, நான் உண்டு என் வியாபாரம் உண்டு என்னும் தோரணையில் இருந்து வந்தேன். வேறு எந்த ஜோலிக்கும் நான் போவது இல்லை. அப்படி இருக்கும்போது, ஒருநாள், அரசன் கூப்பிடுவதாக ஒரு சேவகன் வந்து சொன்னான். அதைக் கேட்டதும் நான் அரச சபைக்கு சென்றேன்.

அரசன் மகிழ்ச்சியுடன் என்னை வரவேற்றான். பிறகு. என்னைப் பார்த்து, "சிந்துபாத்! நீ ஒரு காரியத்தைச் செய்து முடிக்க வேண்டும்," என்றான். "என்ன காரியம்?" என்றேன். உடனே, அரசன் என்னைப் பார்த்து, "போன தடவை நீ பிரயாணம் போய்வந்த ரணதீபத்தீவு அரசனுடைய கடிதத்தைக் கொடுத்தாய் அல்லவா? அந்தக் கடித்தத்திற்குப் பதில் எழுதிக் கொடுக்கிறேன். அதைக் கொண்டுபோய் அந்த அரசனிடம் சேர்ப்பிக்கவேண்டும்," என்றான்.

அதைக் கேட்டதும் என்னுடைய உடல் நடுங்கிற்று. மறுபடியும் பிரயாண நினைவு தோன்றும்போது எல்லாம் எனக்கு அவ்வளவு பயம் ஏற்பட்டது. ஆகவே அரசனிடம், நான் பட்ட கஷ்டங்களை எல்லாம் எடுத்துச் சொன்னேன். மேற்கொண்டு பிரயாணம் செய்வது இல்லை என்று முடிவு செய்திருப்பதையும் சொன்னேன்.

என்னுடைய கஷ்டங்களை எல்லாம் அனுதாபத்துடன் அரசன் கேட்டுக் கொண்டு இருந்தான். என்றாலும், நான் பதில் கடிதத்தைக் கொண்டு போயாக வேண்டும் என்று மிகவும் வற்புறுத்தினான். ஆகவே, அரசனுடைய விருப்பத்திற்கு இணங்க, கடிதத்தைப் பெற்றுக் கொண்டு ரணதீபத் தீவிற்குப் போனேன்.

மீண்டும் நான் அங்கே வந்ததைப் பார்த்த அந்த அரசன் மகிழ்ச்சியுடன் வரவேற்றான். நான் அங்கே மறுபடியும் வந்த

விஷயத்தைக் கேட்டான். உடனே, நான் ஹரூன் எர் ரஷீத் மன்னன் கொடுத்த கடிதத்தை அவனிடம் கொடுத்தேன். அதைப் பார்த்த அவன் மேலும் மகிழ்ச்சி கொண்டான். எனக்கு நிறையப் பரிசுகளைப் கொடுத்தான். அங்கே சில நாட்கள் தங்கி இருந்த பின் நான் அந்த அரசனிடம் விடைபெற்றுப் புறப்பட்டேன்.

திரும்பிவரும்வழியில்,நடுக்கடலில்கொள்ளைக்கூட்டத்தினர் எங்கள கப்பலை மடக்கினர். அவர்களை எதிர்த்தவர்களை எல்லாம் கொன்று விட்டார்கள். பிறகு. அந்தக் கப்பலை தங்களுடைய தீவிற்குக் கொண்டு போனார்கள். இறந்தவர்கள் போக எஞ்சி இருந்தவர்களை விற்றுவிட்டனர். அப்படி விற்கப் பட்டவர்களில் நானும் ஒருவன்.

என்னை விலைக்கு வாங்கிய வியாபாரி என்னை மிகவும் அன்புடன் நடத்தினான். ஒரு நாள் அந்த வியபாரி, என்னைப் பார்த்து, “உனக்கு என்ன தொழில் தெரியும்?” என்று கேட்டான். “நான் ஒரு தொழிலையும் கற்றுக் கொள்ளவில்லை ஆகையால், எந்தத் தொழிலும் எனக்குத் தெரியாது” என்று பதில் சொன்னேன்.

பிறகு, அவன் என்னைப் பார்த்து, “குறி பார்த்து அம்பு எய்ய உனக்குத் தெரியுமா?” என்றான். “தெரியும்” என்றேன். அதைக் கேட்ட அவன் மகிழ்ச்சி அடைந்தான். என்னிடம் ஒரு வில்லையும் அன்புகளையும் கொடுத்துக் காட்டிற்கு அழைத்துச் சென்றான். அங்கே இருந்த ஒரு பெரிய மரத்தின் மேல் ஏறச் சொன்னான். பிறகு, என்னைப் பார்த்து, “இங்கே யானைகள் வரும். நீ அம்பெய்து அந்த யானைகளைக் கொல்ல வேண்டும். ஆனால், ஏதேனும் யானைகள் இறந்தால், உடனே என்னிடம் வந்து சொல்ல வேண்டும்” என்று சொல்லி விட்டு அவன் போய்விட்டான்.

நான் மரத்தின் மேல் உட்கார்ந்தபடியே கவனித்துக் கொண்டு இருந்தேன். அவன் சொன்ன விதமே யானைகள் வந்தன. நான் அம்பு எய்தேன் அது ஒரு யானையின்மேல் பட்டு இறந்தது. அதைப் பார்த்த மற்ற யானைகள் ஓடிப் போய்விட்டன. நான் மரத்தில் இருந்து இறங்கிப் போய் விஷயத்தை அவனிடம் சொன்னேன். அவன், என்னுடன் திரும்பி அந்தக் காட்டுக்கு வந்தான். இறந்து கிடந்த யானையை எடுத்துக்கொண்டு வீட்டிற்குப் போனான். அந்த யானையின் தந்தத்தை எடுத்து வைத்துக் கொண்டான்.

அதன் பிறகும், அவன் என்னைக் காட்டுக்கு அனுப்பி யானைகளைக் கொல்லச் சொன்னான். அதன்படியே நான் தினந்தோறும் காட்டிற்குப் போனேன். தினமும் ஒவ்வொரு யானையைக் கொன்றேன். அந்த யானைகளை எல்லாம் அவன் எடுத்துப் போய் தந்தத்தைச் சேகரித்தான்.

ஒருநாள், நான் மரத்தின் மேலிருக்கையில் யானைக் கூட்டம் ஒன்று வந்தது. அந்த யானைகள் முழுவதும் நான் இருந்த மரத்தைச் சுற்றி வளைத்து நின்றன. பிறகு, பெரிய யானை ஒன்று முன்னே வந்தது. நான் உட்கார்ந்து இருந்த மரத்தை முட்டித் தள்ளியது. மரம் வேரோடு சாய்ந்தது. நான் கீழே விழுந்தேன்.

உடனே, அந்த யானை தன் துதிக்கையால் என்னைத் தூக்கிக் கொண்டு போயிற்று. மற்ற யானைகள் பின் தொடர்ந்து வந்தன. நெடுந்தூரம் போன பிறகு, ஒரு பள்ளத்தாக்கில் யானைகளின் எலும்புக் கூடுகள் ஏராளமகாகக் காணப்பட்டன. அந்தப் பள்ளத்தாக்கில் என்னை வீசி எறிந்துவிட்டு அந்த யானைகள் எல்லாம் திரும்பிப் போய்விட்டன.

அதிர்ச்சி நீங்கி நான் எழுந்து பார்த்தேன். யானைகளைக் காணவில்லை. ஆகவே, தைரியமாக நடந்து சென்று வியாபாரியின் வீட்டை அடைந்தேன். அவன் என்னை உயிருடன் பார்த்ததும் மிகவும் மகிழ்ச்சி அடைந்தான். அவன் காட்டிற்கு வந்து பார்த்தாகவும், மரம் சாய்ந்து இருந்ததினால், யானைகளால் நான் கொல்லப்பட்டு இருப்பேன் என்று அவன் நினைத்ததாகவும் சொன்னான்.

காட்டில் நடந்த சம்பவங்களை நான் அவனிடம் சொன்னேன். யானையின் எலும்புக் கூடுகள் இருந்த பள்ளத்தாக்கைப் பற்றி நான் சொன்னதும், அவன் மகிழ்ச்சி எல்லை கடந்து போயிற்ற அந்தப் பள்ளத்தாக்கைக் காண்பிக்கும்படி என்னைக் கெஞ்சினான். உடனே, நான் அவனை அங்கே அழைத்துப் போனேன்.

அங்கு கிடந்த எலும்புக் கூடுகளை எல்லாம் அவன் தன்னுடைய வீட்டிற்குக் கொண்டு வந்து சேர்த்தான். யானைத் தந்தங்களைச் சேகரிப்பதற்காகத்தான் அவன் தினந்தோறும் என்னைக் காட்டிற்கு அனுப்பினான். அப்பொழுது, ஏராளமான தந்தங்கள் அகப்பட்டுவிட்டதால்,நான் காட்டிற்குப் போகவில்லை.

ஒருநாள், நான் ஊருக்குப் போக அனுமதிக்க வேண்டும் என்று அவனிடம் கேட்டேன். என்னால் அவனுக்கு ஏராளமாகத் தந்தங்கள் கிடைத்திருந்தபடியால், என்னை ஊருக்கு அனுப்ப ஒப்புக் கொண்டான். ஏராளமான பொருட்களை எனக்குக் கொடுத்து கப்பல் செலவிற்கு பணம் கொடுததான்.

பிறகு, நான் கப்பல்ஏறி பாஸ்ராவுக்கு வந்தேன். அங்கிருந்து பாக்தாத்திற்கு வந்து சேர்ந்து அரசனிடம் தகவலைச் சொன்னேன். நான் திரும்பி வந்ததைக் கண்ட அரசன், மிகவும் சந்தோஷப்பட்டு எனக்கு பரிசு அளித்தான். நான் வீட்டிற்கு வந்து சேர்ந்து, வியாபாரத்தைக் கவனித்து வருகிறேன்.

இப்படி நான் பலகாலம் துன்பத்தை அனுபவித்து, இந்த நிலைக்கு வந்தேன். இப்பொழுதுதாவது நீ அதை உணர்ந்து இருப்பாய் என்று நம்புகிறேன்," என்றான் சிந்துபாத் மாலுமி.

அந்த வரலாற்றைக் கேட்டுக்கொண்டு இருந்த கூலிக்கார சிந்துபாத் மிகவும் ஆச்சர்யப்பட்டான். பிறகு, சிந்துபாத் மாலுமி அவனுக்குப் பரிசுகள் கொடுத்து அனுப்பினான்," என்றாள் ஷாரஜாத்.

பித்தளை நகரத்தின் கதை

"சிரியா நாட்டைச் சேந்த டமாஸ்கஸ் நகர அரசன் அப்துல் மெலிக், தன் மந்திரி பிரதானிகளுடன் ஒருநாள் பேசிக் கொண்டு இருந்தான். அச்சமயம் சுலைமான் மன்னனுடைய சக்தியைப் பற்றிப் பேச்சு வந்தது. சுலைமான் மன்னன் பேய்களையும் பூதங்களையும் அடக்கி ஆண்ட வரலாற்றைச் சொன்னார்கள்.

சுலைமான் மன்னன் ஆண்ட காலத்தில் அவன் தனக்கு அடங்காத எல்லாப் பூதங்களையும் பிடித்து பித்தளை ஜாடியில் அடைத்து சமுத்திரத்தில் போட்டு விட்டான். அம்மாதிரி சமுத்திரத்தில் போடப்பட்ட ஜாடிகள், செம்படவர்களின் வலையில் அகப்பட்டதைப் பார்த்து வந்த ஒருவன் தாலிப் என்பவனிடம் சொன்னான். ஆகவே, தாலிப் தான் கேள்விப்பட்ட விஷயத்தை அப்துல் மெலிக் அரசனிடம் சொன்னான்.

"என்னுடைய நண்பன் ஒருவன் ஒரு சமயம் கப்பல் பிரயாணம் செய்தான். கடலில் புயல் தோன்றி கப்பலை ஒரு தீவிற்குக் கொண்டு போய்ச் சேர்த்து. அந்தத் தீவில் இருந்த ஜனங்கள் எல்லோரும ஆடையின்றி மிருகங்களைப் போல இருந்தார்கள். அவர்களுடைய மொழி கப்பலில் இருந்தவர்களுக்குப் புரியவில்லை.

அந்த ஜனங்களுக்கு ஒரு அரசன் இருந்தான். அவனுக்கு மட்டும் அராபிய மொழி தெரியும். ஆகவே, எல்லோரும் அந்த அரசனுடன் பேசிக் கொண்டு இருந்தார்கள்.

அச்சமயம், ஒரு கிழவன் கடலில் வலை வீசி மீன் பிடித்துக் கொண்டு இருந்தான். அவன் வீசிய வலையில் ஒரு பித்தளை ஜாடி வந்தது. அதன் வாய்ப்புறம் மூடி முத்திரை வைக்கப்பட்டு இருந்தது. அந்தக் கிழவன், வலையில் அகப்பட்ட பித்தளை ஜாடியின் முத்திரையை உடைத்தான்.

உடனே, அந்த ஜாடியில் இருந்த புகை வந்தது. அந்தப் புகை வானாளவி எழுந்தது. அந்தப் புகையின் நடுவில் ஒரு பூதம் தோன்றி, "கடவுளின் தூதனே! வருந்துகிறேன் வருந்துகிறேன்," என்று சொல்லிவிட்டு, மலையை நோக்கி ஓடிவிட்டது.

அம்மாதிரி பூதம் தோன்றியதோ, அல்லது அது கத்திக் கொண்டு ஓடியதோ, அந்தத் தீவைச் சேர்ந்த ஜனங்களுக்கு வியப்பளிக்கவில்லை. ஆகவே, கப்பலில் போய் இருந்த ஒரு பிரயாணி, அந்த அரசனைப் பார்த்து அவ் விஷயத்தைப்பற்றி கேட்டான். அதற்கு அந்த அரசன், "இம்மாதிரி கடலில் வலைவீசும் சமயங்களில் எல்லாம் இதைப் போன்ற பூதங்கள் வருவது இங்கு சர்வ சாதாரணமாக நிகழக்கூடிய சம்பவம். ஆகையால்தான், யாரும் வியப்படைவதில்லை," என்று சொன்னான்.

"கடலில் இம்மாதிரி பூதங்கள் நிறைய இருக்கின்றவா?" என்று மீண்டும் அவன் கேட்டான். அதற்கு அரசன், "சுலைமான் மன்னன் தனக்கு அடங்கி நடக்காத பூதங்களை எல்லாம் பிடித்து இம்மாதிரி ஜாடியில் அடைத்து கடலில் எறிந்து விட்டான். அம்மாதிரி ஜாடிகள் கணக்கின்றிக் கிடைக்கின்றன. வெளியே எடுக்கப்பட்ட ஜாடியில் இருந்து வரும் பூதங்கள் எல்லாம், சுலைமான் மன்னன் இன்னும் உயிருடன் இருப்பதாகப் பயந்து ஓடுகின்றன," என்றான்.

"என் நண்பன் சொன்ன வரலாறு இதுதான்," என்று அரசனிடம் தாலிப் சொன்னான்.

தாலிப் சொன்னதைக் கேட்டதும், அந்த அரசனுக்கு, ஒரு பூதத்தைப் பார்க்க வேண்டும் என்ற விருப்பம் உண்டாயிற்று. அங்கு பேசிக்கொண்டு இருந்தவர்களிடம் தன் விருப்பத்தைச் சொன்னான். அதைக் கேட்ட தாலிப், "அரசே! உங்களுடைய தம்பிக்கு ஒரு கடிதம் எழுதுங்கள். அவர் மேற்கு நாட்டிலிருந்து ஒரு பூதத்தைப் பிடித்து வரும்படி மூஸாவுக்குக் கட்டளை இடுவார்," என்றான்.

உடனே, அசரன் ஒரு கடிதம் எழுதி, தாலிப் வசமே கொடுத்துத் தன் தம்பியிடம் அனுப்பினான். தாலிப் அந்தக் கடிதத்தை எடுத்துக்கொண்டு போனான். அரசனுடைய தம்பி அப்துல் அஜீஸிடம் கடிதத்தைக் கொடுத்தான். அப்துல் அஜீஸ் கடிதத்தைப் படித்தான். மூஸாவை அழைத்து வரச் சொன்னான். அவன் வந்ததும், அப்துல் அஜீஸ் அவனைப் பார்த்து, "இன்று என் தமையன் இடத்திலிருந்து ஒரு கடிதம் வந்து இருக்கிறது. என்னுடைய தமையன் ஒரு பூதத்தைப் பார்க்க விரும்புகிறார். ஆகையால், ஒரு பூதத்தைக் கொண்டுவர வேண்டும்," என்றான்.

அதைக் கேட்ட மூஸா, "அந்தப் பூதங்கள் மேற்கு நாட்டில் ஏராளமாக இருப்பதாகக் கேள்விப்பட்டு இருக்கிறேன். ஆனால் அந்தப் பகுதிக்கு நான் போனதே இல்லை. அப்துஸ் சமத் என்ற ஒரு கிழவன் இருக்கிறான். அவனைக் கேட்டால் விவரம் தெரியும்," உடனே அப்துஸ் ஸமத் வரவழைக்கப்பட்டான். அவனிடம் விஷயத்தைச் சொன்னதும், அவன், "மேற்கு நாட்டிற்குப் போவது என்றாலே இரண்டரை வருஷங்கள் நடந்து செல்ல வேண்டும். பிறகு திரும்பி வர இரண்டரை வருஷங்கள் ஆகும். அப்படியும் போவது என்றால், வழியில் அநேக ஆபத்துக்கள் ஏற்படும்," என்றான். ஆயினும், மேற்கு நாட்டுக்குப் போய்ப் பூதத்தைக் கொண்டு வருவதாக ஒப்புக்கொண்டான்.

எல்லோரும் அந்தக் கட்டிடத்துக்குள் சென்று பார்த்தனர். அங்கு யாரும் வசிப்பதாகத் தென்படவில்லை. பாழடைந்து கிடந்தது; என்றாலும் அதனுடைய அருமையான வேலைப்பாடு எல்லோரையும் கவர்ந்தது. அவர்கள் அதைச் சுற்றிப்பார்த்து

வரும்பொழுது, ஒரு சாசனக்கல் தென்பட்டது. அந்தக் கல்லில், "இந்த அரண்மனையில், இரண்டாயிரம் அரசர்கள் ஆண்டனர். அவர்களில் ஆயிரம் பேர்களுக்கு ஒரு கண் குருடு. அவர்கள் எல்லோரும் இந்த அரண்மனையை விட்டு, மயானத்தில் இடத்தைத் தேடிக்கொண்டார்கள்" என்று பொறிக்கப்பட்டு இருந்தது.

அதைப் பார்த்த மூஸா மிக்க வருத்தத்துடன் அழுதான். பிறகு, எல்லோரும் அங்கிருந்து புறப்பட்டுச் சென்றனர். சில நாட்கள் நடந்ததும், ஒரு மலை உச்சியை அடைந்தனர். அந்த மலையின் மேல் பித்தளையால் செய்யப்பட்ட குதிரை வீரன் சிலை என்று இருந்தது. அந்தச் சிலையின் கையில் ஒரு ஈட்டி இருந்தது. அந்த ஈட்டியில், "இவ் வழியாகப் போகிறவர்களுக்குச் சரியான வழி தெரியாவிட்டால், இந்தச் சிலையின் கையைத் தேய்த்தால், தலையைத் திருப்பிச் சரியான பாதையைக் காட்டும்' என்று எழுதப்பட்டு இருந்தது.

மூஸா அந்தச் சிலையின் கையைத் தேய்த்தான். உடனே அந்தச் சிலையின் தலை ஒரு புறமாகத் திரும்பிற்று. அவ்வழியே நடந்தனர். சிறிது தூரம் சென்றதும், ஒரு விநோதக் காட்சியைப் பார்த்தனர். ஓரிடத்தில் நிலத்தில் மார்பு வரையில் புதைக்கப்பட்டிருந்த ஒருவனைப் பார்த்தனர். அவனுக்கு நான்கு கைகளும் இறக்கைகளும் இருந்தனர் அவன் அழுது கொண்டே இருந்தான். அவனை நெருங்கி அவனுடைய வரலாற்றை விசாரித்தனர். அவன் தன்னுடைய கதையைச் சொன்னான்.

"நான் பூதக் கூட்டத்தைச் சேர்ந்தவன். எங்கள் கூட்டத்திற்குச் சொந்தமாகச் சிகப்புச்சிலை தேவதை ஒன்று இருந்தது. அந்தச் சிலை என்னுடைய பொறுப்பில் இருந்து வந்தது. அந்தச் சிலையை வணங்குவதற்குக் கடலரசன் ஒருவன் வருவான். அந்தக் கடலரசனுக்கு அடிமையாகப் பத்து லட்சம் பூதங்கள் இருந்தன.

அந்த அரசன் வணங்கும் சிகப்புச் சிலை என்னுடைய பொறுப்பில் இருந்ததால், அந்த அரசனும் அவனுடைய அடிமைப் பூதங்களும் எனக்குப் பயந்து என் சொல்படியே நடப்பார்கள். அந்த அரசனுக்கு ஒரு பெண் இருந்தாள். அவளும் சிகப்புச் சிலையை வணங்க அடிக்கடி வருவாள். அவள் அழகு மிகுந்தவள்.

அவளுடைய அழகைக் கேள்விப்பட்ட சுலைமான், அவளைத்

தனக்கு மணம் செய்து கொடுக்கும்படி கடலரசனைக் கேட்டான். ஆனால், கடலரசன், ஒப்புக்கொள்ள வில்லை. அவனுக்கு இருந்த பத்து லட்சம் பூதங்களைக் கொண்டு சுலைமானை வென்று விடலாம் என்று நினைத்தாள். மேலும், அவன் வணங்கும் சிகப்புச் சிலையின் அபிப்பிராயத்தைக் கேட்டுச் சொல்லும்படி என்னிடம் சொன்னான். சுலைமானுடன் சண்டையிடும்படி நானே சிலையின் சார்பாகப் பதிலளித்தேன்.

உடனே, கடலரசன் பெண் கேட்க வந்த சுலைமானுடைய தூதுவனை அடித்துத் துரத்தினான். அதனால் சுலைமான் கோபம் கொண்ட கடலரசன் மேல் படையெடுத்து வந்தான். கடலரசனுக்கு உடந்தையாக இருந்ததற்காக, சுலைமான் என்னை இப்படிப் போட்டு மூடி முத்திரை வைத்து விட்டான். அப்பொழுது முதல் இப்படியே அழுது புலம்பிக் கொண்டு இருக்கிறேன்'' என்று அவன் சொன்னான்.

பூதத்தின் வரலாற்றைக் கேட்டதும், அப்துஸ் மைத் அந்தப் பூதத்தைப் பார்த்து, "சுலைமான் காலத்தில் பூதங்களை எல்லாம் பிடித்துப் பித்தளை ஜாடிகளில் அடைத்து விட்டதாகக் கேள்விப்பட்டோம்; அந்த ஜாடிகளில் ஒன்று இப்பொழுது எங்களுக்குத் தேவை. ஆகையினால், அநத் மாதிரி ஜாடி எங்கே கிடைக்கும் என்பதைப் பற்றி எங்களுக்குச் சொல்'' என்றான்.

உடனே பூதம் அவனைப் பார்த்து, "எல்கார்கர் கடற்பிரதேசத்தில் உள்ள பித்தளை நகரத்தில் ஏராளமான ஜாடிகள் இருக்கின்றன. நீங்கள் அங்கே போனால், அந்த ஜாடிகள் கிடைக்கும்'' என்று சொல்லி, பித்தளை நகரத்திற்குப் போகும் வழியையும் காண்பித்தது.

அந்தப் பூதம் காண்பித்த வழியிலேயே அவர்கள் சென்றனர். பூதம் குறிப்பிட்ட பித்தளை நகரம் தென்பட்டது. அந்த நகரத்தைச் சுற்றிப் பித்தளையால் கட்டப்பட்ட மதில் சுவர் இருந்தது. ஆனால், அதன் உள்ளே செல்வதற்கு வாசல் காணப்படவில்லை.

எல்லோரும் மதில் சுவருக்கு வெளியே ஒரு இடத்தில் தங்கினார்கள். மதில் சுவரை சுற்றிப் பார்த்து வாசல் இருக்கும் இடத்தைக் கண்டுபிடித்து வரும்படி ஒருவனை அனுப்பினார்கள்.

அவன் ஒரு ஒட்டகத்தின் மேல் ஏறிச் சென்றான். அந்த மதிலைச் சுற்றி அவன் இரண்டு நாள் பிரயாணம் செய்தான். மூன்றாம் நாள் காலையில் மற்றவர்கள் இருந்த இடத்திற்கு வந்தான். அநத் மதில்லைச் சுற்றி எந்த இடத்திலும் வாசல் காணப்படவில்லை என்று தெரிவித்தான்.

ஆகவே, மேற்கொண்டு என்ன செய்வதென எல்லோரும் யோசித்தனர். மதில் சுவரை அடுத்து ஒரு மலை இருந்தது. அந்த மலையின் மேல் ஏறினால் மதிலின் உட்புறத்திலுள்ள நகரம் தெரியும். அதன் மூலமாக ஏதாவது வழி தென்படலாம் என்று முடிவுக்கு வந்தனர். ஆகவே, மலை மேல் ஏறிப் பார்த்தனர். மதிலினுள் அழகிய நகரம் ஒன்று காணப்பட்டது. ஆனால், அங்கே மனிதர்கள் நடமாட்டம் இருப்பதாகத் தோன்ற வில்லை. மதில் சுவரில் வாசலும் இருப்பதாகத் தெரியவில்லை.

சோர்வுடன் மலையில் இருந்து இறங்கினார்கள். மறுபடியும் மதிலருகில் நின்று யோசித்தனர். மதிலுக்கு வெளியே ஒரு ஏணியை வைத்து மதில் மேல் ஏறலாம் என்று முடிவு செய்தனர். உடனே, தச்சர்களைக் கூப்பிட்டு பெரிய ஏணி ஒன்றைச் செய்யச் சொன்னார்கள்.

அந்த ஏணியை மதிலில் சாய்த்து, அதைச் செய்த தச்சன் ஒருவன் மதில் மேல் ஏறினான். அவன், மதில் சுவரின் மேல் நின்றபடி உட்புறம் பார்த்தான். மகிழ்ச்சி பொங்கக் கைகொட்டி ஆரவாரம் செய்தான். பிறகு, மறுபக்கம் இறங்கி மறைந்தான். நெடுநேரமாகியும் அவன் திரும்பி மதில் சுவரின் மேலும் வரவில்லை. வாசல் இருக்கும் இடத்தையும் தெரிவிக்க வில்லை.

ஆகையால், வேறொருவன் அந்த ஏணியின் மேலே ஏறி மதிலை அடைந்தான். முன் சென்றவனைப் போலவே அவனும் மறைந்தான். அப்படியே பன்னிரண்டு பேர்கள் போனார்கள். ஆனால், எந்தவிதமான தகவலும் தெரிய வில்லை.

அப்துஸ் சமத் யோசித்தான். மற்றவர்களை அனுப்புவதை விட, தானே மதிலின் மேல் ஏறிப் பார்த்து விடுவதே நல்லது என்று முடிவு செய்தான்! அதன்படி ஏணி மேல் ஏறி மதிலின் மேலே நின்று உள்ளே பார்த்தான்! அவனுக்கு முன் அங்கே சென்றவர்கள் மகிழ்ச்சியைக் காட்டியது போலவே, அவனும் கைகொட்டி

மகிழ்ந்தான்! ஆனால், உட்புறம் இறங்கவில்ல! ஏனென்றால் மதிலின் மறுபக்கம், தண்ணீர்த் தேக்கம் ஒன்று காணப்பட்டது. அதனருகில் அழகிய பெண்கள் பத்துப்பேர் நின்று இருந்தனர்! முன்பு மதிலின் மேல் ஏறிய பன்னிரண்டு பேரும் அங்கே பிணமாகக் கிடந்தனர்! அந்த அழகிகள் எல்லோரும் அப்துஸ் சமத்தையும் தங்களிடம் வரும்படி ஜாடை காட்டினர்! ஆனால், அவன் அதில் மயங்கவில்லை! உடனே, அந்தப் பெண்கள் மாயமாக மறைந்து விட்டனர்!

பிறகு, அம்துஸ் சமத் மதிலின மீது நடந்து சுற்றிப் பார்த்தான். அப்படிச் சுற்றிப் பார்க்கையில் மதிலின் மேல் ஒரு இடத்தில் பித்தளையினால் செய்யப்பட்ட குதிரை வீரன் சிலை ஒன்றைப் பார்த்தான். உடனே, அந்தச் சிலையின் அருகில் சென்று கூர்ந்து கவனித்தான். அச் சிலையின் அருகில் ஒரு சாஸனக்கல் இருந்தது. அந்தச் சாசனத்தில், இந்தச் சிலையின் மார்பில் உள்ள ஆணியைப் பன்னிரண்டு முறை திருகினால், மதில் சுவரில் இருக்கும் வாசல் கதவு திறக்கும்" என்று செதுக்கி இருந்தது.

அந்தச் சாசனத்தில் கண்டிருந்தபடி, அப்துஸ் சமத் சிலையின் மார்பில் இருந்த ஆணியைத் திருகினான். உடனே, கதவு திறந்தது. அதன் வழியாக எல்லோரும் உள்ளே சென்றார்கள். அந்த நகரத்தில் எங்கு பார்த்தாலும் பிரேதங்களே தென்பட்டன. அதைப் பார்த்தபடியே அரண்மனையை அடைந்தார்கள்.

அங்கே அவர்கள் கண்ட காட்சி அவர்களைத் திகைப்படையச் செய்தது. அழகிய பெண் ஒருத்தி இறந்து கிடந்தாள். ஆனால், அவளுடைய கண்கள் மட்டும் பிரகாசித்தன. திகைப்புடன் அந்தப் பிரேதத்தின் அருகில் சென்று பார்த்தார்கள். அந்தப் பெண்ணினுடைய கண்கள் பிடுங்கப்பட்டு, அதில் பாதரசம் ஊற்றி வைக்கப்பட்டு இருந்தது. அதனால்தான், அந்தப் பிரேதத்தின் கண்கள் பிரகாசித்தன.

அந்தப் பிரேதத்தின் அருகில், இரண்டு வீரர்களின் பிரேதங்கள் கையில் வாளுடன் நின்றபடி இருந்தன. அந்தப் பிரேதங்களின் அருகில் ஒரு சாசனக்கல் இருந்தது. அதில், "இந்த நகரத்திற்குள் வருபவர்கள் இங்குள்ள எந்தப் பொருளை வேண்டுமானாலும் எடுத்துப் போகலாம். ஆனால், இந்தப் பெண்ணினுடைய

பிரேதத்தின் மேல் இருக்கும் நகைகளை மட்டும் தொடக்கூடாது. மீறித் தொட்டால் அபாயம் ஏற்படும்" என்று செதுக்கப்பட்டு இருந்தது.

அப்துஸ் சமத்துடன் இருந்த தாலிப், அந்த சாசனக்கல்லில் செதுக்கப்பட்டு இருந்த எச்சரிக்கையை மதிக்கவில்லை. அப்துஸ்சமத் எவ்வளவோ தடுத்தும் அவன் கேட்கவில்லை. அந்தப் பெண்ணினுடைய பிரேதத்தின் மேல் இருந்த நகைகளைத் தொட்டான். அப்பொழுது அந்தப் பிரேதத்தின் அருகில் உருவிய வாளுடன் நின்றிருந்த வீரர்களின் பிரேதங்கள் அவனைப் பிடித்து வாளால் வெட்டின. தாலிப் இறந்து விட்டான்.

தாலிப்புக்கு ஏற்பட்ட விபத்துக்குப்பின், அப்துஸ் சமத் மற்ற எல்லோரையும் அழைத்துக்கொண்டு அரண்மனைக்கு வெளியில் வந்தான். அங்கே கிடைத்த பொருட்களை எல்லாம் சேகரித்து, ஒட்டகங்களின் மேல் ஏற்றிக்கொண்டு, அந்த நகரத்திற்கு வெளியே வந்தான்.

அங்கிருந்து புறப்பட்டு கடற்கரை ஓரமாகவே நடந்து சென்றார்கள். அப்படிப் போகும் வழியில், கருப்பு மனிதர்களின் கூட்டத்தைப் பார்த்தார்கள். அவர்கள் எல்லோரும் மலைக் குகைகளில் வாசம் செய்தனர். அப்துஸ் சமத் கூட்டத்தினரைப் பார்த்து அவர்கள் ஓடிப்போய்க் குகைகளில் ஒளிந்து கொண்டார்கள்.

அதைப் பார்த்த மூஸா, அப்துஸ் சமத்தைப் பார்த்து, "இவர்கள் யார்? ஏன் இப்படிப்போய் ஒளிந்து கொண்டனர்?" என்று கேட்டான். அம்துஸ் அந்த ஜனங்களின் வரலாற்றைச் சொன்னான். அவர்களால் கெடுதி ஏற்படாது என்று ஊர்ஜிதம் செய்து கொண்ட மூஸா, அங்கே தங்கலாம் என்று சொன்னான்.

அதன்படி, அவர்கள் தங்கி இருந்த பொழுது, அந்தக் கருப்பர்களின் அரசன் அவர்களைச் சந்திப்பதற்காக மலையில் இருந்து இறங்கி வந்தான். அந்த அரசன் அராபிய மொழியைத் தெரிந்தவன். ஆகவே, அப்துஸ்சமத் அந்த அரசனிடம் தான் வந்திருக்கும் விஷயத்தைப் பற்றி சொன்னான்.

அப்துஸ்சமத்சொன்னதைக்கேட்டதும்,அந்தக்கருப்பர்களின அரசன், "இதுதான் எல்கார்கர் கடல். பூதங்கள் அடைக்கப்பட்ட ஜாடிகள் இந்தக் கடலில் ஏராளமாக இருக்கின்றன" என்றான். பிறகு ஜாடிகளை எடுத்துச் வரச் சொன்னான்.

அதன்படி அவர்கள் அந்தக் கடலிருந்து பன்னிரண்டு ஜாடிகளை எடுத்து வந்தனர். அந்த ஜாடிகளை அப்துஸ் சமத்திடம் கொடுத்தான். அந்த அரசன் அப்துஸ் சமத் அந்த ஜாடிகளைப் பெற்று கொண்டு போய் அப்துல் மெலிக் அரசனிடம் கொடுத்தான்.

அப்துல் மெலிக் மன்னன் அந்த ஜாடிகளை உடைத்துப் பார்த்தான். அதிலிருந்து புகை கிளம்பி, பூதங்கள் தோன்றிக் கத்திக் கொண்டு ஓடின. அதைப் பார்த்த அப்துல் மெலிக் அரசன் மகிழ்ந்தான்," என்றாள் ஷாரஜாத்.

மந்திரப் புதையல்

"உமர் என்ற பெயர்கொண்ட ஒரு வியாபாரிக்கு மூன்று குமாரர்கள் இருந்தார்கள். அவர்களுக்கு சலீம், சிலீம், ஜூடார் என்று முறையே பெயர். இளையவனான ஜூடாரின் மேல் உமர் அதிகப் பிரியம் கொண்டு இருந்தான். அதைக் கண்ட மூத்த குமாரர்கள் இருவரும் இளையவனை வெறுத்தனர். மூத்தவர்கள் இருவரும் இளையவன் மேல் வெறுப்புக் கொண்டிருப்பதை உமர் அறிந்தான்.

ஆகவே, உமர் அதைப் பற்றி சிந்தித்தான். தனக்குப் பின் மூத்த மக்கள் இருவரினால் இளையவனுக்குக் கஷ்டம் உண்டாகும் என்று நினைத்தான். அவர்களுக்குள் எவ்விதமான மனத்தாங்கலும் வரக்கூடாது என்ற எண்ணத்தினால், தன்னுடைய ஆஸ்தியைப் பங்கு பிரித்து விடுவது என்று முடிவு செய்தான்.

அதற்கிணங்க, சில முக்கியஸ்தர்களை வரவழைத்தான். அவர்கள் முன்னிலையில் தன்னுடைய ஆஸ்தியை வைத்தான். அதை நான்கு பங்காகப் பிரிக்கும்படி முக்கியஸ்தர்களைக் கேட்டுக் கொண்டான். அவர்கள் அந்த ஆஸ்தியை நான்கு சமபாகங்களாக பிரித்தனர்.

அதில் மூன்று பாகங்களை ஒவ்வொரு மகனுக்கும் கொடுத்தான். நான்காவது பாகத்தை தான் அனுப்பவிப்பது என்றும், தனக்குப் பின தன்னுடைய மனைவி அடையத் தக்கதென்றும், எல்லோருடைய சம்மதத்தின் பேரில் முடிவு செய்து வைத்தான்.

பாகம் பிரித்த சில நாட்களில் உமர் இறந்து விட்டான். அவன் பங்குக்குப் பிரித்த ஆஸ்தி அவன் மனைவியிடம் இருந்தது. அவள் தன்னுடைய இளைய மகன் வீட்டில் இருந்து வந்தான்.

மூத்த மகள் இருவரும் தங்கள் பங்குக்குக் கிடைத்த பணத்தைச் செலவழித்துத் தீர்த்துவிட்டார்கள். ஆகையால், தங்களுக்குச் சரியான பங்கைக் கொடுக்கவில்லை என்று தம்பியின் மேல் வழக்குத் தொடர்ந்தார்கள்.அந்த வழக்கினால் சகோதரர்கள் மூ வரும் ஓட்டாண்டிகளாகி விட்டனர். தம்பியிடமும் பணம் தீர்ந்து போனதைக் கண்ட மூத்தவர்கள் இருவரும், தாயாரை அடித்து அவளிடமிருந்து பணத்தைப் பிடுங்கிக்கொண்டனர்.

தமையன்மாருடைய போக்கைக் கண்டு ஜுடார் வருத்தப்பட்டான். தன்னுடைய தாயாரைத் தன்னிடம் வைத்துப் போஷித்து வந்தான். அவனிடம் இருந்த பொருளும் கரைந்து விட்டபடியால், மீன் பிடித்து விற்று, அதனால் கிடைத்த வருவாயைக் கொண்டு, அவனும் அவனுடைய தாயாரும் சாப்பிட்டு வந்தனர்.

மூத்தவர்கள் இருவரும் தாயாரிடமிருந்து பறித்த பணத்தையும் தொலைத்து விட்டு நடுத்தெருவில் நின்றனர். அவர்களுடைய நிலைமையைக் கேள்விப்பட்ட தாயார் கலங்கினாள். இளையவன் அவளுக்குக் கொடுத்து வந்த உணவை அவனுக்குத் தெரியாமல் மூத்த மக்களுக்குக் கொடுத்து வந்தாள். படிப்படியாக, மூத்தவர்கள் இருவரும் தம்பியின் வீட்டிற்கு அவன் இல்லாதபோது போய்த் தாயாரைக் கேட்டுச் சாப்பிட்டு வரலாயினர். ஆனால், அவள் பயந்த பயந்து அவர்களுக்கு உணவளித்து வந்தாள். தன்னுடைய இளைய மகன் வீட்டிற்குத் திரும்புமுன் அவர்களை வெளியே அனுப்பி விடுவாள்.

ஜுடாருக்கு இந்த விஷயம் தெரியாது. ஆனால் ஒரு நாள் அவர்கள் இருவரும் வந்து சாப்பிட்டுக் கொண்டு இருக்கும்

தருணத்தில் ஜுடார் வீட்டிற்கு வந்தான். அவனைப் பார்த்ததும், அவனுடைய தாயார் பயந்தாள்; தமையன்மார் இருவரும் அவமானத்தினால் தலை கவிழ்ந்தனர்.

ஆனால், ஜுடார் அவர்களிடம் அன்பாகப் பேசினான். அவர்கள் இருவரையும் தன் வீட்டிலேயே இருக்கச் சொன்னான். அதன்பேரில் அவர்கள் இருவரும் அங்கேயே தங்கினர். தினந்தோறும் ஜுடார் மீன் பிடித்து விற்று வருவான். அவனுடைய சம்பாதனையிலேயே மற்றவர்கள் சாப்பிட்டு வந்தனர். அபப்டியே சில நாட்கள் சென்றன.

வழக்கப்படி, ஒருநாள், ஜுடார் மீன் பிடிக்கச் சென்றான். துரதிஷ்டவசமாக அன்றைய தினம் ஒரு மீன் கூடக் கிடைக்க வில்லை. வெறுங் கையுடன் வீட்டுக்குப் போனால், எல்லோரும் பட்டினி கிடக்கவேண்டும் என்ற தயக்கத்துடன் நடந்தான்.

அவனுடைய வீட்டுக்குப் போகும் வழியில் ரொட்டிக் கடை ஒன்று இருந்தது.அங்கே பலர் ரொட்டி வாங்கிக் கொண்டு இருந்தனர். அவர்களைப் பார்த்தவண்ணம் அங்கே நின்றான். ரொட்டிக் கடைக்காரன் ஜுடாரைப் பார்த்து, "@ஜுடார்! ரொட்டி வேண்டுமா?" என்றான். ஜுடார் பதில் சொல்லத் தயங்கினான். அவனுடைய தயக்கதைப் பார்த்த ரொட்டி கடைக்காரன், பணம் இல்லையென்று யோசிக்காதே; நாளைக்குக் கொண்டு வந்து கொடு; அல்லது ரொட்டியின் விலைக்கு ஈடாக நாளைய தினம் மீன் கொண்டு வந்து கொடு." என்று சொல்லிக் கொஞ்சம் ரொட்டியையும் ரொக்கப் பணத்தையும் கொடுத்து அனுப்பினான்.

அதை வாங்கிக் கொண்டு ஜுடார் வீட்டிற்குப் போனான். அன்றிரவு தாயாரும் மக்கள் மூவரும் சாப்பிட்டனர். மறுநாள் பொழுது புலரும்முன் வலையை எடுத்துக் கொண்டு ஜுடார் புறப்பட்டான். அன்றும், சாயந்திரம் வரையில், ஒரு மீன் கூட கிடைக்கவில்லை.

ஆகவே, வருத்தத்துடன் ரொட்டிக்கடை பக்கம் வந்தான். அவனுடைய நிலையை ரொட்டிக் கடைக்காரன் தெரிந்து கொண்டான். முதல் நாளைப் போலவே அன்றும் ரொட்டியும் பணமும் கொடுத்து அனுப்பினான். அப்படியே ஏழு நாட்கள் தொடர்ந்து நடந்தன.

முல்லை பிஎல். முத்தையா 257

அதனால் வேறு இடத்திற்குப் போய் மீன் பிடிப்பதென்று முடிவு செய்தான். அதன்படி காரூன் ஏரிக்குப் போனான். அந்த ஏரியில் வலையை வீசப்போகும் தருணத்தில், வட ஆப்பிரிக்காவைச் சேர்ந்த ஒரு பிரயாணி கோவேறு கழுதை ஒன்றின்மேல் ஏறி அங்கே வந்தான்

அந்தப் பிரயாணி ஜூடாரைப் பார்த்து, "ஓ ஜூடார். எனக்கு ஒரு உதவி செய்ய வேண்டும்," என்றான். "என்ன உதவி?" என்றான் ஜூடார் உடனே அந்தப் பிரயாணி, "என்னுடைய கைகளைப் பின்புறமாகச் சேர்த்துக் கட்டி இந்த ஏரியில் என்னைத் தூக்கிப் போடு. நீரில் மூழ்கும் நான் வெளியே வரும்போது என்னுடைய கைகள் முன்னதாகத் தெரிந்தால் உன்னுடைய வலையை வீசி என்னைக் கரையில் இழுத்துவிடு. என்னுடைய கால்கள் முன்னதாக தெரிந்தால், நான் இறந்துவிட்டதாகக் கருதி இந்தக் கோவேறு கழுதையையும் மற்ற பொருட்களையும் நீயே எடுத்துப் போ; கோவேறு கழுதையை மட்டும் கடைத் தெருவுக்குக் கொண்டு போ; அங்கே ஷுமேயா என்ற யூதன் ஒருவன் வருவான். அவனிடம் உனக்கு நூறு பொற்காசுகள் கொடுப்பான். நீ அந்தப் பொற்காசுகளை வாங்கிக் கொண்டு வீட்டுக்குப் போய்விடு. ஆனால், இந்த விஷயத்தை யாரிடமும் சொல்லக்கூடாது," என்றான்.

அந்தப் பிரயாணி சொன்னபடியே ஜூடார் அவன் கைகளைக் கட்டி காரூன் ஏரியில் தள்ளிவிட்டான். சற்று நேரம் கழித்து, ஏரியில் தள்ளப்பட்ட அந்தப் பிரயாணியின் கால்கள்தான் மேலே தெரிந்தன. ஆகவே, அவன் இறந்து விட்டான் என்று ஜூடார் முடிவு செய்தான். கோவேறு கழுதையை ஓட்டிச் சென்றான்.

கடைத் தெருவில் இருந்த ஷுமேயா யூதன் அதைப் பார்த்ததும், "அவன் செத்துத் தொலைந்தானா?" என்று சொல்லிவிட்டு, ஜூடாரிடம் நூறு பொற்காசுகளைக் கொடுத்து அதை வாங்கிக் கொண்டான்.

ஜூடார் அந்தப் பொற்காசுககளைப் பெற்றுக் கொண்டு வீட்டிற்குப் போனான். போகும் வழியில் ரொட்டிக் கடைக் காரன் பாக்கியையும் இதர பாக்கிகளையும் கொடுத்தான். மீதிப் பணத்தைத் தன் தாயாரிடம் கொடுத்துவிட்டான்.

மறுநாள் காலையிலும் காரூன் ஏரிக்குப் போனான். அன்றும் ஒரு பிரயாணி வந்தான். முதல் நாள் வலைவீசும் தருணத்தில் வந்த பிரயாணி சொன்னதைப் போலவே, அவனும் சொன்னான். அதற்கிணங்க ஜுடார் அவன் கைகளைக் கட்டி ஏரியில் தள்ளினான். அந்தப் பிரயாணியின் கால்கள் தண்ணீருக்கு மேலே தெரிந்தன. ஆகையால், அவன் ஏறிவந்த கோவேறு கழுதையை ஜுடார் ஓட்டிச் சென்று யூதனுக்கு விற்றுப் பணத்தைப் பெற்றுக் கொண்டு போய்த் தாயாரிடம் கொடுத்தான்.

இரண்டு நாட்களும் ஜுடார் பொற்காசுகளைக் கொண்டு வந்து தன்னிடம் கொடுத்ததைப் பார்த்த அவனுடைய தாயார், "உனக்கு எப்படி இந்தப் பொற்காசுகள் கிடைத்தன?" என்று கேட்டாள். காரூன் ஏரிக்கரையில் நடந்த நிகழ்ச்சிகளை ஜுடார் தன் தாயாரிடம் சொன்னான். அதைக் கேட்ட அவனுடைய தாயார். "இனிமேல் நீ அந்தப் பக்கம் போகாதே; அந்த வடஆப்பிரிக்கப் பிரயாணிகளினால் உனக்குத் தொந்தரவு ஏற்படும்," என்றாள்.

தாயார் சொன்னதை ஜுடார் ஒப்புக்கொள்ளவில்லை. தினந்தோறும் நூறு பொற்காசுகள் சுலமாகக் கிடைக்கக் கூடியதை அவன் இழக்க விரும்பவில்லை. ஆகவே, மறுநாளும் ஏரிக்குச் சென்றான். அன்றும் ஒரு பிரயாணி வந்தான். முதல் இரண்டு நாட்களும் வந்தவர்கள் சொன்னதைப் போலவே அவனும் சொன்னான். ஜுடார் அவன் விருப்பப்படியே அவனையும் ஏரியில் தள்ளினான்.

சற்று நேரம் கழித்து, அவனுடைய கைகள் மேலே தெரிந்தன. உடனே ஜுடார் வலையை வீசி அவனைக் கரை சேர்த்தான். அவனுடைய இரண்டு கைகளிலும் இரண்டு மீன்கள் இருந்தன. கரையை அடைந்ததும் அவன் ஏறிவந்த கோவேறு கழுதையின்மேல் இருந்த இரண்டு பெட்டிகளில் அந்த மீன்களைப் போட்டு மூடினான். பிறகு, ஜுடாரைக் கட்டி அணைத்து, "நீ செய்த உபகாரத்தை நான் என்றும் மறக்க மாட்டேன்" என்று நன்றி கூறினான்.

உடனே, ஜுடார் அவனைப் பார்த்து, "உங்களுடைய செயல் எனக்குப் புரியவில்லை. இதன் வரலாற்றை என்னிடம்

சொல்ல வேண்டும்" என்றான். அதைக் கேட்ட அந்தப் பிரயாணி தங்களுடைய வரலாற்றைச் சொன்னான்.

"நேற்றும் அதற்கு முதல் நாளும் வந்த இருவரும் என்னுடைய சகோதரர்கள். நீ கொண்டு போன கோவேறு கழுதைகளை வாங்கினவனும் என்னுடைய சகோதரர்கள்தான். அவன் யூதன் அல்ல. எங்களுடைய தகப்பனார் ஒரு மந்திரவாதி. இந்த உலகத்தில் மறைந்து கிடக்கும் புதையல்களை எல்லாம் கண்டுபிடித்து எடுக்கக்கூடிய மந்திரங்களை அவர் எங்களுக்குச் சொல்லிக் கொடுத்தார்.

அவர் இறந்ததும், அவர் சம்பாதித்து வைத்து இருந்த சொத்துக்களை நாங்கள் நான்கு பேரும் பங்கு பிரித்துக் கொண்டோம். ஆனால், ஒரே ஒரு பொருளை மட்டும் பங்கு பிரிப்பதில் எங்களிடையே அபிப்ராயபேதம் ஏற்பட்டது. "முற்காலத்தவரின் கதைகள்" என்று ஒரு புத்தகம் இருந்தது. அந்தப் புத்தகத்தில் புதையல்களைப் பற்றிய விவரமும் அதை அடையக்கூடிய வழிகளும் எழுதப்பட்டு இருந்தன. ஆகவே, அந்தப் புத்தகத்தை ஒவ்வொருவரும் அடைய விரும்பினோம்.

ஆனால், அது விஷயமாக எங்களுக்குள் கருத்து ஒற்றுமை இல்லாததனால், எங்களுடைய தகப்பனாருக்கு மந்திரம் கற்றுக் கொடுத்த பெரியவர் ஒருவரிடம் அந்தப் புத்தகத்தை ஒப்புவித்து எங்கள் வழக்கைச் சொன்னோம்.

எங்களுடைய வழக்கைக் கேட்டதும், அந்தப் பெரியவர் எங்களைப் பார்த்து, "எஷ்ஷமர்தால் என்பவனிடம் ஒரு புதையல் இருக்கின்றது. அவைகளை எடுத்து வருபவர்களுக்கு இந்தப் புத்தகத்தைக் கொடுக்கிறேன்," என்றார். பிறகு, அவர் சொன்ன யோசனையின் பேரில்தான் இங்கே வந்தோம். உன்னுடைய உதவியினால் ஒரு அளவுக்கு என் காரியம் வெற்றி அடைந்து இருக்கிறது. இனி, நான் அந்தப் புதையல் எடுப்பதற்கு உதவி செய்வதற்காக நீ என்னுடன் வரவேண்டும்," என்றான்.

அதைக் கேட்டதும் ஜூடார், "என்னால் வர இயலாது. என்னுடைய தாயாரும் சகோதரர்களும் என்னுடைய பராமரிப்பில் இருந்து வருகிறார்கள். நான் உன்னுடன் வந்துவிட்டால், அவர்கள் கஷ்டப்படுவார்கள்," என்றான். அதற்கு அந்தப் பிரயாணி, "மூன்று

மாதங்களில் நீ திரும்பி வந்து விடலாம் அது வரையில் உன் வீட்டுச் செலவிற்காக ஆயிரம் பொற்காசுகளைக் கொடுக்கிறேன். அதை உன் தாயாரிடம் கொடுத்து விட்டுப் புறப்படு," என்றான்.

ஜுடார் அதற்குச் சம்மதித்தான். ஆயிரம் பொற் காசுகளை அவனிடம்வாங்கிக் கொண்டு போய் தன் தாயாரிடம் கொடுத்தான். அவனிடம் விஷயத்தைச் சொல்லி விட்டு ஆப்பிரிக்காப் பிரயாணியுடன் சென்றான்.

ஐந்து நாட்கள் பிரயாணத்திற்குப் பின்னர், ஒரு நகரத்தை அடைந்தனர். அந்த நகரத்து மக்கள் எல்லோரும் அந்த பிரயாணிக்கு வணக்கம் செலுத்தினார்கள். அந்த நகரத்தில் இருந்த ஒரு வீட்டுக்குப் போய்க் கதவைத் தட்டினான் அந்த பிரயாணி. அழகான ஒரு பெண் வந்து கதவைத் திறந்தாள். அவளைப் பார்த்த ஜுடார் மயங்கினான்.

அந்த வீட்டில் ஜுடாரும் பிரயாணியும் இருபது நாட்கள் தங்கி இருந்தனர். இருபத்தோராம் நாள் காலையில், புதையல் எடுக்கப் போகலாம் என்று ஜுடாரிடம் பிரயாணி சொன்னான். பிறகு, இருவரும் புறப்பட்டனர். அந்த நகரத்தில் இருந்த ஒரு நதிக்கரையருகில் போய் நின்றனர்.

அங்கே ஒரு கூடாரம் அமைத்து அதில் உட்கார்ந்து மந்திரம் ஜபிக்கத் தொடங்கினான் பிரயாணி. பிறகு, ஜுடாரைப் பார்த்து, "நான் மந்திரம் ஜெபிக்கும்பொழுது என்னால்பேச முடியாது. ஆகையினால், நீ செய்யவேண்டிய காரியங்களைப் பற்றி இப்பொழுதே சொல்லி விடுகிறேன். நீ அதன்படி நடந்தால் புதையலை எடுக்கலாம்," என்று எச்சரிக்கைப் படுத்தினான். பிறகு ஜுடாரிடம் நடந்து கொள்ள வேண்டிய முறைகளை விளக்கினான்.

"நான் மந்திரம் ஜபித்து முடிந்ததும் இந்த ஆற்றுத் தண்ணீர் வறண்டுவிடும். அதன் நடுவில் தங்கக் கதவு ஒன்று இருக்கும். நீ அந்தக் கதவைத் தட்டினால், உள்ளே இருந்து, "யார் அது?" என்ற குரல் கேட்கும். உடனே நீ, "நான்தான் ஜுடார் என்று சொன்னால் கதவு திறக்கப்படும்.

உள்ளே இருந்து உருவிய வாளுடன் ஒருவன் வருவான். அந்த வாளினால் உன்னை வெட்ட வேண்டும் என்று சொல்லி உன்னுடைய கழுத்தைக் காட்டச் சொல்வான். நீ கொஞ்சமும்

தயங்காமல் அவனிடம் கழுத்தைக் காட்ட வேண்டும். அவன் உன்னை வெட்டுவான். ஆனால், நீ சாகமாட்டாய். உன்னை வெட்டிய அவன்தான் உன் காலடியில் இறந்து விழுவான்.

அவனைத் தாண்டி உள்ளே சென்றால் இரண்டாவது கதவு இருக்கும். அங்கே குதிரை வீரன் ஒருவன் இருப்பான். அவன் கையில் ஈட்டி இருக்கும். அந்த ஈட்டியால் உன்னைக் குத்த வேண்டும் என்று சொல்வான். நீ தயங்காமல் உன்னுடைய மார்பைக் காட்ட வேண்டும். உடனே, அவன் உன்னை ஈட்டியால் குத்துவான். ஆனால் நீ இறக்கமாட்டாய். அவனே இறந்து விடுவான்.

பிறகு, மூன்றாவத கதவருகில் வில்வீரன் ஒருவன் இருப்பான். அவன் உன்மேல் அம்பு எய்து கொல்ல முயல்வான். ஆனால், அவனும் இறந்து விடுவான். நான்காவது கதவருகில் ஒரு சிங்கம் உன்மேல் பாயும். ஆனால், அதுவும் இறந்துவிடும்.

அப்படியே, நீ ஏழாவது கதவருகில் போகும்போது உன்னுடைய தாயாரைப் போல் தோற்றத்துடன் ஒரு பெண் வருவாள். அவள் உன்னிடம் பெற்ற தாயாரைப் போன்ற பாசத்துடன் பேசுவாள். ஆனால், அவள் உன் தாயார் அல்ல என்பதை நினைவில் வைத்துக்கொண்டு, அவளுடைய ஆடைகளைக் களையச் சொல்ல வேண்டும். அதில் நீ தவறினால், புதையல் கிடைப்பது கஷ்டம், பிறகு, ஒரு வருஷம் காத்திருந்து இதைப் போன்று ஒரு நாளில் வந்து, மறுபடியும் இதைப் போலவே முயற்சி செய்ய வேண்டும்.

ஆகையினால், நான் சொன்ன விஷயங்களை எல்லாம் நன்றாக நினைவில் இருத்திக் கொண்டு, ஏழாவது கதவையும் தாண்டி உள்ளே சென்றால், எஷ் ஷமர்தால் இருப்பான். அவனிடம் போராடினால், அங்கு உள்ள நான்கு அதிசயப் பொருட்கள் கிடைக்கும். அந்த அதிசயப் பொருட்களின் சக்தியைப் பின்னர் தெரிவிக்கிறேன்," என்று சொல்லிவிட்டு மந்திரத்தைத் தொடர்நது ஜபித்தான்.

அவன் ஜபித்து முடிந்ததும் ஆற்றுநீர் வறண்டது. அங்கே தங்கக் கதவு தென்பட்டது. ஜுடார் அதைத் தட்டினான். ஆப்பிரிக்கப் பிரயாணி சொன்ன மாதிரியே எல்லாக் கதவுகளின்

அருகிலும் நடந்தது. ஏழாவது கதவை அடைந்ததும். அங்கே அவனுடைய தாயாரைப் போல ஒரு பெண் வந்து பேசினாள். முதலில் அவன் பிரயாணி சொன்னதைப் போலவே நடந்து கொண்டான். என்றாலும், அந்தப் பெண், "என்னுடைய ஆடையைக் களையச் சொல்கிறாயே! இது நீதியல்ல," என்று கேட்டபொழுது, ஜுடார், "ஆம்: அது நீதியல்ல," என்று அவளை அறியாமல் வாய்விட்டுச் சொல்லி விட்டான்.

அவன் அப்படிச் சொன்னதுதான், தாமதம் அந்தப் பெண், இவனைப் பிடித்து உதைத்து வெளியே கொண்டுபோய் விடுங்கள்," என்று உத்தரவிட்டாள். உடனே சில வேலைக்காரர்கள் வந்து ஜுடார் மூர்ச்சை அடையும் வரையில் அடித்தனர். பிறகு, அவனை வெளியே இழுத்து வந்து போட்டு விட்டுப் போய் விட்டார்கள்.

அதைப் பார்த்த பிரயாணி, ஜுடாரைத் தூக்கிக் கொண்டு போய்த் தன்னுடைய கூடாரத்தில் படுக்கவைத்தான் வறண்டு போய் இருந்த ஆற்றில் மறுபடியும் தண்ணீர் ஓட ஆரம்பித்தது.

ஜுடார் மயக்கம் தெளிந்து எழுந்ததும், அவனை மறுபடியும் அந்த நகரத்திற்கே அழைத்துச் சென்றான் அந்தப் பிரயாணி. அங்குப் போய்ச் சேர்ந்ததும், "நான்எவ்வளவு எச்சரித்தும் தவறி விட்டாயே! இனி அடுத்தவருஷம் வரையில் நீ இங்குதான் இருக்கவேண்டும்," என்றான். அதற்கு ஜுடார், "மூன்று மாதங்களில் திரும்பி அனுப்புவதாக அல்லவோ சொல்லி என்னை அழைத்து வந்தாய். இப்பொழுது, இன்னும் ஒரு வருஷம் இருக்கவேண்டும் என்று சொல்கிறாயே! இது சரியல்ல" என்றான்.

அதைக் கேட்ட பிரயாணி, "இது உன்னால் ஏற்பட்ட தவறுதானே! நீ என்னுயைட வார்த்தையின்படி நடந்து இருந்தால், எனக்கும் புதையல் கிடைத்திருக்கும். நீயும் உன்னுடைய ஊருக்கு போய் இருக்கலாம்," என்று சொல்லி, ஜுடாரை மேலும் ஒரு வருஷம் அந்த நகரத்திலேயே இருக்கச் செய்தான்.

ஒரு வருஷம் கழிந்தது. குறிப்பிட்ட நாளும் வந்தது. எதிர் பார்த்த நாள் காலையில் பிரயாணியுடன் ஜுடாரும் ஆற்றங் கரைக்குப் போனார்கள். பிரயாணி ஜுடாரைப் பார்த்து, "எல்லாம் நினைவில் இருக்கிறதா?" என்று கேட்டான். அதற்கு ஜுடார், "இருக்கிறது", என்றான்.

பிரயாணி மந்திரம் ஜபித்தான். ஆற்றில் நீர் வறண்டது. ஜுடார் தங்கக் கதவைத் தட்டி உள்ளே சென்றான்.சிறிது நேரத்தில் அதிசயப் பொருட்கள் நான்குடன் திரும்பி வந்தான். அந்தப் பொருட்களை பிரயாணியிடம் கொடுத்தான். அவன அவைகளைப் பெற்றுக் கொண்டு ஜுடாருக்கு நன்றி செலுத்தினான்.

பிறகு, ஜுடார் தன்னுடைய ஊருக்குப் போக் விரும்புவதாகச் சொன்னான். பிரயாணியும் அவனுக்கு ஏராளமான பரிசுகளைக் கொடுத்து வழி அனுப்பிவைத்தான். ஜுடார் ஊருக்குப்போகும் வழியில், ஒரு நகரத்தில் அவனுடைய தாயார் பிச்சை எடுத்துக் கொண்டு இருந்ததைப் பார்த்தான்.

உடனே, அவளிடம் ஓடினான். அவளுடைய நிலையைக் கண்டு அழுதான். பிறகு தன்னுடன் அழைத்துக்கொண்டு வீட்டிற்குப் போய், “அம்மா! நான் ஊருக்குப் போகும் பொழுது உன்னுடன் இருந்த என் தமையன்மார் எங்கே? நீ ஏன் இப்படி பிச்சை எடுத்தாய்? நான் போகும் பொழுத உன்னிடம் ஆயிரம் பொற்காசுகளைக் கொடுத்துச் சென்றேனே,” என்றான்.

அதற்கு அவனுடைய தாயார், “நீ போன பிறகு, என்னிடம் இருந்த பணத்தை அவர்கள் எடுத்துக்கொண்டு ஓடி விட்டார்கள். ஆகையால்தான், எனக்கு வேறுவழியின்றி பிச்சை எடுக்கலானேன்,” என்றாள்.

அதைக் கேட்ட ஜுடார் தன் தாயாரைப் பார்த்து, “அம்மா! இனிமேல் நீ கவலைப்பட வேண்டாம். நான் ஒரு அரிய பையைக் கொண்டுவந்து இருக்கிறேன். அதில் கையை விட்டால், நினைத்த பொருள் கிடைக்கும்,” என்று சொல்லி, அந்தப் பிரயாணி தனக்குப் பரிசாகக் கொடுத்த ஒரு பையைக் காட்டினான்.

அதைக் கேட்ட அவனுடைய தாயார் அதைப் பரிசோதித்துப் பார்த்தாள். அவள் விரும்பிய உணவுப் பொருட்கள் எல்லாம் அந்தப் பையில் இருந்து கிடைத்தன. அந்த அதிசயத்தைக் கண்டு அவள் மகிழ்ந்தாள். அதற்குப் பிறகு, அவளுக்கும் ஜுடாருக்கும் தேவையான வற்றை எல்லாம் அந்தப் பையின் மூலமாகவே அடைந்து வந்தனர்.

அச்சமயத்தில், ஜுடார் திரும்பி வந்து இருப்பதைக் கேள்விப் பட்ட அவனுடைய சகோதரர்கள் இருவரும், மறுபடியும்

வீட்டிற்கு வந்தனர். அப்பொழுது ஜுடார் அவர்களை அன்புடன் வரவேற்றான். அவர்களுக்கு வேண்டிய சௌகர்யங்களை எல்லாம் செய்து கொடுத்தான். பழையபடி தன் வீட்டிலேயே இருக்கச் செய்தான்.

ஜுடார் சொன்னபடியே அவர்கள் இருவரும் அங்கேயே தங்கி, வேளா வேளைக்குச் சாப்பிட்டுக்கொண்டு திரிந்தனர். மந்திரப் பையில் இருந்த உணவுப் பொருட்கள் கிடைத்து வந்ததால், அவர்கள் சாப்பிட்டு வந்த உணவுப் பொருட்களை ஜுடார் எப்படிச் சம்பாதிக்கிறான் என்று ஆராய்ச்சி செய்தனர். அதனால், தங்களுடைய தாயார் வசம் இருந்த மந்திரப் பையை பற்றித் தெரிந்துகொள்ளும் சந்தர்ப்பம் அவர்களுக்கு ஏற்பட்டது.

அந்தப் பையின் ரகசியம் அவர்களுக்குத் தெரிந்ததும், அதை அபகரித்துக் கொள்ளவேண்டும் என்ற எண்ணம் அவர்களுக்கு ஏற்பட்டது. அதற்காக ஒரு திட்டம் வகுத்தனர். ஜுடாரைப் பிடித்து விற்று வெளியூருக்கு அனுப்பிவிட ஏற்பாடுகளைச் செய்தனர்.

அந்த நகரத்தில் இருந்த கப்பல் தலைவன் ஒருவனைத் தங்கள் வீட்டுக்கு விருந்து சாப்பிட அழைத்தனர். அவன் வந்து சாப்பிட்ட பின்னர், அன்றிரவு ஜுடாரின் வாயில் துணியை அடைத்துத் தூக்கிக் கொண்டு போய், கப்பலில் விட்டு வந்தனர். ஜுடாரின் விலையாக நாற்பது வெள்ளிக் காசுகளை அந்த கப்பல் தலைவனிடம் வாங்கிக் கொண்டனர். கப்பல் தலைவன் ஜுடாரை அழைத்துப் போய் விட்டான்.

பொழுது விடிந்ததும், அவர்களுடைய தாயாரிடம் ஜுடார் மறுபடியும் பிரயாணியுடன் சேர்ந்து போய் விட்டதாகச் சொல்லிவிட்டார்கள். அவர்களுடைய தாயாரும் அதை நம்பினாள். பிறகு அவர்கள் இருவரும் தாயாரிடம் இருந்த மந்திரப் பையைக் கொடுக்கும்படி கேட்டனர். அவள் கொடுக்க மறுத்தாள். அது ஜுடார் சம்பாதித்தது என்றும், ஆகையால் அவர்களிடம் கொடுக்கமுடியாது என்றும் சொன்னாள். அதனால், தாயாருக்கும் மக்களுக்கும் சண்டை உண்டாயிற்று.

அவர்கள் சண்டையிட்டுக் கொண்டிருந்ததை அவர்களுடைய பக்கத்து வீட்டுக்காரன் கவனித்தான். மந்திரப் பையின் விஷயம் அவனுக்குத் தெரிந்து போயிற்று. அவன் அரண்மனை சேவகத்தில்

இருந்தான். ஆகவே, அந்த விஷயத்தை அவன் அரசனிடம் போய்ச் சொன்னான். அதைக் கேட்ட அரசன் சலீமையும் சிலீமையும் அழைத்து வரச் சொல்லி, மந்திரப் பையைப்பற்றி விசாரித்தான்.

சகோதரர்கள் இருவரும் மந்திரப் பையைப் பற்றி தங்களுக்கு ஒன்றும் தெரியாது என்று சாதித்தனர். அதனால், அரசன் கோபங் கொண்டு அவர்களை அடித்து உண்மையைத் தெரிந்து கொண்டான். பிறகு அவர்கள் இருவரையும் சிறையில் அடைத்துவிட்டு, அவர்களிடம் இருந்த மந்திரப்பையை அரசன் எடுத்துக் கொண்டான். ஆகவே, ஜுடாரின் தாயாருடைய நிலைமை மறுபடியும் பழையபடியே ஆயிற்று!

இவர்கள் நிலைமை இவ்வாறிருக்க, கப்பலில் சென்ற ஜுடார் கப்பலில் வேலையாளாக இருந்து வந்தான்.அவன் கப்பலில் உழைத்து உருமாறி விட்டான். அவன் கப்பலில் சேர்ந்து ஒரு வருஷம் ஆயிற்று. ஒருநாள் கப்பல் புயல் காரணமாகக் கவிழ்ந்து விட்டது. ஜுடார் மட்டும் தப்பிக் கரையயை அடைந்தான். மற்றவர்கள் எல்லோரும் இறந்து விட்டனர்.

கரையை அடைந்த ஜுடார், அந்தத் தீவில் முதலில் அவனுக்கு மந்திரப் பையைப் பரிசாகக் கொடுத்த ஆப்பிரிக்கப் பிரயாணியைப் பார்த்தான். ஜுடாரைக் கண்டு பெருமகிழ்ச்சி கொண்டான்.

ஜுடாரின் நலனை மிகவும் விசாரித்தான். அந்தப் பிரயாணி. அவனிடம் தன் கதையைக் கூறினான் ஜுடார். அதைக் கேட்ட அந்தப் பிரயாணி, ஜுடாரிடம் ஒரு மந்திர மோதிரத்தைக் கொடுத்தான். அந்த மோதிரத்தைத் தேய்த்தால், ஒரு பூதம் தோன்றும். அதனிடம் சொன்ன வேலை எதுவாக இருந்தாலும் அது தட்டாமல் செய்து முடிக்கும்.

ஜுடார் அந்த மோதிரத்தைப் பெற்றுக் கொண்டு அந்தப் பிரயாணிக்கு நன்றி தெரிவித்தான். பிறகு, மோதிரத்தை தேய்த்தான். பூதம் தோன்றியது. தன்னுடைய வீட்டிற்குப் கொண்டு போய் விடும்படி பூதத்திற்கு உத்தரவிட்டான்.பூதம் அவனைக் கொண்டு போய் அவனுடைய வீட்டிலேயே விட்டது.

ஜுடாரைப் பார்த்ததும், அவனுடைய தாயார் அழுதாள். அவன் போன பிறகு நடந்த விஷயங்களை அவனிடம் சொன்னாள். தன்னுடைய சகோதரர்களைப் பிடித்து அரசன் சிறையில்

வைத்திருப்பதைத் தாயார் மூலம் கேள்விப்பட்ட ஜூடார், தன்னிடம் இருந்த மந்திர மோதிரத்தைத் தேய்த்தான். உடனே, பூதம், தோன்றியது. ஜூடார் அந்தப் பூதத்தைப் பார்த்து, "என்னுடைய சகோதரர்களைச் சிறையில் இருந்து இங்கே கொண்டு வந்து சேர்க்க வேண்டும். மேலும் அரசனிடமுள்ள மந்திரப் பையையும் கொண்டு வர வேண்டும்," என்று உத்தரவிட்டான்.

அதன்படி பூதம் ஜூடாரின் சகோதரர்களையும் மந்திரப் பையையும் கொண்டு வந்து சேர்த்தது. பூதத்தின் செயலைப் பார்த்து மகிழ்ந்த ஜூடார், பூதத்தைப் பார்த்து "இன்றிரவு கழிவதற்குள் எனக்காகப் பெரிய அரண்மனை ஒன்றை நிர்மாணித்துக் கொடுக்க வேண்டும்," என்று உத்தரவிட்டான். பூதம் அப்படியே அரண்மனையைக் கட்டி முடித்தது. அந்த அரண்மனையில் ஜூடார் தன் தாயாருடன் சகோதரர்களுடன் குடி புகுந்தான்.

சிறையில் இருந்த சகோதரர்களையும் மந்திரப் பையையும் காணவில்லை என்று அரசன் கேள்விப்பட்டான். விசாரித்ததில், ஜூடார்தான் அதற்குக் காரணம் என்று தெரிந்து அவன் மேல் கோபம் கொண்டான். அவனைப் பிடித்துவந்து தூக்கில் போடும்படி உத்தரவிட்டான். ஆனால், அவனுடைய மந்திரி அரசனைப் பார்த்து, "ஜூடாருக்கு ஏதோ விசேஷ சக்தி இருக்கும் போல் தோன்றுகிறது. இல்லாவிடில் ஒரே இரவில் அரண்மனையைக் கட்டி முடிக்க முடியாது. ஆகையால், அவன் விஷயத்தில் மிகவும் நிதானமாக யோசித்துத்தான் அவனைப் பிடித்துவர வேண்டும். நானே அவனிடம் போய், அரண்மனைக்கு விருந்து சாப்பிட வரவேண்டும் என்று அழைத்துவருகிறேன். அவன் இங்கு வந்த பின்னர் அவனை என்ன செய்வது என்பதைப் பற்றி யோசிக்கலாம்," என்றான். அரசன் தன்னுடைய மந்திரியின் யோசனைக்கு இணங்கினான்.

உடனே மந்திரி புறப்பட்டு ஜூடார் இருந்த அரண்மனைக்குப் போனான். ஜூடாருக்கு வணக்கம் தெரிவித்து, அரண்மனையில் விருந்து சாப்பிட அரசன் அழைத்து வரச் சொன்னதாகக் கூப்பிட்டான். ஆனால், ஜூடார் அரசனைத் தன்னுடைய அரண் மனைக்கு வந்து விருந்து சாப்பிடச் சொல்லி மந்திரியிடம் சொல்லி அனுப்பினான்.

மந்திரி வந்து சொன்ன தகவலைக் கேட்டதும், ஜூடாரின் துடுக்குத்தனத்திற்கு அரசன் கோபித்துக் கொண்டான். என்றாலும், ஜூடாரை எப்படியாவது பிடித்துக் கொன்று விட வேண்டும் என்ற கருத்துடன் அங்கே போனான்.

தன்னுடைய அரண்மனைக்கு வந்த அரசனை ஜூடார் கண்டு பயப்படவும் இல்லை. மதிக்கவும் இல்லை. மாறாக அரசன்தான் அவனுடைய சக்தியைக் கண்டு பயந்தான். ஜூமாரின் சகோதரர்களைப் பிடித்துச் சிறையில் அடைத்ததற்காக அரசன் அவனிடம் மன்னிப்பு கேட்டான்.

அங்கே விருந்து சாப்பிட்டான். ஜூடாரிடட் அரசன் விடைபெற்று தன்னுடைய அரண்மனைக்குப் போனான். மந்திரியுடன் கலந்து யோசித்தான். ஜூடாரை அரண்மனைக்கு வரவழைத்து விருந்து நடத்தி, அரசகுமாரியை அவனுக்குக் கலியாணம் செய்து வைத்துவிட்டால், அவனைக் கண்டு பயப்பட வேண்டியதில்லை என்று மந்திரி யோசனை கூறினான்.

அதன்படி ஜூடாருக்கு அரசன் விருந்து நடத்தினான். விருந்தின்போது, அரசகுமாரியை ஜூடார் பார்த்தான். அவள் அழகில் மயங்கினான். அதைப் பார்த்த மந்திரி ஜூடாரைப் பார்த்து, அரகுமாரியை மணம் செய்து கொள்ளத் தூண்டினான். ஜூடார் இசைந்தான். உடனே ஜூடாருக்கும் அரசகுமாரிக்கும் திருமணம் நடைந்தது.

அவர்கள் இருவரும் மணமான சிறிது காலத்தில் அரசன் இறந்தான். அரசன் இறந்ததும், அந்த ராஜ்யத்தின் குடிமக்கள் எல்லோரும் ஜூடாரையே தங்கள் அரசனாக இருக்கும்படி வேண்டிக் கொண்டனர். அவர்கள் விருப்பத்திற்கு இசைய ஜூடார் பட்டம் சூட்டிக்கொண்டான்.

ஜூடார் அரசன் ஆனவுடன், தன்னுடைய சகோதரர்கள் இருவைரயும் மந்திரிகளாக நியமித்தான். அப்படி ஜூடார் அரசாண்டு வருகையில், அவனுடைய சகோதரர்கள் இருவருக்கும் மறபடியும் பொறாமைக்குணம் தலைவிரித் தாடியது. ஆகவே, இருவரும் யோசித்தனர். ஜூடாரைக் கொன்று, அவனிடம் இருந்து மந்திர மோதிரத்தைக் கைப்பற்றிக் கொள்ள முடிவு செய்தனர்.

அதற்காக ஜுடாரின் மூத்த சகோதரன் சலீம், அவனைத் தன்னுடைய வீட்டிற்குச் சாப்பிட வரும்படி அழைத்தான். சலீமின் விருப்பத்திற்கு இணங்க ஜுடார் சாப்பிடப்போனான். சாப்பாட்டில் விஷம் வைத்து ஜுடாரைக் கொன்றான், சலீம்.

ஜுடார் இறந்ததும், அவனிடம் இருந்த மோதிரத்தை சலீம் எடுத்துத் தேய்த்தான். பூதம் தோன்றியது. சலீம் அந்தப் பூதத்தைப் பார்த்து, "என்னுடைய சகோதரன் சிலீமைக் கொன்று விடு. பிறகு, அந்த பிரேதத்தையும் ஜுடாரின் பிரேதத்தையும் கொண்டு போய் நகரத்தின் மத்தியில் வைத்து விடு," என்று உத்தரவிட்டான். பூதம் அப்படியே செய்தது.

நகரத்தின் மத்தியில் இருந்த பிரேதங்களைப் பார்த்த ஜனங்கள் திகைத்தனர். அச்சமயம் சலீம் அங்கே வந்து, தன்னை அரசனாக ஏற்றுக்கொள்ளாவிடில், பூதத்தின் உதவியால் ஜனங்கள் எல்லோரையும் கொன்று விடுவதாக மிரட்டினான். அதைக் கேட்ட ஜனங்கள் எல்லோரும் சலீமை அரசனாக ஏற்றுக் கொண்டனர்.

சலீம் அரசன் ஆனதும், ஜுடாரின் மனைவியைத்தான் மணந்து கொள்ள விரும்பினான். அவனுடைய கொடுங் கோன்மைக்குப் பயந்த ஜுடாரின் மனைவி, அவனை நேசிப்பது போல பாசாங்கு காட்டினாள். அவனுக்கு விஷம் கொடுத்துக் கொன்று விட்டாள். பிறகு, அவனிடம் இருந்த மந்திர மோதிரத்தையும், பையையும் அழித்துவிட்டாள்.

அதற்குப் பிறகு, அவள் குடி ஜனங்களைப் பார்த்து, "இனி உங்கள் அரசனை நீங்களே தேர்ந்தெடுத்துக் கொள்ளுங்கள் என்று சொல்லிவிட்டாள்" என்றாள் ஷாரஜாத்.

சமுத்திர ராஜகுமாரியின் கதை

"ஒரு காலத்தில் பெர்ஷிய நாட்டை ஷாஜமான் என்ற மன்னன் ஆண்டு வந்தான். அவனுக்கு அநேக மனைவியரும், ஆசை நாயகிகளும் இருந்தும், பிள்ளைப்பேறு ஏற்படவில்லை. அதனால் தனக்குப் பின்னால் பட்டத்திற்கு வரக்கூடியவர் யாரும் இல்லையே என்று கவலைப்பட்டான்.

அந்த சந்தர்ப்பத்தில், அழகிய பெண் ஒருத்தியை விற்பதற்காக ஒரு வியாபாரி வந்ததிருக்கிறான். என்று கேள்விப்பட்டான். உடனே, அந்த வியாபாரியை வரவழைத்தான். பெண்ணையும் பார்த்தான். அவளைப் போன்ற அழகு உடைய பெண்ணை அவன் பார்த்ததே இல்லை ஆகவே, அந்தப் பெண்ணை வாங்கினான்.

கடற்கரையோரத்தில் ஒரு மாளிகையைக் கட்டச் செய்து அந்தப் பெண்ணைக் குடிவைத்தான். அதற்குப்பின் ஷாஜமான் அந்தக் கடற்கரை மாளிகைக்குப் போனான். அவளுடன் பேசினான். ஆனால், அரசன் கேட்ட கேள்வி எதற்கும் அவள் பதில் சொல்லவில்லை. அவள் தன்னை மதித்துப் பேசவில்லை என்ற கோபம் அரசனுக்கு ஏற்பட்டது. என்றாலும் அவளுடைய அழகுக்காகவே அவள் செய்த அவமதிப்பை மன்னித்தான்.

அவள் தன்னுடன் பேசவில்லை என்றாலும், அரசன் அவளுடன் அங்கே ஒரு வருஷம் தங்கி இருந்தான். ஒரு வருஷம் கழிந்ததே அவர்கள் இருவருக்கும் தெரியாது அவ்வளவு ஒற்றுமையுடன் இருந்தார்கள்!

ஒருநாள் அரசன் அவளைப் பார்த்து, "உனக்கு என்ன குறை! ஏன் பேசாமல் இருக்கிறாய்? எனக்குப் பிள்ளைப்பேறு இல்லையென்றுதானே உன்னை விரும்பினேன்! எனக்குப் பிள்ளை பிறந்தால் அவனுக்குப் பட்டம் கட்டுகிறேன்" என்றான். அரசன் சொன்னதைக் கேட்டுக் கொண்டிருந்த அவள் புன்னகை பூத்தாள். அரசன் மனம் குளிர்ந்தது. அவளை நெருங்கி உட்கார்ந்தான்.

உடனே அவள் அரசனைப் பார்த்து, "என்னுடைய தாயாரையும் சகோதரனையும் பிரிந்து வந்தவிட்டதனால்தான் எனக்கு வருத்ததம் ஆகையினால்தான் நான் பேசவில்லை. எனக்குக் குழந்தை பிறக்கப் போகிறது. இச்சமயத்தில், அவர்கள் பக்கத்தில் இருக்கவேண்டும் என்று ஆசையாக இருக்கிறது," என்றாள்.

அவளுக்குக் குழந்தை பிறக்கப் போகிறது என்று கேட்டதும் அரசனுக்கு அளவிலா மகிழ்ச்சி உண்டாயிற்று. அவளைக் கட்டிப்பிடித்து, "உன்னுடைய தாயாரும் சகோதரனும் எங்கே இருக்கிறார்கள்? சொல்; உடனே அழைத்து வரச் சொல்கிறேன்," என்றான்.

அரசன் சொன்னதைக் கேட்ட அந்தப் பெண், "என்னுடைய தகப்பனார் பெயர் சமுத்திர ராஜன். நான் ராஜகுமாரி. என்னுடைய பெயர் ஜுல்லனார். என்னுடைய தகப்பனார் இறந்துவிட்டான். என்னுடைய தாயாருடன் சண்டைபிடித்துக் கொண்டு, நான் சமுத்திரத்தில் இருந்து வெளியே வந்து தரையில் உட்கார்ந்து இருந்தேன். அப்பொழுது அவ்வழியாக வந்த ஒருவன் என்னைப் பிடித்துக் கொண்டு போனான். பிறகு. என்னை உங்களுக்கு விற்றுவிட்டான். நான் இங்கே மகிழ்ச்சியாகவே இருக்கிறேன். என்றாலும், என்னுடைய தாயாரையும் சகோதரனையும் பார்க்க மிகவும் ஆசையாக இருக்கிறது," என்றாள்.

"சமுத்திரத்தினுள் இருப்பவர்களை எப்படிப் பார்க்க முடியும்?" என்றான் அரசன். அதற்கு அவள், "எங்கள் இனத்தவருக்கு விசேஷ சக்தி உண்டு. அதனால், அவர்கள் தண்ணீரின் மேல் நடக்கவும் முடியும். நீங்கள் அவர்களை அழைத்துவர முடியாது. அவர்களை இங்கே வரவழைக்கிறேன். அவர்கள் இங்கே வரும் சமயம் நீங்கள் மறைவாக இருக்கவேண்டும்," என்று அவள் சொன்னாள்.

அதைக் கேட்ட அரசன், அங்கிருந்த ஒரு அறைக்குள் போய் மறைந்து இருந்து, அவளுடைய செய்கைகளைக் கவனித்தான். அரசன் அறைக்குள் சென்றதும், அந்தப் பெண், தன்னிடம் இருந்த ஒரு மூலிகையை எடுத்து நெருப்பில் போட்டாள். பிறகு, ஏதோ உச்சரித்தாள். கடல் கொந்தளிக்கும் சப்தம் கேட்டது. அந்தச் சத்தத்தைக் கேட்டு அரசன் கடல் பக்கம் திரும்பிப் பார்த்தான். கடலில் நீரில் ஒரு கிழவியுடன் ஐந்து பெண்களும் ஒரு வாலிபனும் நடந்து வந்தனர். அவர்கள் எல்லோரும் கரையை அடைந்து அந்த மாளிகையினுள் வந்தார்கள்.

அவர்களைக் கண்டதும் ஜுல்லனார் எழுந்தோடி அவர்களை வரவேற்றாள்! அந்தக் கிழவி ஜுல்லானாரைப் பார்த்து, "என்னுடன் கோபித்துக் கொண்டு இப்படி ஓடி வந்து விட்டாயே! உன்னை எங்கெல்லாம் தேடினோம்! நீ வந்து நான்கு வருஷங்கள் ஆகிவிட்டனவே! இங்கே என்ன செய்து கொண்டு இருக்கிறாய்?" என்றாள்.

ஜுல்லனார், தான் அவர்களைப் பிரிந்து வந்தது முதல் நடந்த விஷயங்களைச் சொன்னாள். மேலும, தன்னை அரசன் விலைக்கு வாங்கி இருப்பதையும், அரசன் மூலமாகத் தனக்குக் குழந்தை பிறக்கப் போவதையும் சொன்னாள். அவள் சொன்னதைக் கேட்ட அவர்கள் மகிழ்ந்தார்கள். என்றாலும், அவளைத் தன்னுடன் வந்து விடும்படி சொன்னார்கள். ஆனால், அவள் ஒப்புக்கொள்ளவில்லை.

அப்படிப் பேசிக்கொண்டே அவர்கள் எல்லோரும் சாப்பிட உட்கார்ந்தனர். அப்பொழுது, அந்தக் கிழவி ஜுல்லானாரைப் பார்த்து, “உன் கணவர் எங்கே? நாங்கள் பார்க்க வேண்டும்” என்றாள், உடனே, ஜுல்லனார் அரசன் இருந்த அறைக்குச் சென்று, அவனிடம் விஷயத்தைச் சொல்லி அவர்களிடம் அழைத்து வந்தாள். அரசனைக் கண்டதும் அவர்கள் எல்லோரும் மகிழ்ச்சியுடன் பேசினர். பிறகு, எல்லோருமாகச் சாப்பிட்டனர்.

ஜுல்லனாரின் சகோதரன் முதலானவர்களை அங்கேயே தங்கி இருக்கும்படி அரசன் சொன்னான். அதற்கிணங்க, அவர்கள் நாற்பது நாட்கள் அங்கே தங்கினர். பின்னர் விடை பெற்றுச் சென்றனர்.

அவர்கள் சென்ற சில நாட்களில், ஜுல்லனார் ஆண் குழந்தை ஒன்றைப் பெற்றாள். குழந்தை பிறந்திருக்கும் செய்தியைக் கேட்டு ஜுல்லனாரின் சகோதரன் வந்தான். குழந்தைக்கு பாஸிம் என்று பெயரிடப்பட்டது. அந்தக் குழந்தையை ஜுல்லனாரின் சகோரன் தன்னுடைய சமுத்திர ராஜ்யத்திற்கு எடுத்துச் சென்று, அக்குழந்தைக்குத் தங்கள் இனத்தவருக்கு மட்டுமே இருந்த விசேஷ சக்தியை அந்தக் குழந்தைக்கும் கிடைக்கச்செய்தான். பிறகு, அந்தக் குழந்தையைக் கொண்டுவந்து பெற்றோர்களிடம் விட்டுப் போனான்.

பாஸிம் வளர்ந்து வாலிபப் பருவம் அடைந்தான். அரசன் ஷாஜமாலன் வயோதிகம் அடைந்து இறந்தான். அவன் இறந்ததும் பாஸிம் பட்டத்திற்கு வந்தான். அவன் பட்டத்திற்கு வந்து ஒரு வருஷம் ஆயிற்று.

அச்சமயம், ஜுல்லனாருடைய சகோதரன் அங்கே வந்தான். பாஸிமின் கலியாண விஷயமாகச் சகோதரியிடம் பேசிக்கொண்டு

இருந்தான். சமுத்திர ராஜ்யங்களைச் சேர்ந்த ஜோரா இளவரசியைப் பாஸிமுக்கு மணம் செய்து வைத்து விடலாம் என்று இருவரும் அபிப்ராயப்பட்டனர்.

அவர்கள் இருவரும் பாஸிமுடைய கலியாண விஷயமாகப் பேசினதை அவன் கேட்டுக்கொண்டு இருந்தான். ஆகவே, ஜோரா இளவரசியைப் பார்க்க வேண்டும் என்ற விருப்பம் அவனுக்கு உண்டாயிற்று. தன்னுடைய விருப்பத்தைத் தாய் மாமனிடம் தெரிவித்தான்.

உடனே, அவன் பாஸிமை அழைத்துக்கொண்டு, தன்னுடைய ராஜ்யத்திற்குப் போனான். பாஸிமைக் கண்டதும் அவனுடைய பாட்டி மகிழ்ச்சி பொங்க வரவேற்றாள். பாஸிம் அச்சமயம் அங்கு வந்த காரணத்தைத் தன் மகனிடம் கேட்டுத் தெரிந்து கொண்டாள்.

ஜோரா இளவரசியின் விஷயமாகத் தன்னுடைய மகன் பாஸிமிடம் சொன்னதே அவளுக்குப் பிடிக்கவில்லை. ஏனென்றால், ஜோராவின் தகப்பன் முரடன், அவனுடைய பெண்ணை மணம் செய்து கொள்ளச் சென்ற பலரை அவன் அவமானப் படுத்தி அனுப்பி வந்தான். ஆகையினால், தன்னுடைய மகன் போனாலும், அவமானப் பட்டுத்தான் திரும்ப நேரிடும் என்று எச்சரித்தாள்.

ஆயினும், அவன் மிகவும் வற்புறுத்தியதன் பேரில், கிழவி அவனைப் பெண் கேட்டு வரும்படி அனுப்பி வைத்தாள். அவன் அநேகப் பரிசுப்பொருட்களை எடுத்துக்கொண்டு ஜோராவின் தந்தையிடம் சென்றான். தான் பாஸிமுக்குப் பெண் கேட்க வந்த விஷயத்தை அவனிடம் சொன்னான்.

அதைக் கேட்ட ஜோராவின் தந்தை சினங்கொண்டான். தன்னுடைய மகளின் அழகுக்கு இணையான மாப்பிள்ளைக்குத் தான் ஜோராவை மணம் செய்து கொடுக்க முடியும்; பாஸிமுக்குக் கொடுக்க முடியாது என்று சொன்னதுடன், அவனையும் வெளியே இழுத்துக்கொண்டு போகும்படி தன் சேவகர்களிடம் சொன்னான்.

அந்த அவமதிப்புடன் அவன் திரும்பினான். அதை உணர்ந்த அவனுடைய படைவீரர்கள், தங்களுடைய அரசனை அவமதித்த ஜோராவின் தகப்பன்பேரில் படையெடுத்துச் சென்றனர். அவனைப் பிடித்துக்கொண்டு வந்தனர். அந்தச் சண்டை நடக்கும்

சமயம், ஜோரா பயந்து ஓடி ஒரு மரத்தின் மேல் ஏறிக்கொண்டாள். பாஸிமும் அதனால் பயந்து, அதே மரத்தடியில் வந்து சேர்ந்தான்.

மரத்தின் மேலிருந்த ஜோரா, கீழே இருந்த பாஸிமைப் பார்த்தாள். கீழே இருந்த பாஸிம் மரத்தின் மேலிருந்த ஜோராவைப் பார்த்து, "நீ யார்? ஏன் மரத்தின்மேல் ஏறி உட்கார்ந்திருக்கிறாய்?" என்று கேட்டான். அதற்கு அவள் தன்னுடைய வரலாற்றைப் பாஸிமிடம் தெரிவித்தாள்.

அவள் சொன்னதைக் கேட்ட பாஸிம், "நான்தான் அந்த பாஸிம். எனக்காகப் பெண் கேட்பதற்குத்தான் என்னுடைய தாய்மாமன் வந்தார். உன்னுடைய தகப்பனார் அவரை அவமதித்த தனால்தான் சண்டை உண்டாயிற்று. நீ மரத்தை விட்டு இறங்கி வா; நாம் இருவரும் என்னுடைய மாமனிடம் சென்று உன் தகப்பனாரை விடுதலை செய்யச் சொல்வோம். பிறகு நாம் இருவரும் மணம் செய்து கொள்ளலாம்," என்றான்.

ஜோரா யோசித்தாள், அவனால்தான் தனக்கும் தன் தகப்பனாருக்கும் தொல்லைகள் ஏற்பட்டது என்று எண்ணி அவனை வெறுத்தாள். ஆயினும், தன்னுடைய வெறுப்பை வெளிப்படுத்தாமல், அவனை நேசிப்பதாகப் பாசாங்கு செய்தாள். அவனுடன் அன்பாகப் பேசிய வண்ணம் கீழே இறங்கி வந்தாள். அவள் தன்னருகில் வந்ததும், பாஸிம் அவளைக் கட்டிப் பிடித்தான். உடனே, அவள் பாஸிமுடைய முகத்தில் காரித்துப்பி, "நீ ஒரு பறவையாக மாறக்கடவது.' என்றாள். அவள் அப்படிச் சொன்ன மறுகணமே, பாஸிம் ஒரு பறவையாக மாறினான்.

அவன் பறவையாக மாறினதும், ஜோரா அந்தப் பறவையைப் பிடித்துக்கொண்டு போய்த் தண்ணீரில்லாத ஒரு தீவில் விட்டு வரும்படி தன் வேலைக்காரியிடம் உத்தர விட்டாள். தண்ணீர் இல்லாத தீவில் விட்டு வந்தால், அந்தப் பறவை தாகத்தினால் இறந்துவிடும் என்றே அவள் அப்படிச் சொன்னாள். ஆனால், அந்த வேலைக்காரி பறவையாக இருந்த பாஸிம் பேரில் இரக்கப்பட்டுச் சோலைகள் சூழ்ந்த தீவில் விட்டு வந்தாள். ஜோராவிடம் அந்தப் பறவையைத் தண்ணீர் இல்லாத தீவில் விட்டு வந்ததாகச் சொல்லி விட்டாள்.

ஜோராவின் தகப்பனைப் பிடித்துச் சிறையில் வைத்த பின்னர், பாஸிமின் தாய் மாமன் பாஸிமைக் காணாததால், தன்னுடைய தாயாரிடம், "பாஸிம் எங்கே போய் இருக்கிறான்?" என்று கேட்டான். அதற்கு அவனுடைய தாயார், "நீ ஜோராவின் தகப்பனுடன் சண்டைக்குப் போனதைப் பார்த்து அவன் பயந்தான். எங்கே போனானோ, தெரியவில்லை," என்றாள். பல இடங்களில் தேடிப் பார்த்தும் பாஸிம் காணப்படவில்லை.

இது இப்படியிருக்க, பாஸிமின் தாயார் ஜுல்லனார் மகனைக் காணாமல் கவலைப்பட்டாள்; அவனைத் தேடித் தன் தாயார் வீட்டிற்கு வந்து விசாரித்தாள். தாயார் மூலமாக நடந்த விஷயங்களைத் தெரிந்துகொண்டாள். மகனைக் காணாததால், துக்கத்துடன் திரும்பினாள்.

பறவை உருவில் இருந்த பாஸிம், தீவில் இருந்த பழங்களைத் தின்று திரிந்து வந்தான். அச்சமயம் அங்கே ஒரு வேடன் வந்தான். அந்தப் பறவையைப் பிடித்துக் கொண்டு போய் ஒரு அரசனுக்கு விற்றான். அரசன் அந்தப் பறவையை ஒரு கூண்டில் அடைத்து வைக்கச் சொன்னான். அதற்குத் தேவையான இரையை வேலையாட்கள் அந்தக் கூண்டில் வைத்தனர். ஆனால், அந்தப்பறவை கூண்டில் வைக்கப்பட்ட இரையைத் தின்னவில்லை.

ஒரு நாள் அந்த அரசன் சாப்பிட்டுக்கொண்டு இருக்கும் போது, அந்தப் பறவையைத் தன்னிடம் கொண்டுவரச் சொன்னான். அந்தப் பறவை இரை தின்னவில்லை என்று வேலைக்காரர்களின் மூலமாக அரசன் கேள்விப்பட்டான், ஆகவே, தான் சாப்பிட்டுக்கொண்டிருந்த உணவை அந்தப் பறவைக்கு வைத்தான். மனிதர்கள் சாப்பிடுவதைப் போலவே, அந்தப் பறவை அவ்வளவு உணவையும் சாப்பிட்டது.

அதைப் பார்த்த அரசனும் மற்றவர்களும் ஆச்சரியப்பட்டனர். மனிதர்களைப் போலவே ஒரு பறவைசாப்பிடும் அதிசயத்தைத் தன் மனைவியும் பார்க்கவேண்டும் என்று அரசன் நினைத்தான். உடனே, தன் மனைவியை வரச் சொன்னான். அவள் அங்கு வந்ததும், பறவையைப் பார்த்துவிட்டு அவசரமாகத் திரும்பினாள். அரசன் அவளைப் பின்தொடர்ந்து "ஏன் போகிறாய்? அந்தப்

பறவை மனிதர்களைப் போலவே சாப்பிடுகிறது! நீ அதைப் பார்க்க விரும்பவில்லையா?'' என்றான்.

உடனே, அவள் கணவனைப் பார்த்து, "அது பறவை அல்ல. பெர்ஷிய அரசன் பாஸிம். ஜோரா இளவரசியின் மந்திர சக்தியால் அவன் பறவை உருவில் இருக்கிறான்,'' என்று சொல்லிப் பாஸிம் பறவையான வரலாற்றை சொன்னாள். அவளுக்கும் மந்திரங்கள் தெரியும். ஆகையால், அவள், அந்தப் பறவையின் உண்மையைத் தெரிந்துகொள்ள முடிந்தது.

அதைக் கேட்ட அரசன் ஆச்சரியப்பட்டான். ஆகவே, தன் மனைவியிடம் சொல்லி அந்தப் பறவையைப் பழைய உருவத்தை அடையும்படி செய்யச் சொன்னான். அதற்கிணங்க, அவள் ஒரு கிண்ணத்தில் தண்ணீர் கொண்டுவரச் சொல்லி, மந்திரத்தை உச்சரித்து, தண்ணீரை அந்தப் பறவையின்மேல் தெளித்தாள். உடனே, பறவை உருவம் மாறிப் பாஸிம் உருவத்தை அடைந்தது.

பாஸிம் மீண்டும் பழைய உருவத்தை அடைந்ததில் அந்த அரசன் மகிழ்ச்சி கொண்டான். பாஸிம் அந்த அரசனிடம் தன் வரலாறு முழுவதையும் சொன்னான். தன்னுடைய ஊரை விட்டு வந்து நாட்கள் ஆனபடியால் தன் தாயார் கவலைப்படுவாள் என்று சொல்லித் தன்னுடைய நாட்டிற்குப்போய்ச் சேர வசதி செய்து கொடுக்கும்படி கேட்டான். உடனே,. அந்த அரசன் பாஸிம் பிரயாணத்திற்காக ஒரு கப்பலைக் கொடுத்தான்.

பாஸிம் கப்பலில் புறப்பட்ட பதினோராம் நாள் கடலில் புயல் தோன்றியது. அதனால் கப்பல் வழி தவறி ஒரு மலையில் மோதி உடைந்தது. கடலில் மூழ்கிய பாஸிம் ஒரு மரத் துண்டின் உதவியால் உயிர் தப்பினான். அந்த மரத்துண்டைப் பிடித்துக்கொண்டு மூன்று நாட்கள் நீந்தினான். நான்காவது நாள் ஒரு தீவை அடைந்தான். அந்தத் தீவில் ஒரு நகரம் இருந்தது.

அங்கே நகரம் ஒன்று இருப்பதைப் பார்த்ததும, அவனுக்கு அளவு கடந்த மகிழ்ச்சி உண்டாயிற்று. உடனே நகரத்தை நோக்கி நடந்தான். ஆனால், திடீரென்று ஆயிரக்கணக்கான கழுதைகளும் குதிரைகளும் அவனெதிரில் தோன்றி அவனை வழி மறித்துத் துரத்தின. ஆகவே, அவன் திரும்பி வந்து, வேறு வழியாகச் சுற்றிப்போய் அந்த நகரத்தை அடைந்தான்.

அந்த நகரத்திற்குள் தான் வர முயன்றபோது கழுதைகளும் குதிரைகளும் வந்து வழிமறித்ததை எண்ணி வியந்தபடியே நகரத்தைச் சுற்றிப் பார்த்தான். அப்பொழுது ஒரு கிழவன் தென்பட்டான். அந்தக் கிழவன் பாஸிமைப் பார்த்து, "நீ எப்படி இந்த நகரத்திற்கு வந்தாய்? வழியில் உன்னை யாரும் தடுக்கவில்லையா?" என்று கேட்டான். அதற்கு பாஸிம், "கழுதைகளும் குதிரைகளும் என்னை வழிமறித்தன; அந்த காரணத்தை நீங்கள் சொல்ல வேண்டும்," என்றான்.

அந்தக் கிழவன் பாஸிமைப் பார்த்து, "வழியில் பார்த்த கழுதைகளும் குதிரைகளும் உன்னைப்போன்ற வெளியூர் வாலிபர்கள்தான். இந்த நகரத்து ராணியினால் அவர்கள் அந்த உருவத்தை அடைந்து இருக்கின்றனர். இந்த ஊர் ராணி பொல்லாதவள். அவளுக்கு மந்திரசக்தி உண்டு. இந்த நகரத்திற்குப் புதிதாகவரும்வாலிபர்களைஎல்லாம்தன்னுடையஅந்தப்புரத்திற்கு அழைத்துப்போய் நாற்பது நாட்கள் வைத்திருப்பாள். பிறகு, தனக்குத் தெரிந்த மந்திர சக்தியால் உருமாற்றி விடுவாள். உனக்கும் தங்களைப்போல அந்த கதி ஏற்படக்கூடாது என்றுதான் அந்தக் கழுதைகளும் குதிரைகளும் வழிமறித்தன. ராணி உன்னைப் பார்த்தால் விடமாட்டாள். அந்தப்புரத்திற்கு அழைத்துப்போய் விடுவாள். ஆகையால், என்னுடைய வீட்டிற்கு வந்துவிடு. மற்ற விஷயங்களை அப்புறம் பேசிக்கொள்ளலாம்' என்று சொல்லி, பாஸிமைத் தன்னடைய வீட்டிற்கு அழைத்துப்போனான்.

பாஸிமுக்குக் கிழவன் உணவளித்துத் தங்க இடம் கொடுத்தான். பாஸிம் திரும்பித் தன் நாட்டிற்குப் போகும் வழியும் தெரியவில்லை. ஆகவே, அந்தக் கிழவன் அவனைத் தன்னுடைய கடையைக் கவனித்துக்கொள்ளச் சொன்னான். பாஸிம் தன்னுடைய வீட்டைவிட்டு வெளியில் எங்காவது சென்றால், அந்த ராணியினால் ஆபத்து விளையக்கூடும் என்று எச்சரித்து வைத்து இருந்தான்.

ஆகவே, பாஸிம் எங்கும் வெளியே போகாமல் கடையிலேயே இருந்து வந்தான். அந்தக் கடைக்கு வந்த அநேகர், கிழவனைப் பார்த்து, "இவன் அசலூர் போலத் தோன்றுகிறதே! இவன் உனக்கு என்ன உறவு?' என்று பாஸிமைச் சுட்டிக்காட்டிக்

கேட்டனர். அதற்கு அந்தக் கிழவன், "இவன் என்னுடைய தம்பியின் மகன். என்னுடைய தம்பி இறந்து விட்டதால், இவனை இங்கு வரச் சொல்லி அனுப்பினேன். ஆகையினால், இவன் இங்கு வந்திருக்கிறான்," என்று சொன்னான்.

ஒரு நாள், அந்தக் கிழவனுடைய கடையின் பக்கமாக ராணி வந்தாள். பாஸிமைப் பார்த்ததும் அவன் அழகில் மயங்கினாள். உடனே, கிழவனிடம் சென்று, "இவனை என்னுடைய அந்தப்புரத்திற்கு அனுப்பு", என்றாள். அதற்குக் கிழவன், "அவன் என்னுடைய தம்பியின் மகன். அவனை அந்தப்புரத்திற்கு அனுப்பினால், நீ உருமாறச் செய்துவிடுவாய். ஆகையினால், அவனை அனுப்ப மாட்டேன்," என்றான்.

ஆகவே, ராணி கிழவனைப் பார்த்து, "நான் அவனை மிகவும் நேசிக்கிறேன். ஆகையால், அவனுக்கு எவ்விதமான தீங்கும் செய்யமாட்டேன். இது சத்தியம். எனவே, அவனை என்னுடன் அனுப்பு" என்று கெஞ்சினாள். ராணியின் வார்த்தையில் கிழவன் நம்பிக்கை கொண்டான். ஆயினும், நாற்பது நாட்களுக்குப் பின் அவனைத் தன்னிடம் அனுப்பிவிட வேண்டும் என்று உறுதிமொழி பெற்றுக்கொண்டு, பாஸிமை ராணியுடன் அனுப்பி வைத்தான்.

ராணியின் அந்தப்புரத்திற்குள் சென்ற பாஸிம், அவன் அதுவரையில் கண்டறியாத பல காட்சிகளைக் கண்டான். நாற்பதாம் நாள் நடு இரவில் அவனுக்குத் தற்செயலாகத் தூக்கம் கலைந்தது. எழுந்து பார்த்தான். வழக்கப்படி காணப்படும் ராணியைக் காணவில்லை. அவனுக்குப் பயம் தோன்றியது. அவள் மந்திர சக்தியால் தன்னை உருமாறச் செய்து விடுவாளோ என்ற சந்தேகம் உண்டாயிற்று. ஆயினும், அந்தச் சந்தேகம் சில வினாடிகள்தான் இருந்தது. அவளுடைய அழகிய முகம் நினைவிற்கு வந்ததும, அவனுக்கு ஏற்பட்ட சந்தேகம் மறைந்தது. அவளைத் தேடி நந்தவனத்திற்குப் போனான்.

அந்த நடுநிசியில், அங்கே இரண்டு குருவிகள் இருந்ததைக் கவனித்தான். அவன் அவைகளைப் பார்த்த தருணத்தில், ஒரு குருவி ராணியாக உருமாறியது. அதைப் பார்த்த பாஸிமுக்கு ராணியின் மேல் கோபம் உண்டாயிற்று. தனக்குத் தெரியாமல் ராணி இரவு நேரத்தில் குருவியிடம் பேச வேண்டிய சந்தர்ப்பம் என்னவாக

இருக்கும் என்று சிந்தித்தான். ஒருகால், அந்தக் குருவியும் அவளால் உருமாற்றப்பட்ட ஒரு வாலிபனாகத்தான் இருக்க வேண்டும் என்ற முடிவுக்கு வந்தான்.

ஆகவே, தான் வந்திருப்பதை ராணி தெரிந்துகொள்ளும் முன் திரும்பி வந்து, பழையபடி படுத்துக் கொண்டான். சற்று நேரத்தில் ராணி படுக்கையறைக்கு வந்தாள். பாஸிமிடம் பேசினாள். ஆனால் பாஸிம் அவளுடன் பேசாமல் திரும்பிப் படுத்துக்கொண்டான். அதைப் பார்த்த ராணி, அவன் தன் மேல் கோபம் கொண்டு இருக்கக்கூடும் என்று உணர்ந்தாள். ஆயினும், தான் உணர்ந்ததை அவனிடம் காட்டிக் கொள்ளவில்லை.

தன்னுடைய ரகசியத்தைப் பாஸிம் அறிந்து கொண்டான். ஆகவே, அவனை உருமாற்றிவிட வேண்டும் என்ற எண்ணம் கொண்டாள். ஆனால், கிழவனுக்கு கொடுத்த வாக்கை நினைத்ததும், தன் திட்டத்தை உடனடியாக நிறைவேற்றக் கூடாது என்ற முடிவுக்கு வந்தாள்.

மறுநாள் காலையில் பாஸிம் தன்னுடைய பெரியப்பாவின் கடைக்குப் போய் வருவதாக ராணியிடம் சொல்லிவிட்டுப் போனான். கிழவனிடம் வியத்தைச் சொன்னான். அதற்கு அந்தக் கிழவன், "ஆமாம்! நீ பார்த்த குருவியும் அவளால் உருமாற்றப்பட்ட காதலன்தான். அவன் மேல் அவளுக்கு அபார மோகம். ஒரு நாள், அவன் ஒரு அடிமைப் பெண்ணைப் பார்த்துச் சிரித்ததற்காக கோபம் கொண்டு, அவனைக் குருவியாக்கி விட்டாள். அடிமைப் பெண்ணைக் கொன்று விட்டாள். ஆயினும், குருவியின் உருவத்தில் இருக்கும் காதலனுடன் இருப்பதற்காக அவளும் குருவி உருவம் எடுக்கிறாள். காதலனிடம் பேசி முடிந்ததும், தன் உருவத்தை அடைகிறாள்," என்று சொன்னான்.

மேலும், ராணியினால் விளையக்கூடிய தீங்கை கிழவன் அறிந்தான். ஆகவே, அவளிடம் இருந்து தப்புவதற்கு வேண்டிய வழிகளை எல்லாம் அவனுக்குச் சொல்லிக் கொடுத்தான். பிறகு, பாஸிம் அரண்மனைக்குப் போனான். அன்றிரவு தூங்கு பவனைப் போல நடித்து, ராணியின் நடவடிக்கை களைக் கவனித்தான்.

நடுநிசியில் ராணி எழுந்தாள். அறையின் மத்தியில் நின்று ஏதோ மந்திரத்தை உச்சரித்தாள். அறையின் நடுவே ஒரு ஆறு பெருக்கெடுத்து ஓடியது! பிறகு ஏதோ மந்திரத்தை உச்சரித்தாள்! பயிர்கள் உண்டாயின! அந்தப் பயிர்களில் இருந்த கதிர்களை அறுத்தாள்! அதை இடித்து மாவாக்கி ஒரு பாத்திரத்தில் போட்டு மூடிவைத்து விட்டு மறுபடியும் பாஸிம் அருகில் படுத்துக் கொண்டாள்! அதை யெல்லாம் பாஸிம் படுக்கையில் படுத்தபடியே கவனித்துக்கொண்டு இருந்தான்! ஆனால், அவன் அப்படி கவனித்துக்கொண்டு இருந்ததது ராணிக்குத் தெரியாது!

பொழுது விடிந்ததும் பாஸிம் ஏதும் அறியாதவனைப் போல, மறுபடியும் தன்னுடைய பெரியப்பாவின் வீட்டிற்குப் போய் வருவதாகச் சொல்லிப் புறப்பட்டான்! கிழவனுடைய வீட்டை அடைந்ததும, அவனிடம் முதல்நாள் இரவில் ராணி செய்த செயல்களைப் பற்றிக் கூறினான்!

அதைக் கேட்ட கிழவன், "அவள் அந்த மாவினால் செய்த பணியாரத்தை உனக்குக் கொடுப்பாள்! அதை நீ சாப்பிடக் கூடாது. நீ அதைச் சாப்பிட்டால்தான் அவள் உன்னை உருமாற்ற முடியும்; சாப்பிடாவிடில் உருமாற்ற முடியாது! இன்னொரு காரியம் நீ செய்யவேண்டும்! நான் ஒரு பணியாரம் கொடுக்கிறேன்! அந்தப் பணியாரத்தை அவள் சாப்பிடும்படி செய்யவேண்டும்! அவள் அதை சாப்பிட்டு விட்டாளானால், நீ அவளை உருமாற்றி விடமுடியும்," என்று பாஸிமிடம் சொல்லி ஒரு பணியாரத்தைக் கொடுத்து அனுப்பினான்!

பாஸிம் அரண்மனையை அடைந்ததும், ராணி அவனிடம் அன்பாகப் பேசினாள்! அவள் திட்டப்படி செய்து வைத்த பணியாரத்தை சாப்பிடச் சொன்னாள். பாஸிம் அதை வாங்கி ஒரு பக்கமாக வைத்தான் முதலில், தான் கொடுக்கும் பணியாரத்தை அவள் சாப்பிட்டால்தான், அவள் தனக்குக் கொடுத்ததைச் சாப்பிட முடியும் என்று கொஞ்சினான்.

பாஸிம் கொடுத்த பணியாரத்தை ராணி சாப்பிட்டாள். அவள் அதைச் சாப்பிட்டு முடிந்ததும, கிழவன் சொல்லிக் கொடுத்த மந்திரத்தின்படி, பாஸிம் அவளை ஒரு கழுதையின்

உருவடையச் செய்தான். உடனே, அந்தக் கழுதையைப் பிடித்துக் கொண்டு, கிழவனிடம் போனான்.

ராணி கழுதை உருவை அடைந்து இருப்பதைப் பார்த்த கிழவன் திருப்தி அடைந்தான். பிறகு, பாஸிமிடம் கிழவன் ஒரு கடிவாளத்தைக் கொடுத்து, “இந்தக் கடிவாளத்தைக் கழுதையின் வாயில் பூட்டி விடு. எந்தக் காரணத்தைக் கொண்டும் கடிவாளத்தை அகற்றக் கூடாது. அப்படி அகற்றினால் ஆபத்து ஏற்படும்,” என்றான்.

பாஸிம் அந்தக் கடிவாளத்தைப் பூட்டி கழுதையின் மேல் ஏறி உட்கார்ந்து தன்னுடைய ஊருக்குப் புறப்பட்டான். போகும் வழியில் ஒரு சிறிய நகரம் தென்பட்டது. அங்கே தங்கினான். அப்பொழுது கிழவி ஒருத்தி பாஸிமிடம் இருந்த கழுதையைப் பார்த்தாள். உடனே, பாஸிமிடம் வந்து, “இந்தக் கழுதையைப் பார்த்தால், இறந்து போன என் மகனுடைய நினைவு வருகிறது. ஆகையால் இந்தக் கழுதையை எனக்குக் கொடுத்து விடுகிறாயா?” என்று கேட்டாள். பாஸிம் மறுத்தான். என்றாலும், அவள் விடாமல் கெஞ்சினாள்.

அவளுடைய தொல்லையைப் பொறுக்க முடியாமல் பாஸிம், விளையாட்டுத்தனமாக, “ஏ கிழவி! இது விலையுயர்ந்த கழுதை, சும்மா கொடுக்க முடியாது. ஆயிரம் பொற்காசுகள் கொடுத்தால் கொடுக்கிறேன்,” என்றான். அவன் சொன்னதைக் கேட்ட கிழவி, அவனிடம் அவன் கேட்ட தொகையைக் கொடுத்தாள்.

அந்தக் கிழவியின் ஏழ்மை நிலையைப் பார்த்த பாஸிம் அவள் விலை கொடுத்து வாங்கமாட்டாள் என்று நினைத்தான். அதனால்தான், கழுதையின் விலை ஆயிரம் பொற்காசுகள் என்று சொன்னான். அவன் நினைத்ததற்கு மாறாக, அவள் தொகையைக் கொடுத்ததும் திகைத்தான். கழுதையை விற்பதில்லை என்று கொன்னான்.

அதைக் கேட்ட கிழவி, “நீ கேட்ட தொகையைப் பெற்றுக் கொண்டு கழுதையைக் கொடுத்தாக வேண்டும். நீ கொடுக்க மறுத்தால் பொய் சொன்ன குற்றத்திற்காக உன் பேரில் வழக்குத்தொடருவேன். அதனால், இந்த நகரச் சட்டப்படி உனக்கு மரண தண்டனை விதிக்கப்படும்,” என்றாள்.

கிழவி சொன்னதைக் கேட்டதும், பாஸிம் பயந்தான். தொகையைப் பெற்றுக்கொண்டு, கழுதையைக் கிழவியிடம் ஒப்படைத்தான். கிழவி அந்தக் கழுதைக்குப் பூட்டியிருந்த கடிவாளத்தை நீக்கினாள். ஏதோ மந்திரத்தை உச்சரித்தாள். உடனே, அந்தக் கழுதை ராணியின் உருவத்தை அடைந்தது. பிறகு, அந்தக் கிழவியும் ராணியும் ஒருவரையொருவர் கட்டித் தழுவினர். அப்பொழுதுதான் கிழவி ராணியின் தாயார் என்பதை பாஸிம் தெரிந்து கொண்டான். ராணியிடம் விஷயங்களைக் கேட்டுத் தெரிந்து கொண்டதும் கிழவி ஏதோ மந்திரத்தை உச்சரித்தாள். உடனே, ஒரு பூதம் தோன்றியது. ராணி, பாஸிம், கிழவி ஆகிய மூவரையும் அந்தப் பூதம் தூக்கிக்கொண்டு பறந்துபோய் ராணியின் அரண்மனையில் விட்டது.

ராணி தன்னுடைய சிம்மாசனத்தில் அமர்ந்தாள். பாஸிமைப் பிடித்துவரும்படி உத்தரவிட்டாள். சேவகர்கள் பாஸிமைப் பிடித்து வந்து அவள்முன் நிறுத்தினார்கள்! உடனே, அவள் பாஸிமைப் பார்த்து, "நன்றி கெட்டவனே! என்னையா ஏமாற்றப் பார்க்கிறாய்! உன்னை என்ன செய்கிறேன் பார்," என்று சொல்லி மந்திரத்தை உச்சரித்தாள். பாஸிமை ஆந்தையாக உருமாறச் செய்தாள். பிறகு, ஒரு வேலைக்காரியைக் கூப்பிட்டு, "இந்த ஆந்தையைக் கொண்டு போய் ஒரு கூண்டில் அடைத்து வை. இதற்கு இரையோ, தண்ணீரோ கொடுக்காதே," என்று உத்தரவிட்டாள்.

ராணியின் உத்தரவுப்படி வேலைக்காரி அந்த ஆந்தையை ஒரு கூண்டில் அடைத்தாள். அவளுக்கு பாஸிமைத் தெரியும். ஆதலால், அவள் யாருக்கும் தெரியாமல் கிழவனுடைய வீட்டிற்குப்போய், அவனிடம் விஷயத்தைச் சொன்னாள்.

வேலைக்காரியின் மூலமாகத் தகவலைத் தெரிந்து கொண்ட கிழவன் ஒரு மந்திரத்தை உச்சரித்தான். உடனே ஒரு பூதம் தோன்றியது. பிறகு, அந்தக் கிழவன் வேலைக்காரியைப் பார்த்து, "நீ இந்தப் பூதத்தின்மேல் ஏறிக்கொண்டு பாரசீக நாட்டிற்குப் போ; அங்கே உள்ள ஜுல்லனார் ராணியிடம் விஷயத்தைச் சொல்; அந்த ராணிதான் பாஸிமினுடைய தாயார். அவளுக்குச் சகல மந்திரங்களும் தெரியும். அவள் உன்னுடன் வந்து பாஸிமை

ஆந்தை உருவிலிருந்து பழைய உருவம் அடையச் செய்வாள்," என்றுசொல்லிப் பூதத்தினிடம் அந்த வேலைக்காரியைச் சுமந்து செல்லும்படி கட்டளை யிட்டான்.

கிழவன் கட்டளைப்படி, பூதம் அந்த வேலைக்காரியைப் பாரசீக நாட்டிற்குச் சுமந்து சென்றது. பாஸிமினுடைய விஷயத்தை ஜுல்லனார் ராலணியிடம் வேலைக்காரி சொன்னாள். அதைக் கேட்டதும், ஜுல்லனார் ராணி, தன் மகன் உருயிருடனே இருக்கிறான் என்று மகிழ்ச்சி கொண்டாள்.

பாஸிமை ஆந்தை உருவிலிருந்து மாற்றித் தன்னுடைய ராஜ்யத்திற்கு அழைத்துவர முடிவு செய்தாள். உடனே, அவள் அந்த விஷயத்தைத் தன்னுடைய மகனிடம் சொன்னாள். அவன் தன்னுடைய பூதப்படைகளைத் திரட்டிக்கொண்டு சகோதரி ஜுல்லனார் ராணியை அழைத்துக்கொண்டு பாஸிம் ஆந்தை உருவில் சிறைப்பட்டு இருந்த தீவிற்குப் போனான்.

பூதக்கூட்டம் பாஸிமை உருமாற்றிய ராணியின் அரண் மனையைச் சூழந்து சூறையாடின. அங்கு இருந்த ராணியையும் கொன்றுவிட்டது. ஜுல்லனார் ராணியுடன் சென்றிருந்த அந்த வேலைக்காரி, ஆந்தை உருவில் பாஸிம் அடைபட்டிருந்த கூண்டை ஜுல்லனாருக்குக் காண்பித்தாள்.

உடனே, ஜுல்லனார் தனக்குத் தெரிந்த மந்திரத்தை உச்சரித்தாள். அதனால், ஆநதை உருவம் மாறி பாஸிம் உருவை அடைந்தது. ஜுல்லனார் ராணி மகனைக் கண்டதும் மகிழ்ச்சி அடைந்தாள். பிறகு, அவனை அழைத்துக் கொண்டு அந்தக் கிழவனிடம் போனாள்.

அவர்கள் எல்லோரையும் பார்த்த கிழவன் மகிழ்ந்தான். அந்தக் கிழவனுடைய விருப்பப்படி அந்த வேலைக்காரிக்கும் பாஸிமுக்கும் அங்கேயே திருமணம் நடந்தது. பாஸிம் அந்த நாட்டிற்கும் அதிபதி ஆனான். அதற்குப் பிறகு, ஜோராவின் தகப்பனையும் விடுதலை செய்யச் சொல்லி, ஜோராவையும் மணந்து கொண்டான்," என்றாள் ஷாராஜாத்.

பூத ராஜகுமாரியின் கதை

"முன்காலத்தில் எகிப்து நாட்டை ஆஸிம் என்ற அரசன் ஆண்டு வந்தான். அவனுக்கு நூற்றெண்பது வயதாகியும் பிள்ளைப்பேறு உண்டாகவில்லை. அதனால் அவன் வருத்தம் அடைந்தான். அவனுடைய சபைக்கு வருபவர்களில் யாரேனும் தம்முடன் தம்முடைய மக்களை அழைத்து வரும் போதெல்லாம் அவனுடைய வருத்தம் அதிகரிக்கும் அம்மாதிரியான ஒரு சந்தர்ப்பத்தில் அவனுக்கு அளவுமீறி வருத்தம் உண்டானதால் அழுதான்.

ஆஸிம் அரசன் அழுவதைப் பார்த்த அவனுடைய மந்திரி பாரிஸ் என்பவன், அரசனுடைய துக்கத்தின் காரணத்தைக் கேட்டான். அரசன் தன்னுடைய குறையை அவனிடம் சொல்லி அழுதான். அதைக் கேட்ட மந்திரி பாரிஸ், "அரசே! இதற்காகத் துக்கப்படலாமா? எனக்கு இருநூற்றெண்பது வயதாதகிறது. எனக்கும் மக்கட்பேறு இல்லை.அதற்காக நான் துக்கப்படுவதில்லை. இருந்தாலும், உங்களுக்கு மகப்பேறு கிடைப்பதற்காக நான் சுலைமானிடம் சென்று வருகிறேன். சுலைமானால் முடியாத காரியம் எதுவும் இல்லை," என்று சொல்லிவிட்டு சுலைமானுடைய நாட்டிற்கு பயணமானான்.

எகிப்து மந்திரி பாரிஸ் தன்னை நாடி வருவதை சுலைமான் தன்னுடைய அபூர்வ சக்தியால் அறிந்தான். ஆகையினால், தன்னுடைய மந்திரியிடம் சொல்லி, அந்த மந்திரியை எதிர்கொண்டு அழைத்துவரச் சொன்னான். அதன்படி சுலைமானுடைய மந்திரி, எகிப்து மந்திரியை வரவேற்கப் போனான்.

சுலைமானுடைய மந்திரி தன்னை வரவேற்க வந்திருப்பதைப் பார்த்த மந்திரி பாரிஸ் ஆச்சர்யம் அடைந்தான். தான் சுலைமானைப் பார்க்க வரும் செய்தியை முன்கூட்டியே அறிந்துகொண்ட சுலைமானின் சக்தியை வியந்தான்.

பிறகு, மந்திரி பாரிஸ் சுலைமானைச் சந்தித்தான். அவனைப் பார்த்த சுலைமான், "நீ வந்திருக்கும் காரியம் இன்னதென்று எனக்குத் தெரியும். உன்னுடைய அரசனுக்கு நூற்றெண்பது

வயதாகியும் மக்கட்பேறு இல்லையென்று அழுதான். அதற்கு நீ உனக்கு இருநூற்றெண்பது வயதாகியும் உனக்கும் மக்கட்பேறு இல்லையென்று அழுவதில்லை என்று சொன்னாய். அதற்குப் பிறகு, இங்கு புறப்பட்டு வந்திருக்கிறாய்," என்றான்.

தான் சுலைமானிடம் வந்த காரியம் தனக்கும் தன்னுடைய அரசனையும் தவிர வேறு யாருக்கும் தெரியாது என்று மந்திரி பாரிஸ் நினைத்து இருந்தான். ஆனால், தனக்கும் அரசனுக்கும் நடந்த சம்பாஷணைகளை சுலைமான் நேரில் பார்த்ததைப் போல அவ்வளவு சரியாகச் சொன்னதைப் பார்த்த மந்திரி பாரிஸுக்கு மேலும் வியப்பு உண்டாயிற்று. ஆகவே தான் வந்த காரியத்தைத் தானாகவே தெரிந்து சொன்ன சுலைமானுக்கு வணக்கம் செலுத்தினான். தன்னுடைய கோரிக்கையை நிறைவேற்றி, ஆஸிம் மன்னனுக்கு மகப்பேறு உண்டாவதற்கு ஒரு உபாயத்தைச் சொல்லும்படி சுலைமானை வேண்டினான் மந்திரி பாரிஸ்.

அதன்பேரில் சுலைமான், மந்திரி பாரிஸைப் பார்த்து, நீ இங்கிருந்து ஊருக்குப் போனதும் நீயும் ஆஸிம் அரசனும் ஊருக்கு வெளியே உள்ள ஆலமரத்தின்மேல் ஏறிப் பேசாமல் உட்கார்ந்து இருக்கவேண்டும். மாலை நேரம் ஆனதும் மரத்தை விட்டிறங்கிக் கீழே வந்தால், பெரிய பாம்புகள் இரண்டு வரும். ஒரு பாம்பின் தலை குரங்கு முகத்தைக் கொண்டு இருக்கும். இன்னொன்று பூதத்தின் முகத்தைப் போன்று இருக்கும். அந்த இரண்டு பாம்புகளையும் வெட்டிக் கொன்று, தலைப்புறமும் வால்புறமும் நசுக்கிவிட வேண்டும். பிறகு உடலை மட்டும் சமைத்து உங்கள் இருவருடைய மனைவியரும் சாப்பிட்டால், இருவருக்கும் ஆண் சந்ததி உண்டாகும்" என்றான். பிறகு, அவனிடம் ஒரு வாளும், ஒரு சட்டையும் கொடுத்து, குழந்தைகள் பெரியவர்கள் ஆனதும் ஆளுக்கு ஒன்றாகக் கொடுக்கச் சொல்லி அனுப்பினான்.

சுலைமான் கொடுத்த வாளையும் சட்டையையும் பெற்றுக்கொண்டு, மந்திரி பாரிஸ் தன்னுடைய ஊருக்குப் போனான். அரசனும் மந்திரியும் ஆலமரத்திற்குப் போய் சுலைமான் சொன்னபடி காத்திருந்தனர். மாலை நேரம் ஆனதும் மரத்தை விட்டு இறங்கினார்கள். பெரிய பாம்புகள் இரண்டும்

வந்தன. அவைகளை வெட்டிக்கொன்று சுலைமான் சொன்னபடி மனைவியருக்குக் கொடுத்தனர்.

அரசனுடைய மனைவியும் மந்திரியினுடைய மனைவியும் அந்தப் பாம்புகளைச் சாப்பிட்டதன் பயனாகக் கருத்தரித்தனர். அவர்கள் கருத்தரித்த செய்தி அறிந்த அந்த ராஜ்ய மக்கள் அனைவரும் மகிழ்ந்து கொண்டாடினார்கள். அரசன் மகிழ்ச்சிப் பெருக்கால், சிறைச்சாலையில் இருந்த கைதிகளை எல்லாம் விடுதலை செய்ய உத்தரவிட்டான். மூன்று வருஷ காலத்திற்கு குடிஜனங்கள் வரி செலுத்த வேண்டியதில்லை என்று அவசரச் சட்டம் பிறப்பித்தான்.

கருவுற்ற இரு பெண்களும் ஒவ்வொரு ஆண் குழந்தையைப் பெற்றனர். அரசகுமாரனுக்கு சைபுல் முல்க் என்றும் மந்திரி குமாரனுக்கு சையத் என்றும் பெயர் சூட்டப்பட்டது.

அரசகுமாரனும் மந்திரிகுமாரனும் எல்லா வித்தை களையும் கற்றுத் தேர்ந்து இருபது வயது காளையர் ஆயினர். அச்சமயம் ஆஸிம், அரசன், தன்னுடைய மந்திரி பாரிஸையும் குடிஜனங் களையும் கலந்து ஆலோசித்து அரசகுமாரன் சைல் முல்குக்குப் பட்டம் கட்டினான். புது அரசனுக்கு மந்திரி குமாரன் சையத் மந்திரியானான்.

பிறகு, ஆஸிம், தன்னிடம் சுலைமானால் கொடுக்கப் பட்டிருந்த வாளையும் சட்டையையும் ஆளுக்கொன்றாக அவர்களை எடுத்துக்கொள்ளச் சொன்னான். சைவுல்முல்க் சட்டையை எடுத்துக்கொண்டான்.

அன்றிரவு தூங்கப்போகும் தருணத்தில், சைபுல்முல்க் அந்தச் சட்டையைப் பிரித்துப் பார்த்தான். அந்தச் சட்டையில் அழகான ஒரு பெண் உருவம் வரையப்பட்டு இருந்தது. அதைப் பார்த்ததும் சைபுல் முல்க் மயங்கி விழுந்தான். அது அவ்வளவு அழகாக இருந்தது. மயக்கம் தெளிந்து எழுந்ததும், அந்தப் பெண்ணை அடைவதற்கான வழி அவனுக்குத் தோன்றாததால், அழுதுகொண்டே உட்கார்ந்து இருந்தான்.

சைபுல் முல்க் அரசன் அழுவதை மந்திரி சையத் பார்த்தான். அவன் அழுவதன் காரணத்தைக் கேட்டான். அவன் எதுவும்

பதில் சொல்லாமல் அழுதுகொண்டே இருந்தான். அரசனுடைய துக்கத்தின் காரணம் தெரியாததால், மந்திரி சையத் தனக்குக் கிடைத்த வாளால் தற்கொலை செய்து கொள்வதே மேல் என்று நினைத்தான். ஆகவே, அரசனைப் பார்த்து, "அழுவதன் காரணத்தைச் சொல்லாவிட்டால், நான் உயிரை வைத்துக் கொண்டு இருக்கமாட்டேன்," என்றான்.

சையத் அப்படிச் சொன்ன பிறகுதான், சைபுல் முல்க் அழுகையை நிறுத்தினான். சட்டையில் இருந்த உருவத்தைச் சையத்திடம் சுட்டிக்காட்டி, "இந்தப் பெண்ணை நான் அடையாவிட்டால் என் உயிர் போய்விடும்," என்றான். உடனே சையத் அந்த உருவப் படத்தை உற்று நோக்கினான். அந்தப் படத்தின் தலைப்புறம் 'ஷயால் பூத ராஜகுமாரி பெடியா எல் ஜெமால்' என்று எழுதப்பட்டு இருந்தது.

அதைப் படித்துப் பார்த்த சையத், அந்தப் பெண் எங்கிருந்தாலும் கொண்டு வந்து அவனிடம் சேர்ப்பதாக உறுதி கூறினான். அந்தப் பெண்ணினுடைய இருப்பிடத்தைத் தெரிந்து கொள்ளும் முயற்சியில் சையத் ஈடுபட்டான்.

சைபுல் முல்கிற்கு காதல் வியாதி ஏற்பட்டு விட்டதனால் மறுநாள் தனக்கு உடல் நலமில்லை என்று தெரிவித்து, சபையைக் கலைத்துவிட்டுப் போய்ப் படுத்துக்கொண்டான். மகனுக்கு உடல் நலமில்லை என்ற செய்தி கேள்விப்படட ஆஸிம் அவன் படுத்து இருந்த அறைக்குப் போனான். மகனுடைய வியாதி அவனுக்குப் புரியவில்லை. ஆகவே, சையத்தைக் கூப்பிட்டுக் கேட்டான். சையத் தனக்கு ஒன்றும் தெரியாது என்றான். அதனால் ஆஸிம் கோபம் கொண்டான். சையத்தைச் சிரச்சேதம் செய்யச் சொன்னான். அதைக் கேட்ட சையத் பயந்து ஆஸிமிடம் உண்மையைச் சொன்னான்.

ஆஸிம் மீண்டும் தன் மகனிடம் சென்றான். சையத் தன்னிடம் சொன்னது உண்மைதானா என்று மகனைக் கேட்டான். அதற்கு சைபுல் முல்க், உண்மைதான் என்று ஒப்புக்கொண்டான். அதைக் கேட்ட ஆஸிம், 'யாராவது மனித இனத்தைச் சேர்ந்த பெண்ணை நீ காதலித்து இருந்தால், நலமாக இருக்கும் பூத இனத்தைச் சேர்ந்த பெண்ணின் மேல் காதல் கொண்டு இருக்கிறாயே! அவள்

எங்கே இருக்கிறாள் என்பதை எப்படிக் கண்டு பிடிக்க முடியும்?'' என்றான். ஆனால் சைபுல் முல்க் அந்தப் பெண்ணை அடையா விட்டால், வேறு எந்தப் பெண்ணையும் மணம் செய்து கொள்ள மாட்டேன் என்று பிடிவாதமாகச் சொல்லி விட்டான்.

ஆகவே, ஆஸிம் தனக்குத் தெரிந்த எல்லோரிடத்திலும் பெடியா எல் ஜெமால் என்ற பூத ராஜகுமாரியின் வரலாற்றை விசாரித்தான். யாரிடமிருந்தும் சரியான தகவல் கிடைக்கவில்லை. ஆனால், ஒருவன் மட்டும் சீன தேசத்திற்குச் சென்று விசாரித்தால், ஒருகால் அந்தப் ெண்ணைப்பற்றிய விபரம் தெரியலாம் என்று யோசனை கூறினான்.

அந்த யோசனையின்படி சைபுல் முல்க்கும் சையத்தும் சீன தேசத்துக்குப் பிரயாணம் ஆனார்கள். அவர்களுடைய பிரயாணத் திற்காக நாற்பது கப்பல்களையும் ஆயிரம் வேலைக்காரர்களையும் ஆஸிம் அனுப்பி வைத்தான்.

சீன தேசத்தை அவர்கள் நெருங்கியதும், அந்த அரசனுக்குத் தான் வந்திருக்கும் செய்தியைச் சொல்ல அனுப்பினான் சைபுல் முல்க். அதைக் கேள்வியுற்ற சீன அரசன் சைபுல் முல்க்கை வரவேற்று, தன்னுடைய ராஜாங்க விருந்தாளியாக நாற்பது நாட்கள் வைத்திருந்தான்.

சைபுல் முல்க் தான் வந்திருக்கும் விஷயத்தைப் பற்றி சீன அரசனிடம் சொன்னான். அந்த அரசனுக்கும் பூத ராஜகுமாரியின் இருப்பிடம் தெரியவில்லை. ஆகவே, அவன் பலரை விசாரித்தான் அப்படி விசாரித்ததில், கப்பல் தலைவன் ஒருவன், இந்தியாவுக்குச் சமீபமாக உள்ள தீவுகள் ஏதேனும் மொன்றில், அந்தப் பெண்ணைப் பற்றிய தகவல் தெரியக்கூடும் என்று சொன்னான்.

அதன்படி சைபுல் முல்க்கும் சையத்தும் சீனாவிலிருந்து இந்தியாவுக்குக் கப்பலில் புறப்பட்டார்கள். நடுக்கடலில் புயல் தோன்றியதால் கப்பல்கள் ஒன்றுடன் ஒன்று மோதி நாற்பது கப்பல்களும் உடைந்து விட்டன. அப்படிக் கப்பல்கள் உடைந்ததனால், சைபுல் முல்க்கும் மற்றும் சில வேலைக்காரர்கள் மட்டும் ஒரு படகில் ஏறிக் கரையை அடைந்தனர். மற்றவர்கள் என்னவானார்கள் என்று கரையேறியவர்களுக்குத் தெரியாது.

கரையை அடைந்த சில வேலைக்காரர்கள் அங்கிருந்த மரங்களில் பழம்பறித்துத் தின்னப் போனார்கள்.

அச்மயம் ஒரு மரத்தின் கீழ் உட்கார்ந்து இருந்த ஒரு கிழவன் அந்த வேலைக்காரர்களில் ஒருவனைக் கூப்பிட்டு, “இந்த மரத்தில் உள்ள பழம் தின்பதற்கு சுவையாக இருக்கும். ஆகையால், இங்கே வா,' என்று கூப்பிட்டான். அந்தக் கிழவன் கூப்பிட்டதும் அவன் பழம் பறிப்பதற்காக கிழவன் இருந்த மரத்தருகில் போனான். வேலைக்காரன் தன்னருகில் வந்ததும் அந்தக் கிழவன், அவன் மேல் பாய்ந்து அவன் தோளின் மேல் ஏறி உட்கார்ந்து விரட்டத் தொடங்கினான். அப்பொழுதுதான், அந்த வேலைக்காரனுக்குத் தன்னைக் கூப்பிட்ட கிழவன் ஒரு பூதம் என்று தெரிந்தது உடனே, அந்த வேலைக்காரன் மற்றவர்களைப் பார்த்து, “இங்கே பூதம் இருக்கிறது, எல்லோரும் ஓடிப்போய் உயிர் பிழைத்துக் கொள்ளுங்கள்,” என்று கத்தினான். அந்தச் சத்தத்தைக் கேட்ட சைபுல் முல்க், தன்னுடன் இருந்த எல்லோரையும் அழைத்துக் கொண்டு போய் படகில் ஏறிக்கொண்டு புறப்பட்டான். படகு, வேறொரு தீவை அடைந்தது.

இரண்டாவது தீவை அடைந்ததும் எல்லோரும் இறங்கித் தீவிற்குள் சென்றனர். அங்கே, ஒரு விநோதப் பிராணி ஒன்று படுத்து இருந்தது. அது, தன் காதுகளால் தன்னுடைய உடம்பு முழுவதையும் மறைந்துக்கொண்டு இருந்தது. ஆகவே, அதைப் பார்த்த ஒரு வேலைக்காரன் தன்னுடைய காலால் அதை உதைத்தான். உடனே, அந்தப் பிராணி எழுந்து பார்த்தது. அது ஒரு பூதம். அந்தப் பூதம் தன்னை உதைத்த வேலைக்காரனைப் பிடித்துக்கொண்டது. ஆகவே, அவன், “பூதம், பூதம்”, என்று அலறினான். அவனுடைய சத்தத்தைக் கேட்ட சைபுல் முல்க் மற்றவர்களை அழைத்துக்கொண்டு படகில் ஏறி வேறொரு தீவை அடைந்தான்.

அந்தத் தீவினுள் சென்றதும், அங்கே பயங்கரமான உருவமுள்ள பூதங்கள் ஏராளமாக இருந்தன. அந்தப் பூதங்கள் சைபுல் முல்க்கையும் அவனுடன் இருந்த வேலைக்காரர் களையும் பிடித்து இழுத்துக்கொண்டு, தங்கள் அரசனிடம் போய், “புது மாதிரியான பறவைகளைப் பிடித்து வந்திருக்கிறோம்,” என்று

சொல்லி, அவர்களைத் தங்கள் அரசனிடம் ஒப்படைத்தன. அந்த அரசன் வேலைக்காரர்கள் இரண்டு பேரைப் பிடித்துச் சாப்பிட்டுப் பார்த்து, "இந்தப் பறவைகள் நன்றாக இருக்கின்றன. ஆகையால், இவற்றைக் கூண்டில் அடைத்து வைக்கவேண்டும்" என்று உத்தரலிட்டான். அந்த அரசன் உத்தரவுப்படி சைபுல் முல்க்கையும் எஞ்சியிருந்த வேலைக்காரர்களையும் பிடித்துக் கூண்டில் விட்டு, அரசனுடைய தலைக்கு மேல் அந்தக் கூண்டுகளைத் தொங்க விட்டன. சைபுல் முல்க்கும் மற்ற வேலைக்காரர்களும், தாங்கள் கூண்டில் அடைக்கப்பட்டதனால் ஏற்பட்ட கஷ்டத்தை நினைத்து அழுதவண்ணம் இருந்தனர். ஆனால், அந்த அரசனுக்கு அவர்களின் அழுகைக் குரல் இனிமையாக இருந்தது.

அந்த அரசனுக்கு ஒரு பெண் இருந்தாள். அவளை வேறொரு தீவில் இருந்த அரசனுக்குக் கல்யாணம் செய்து கொடுத்து இருந்தான். தன்னுடைய தகப்பனிடம் புது மாதிரியான பறவைகள் கிடைத்து இருப்பதாக அவள் கேள்விப்பட்டாள். ஆகவே, அந்தப் பறவைகளில் நான்கைத் தனக்கு அனுப்பி வைக்கும்படி சொல்லி அனுப்பினாள். மகளின் விண்ணப்பத்திற்கிணங்க, அவன் சைபுல் முல்க்கையும் மற்றும் மூன்று வேலைக்காரர்களையும் கூண்டுடன் அங்கே அனுப்பி வைத்தான்.

சைபுல் முல்க்கின் அழகைப் பார்த்து அந்தப் பெண் வியந்தாள். ஆகவே, சைபுல் முல்க்கை அன்புடன் கவனித்து வந்தாள். ஆனால், சைபுல் முல்க் அவளை வெறுத்தான். அதனால், அந்தப் பெண் கோபம் கொண்டு சைபுல் முல்க்கையும் மற்ற மூன்று வேலைக் காரர்களையும் கடினமான வேலையில் ஈடுபடுத்திக் கொடுமை செய்தாள்.

அம்மாதிரிக் கடினமான வேலைகளைச் செய்து வந்த அவர்கள், அங்கு போய்ச் சேர்ந்து ஐந்து வருஷங்கள் ஆயிற்று. அவர்கள் அந்தத் தீவில் இருந்து தப்பித்துக்கொண்டுபோகும் வழி இல்லாததினால், அந்தப் பெண் அவர்கள் இஷ்டப்பட்ட இடத்திற்கு போக அனுமதி கொடுத்து இருந்தாள். சில சமயங்களில் அவர்கள் விறகு கொண்டுவரப் போகும் சாக்கில் இரண்டு மூன்று நாட்கள் எங்காவது சுற்றி அலைந்து விட்டுப் போவார்கள்.

அப்பொழுதும், அவள் அவர்களை எங்கே போய் இருந்தார்கள் என்று கேட்பதில்லை.

ஒரு நாள் அவர்கள் அப்படி அலைந்து கடற்கரையை அடைந்தார்கள். கரையில் உட்கார்ந்து தங்களுடைய கஷ்டத்தைப் பற்றிய பேசிக்கொண்டு இருந்தார்கள். அப்பொழுது, சைபுல் முல்க் தனக்கு ஒரு யோசனை உதித்திருப்பதாக அவர்களிடம் சொன்னான். அதற்குஅவர்கள் "என்ன யோசனை?" என்றனர். உடனே, சைபுல் முல்க், இங்கிருந்து எப்படியாவது தப்பித்துககொண்டு போக வேண்டும். அதற்காக இங்குள்ள மரங்களை வெட்டி ஒரு கட்டுமரம் செய்வோம். அதன் மூலமாக இங்கிருந்து தப்பித்துக் கொள்ளலாம். முதலில் இங்கிருந்து புறப்பட்டுப் போய் விட்டால், பிறகு மற்ற விஷயங்களைப் பற்றி யோசிப்போம்,' என்றான். மற்றவர்கள், அதுதான் சரியான யோசனை என்று ஆமோதித்தனர்.

உடனே, அங்கே இருந்த மரங்களை வெட்டினர். மிகவும் சிரமப்பட்டு ஒரு மாத காலத்தில் ஒரு கட்டுமரம் தயாரித்தனர். இடையில் தினந்தோறும் மாலை வேளையில் அரண்மனைக்கு விறகு கொண்டுபோய்ப் போட்டு வந்தார்கள். அதனால், அவர்கள் பேரில் யாரும் சந்தேகம் கொள்ளவில்லை. கடைசியில் கட்டுமரம் தயார் ஆனதும் நால்வரும் அதில் ஏறிப் புறப்பட்டனர்.

நான்குமாத காலம் கட்டுமரத்திலேயே சென்றனர். ஒரு நாள் நடுக்கடலில் முதலை ஒன்று வந்து சைபுல் முல்க்கைத் தவிர மற்ற மூன்று பேர்களையும் பிடித்துத் தின்றுவிட்டது. ஆகவே, சைபுல் முல்க் தன்னந் தனியாகக் கடலிலே சென்றான். சில நாட்களுக்குப் பிறகு, மலை ஒன்று அவன் கண்களுக்குத் தென்பட்டது. சிறிது நேரத்தில் கட்டு மரம் அந்த மலை அடிவாரத்தருகில் அவனைக் கொண்டுபோய்ச் சேர்த்தது.

சைபுல் முல்க் மிகுந்த மகிழ்ச்சியுடன் அந்த மலைமேல் ஏறினான். எப்படியோ கடலில் இருந்து தரைக்கு வந்து சேர்ந்ததில் மகிழ்ச்சி கொண்டிருந்தான். மலைமேல் ஏறி மறு பக்கம் இறங்கியதும் ஏராளமான மனிதக் குரங்குகள் அவனை வந்து சூழ்ந்து கொண்டன. அந்தக் குரங்குகள் அவனைத் துன்புறுத்தவில்லை. ஆனால், ஒரு குரங்கு அவனுக்கு வழி

காட்டுவதைப்போல் முன்னால் சென்று, தன்னைத் தொடர்ந்து வரும்படி ஜாடை செய்தது.

அந்தக் குரங்கின் குறிப்பை அறிந்து சைபுல் முல்க் அதைப் பின் தொடர்ந்து சென்றான். கொஞ்ச தூரம் சென்றதும் அரண்மனையைப் போன்ற ஒரு கட்டிடம் தென்பட்டது. அதனுள் சென்றதும், அங்கே அழகான ஒரு வாலிபனைப் பார்த்தான். அந்த அரண்மனையினுள் அந்த வாலிபனைத் தவிர வேறு யாரும் காணப்படவில்லை.

அந்த வாலிபன் சைபுல் முல்க்கைப் பார்த்து, "நீ யார்? இங்கு எப்படி வந்தாய்?" என்று கேட்டான். அவனிடம் தன் வரலாறு முழுவதையும் சைபுல் முல்க் கூறினான். அவன் சொன்னதைக் கேட்டதும் அந்த வாலிபன், "நீ இதுவரையில் அனுபவித்த கஷ்டங்களே போதும். இன்னும் எதற்காக வீணே அலைகிறாய். இங்கேயே தங்கி விடு. இங்கு என்னைத் தவிர வேறு யாரும் இல்லை. இந்தத் தீவு முழுவதும் என் ஆளுகையில் இருக்கிறது. இங்குள்ள குரங்குகள் எல்லாம் நான் சொன்னபடி கேட்கும். உனக்கு எந்தவிதமான தொந்தரவும் இல்லை," என்றான்.

சைபுல் முல்க் அங்கே தங்கி இருக்க மறுத்தான். தான் விரும்பிய பெண் எங்கிருந்தாலும் அவளைக் கண்டுபிடிக்கும் வரையில் ஓயமாட்டேன் என்று சொன்னான். ஆகவே, அந்த வாலிபன் அவனை மேலும் வற்புறுத்தவில்லை. சைபுல் முல்க், அங்கு ஒரு மாதம் தங்கிய பின்னர், மீண்டும் புறப்பட்டான். நான்கு மாதகாலம் நடந்து சென்றபின், பெரிய அரண்மனை ஒன்று தென்பட்டது. அதை நோக்கி நடந்தான். அந்தச் சுற்றுவட்டாரத்தில் மனிதர்கள் நடமாட்டம் இருப்பதாகவே அவனுக்குத் தோன்றவில்லை. ஆகவே, அரண்மனைக்குள் செல்வதா வேண்டாமா என்று யோசனை செய்தான்.

இறுதியாக, என்ன நேர்ந்தாலும் சரி, அரண்மனைக்குள் சென்று பார்ப்பதென முடிவு செய்தான். ஏழு வாசல்களைக் கடந்து உள்ளே சென்று பார்த்தான். யாரும் காணப்படவில்லை. எட்டாவது வாசலில் பட்டுத்திரை தொங்கிக் கொண்டு இருந்தது. அதை விலக்கிவிட்டு உள்ளே சென்றான். அங்கு அவன் கண்ட காட்சி அவனையே பிரமிக்க வைத்தது.

பூரணச் சந்திரனைப்போன்ற முகத் தோற்றத்துடன் அழகான ஒரு பெண் சிம்மாசனத்தில் அமர்ந்து இருந்தாள். அவளைத்தவிர வேறு யாரும் அங்கு இல்லை. அந்த சிம்மாசனத்தின் அருகில் நாற்பது மேஜைகளில் உணவு வகைகள் பரிமாறப்பட்டு இருந்தன. எதிர்பாராத விதமாக சைபுல் முல்க் அங்கு வந்ததைப் பார்த்த அந்தப் பெண், அவனைப் பார்த்து, "நீ யார்? மனிதனா அல்லது பூதமா?" என்று கேட்டாள்.

அதற்கு, சைபுல் முல்க், "நான் மனிதன்தான். என்னுடைய வரலாற்றைச் சொல்ல அதிக நேரம் ஆகும். எனக்குப் பசியாக இருக்கிறது. முதலில் சாப்பிட்டுவிட்டு, பிறகு என் வரலாற்றைச் சொல்கிறேன்,' என்றான். அங்கு பரிமாறப் பட்டு இருந்த உணவைச் சாப்பிட்டான். சாப்பிட்டதும், தன் வரலாற்றை அந்தப் பெண்ணிடம் சொன்னான்.

அவனுடைய வரலாற்றைச் சொல்லிக்கொண்டு வரும் பொழுது, அவன் பெடியா எல் ஜெமால் பெயரை உச்சரித்ததும், அந்தப் பெண் கண்கலங்கினாள். அதைப் பார்த்த சைபுல் முல்க், "ஏன் கலங்குகிறாய்; நீ யார்? உன்னுடைய வரலாறு என்ன?" என்று கேட்டான்.

உடனே, அந்தப் பெண் அவனிடம், "என் பெயர் தௌலத் காத்தூன். என்னுடைய தகப்பன் தாஜுல் முல்க். இந்தியாவில் உள்ள சரணதீப் என்ற தீவின் அரசன். ஒரு நாள், நான் அரண்மனைத் தோட்டத்தில் தோழிகளுடன் விளையாடிக் கொண்டு இருந்தேன். அப்போது, ஒரு பூதம் வந்து என்னைத் தூக்கிக் கொண்டு இங்கே வந்து விட்டது. அந்த பூதம் ஒவ்வொரு செவ்வாய்க்கிழமையும் இங்கே வரும். பிறகு வெள்ளிக்கிழமை மாலையில் போய்விடும். இது வரையிலும் அந்தப் பூதம் தன்னைக் கல்யாணம் செய்து கொள்ளும்படி என்னைக் கேட்கவில்லை. ஆனால், வாரத்தில் மூன்று நாட்கள் இங்கு வந்து தங்குவதைத் தவறுவதும் இல்லை" என்றாள்.

சைபுல் முல்க் குறுக்கிட்டு, 'பெடியா எல் ஜெமால்" பெயரை நான் சொன்னபோது, நீ ஏன் கண் கலங்கினாய்? என்றான்.

அதைக் கேட்ட தௌலத் காத்தூன், "அவள் என்னுடைய சகோதரியைப் போன்றவள். ஆகையால்தான், அவளை நினைத்துக்

கலங்கினேன்,' என்றாள். அதற்கு சைபுல் மூல்க், "அவள் பூத இனத்தைச் சேர்ந்தவள் அல்லவா? உனக்கு எப்படிச் சகோதரி முறை ஆகமுடியும்?" என்றான்.

என்னுடைய தாயார் என்னைப் பிரசவித்த தினமே, அவளுடைய தாயாரும் அவளைப் பிரசவித்தாள். நான் எங்களுடைய அரண்மனைத் தோட்ட மாளிகையில் பிறந்தேன். அச்சமயம் பெடியா எல் ஜெமாலின் தாயார் அந்தத் தோட்டத்தில் தங்கி இருந்தாள். அந்தத் தோட்டத்திலேஅவள் பிறந்தாள். தோட்டத்திலே ஒரு பெண் பிரசவித்திருப்பதாகத் தாதியர் என் தாயாரிடம் வந்து சொன்னார்கள். உடனே என் தாயார் அந்தக் குழந்தையைப் பார்க்க விரும்பினாள். தகவல் சொல்லி அனுப்பியதும், பெடியா எல் ஜெமாலினுடைய தாயார் தன் குழந்தையைக் கொண்டுவந்து என் தாயாரிடம் காண்பித்தாள். என்னுடைய தாயார் அந்தக் குழந்தைக்கும், அவளுக்கும் வேண்டிய வசதிகளைச் செய்து கொடுத்தாள். பெடியா எல் ஜெமாலினுடைய தாயார், எங்கள் தோட்ட மாளிகையிலேயே இரண்டு மாத காலம் தங்கியிருந்தபின், தன்னுடைய இனத்தவர் ஊருக்குப் போய்விட்டாள்.அதற்குப் பிறகு நான் இங்கு வரும் வரையில், ஒவ்வொருவருஷமும் பெடியா எல்ஜெமாலும் அவளுடைய தாயாரும் என்னைப் பார்க்க வருவது வழக்கம்," என்றாள் தௌலத் காத்தூன்.

அவள் சொன்னதைக் கேட்டுக் கொண்ட இருந்த சைபுல் முல்க், அவளைப் பார்த்து, "நாம் இருவரும் இங்கிருந்து புறப்பட்டுப் போய்விடலாமே," என்றான்.ஆனால் பூதம் தங்களைப் பிடித்துக் கொன்றுவிடும் என்றாள், அவள். அதற்கு சைபுல் முல்க், அந்தப் பூதத்தைக் கொல்வதற்கு ஏதாவது உபாயத்தைச் சொல்லும்படி அவளைக் கேட்டான்.

அதற்கு அவள், "இந்த பூதத்தின் உயிர், ஒரு குருவியின் இறகில் இருக்கிறது. அந்தக் குருவியை அது ஏழு பெட்டிகளுக்குள் வைத்து, அந்தப் பெட்டியை ஏழு கடல்களுக்கு அப்பால் உள்ள ஒரு கடலில் வைத்து இருக்கிறது. சுலைமான் கொடுத்திருக்கும் சட்டையை வைத்திருக்கும் ஒரு மனிதனால்தான் அங்கே போய் அந்தப் பெட்டியை எடுக்க முடியும் என்று என்னிடம் அந்தப் பூதம்

சொல்லி இருக்கிறது. ஆகையால் அந்தச் சட்டை உள்ளவனைத் தவிர வேறு யாராலும், அந்தப் பூதத்தைக் கொல்ல முடியாது," என்றாள்.

அதைக்கேட்ட சைபுல் முல்க், "என்னிடம்தான் சுலைமான் கொடுத்த சட்டை இருக்கிறது. ஆகயைால், நான் போய் அந்தக் குருவியைப் பிடித்துக்கொன்று அதனால் பூதத்தை இறக்கச் செய்கிறேன்," என்று சொல்லிவிட்டுப் புறப்பட்டான். தௌலத் காத்தூன் சொன்னபடி, ஏழு கடல்களுக்கு அப்பால் சென்று, அந்தக் குருவியைப் பிடித்துக்கொன்றான். அதனால் காத்தூனைச் சிறைப்படுத்தி வைத்திருந்த பூதம் இறந்து விட்டது.

பிறகு, தௌலத் காத்தூன் இருந்த இடத்திற்கு அவன் திரும்பி வந்தான். பூதம் இறந்துவிட்ட செய்தியைக் கேட்டு அவள் மகிழ்ந்தாள். உடனே, அவர்கள் இருவரும் ஒரு படகில் ஏறிப் புறப்பட்டனர். பல நாட்கள் பிரயாணம் செய்தபின், ஒரு நாள் அந்தப் படகு துறைமுகப்பட்டினம் ஒன்றைச் சமீபித்தது.

அந்தப் பட்டணத்தைப் பார்த்த தௌலத் காத்தூன், அந்தத் துறைமுகத்திற்குள் படகைச் செலுத்தும்படி சைபுல் முல்க்கிடம் சொன்னாள். படகு துறைமுகத்திற்குள் சென்றதும், அங்கே பெரிய கப்பல் ஒன்று இருந்தது. அந்தக் கப்பல் தலைவனிடம் அந்தப் பட்டணத்தின் பெயரைக் கேட்டான், சைபுல் முல்க். அதற்கு அந்தக் கப்பல் தலைவன், "இது மெரியா பட்டணம். இதன் அரசன் பெயர் அலீ உல்முல்க்," என்றான்.

அதைக் கேட்ட தௌலத் காத்தூனின் மகிழ்ச்சி கரைகடந்து போயிற்று. கடைசியாகத் தனக்கு நல்லகாலம் வந்துவிட்டது என்று நினைத்தாள். உடனே சைபுல் முல்க்கிடம், "இது என்னுடைய சிற்றப்பாவின் நகரம். என்னுடைய சிற்றப்பாதான் இந்த நகர அரசன்,' என்று சொல்லி சைபுல் முல்க்கை அவளுடைய சிற்றப்பனிடம் அழைத்துச் சென்றாள்.

தௌலத் காத்தூனைக் கண்டதும் அலீ உல்முல்க் ஆனந்தப்பட்டான். தௌலத் காத்தூனையும் சைபுல் முல்க்கையும் ஒரு வாரம் தன்னுடைய அரண்மனையில் வைத்திருந்தான். இடையில் அலீ உல்முல்க் தன்னுடைய சகோதரனுக்குச் செய்தி அனுப்பினான்.

தன்னுடைய மகள் தௌலத் காத்தூன் உயிருடன் இருக்கிறாள் என்று கேள்விப்பட்ட தாஜுல் முல்க் உடனே மெரியா பட்டணத்திற்குப் புறப்பட்டுப் போய்ச் சேர்ந்தான். தந்தையும் மகளும் சந்தித்தனர். தாஜுல் முல்க் அளவிலா ஆனந்தம் அடைந்தான்.

சில நாட்கள் அங்கு தங்கியிருந்த பின்னர், தாஜுல் முல்க் தன் மகளையும் சைபுல் முல்க்கையும் அழைத்துக்கொண்டு தன்னுடைய ஊருக்குப் போனான். சரணதீபத் தீவை அடைந்ததும் சைபுல்முல்க் மகிழ்ச்சியுடன் சில காலம் கழித்தான். ஒரு நாள், அவன் குதிரைமேல் ஏறிக்கொண்டு கடைத்தெரு வழியாகப் போனான்.

அப்பொழுது, கடைத்தெருவில் ஒரு வாலிபனைப் பார்த்தான். அவனுடைய நண்பன் சையத்தின் சாயல் அந்த வாலிபனிடம் காணப்பட்டது. ஆகவே, சைபுல் முல்க் தன்னுடன் இருந்த வீரர்களிடம், "இந்த வாலிபனைக் கொண்டுபோய் அரண்மனையில் வைத்திருங்கள். நான் திரும்பி வந்ததும் பேசிக்கொள்கிறேன்," என்று சொல்லி விட்டுத் தன் வழியே போய்விட்டான்.

சைபுல் முல்க் சொன்னதைக் கேட்ட வீரர்கள், அவனைப் பிடித்துக்கொண்டுபோய் சிறையில் அடைத்து விட்டார்கள். அந்த வாலிபன் சைபுல் முல்க்கிடம் இருந்து தப்பி ஓடி வந்து விட்ட ஒரு அடிமையாக இருப்பான் போலிருக்கிறது; அதனால் தான், 'நான் வந்து பேசிக்கொள்கிறேன்' என்று சொன்னான். ஆகையால் அவனைச் சிறையில்தான் வைக்கச் சொல்லி இருப்பான் என்று அந்த வீரர்கள் கருதினர். அதனால், சிறையில் அடைத்து விட்டனர்.

சைபுல் முல்க் திருமபி வந்தான். ஆனால், அந்த வாலிபன் விஷயத்தை மறந்துவிட்டான். அவன் சிறைச்சாலையில் அவதிப்பட்டுக் கொண்டு இருந்தான். ஒரு மாதத்திற்குப் பின், சைபுல் முல்க் சிறைச்சாலைப் பக்கமாகப் போனான். அங்கே கட்டிட வேலை நடந்து கொண்டு இருந்தது. அந்தக் கட்டிட வேலைக்காக, செங்கல் சுமந்து கொண்டிருந்தவர்களைப் பார்த்தான். அவர்களில் அந்த வாலிபனும் இருந்தான். சைபுல் முல்க்குக்கு அப்பொழுதுதான் சையத் நினைவு தோன்றியது. உடனே, அந்த வாலிபனை அரண் மனைக்கு அழைத்து வரும்படி உத்தரவிட்டு, அரண்மனைக்குப் போனான்.

சேவகர்கள் அந்த வாலிபனை அரண்மனைக்கு அழைத்துப் போனார்கள். உடனே, சைபுல் முல்க் அவனைப் பார்த்து, "நீ யார்? உன் பெயர் என்ன? எந்த ஊர்?" என்று கேட்டான். அதற்கு அவன், "என் பெயர் சையத். எகிப்து மந்திரி பாரிஸின் குமாரன்," என்றான்.

அதைக் கேட்ட சைபுல் முல்க் தாவியோடி அவனை அணைத்துக் கண்ணீர் பெருக்கினான். சைபுல் முல்க் தன்னுடைய அடையாளத்தைஸயம் அவனிடம் சொன்ன பிறகுதான் சையத்தும அவனைத் தெரிந்து கொண்டான். இருவரும் மகிழ்ச்சிக் கடலில் மூழ்கினர். பிறகு, சைய்த, தான் கடலில் மூழ்கியதிலிருந்து அன்றுவரையில் அனுபவித்த கஷ்டங்களை எல்லாம் சைபுல் முல்க்கிடம் தெரிவித்தான்.

தாஜுல் முல்க் அவன் சொன்னதைக் கேட்டு வியப்படைந்தான். சைபுல் முல்க்கும் சையத்தும் சந்தோ=மாக இருப்பதற்கான வசதிகளை எல்லாம் செய்து கொடுத்தான். ஆனால், சைபுல் முல்க் அந்த வசதிகளினால் மகிழ்ந்தவ னாகவே தென்படவில்லை. அவன் நாடிவந்த பெடியா எல் ஜெமாலைப் பார்க்கும் வரையில் அவன் எதிலும் திருப்தி அடையமாட்டான் என்று தௌலத் காத்தூன் தெரிந்து கொண்டாள். ஆகவே அவனுடைய மனக்குறையை நீக்கப் பிரயத்தனப்படுவதாக அவனிடம் சொன்னாள்.

இது இப்படி இருக்கையில், தௌலத் காத்தூன் திரும்பி வந்துவிட்டாள் என்ற செய்தி பெடியா எல் ஜெமாலுக்கு எட்டியது. உடனே, அவள் புறப்பட்டு தௌலத் காத்தூனைப் பார்க்க வந்தாள்.

பெடியா எல் ஜெமாலும் தௌலத் காத்தூனும் நெடுநேரம் பேசிக்கொண்டு இருந்தனர், அப்பொழுது, தௌலத் காத்தூன் அவளிடம் சைபுல் முல்க் விஷயத்தைச் சொன்னாள். அவள் சொன்னதைக் கேட்ட பெடியா எல் ஜெமால் நாணப் பட்டாள். ஆயினும், அவனை நேரில் பார்க்க விரும்பினாள்.

சைபுல் முல்க்கும் பெடியா எல் ஜெமாலும் நேரில் சந்திப்பதற்கான ஏற்பாடுகளை தௌலத் காத்தூன் செய்து முடித்தாள் அரண்மனைத் தோட்ட மாளிகையில் இருவரும் சந்தித்தனர். ஒருவர் அழகில் மற்றவர் ஈடுபட்டார்கள். இருவரும் மணந்து கொண்டால் ஒருவரை யொருவர் பிரிவதில்லை யென்று இருவரும் சத்தியம் செய்து கொண்டனர்.

பிறகு, பெடியா எல் ஜெமால் அவனைத் தன்னுடைய நாட்டிற்கு வரச் சொன்னாள். அங்கே வந்தால் தன்னுடைய தகப்பனிடம் சொல்லித் திருமணத்திற்கு வேண்டிய ஏற்பாடுகளைச் செய்யலாம் என்றாள். அதன்பேரில் பெடியா எல் ஜெமாலுடைய தகப்பனான பூதராஜனிடம் சைபுல் முல்க் சென்றான்.

அவன் அங்கே போகும் வழியில், தௌலத் காத்தூனைச் சிறைப்படுத்தி வைத்திருந்த பூதத்தின் தகப்பன், அவனைப் பிடித்துக்கொண்டான். தன்னுடைய மகனைக் கொன்றதற்காக சைபுல் முல்க்கைக் கொல்லுமபடி அந்தப் பூதம் உத்தர விட்டது.

அந்த விஷயத்தைக் கேள்விப்பட்ட பெடியா எல் ஜெமால், தன்னுடைய தகப்பன் ஷயால் பூதத்திடம் சொன்னாள். உடனே, ஷயால் பூதம் புறப்பட்டுப் போய் அவனை மீட்டுக்கொண்டு வந்தது. சைபுல் முல்க்கின் வரலாற்றைத் தெரிந்து மகிழ்ச்சியுடன் தன் மகளை அவனுக்கு மணம் செய்து வைக்க ஷயால் பூதம் ஒப்புக்கொண்டது.

பிறகு, ஷயால் பூதம் தன் மகளை அழைத்துக்கொண்டு சரணதீபத் தீவிற்குப் போயிற்று. அந்தத் தீவின் அரசன் தாஜுல் முல்க் முன்னிலையில் சைபுல் முல்க்குக்கும் பெடியா எல் ஜெமாலுக்கும் திருமணம் நடந்தது. அதே சமயத்தில் தாஜுல் முல்க்கின் மகள் தௌலத் காத்தூனுக்கும் சையத்துக்கும் திருமணம் நடந்தேறியது. கடைசியில், சைபுல் முல்க் தன் மனைவியிடம் தௌலத் காத்தூனையும் சையத்தையும் அழைத்துக் கொண்டு, தன்னுடைய நாட்டிற்குப் போய் சுகமாக வாழ்ந்து வந்தான்," என்றாள் ஷாரஜாத்.

பறவைக் கன்னியின் கதை

"முன் காலத்தில் பாஸ்ரா நகரில் ஒரு வியாபாரி இருந்தான். அவனுக்கு இரண்டு குமாரர்கள். அவன் இறந்ததும் சகோதரர்கள் இருவரும் பாகம் பிரித்துக்கொண்டு தனித்தனியாகத் தொழில் செய்ய ஆரம்பித்தார்கள். ஒருவன் செம்புப் பாத்திர வியாபாரத்தில் ஈடுபட்டான். மற்றவன் தங்க நகைகள் செய்யும் தொழிலைச் செய்தான். அவனுடைய பெயர் ஹாசன்.

ஒரு நாள் ஹாசன் தன்னுடைய கடையில் உட்கார்ந்து இருந்தான். அப்பொழுது பாரசீக நாட்டைச் சேர்ந்த ஒரு கிழவன் அவனுடைய கடைக்கு வந்தான். அந்தக் கிழவனுடைய கையில் ஒரு புத்தகம் இருந்தது. கடைக்குள் நுழைந்த கிழவன், அங்கு இருந்த தங்க நகைகளை எல்லாம் பார்த்தான். பிறகு, ஹாசனைப் பார்த்து, "தம்பி! எனக்கு ஒரு வித்தை தெரியும். அதைக் கற்றுக் கொடுக்கும்படி பலர் என்னைக் கேட்டார்கள். ஆனால், நான் யாருக்கும் அந்த வித்தையைச் சொல்லிக் கொடுக்கவில்லை. உன்னைப் பார்த்தால் மிகவும் நல்லவனாகத் தோன்றுகிறாய்.. ஆகையினால், உனக்கு மட்டும் அந்த வித்தையைச் சொல்லி வைக்கிறேன்," என்றான்.

அதைக் கேட்ட ஹாசன், "அது என்ன வித்தை" என்று கேட்டான். அதற்கு அந்தக் கிழவன், அந்த வித்தையைத் தெரிந்து கொண்டால், செம்பைத் தங்கம் ஆக்கலாம். உனக்குச் சந்தேகம் இருந்தால், நாளைக்கு இங்கே வருகிறேன். இங்கேயே செய்து காண்பிக்கிறேன்," என்று சொல்லிவிட்டுப் போய் விட்டான்.

அன்றிரவு, ஹாசன், தன்னுடைய தாயாரிடம் அந்த விஷயத்தைச் சொன்னான். அதைக் கேட்ட அவனுடைய தாயார் அந்த வார்த்தையை நம்ப வேண்டாம் என்று சொன்னாள். ஆனால், அவன் அது உண்மையாகத்தான் இருக்குமென்று சொன்னான். ஹாசன் மீண்டும் மீண்டும் அதை வலியுறுத்திச் சொன்னதைக் கேட்ட அவனுடைய தாயார் கோபித்துக்கொண்டு போய்ப் படுத்துத் தூங்கி விட்டாள். ஹாசனுக்கு அன்றிரவு முழுவதும் தூக்கமே வரவில்லை. செம்பைப் பொன்னாக்கும் கனவிலேயே மூழ்கி இருந்தான்.

மறுநாள் காலையில் ஹாசன் தன்னுடைய கடைக்குப் போனான். கொஞ்ச நேரத்தில் அந்தக் கிழவன் வந்து சேர்ந்தான். ஹாசன் மகிழ்ச்சியுடன் அவனை வரவேற்றான். உடனே கிழவன் தங்கம் செய்ய முனைந்தான். ஹாசனிடம் இருந்து செம்புக் கம்பி ஒன்றை சிறு துண்டுகளாக்கி குமட்டியில் வைத்து ஹாசனை ஊதச் சொன்னான். குமட்டியில் இடப்பட்ட செம்பு உருகிற்று. அப்பொழுது கிழவன் தன்னிடம் இருந்த வெள்ளைப் பொடியை

எடுத்து ஒரு சிட்டிகையளவு அதில் போட்டான். உடனே அந்தச் செம்பு தங்கமாகி விட்டது.

அந்தத் தங்கத்தை எடுத்துக்கொண்டு விற்று வரும்படி கிழவன் ஹாசனிடம் சொன்னான். அதன்படி ஹாசன் அதை எடுத்துப்போய் பதினையாயிரம் வெள்ளிக் காசுகளுக்கு விற்று வந்தான். ஹாசனுக்கு பரமதிருப்தி உண்டாயிற்று. அதந் வித்தையைத் தான்தெரிந்து கொண்டால், அளவற்ற செல்வத்தை அடையலாம் என்று எண்ணினான். கிழவன் மறுநாள் வருவதாகச் சொல்லிப் போய்விட்டான்.

அந்த விஷயத்தை ஹாசன் தன் தாயாரிடம் சொன்னான். அப்பொழுதும், அதை நம்ப வேண்டாமென்று சொன்னாள். மறுநாள் ஹாசன் கடைக்குப் போகும்போது, வீட்டில் இருந்த செம்பு உரல் ஒன்றை எடுத்துக் கொண்டு போனான். கிழவன் கடைக்கு வந்தான். உடனே ஹாசன் அவனைப் பார்த்து, "இந்த உரலையும் தங்கமாக்கிக் கொடு," என்றான். அதற்கு அந்தக் கிழவன், "உனக்குப் பைத்தியமா, என்ன? இவ்வளவு பெரிய உரலைத் தங்கமாக்கிக் கொண்டு விற்கப்போனால், எல்லோரும் சந்தேகப்படுவார்கள். இதை வருஷத்திற்கு ஒரு முறை செய்தால்தான், யாரும் சந்தேகங் கொள்ள மாட்டார்கள். தினந்தோறும் செய்தால், அரசாங்கத்தினர் பிடித்துக் கொண்டு போய்விடுவார்கள். என்றாலும், உனக்கு இந்த வித்தையை நான் சொல்லி வைக்கிறேன். நீ என்னுடைய வீட்டிற்கு வா," என்று கூப்பிட்டான்.

உடனே, ஹாசன் அவனைத் தொடர்ந்து சென்றான். ஆனால் நடுவழியில் அவனுடைய தாயார் எச்சரித்ததை நினைத்துத் தயங்கினான். அவனுடைய தயக்கத்தைப் பார்த்த கிழவன், "ஏன் தயங்குகிறாய்? என்னுடைய வீட்டிற்கு வர விரும்பாவிடில், நான் உன்னுடைய வீட்டிற்கே வந்து சொல்லிக் கொடுக்கிறேன்," என்றான். அதற்கு ஹாசன் சம்மதித்து அந்தக் கிழவனைத் தன்னுடைய வீட்டிற்கு அழைத்துச் சென்றான்.

வீட்டை அடைந்ததும், கிழவன் சொன்னபடி ஒரு குமட்டியைக் கொண்டுவந்து கொடுத்தான் ஹாசன். உடனே கிழவன் செம்பைக் கும்மட்டியில் போட்டு உருக்கினான்.

தன்னிடம் இருந்த பொடியைப் போட்டுத் தங்கம் செய்தான். ஹாசன் மகிழ்ந்தான். பிறகு, ஹாசன் அவனைப் பார்த்து, "அந்தப் பொடியைச் செய்யும் முறையை எனக்குச் சொல்லிக் கொடு" என்றான். அதற்கு அந்த கிழவன், "அதைச் செய்ய வேண்டிய மூலப்பொருட்கள் இங்கு கிடைக்காது. ஆயினும் தற்சமயம் என்னிடம் உள்ள பொடி முழுவதையும் உன்னிடம் கொடுத்து விடுகிறேன். அதைக் கொண்டு நீ தங்கம் செய்யலாம்," என்று சொல்லித் தன்னிடம் இருந்த பொடிப் பொட்டலத்தை ஹாசனிடம் கொடுத்தான். மகிழ்ச்சியுடன் ஹாசன் அதை வாங்கிக் கொண்டான்.

பிறகு, கிழவனும் அவனும் பேசிக்கொண்டு இருந்தார்கள். அப்பொழுது, கிழவன் ஒரு மிட்டாயை ஹாசனிடம் கொடுத்து சாப்பிடச் சொன்னான். ஹாசன், அதைச் சாப்பிட்டதும மயங்கி விழுந்தான். உடனே கிழவன் அவன் கைகால்களைக் கட்டி ஒரு பெட்டியில் போட்டு மூடினான். ஹாசன் வீட்டில் இருந்த மற்றப் பொருட்களை எல்லாம் எடுத்து பேறொரு பெட்டியில் போட்டு மூடி, இரண்டு பெட்டிகளையும் எடுத்துக் கொண்டு கடற்கரைக்குப் போனான். அங்கே ஒரு கப்பல் இருந்தது அந்தக் கப்பலில் பெட்டியை ஏற்றிக்கொண்டு, கிழவன் போய் விட்டான்.

அந்தக் கிழவன் பாரசீக மந்திரவாதி. அவன் ஒவ்வொரு வருஷமும் ஒவ்வொரு வாலிபனைப் பிடித்து பலியிடுவது வழக்கம். அதற்காகவே, ஹாசனையும் பிடித்துச் சென்றான். கப்பலில் புறப்பட்ட மறுநாள், ஹாசனைப் பெட்டியில் இருந்து எடுத்து வெளியே விட்டான், கிழவன். அவன் மயக்கம் தெளிந்து எழுந்ததும், ஹாசன் அந்தக் கிழவனைப் பார்த்து, "என்னை எங்கே அழைத்துப் போகிறாய்?" என்று கேட்டான்.

அதற்கு அந்தக் கிழவன், "பயப்படாதே! தங்கம் செய்வதற்குத் தேவையான பொடியின் மூலப் பொருட்களைக் கொண்டு வரப் போகிறேன்," என்றான். அதனால், ஹாசன் மனம் சற்று சமாதானம் அடைந்தது.

மூன்று மாதகாலம் பிரயாணம் செய்ததும், கப்பல் கரையை அடைந்தது. ஹாசனை அழைத்துக்கொண்டு கிழவன் கரைக்குப் போனான். அந்தத் தீவினுள் சிறிது தூரம் சென்றதும்,

கிழவன் தன்னிடம் இருந்த உடுக்கையை அடித்தான். உடுக்கைச் சத்தம் கேட்டதும், அங்கே மூன்று ஒட்டகங்கள் வந்தன அந்த ஒட்டகங்களில் ஒன்றின் மேல் தான் கொண்டு வந்திருந்த சாமான்களைக் கிழவன் ஏற்றினான். ஒன்றின் மேல் அவன் உட்கார்ந்தான். இன்னொன்றின் மேல் ஹாசனை உட்காரச் சொன்னான்.

பிறகு, அந்த ஒட்டகங்களின் மேல் ஏழு நாள் பிரயாணம் செய்தபின், ஒரு மலை அடிவாரத்தை நோக்கிப் போனார்கள். போகும் வழியில், ஒரு அரண்மனை தென்பட்டது. அந்த அரண்மனையில் யார் வசிக்கிறார்கள் என்று ஹாசன் கிழவனைக் கேட்டான். அதற்குக் கிழவன், "அதில் என்னுடைய விரோதிகள் இருக்கிறார்கள்; ஆகையால், அங்கே நீ போகக்கூடாது," என்றான்.

கடைசியாக மலை அடிவாரத்தை அடைந்ததும், கிழவன் ஓர் ஒட்டகத்தைக் கொன்றான். ஹாசனைப் பார்த்து, "நான் சொல்வதைக் கவனமாகக் கேள்; இந்த மலையின் மேல்தான் அந்த மூலப்பொருட்கள் இருக்கின்றன. இந்த மலையின்மேல் யாரும் ஏற முடியாது. இதன்மேல் ஏறவேண்டும் என்றால், ஒரே ஒரு மார்க்கம்தான் உண்டு. இதோ இருக்கும் ஒட்டகத்தின் உடலில் உன்னை வைத்துத் தைத்து விடுகிறேன். நீ ஒரு கத்தியைக் கையில் வைத்துக்கொள். உன்னை ஒட்டகத்தில் வைத்து தைத்ததும், ரூக் பறவை வந்து ஒட்டகத்தைத் தூக்கிக்கொண்டு போய் மலை உச்சியில் வைக்கும். நீ உடனே உன்னிடம் இருக்கும் கத்தியால் ஒட்டகத்தின் வயிற்றைக் கிழித்து வெளியே வந்துவிடு, பிறகு, அங்கிருந்து நீ என்னைப் பார்த்தால், மேல் கொண்டு நீ செய்யவேண்டிய காரியத்தைச் சொல்கிறேன். நீ மேலே போகாவிட்டால், மூலப் பொருட்கள் கிடைக்காது. தங்கமும் செய்யமுடியாது."

அவன் சொன்னதற்கு ஹாசன் ஒப்புக் கொண்டான். கிழவன், அவனை ஒட்டகத்தின் உடலில் வைத்து தைத்தான். உடனே, ரூக் பறவை வந்து, அந்த ஒட்டகத்தைத் தூக்கிக் கொண்டு மலை உச்சிக்குச் சென்றது. கிழவன் சொன்னபடி ஹாசன் ஒட்டகத்தின் வயிற்றைக் கிழித்துக்கொண்டு வெளியே வந்தான். கீழே இருந்த

கிழவனைப் பார்த்து, தான் ஒட்டகத்தின் வயிற்றில் இருந்து வெளியே வந்து விட்டதாகக் கூவினான்.

அதற்குக் கிழவன் கீழே இருந்தபடியே, மலைமேல் ஹாசன் கண்களுக்குத் தென்படும் பொருட்களின் பெயர்களைச் சொல்லும்படி சொன்னான். அதைக் கேட்ட ஹாசன், அங்கே உள்ள பொருட்களின் பெயர்களைச் சொன்னான். மேலும் அங்கே மூலிகை களைக் கொண்ட ஆறு பைகளும் இருப்பதாகச் சொன்னான். உடனே, அந்தப் பைகளை எடுத்துக் கீழே போடும்படி ஹாசனிடம் சொன்னான் அதன்படி ஹாசன் அந்தப் பைகளை மட்டும் எடுத்துக் கிழவனிடம் போட்டான். கிழவன் அந்தப் பைகளை எடுத்துக் கொண்டதும் புறப்பட்டுப் போய்விட்டான்.

ஹாசன் மலையில் இருந்து இறங்குவதற்கு வழியின்றித் தவித்தான். அந்த மலைமேலேயே நடந்து சென்றான். எங்காவது வழி இருக்குமா என்று பார்த்தான். எங்கும் வழியில்லை. ஆனால், மலையின் மேலே மடிவதைக் காட்டிலும் கடலில் விழுந்தாவது மடியலாம் என்று எண்ணி மலைமேல் இருந்து கடலில் குதித்தான். கடலில் குதித்த ஹாசனை அலைகள் அடித்துக் கரை சேர்த்தன.

கரையை அடைந்த ஹாசன் சுற்றிப் பார்த்தான். முன்பு தான் பார்த்த அரண்மனை அவனுக்குத் தென்பட்டது. அந்த அரண்மனையில் இருப்பவர்களைத்தான் கிழவன் தன்னுடைய விரோதிகள் என்று ஹாசனிடம் சொன்னது. ஆகவே ஹாசன் அங்கே போனான். அங்கு உள்ளவர்களிடம் இருந்து தனக்கு ஏதேனும் உதவி கிடைக்கக்கூடும் என்று கருதினான்.

அந்த அரண்மனையினுள் சென்றான். அங்கே இரண்டு பெண்கள் மட்டும் இருந்தனர். வேறு யாரும் இல்லை. அவர்களிடம் தன் வரலாற்றைச் சொன்னான். அதைக் கேட்ட ஒருத்தி, "சகோதரா! உன்னை ஏமாற்றி எங்களைத் தூற்றிய அந்தக் கிழவனைக் கொன்றுவிடுகிறேன் பார்,' என்றாள். அவள் அப்படிச் சொன்னதைக் கேட்ட இன்னொரு பெண், "முதலில் நம்முடைய வரலாற்றை இவனிடம் சொல்வோம். பிறகு, கிழவன் விஷயத்தைக் கவனிப்போம்,' என்றாள். உடனே அந்தப் பெண் தங்களுடைய வரலாற்றை ஹாசனிடம் சொன்னாள்.

“எங்களுடைய தகப்பனார் பூதங்களுக்கு அரசர். நாங்கள் ஏழு பேர் சகோதரிகள். எங்கள் தகப்பனார் எங்களை யாருக்கும் மணம் செய்து கொடுக்க மறுத்து, இந்த அரண்மனையில் சிறை வைத்து இருக்கிறார். இந்தத் தீவில் யாரும் வர முடியாது. எங்கள் தகப்பனார் எங்களைப் பார்க்க விரும்பும்பொழுது இங்கே வருவார். அல்லது, பூதங்களை அனுப்பி, அவர் இருக்கும் இடத்திற்கு வரவழைப்பார். எங்களுடைய மற்றச் சகோதரிகள் இப்பொழுது வேட்டைக்குப் போய் இருக்கிறார்கள். இன்னும் சற்று நேரத்தில் திரும்பி வருவார்கள்,” என்று சொல்லி முடித்தாள்.

அந்தப் பெண் தங்களுடைய வரலாற்றைச் சொல்லி முடித்ததும், ஹாசனைச் சாப்பிடச் சொன்னார்கள். ஹாசன் சாப்பிட்டதும், மற்ற ஐந்து பெண்களும் வேட்டையிலிருந்து திரும்பி வந்தார்கள். ஹாசனுடைய வரலாற்றை அவர்கள் கேட்டதும், அந்தக் கிழவன் மேல் கோபம் கொண்டனர். சமயம் நேரும்பொழுது, அந்தக் கிழவனைக் கொன்றுவிட வேண்டும் என்று, அவர்கள் எல்லோரும் பேசிக் கொண்டார்கள். ஹாசனைத் தம்முடன் தங்கி இருக்கச் சொன்னார்கள். அவர்கள் விருப்பப்படியே ஹாசன் தங்கினான்.

அவர்கள் எல்லோரும் மகிழ்ச்சிகரமாக விளையாடு வதிலும், வேட்டையாடுவதிலும் பொழுதைப் போக்கிக் கொண்டு இருந்தார்கள்! நாட்கள் சென்றதே அவர்களுக்குத் தெரியாது.

அச்சமயம், ஒருநாள், ஹாசன் அரண்மனை ஜன்னல் வழியாகக் கடற்கரைப் பக்கம் பார்த்தான். அப்பொழுது கடற்கரையில், அந்தக் கிழவன் ஒரு வாலிபனைப் பிடித்துக் கொண்டு வந்தான். அந்தக் கிழவனைப் பார்த்ததும், ஹாசன் அந்தச் சகோதரிகளைக் கூப்பிட்டு, கிழவனைக் காண்பித்தான். கிழவனைப் பார்த்ததும், அவர்கள் எல்லோரும் ஒன்று கூடிக் கிழவனைக் கொல்லப் புறப்பட்டார்கள்!

முன்பு அவன் ஹாசனை ஒட்டகத்தின் உடலில் வைத்துத் தைத்த அதே இடத்திலே, கிழவன் அந்தப் புது வாலிபனுடன் இருந்தான். அந்த வாலிபனையும் ஒட்கத்தின் உடலில் வைத்துத் தைக்க முயன்று கொண்டு இருந்தான். அச்சமயம், ஹாசனும் ஏழு சகோதரிகளும் அங்கே போய்ச் சேர்ந்தனர்.

ஹாசன் கிழவனுக்குப் பின்புறமாகப் போய்க் கிழவனை வாளால் வெட்டிக் கொன்றுவிட்டான். பிறகு, அந்தக் கிழவனுடைய உடுக்கையை எடுத்து அடித்தான் உடனே, மூன்று ஒட்டகங்களும் வந்தன. அந்தப் புது வாலிபனை ஒரு ஒட்டகத்தின் மேல் ஏற்றி அவனடைய ஊருக்கு அனுப்பி விட்டு, ஹாசனும், ஏழு சகோதரிகளும் அந்த அரண்மனைக்குத் திரும்பினர்.

சில நாட்கள் சென்றதும், அந்த அரண்மனைக்குச் சமீப மாகச் சூறாவளியைப் போன்ற ஒரு பெருங் காற்று அடித்தது. அதைப் பார்த்த ஏழு சகோதரிகளும் ஹாசனைப் பார்த்து, "எங்கள் தகப்பனாருடைய படையைச் சேர்ந்த பூதங்கள் வருகின்றன. ஆகையினால், ஓர் அறையில் ஒளிந்துகொள்," என்று சொல்லி, அவனை ஓர் அறையில் ஒளித்து வைத்தனர்.

அந்தச் சூறாவளிக் காற்று, பூதங்களாக மாறின. அவை அந்த அரண்மனைக்குள் வந்து அந்தச் சகோதரிகளைப் பார்த்து, "உங்களுடைய தகப்பனார் அழைத்து வரச் சொன்னார்," என்றன. உடனே, அவர்கள் ஹாசன் இருந்த அறைக்குள் சென்று, "நாங்கள் ஊருக்குப் போய் வருகிறோம். இரண்டு மாதங்களில் வந்துவிடுவோம். அதுவரையில் இங்கேயே இரு. இங்கு இருக்கும் அறைகளின் சாவியை உன்னிடம் கொடுத்து விட்டுப் போகிறோம்! ஆனால் அதோ இருக்கும் அறையை மட்டும் திறந்து பார்க்காதே," என்று ஓர் அறையைச் சுட்டிக் காட்டி, சாவியைக் கொடுத்து விட்டுப் போய்விட்டார்கள்.

அவர்கள் எல்லோரும் புறப்பட்டுப் போனதும், அவன் தனியாகவே அங்கே இருந்தான். அவனுக்குப் பொழுது போக்கத் தகுந்த மாதிரி எந்த வேலையும் இல்லை! ஆகவே, அவனக்கு அந்த அரண்மனையிலே சுற்றிச் சுற்றி அலுத்துப் போய் விட்டது. ஒரு நாள், அந்தப் பெண்கள் திறந்து பார்க்கக் கூடாது என்று சொன்ன அறையைத் திறந்து பார்க்க எண்ணினான். ஆனால், அவர்களுடைய எச்சரிக்கை நினைவுக்கு வந்தது. அதைத் திறந்து பார்க்க வேண்டும் என்ற அவனுடைய எண்ணம், அவர்களுடைய எச்சரிக்கையை வென்றது.

கடைசியாக, அந்த அறையைத் திறந்து பார்த்தான். அதனுள் படிகள் தென்பட்டன. அந்தப் படிகளின் வரியாக ஏறி மேலே

போனான். மேலே போனதும், ஒரு நந்தவனம் தென்பட்டது. அந்த நந்தவனத்தில், ஏராளமான மரங்களும் மலர்ச்செடிகளும் இருந்தன. அதன் நடுவே ஒரு தடாகம் இருந்தது. அந்த நந்தவனத்தின் வனப்பில் அவன் ஈடுபட்டுப் பார்த்துக் கொண்டு இருக்கும்போது, பத்துப் பறவைகள் பறந்துவந்து அங்கிருந்த ஒரு மரத்தின்மேல் உட்கார்ந்தன.

அந்தப் பறவைகள் தண்ணீர் குடிப்பதற்காக அந்தத் தடாகத்திற்கு வந்து இருப்பதாக ஹாசன் எண்ணினான். தான் அங்கு இருப்பதை அந்தப் பறவைகள் பார்க்க நேரிட்டால், தண்ணீர் குடிக்காமல் பறந்தோடிவிடும் என்று எண்ணி, மறைவாக நின்று அவற்றைக் கவனித்தான்.

அவற்றில் ஒரு பறவையை மட்டும் ஒன்பது பறவைகள் சுற்றிச் சுற்றி வந்தன. அந்த ஒரு பறவை மட்டும் மற்றப் பறவைகளுக்கு ஏதோ கட்டளையிடுவதைப் போலத் தோன்றியது. உடனே எல்லாப் பறவைகளும் அந்தத் தடாகத்தின் அருகே சென்று தங்கள் இறக்கைகளைக் கால் நகங்களால் கீறின. அப்படிக் கீறினதும் எல்லாப் பறவைகளின் இறக்கைகளும் கீழே விழுந்தன. பறவைகள் எல்லாம் அழகிய பெண்களாக மாறின.

பறவைகள் எல்லாம் பெண்களாக மாறினதும், எல்லோரும் அந்தத் தடாகத்தில் குதித்து நீத்தி விளையாடினர். ஹாசன் உர்விழந்தான். தானும் அவர்களுடன் நீரில் கதித்து விளையாடலாமா என்று பலமுறை துடித்தான். ஆனால், அவனுக்கு அந்தப் பெண்களைப் பார்த்ததனால் ஏற்பட்ட திகைப்பினால், ஓர் அடி கூட நகர முடியவில்லை. அப்படியே கல்லைப்போல உட்கார்ந்து பார்த்துக் கொண்டே இருந்தான்.

அந்தப் பெண்கள் எல்லோரும் நீரில் நீத்தி விளையாடி விட்டு, மறுபடியும் அந்த இறக்கைகளை எடுத்து அணிந்து கொண்டு பறந்து போய்விட்டனர். ஹாசன் அங்கிருந்து மறுபடியும் அரண்மனைக்கு வந்தான். அந்த அழகிகளின் நினைவு அவனை விட்டு அகலவில்லை. அந்த அறையின் வாசற்படி அருகிலேயே படுத்துக்கொண்டான். நடக்க கூட முடியவில்லை.

மறுநாளும், அந்தப் பெண்கள் அங்கு வரக்கூடும் என்று கருதி முதல்நாள் போனதைப்போலவே நந்தவனத்திற்குச் சென்றான்.

ஆனால் அவர்கள் வரவில்லை. மாலை நேரம் இருட்டும் வரையில் காத்து இருந்தான்! அப்பொழுதும், அவர்கள் வரவில்லை! ஆகவே, மனம் உடைந்து திரும்பினான்! அதற்கு அடுத்த சில நாட்களும் போய்க் காத்திருந்தான். ஆனால் அவர்கள் வரவில்லை!

அவர்களுடைய நினைவால் ஹாசன் உடல் இளைத்து விட்டது. சாப்பிடவும் இல்லை; தூங்கவும் இல்லை. அப்படியே சில நாட்கள் சென்றன.

அச்சமயம், அந்த ஏழு சகோதரிகளும் திரும்பி வந்தனர். ஹாசன் ஒரு அறையிலே படுத்துக் கொண்டு இருந்தான். அவனுடைய உடல் இளைத்து நடப்பதற்குக்கூட சக்தியின்றி இருந்தான். அந்தச் சகோதரிகளில் இளையவள் அவனைத் தேடி அந்த அறைக்குள் வந்தாள். அவனைப் பார்த்ததும், அவள் இரக்கப்பட்டாள். அவனுடைய உடல் நலிவுக்குக் காரணம் கேட்டாள். அவன் தயங்கினான். ஆயினும், அவள் பிடிவாதமாகக் கேட்டதும், அவன் நடந்ததைச் சொன்னான்.

ஹாசனுடைய நிலையைக் கண்டு அவளும் கலங்கினாள். பிறகு அவனைப் பார்த்து, "இந்த விஷயத்தை நீ என் சகோதரிகளிடம் சொல்ல வேண்டும். அந்தப் பெண்களினுடைய வரலாற்றைப் பின்னர் சொல்லுகிறேன்," என்று சொல்லி விட்டுத் தன் சகோதரிகள் இருந்த இடத்திற்குப் போனாள்.

'ஹாசன் உடல் நிலை சரியில்லாமல் படுத்திருக்கிறான்' என்று அவர்களிடம் சொன்னாள். உடனே, அவர்கள் எல்லோரும் ஹாசன் இருந்த அறைக்குப் போய் அவனைப் பார்த்தனர். தான் மட்டும் தனியாக இருக்க நேரிட்டதனால்தான் தன்னுடைய உடல் இளைத்துவிட்டது என்று அவர்களிடம் ஹாசன் சொன்னான். அதைக் கேட்டதும் அவர்கள் எல்லோரும், அவனை உற்சாகப்படுத்தும முறையில் பேசினார்கள்.

அவர்கள் திரும்பி வந்த சில நாட்களில், வேட்டையாடப் போகலாம் என்று ஹாசனைக் கூப்பிட்டனர். ஹாசன், தனக்கு உடல் நலம் இல்லாததனால் வேட்டைக்கு வரவில்லை என்று சொல்லிவிட்டான். அந்தச் சகோதரிகளில் இளையவள், தான் ஹாசனுக்குத் துணையாக இருக்கவேண்டும் என்று சொல்லி, வேட்டைக்கு வர மறுத்துவிட்டாள். ஆகையால், மத்த சகோதரிகள்

ஆறுபேர் மட்டும் வேட்டையாடப் புறப்பட்டனர். தாங்கள் வேட்டையில் இருந்து திரும்பிவர இருபது நாட்கள் செல்லும் என்று சொல்லிவிட்டுப் புறப்பட்டனர்.

அவர்கள் புறப்பட்டுப் போனதும் இளையவள் ஹாசனைப் பார்த்து, "இங்கே நீராட வந்த பெண்கள் எல்லோரும் பூத இனத்தைச் சேர்ந்தவர்கள். அவர்கள் மாதம் ஒரு முறை இங்கு வருவார்கள். அவர்கள் நீராடிவிட்டுப் போகும்பொழுது அந்த இறக்கைகள் இல்லாவிட்டால், பறந்துபோகமுடியாது. ஆகையால், நீ விரும்பும் பெண்ணின் இறக்கையை எடுத்து வைத்துவிட்டால், அவளால் பறக்க முடியாது. மற்றவர்கள் எல்லோரும் பறந்து போய் விடுவார்கள்.

பிறகு, நீ அந்தப் பெண்ணை இழுத்துக் கொண்டு உன்னுடைய அறைக்குள் வந்துவிடு. ஆனால், அவளுடைய இறக்கையை மட்டும் நீ எடுத்ததாகவும் சொல்லக்கூடாது. மறந்து போயும் அவளிடம் அதைக் கொடுத்து விடக்கூடாது. அப்படிக் கொடுத்தால், அவள் இந்த அரண்மனையைத் தரைமட்டம் ஆககி எல்லோரையும் கொன்றுவிடுவாள்," என்று சொன்னாள்.

அவள் சொன்னபடியே, அங்கே நீராட வந்த பறவைப் பெண்களில் தலைவியாகக் கருதப்பட்ட ஒரு பெண்ணின் இறக்கையை ஹாசன் எடுத்து ஒளித்து வைத்து விட்டான். அவர்கள் நீராடி முடிந்ததும் கரைக்கு வந்து இறக்கையை எடுத்தனர். ஒன்பது பேர் இறக்கைகள் தான் அங்கே இருந்தன. ஒன்பது பேரும் அவர்கள் இறக்கையை எடுத்து அணிந்து கொண்டனர். ஒருத்தியின் இறக்கையைக் காணவில்லை.

இறக்கையைக் காணாத பெண் அழுது கொண்டு நின்றிருந்தாாளள். மற்றவர்கள் அவளுடைய நிலையைப் பார்த்து வருந்தினர். ஆயினும்/, அவர்களால் எவ்வித உதவியும் செய்ய இயலவில்லை. மாலை நேரம் ஆனதும், அவளை மட்டும் தனியே விட்டு மற்ற ஒன்பது பேரும் பறந்து போய் விட்டனர்.

உடனே, ஹாசன் தான் மறைந்து இருந்த இடத்தை விட்டு வெளியே வந்தான். அழுது கொண்டு நின்றிருந்த அந்தப் பெண்ணின் கையைப் பிடித்து இழுத்துக்கொண்டு தன்னுடைய அறைக்கு வந்தான். அவளை அந்த அறையில் விட்டுக் கதவை மூடி

வெளியே தாழ்பாள் போட்டான். இளைய சகோதரியிடம் சென்று விஷயத்தைச் சொன்னான்.

அதைக் கேட்டதும், அவள் அந்தப் பெண் இருந்த அறைக்குச் சென்றாள். பறவைக்கன்னி அவளைப் பார்த்ததும் ஆத்திரத்துடன் அழுதாள். தான் பூத அரசனின் மகள் என்று தெரிந்திருந்தும், ஒரு மனிதனுக்கு உடந்தையாக இருந்து தன்னைச் சிறைப்படுத்திய இளைய சகோதரியை, நிந்தித்தாள்.

அவள் ஆத்திரத்துடன் பேசிய பேச்சுக்களை இளைய சகோதரி பொறுமையுடன் கேட்டுக் கொண்டாள். பிறகு, அந்தப் பறவைக் கன்னியைப் பார்த்து, "அந்த மனிதனுடைய குணம் உனக்குத் தெரியாது. தெரிந்து இருந்தால், நீ இவ்வளவு வருத்தப்பட மாட்டாய். அவன் உன்பேரில் உள்ள அன்பினால்தான் இப்படிச் செய்தான். ஆண்களுக்காகவே பெண்கள் படைக்கப்பட்டு இருக்கிறார்கள் என்பதை மறந்து விடாதே. உன் நினைவால் அவன் உருகி உயிரை விட்டுவிட இருந்தான். பத்துப் பெண்கள் இருந்ததில் உன்னை மட்டும் அவன் விரும்பிய காரணத்தை நீ தெரிந்துகொள்ள வேண்டும்" என்றாள்.

இளைய சகோதரியின் பேச்சைக் கேட்டதும பறவைக் கன்னியின் துக்கம் ஒருவாறு தணிந்தது. மேலும், அங்கிருந்து திரும்பிப் போகவும் முடியாது என்று தெரிந்து கொண்டாள். ஆகவே, தன் தலைவிதியை நினைத்துத் திருப்தி அடைந்தாள். உடனே, இளைய சகோதரி அவளுக்காக ஓர் அறையை ஏற்பாடு செய்து கொடுத்தாள். அவள் அந்த அறைக்குள் போனதும், இளைய சகோதரி ஹாசனிடம் வந்து, அவனை அந்த அறைக்கு அனுப்பினாள்.

ஹாசன் அவளிடம் பேசிக்கொண்டு இருக்கும்போது, வேட்டைக்குப் போய் இருந்த சகோதரிகள் எல்லாரும் திரும்பி வந்து சேர்ந்தனர். உடனே ஹாசன் அந்த அறையில் இருந்து வெளியே வந்தான். அவர்களை உற்சாகமாக வரவேற்றான். அவர்கள் வேட்டையாடிக் கொண்டுவந்திருந்த மான் முதலான பிராணிகளைக் கொன்று சமையலுக்கு வேண்டிய ஏற்பாடுகளை எல்லாம் தானே முன்னின்று செய்தான்.

அவனுடைய உற்சாகத்தைக் கண்ட மூத்த சகோதரிகள் எட்டும் பேரும், அவ்வளவு உற்சாகமாக இருப்பதன் காரணத்தைக் கேட்டார்கள். அவன் சொல்லத் தயங்கினான். அவர்கள் மிகவும் வற்புறுத்தியதன் பேரில் அவன் சகோதரியைச் சொல்லச் சொன்னான்.

அதைக் கேட்ட இளைய சகோதரி, ஹாசன் அந்த அறையைத் திறந்து முதல் பறவைக் கன்னியைப் பிடித்து வந்து வைத்திருப்பது வரையில் விபரமாகச் சொன்னாள். அந்த விபரத்தைக் கேட்ட மூத்த சகோதரிகள் பறவைக்கன்னியைப் பார்க்க விரும்பினர்.

உடனே, ஹாசன் அவர்களை அந்தப் பெண் இருந்த அறைக்கு அழைத்துப் போனான். அவர்கள் எல்லோரும் பறவைக் கன்னியின் அழகைப் பார்த்து வியப்புற்றனர். அவர்களும் ஹாசனுடைய குணத்தைப்பற்றி அவளிடம் உயர்வாகப் பேசினர். அதன் பேரில் பறவைக் கன்னியின் மனம் மேலும் மேலும் சமாதானத்தை அடைந்தது. பிறகு அந்த ஏழு சகோதரிகள், பறவைக் கன்னிக்கும் ஹாசனுக்கும் திருமணம் நடத்தி வைத்தார்கள்.

அதற்குப்பிறகு, ஒரு நாள் ஹாசன் தூங்குகையில் அவனுடைய ஏக்கத்தைக் கண்ட சகோதரிகள் அவனைக் காரணம் கேட்டனர். அதற்கு அவன் தன்னுடைய தாயாரின் நினைவு வேதனைக்கு உள்ளாக்குவதாகச் சொன்னான்.

அதைக் கேட்ட அந்தச் சகோதரிகள், "நீ உன் மனைவியை அழைத்துக்கொண்டு ஊருக்குப்போ; ஆனால் வருஷம் ஒரு முறை கட்டாயமாக இங்கு வந்து போகவேண்டும்" என்று சொல்லி விடைகொடுத்தனர். அதன்படி அவன் மனைவியை அழைத்துக்கொண்டு தன்னுடைய ஊருக்குப் போனான்.

ஹாசன் தன் வீட்டை அடைந்ததும் கதவு தாளிடப்பட்டு இருப்பதைக் கண்டான். ஆகையினால், வாசலில் தயங்கியபடி நின்றான். அப்பொழுது உள்ளே இருந்து அவனுடைய தாயாரின் அழுகைக் குரல் கேட்டது. உடனே, கதவை;த தட்டினான். அவனுடைய தாயார் வந்து கதவைத் திறந்தாள். மகனைக் கண்டதும் கட்டித் தழுவி அழுதாள்.

பிறகு, ஹாசனைப் பார்த்து, "அந்த பாரசீகக் கிழவன் எங்கே?" என்றாள். அதற்கு அவன், தான் அங்கிருந்து போனது முதல் நடந்த சம்பவங்களைத் தாயாரிடம் சொல்லித் தன் மனைவியையும் அறிமுகம் செய்து வைத்தான். தன்னுடைய மருமகளின் அழகைப் பார்த்த அவள் பெருமிதம் கொண்டாள்.

மேலும், ஹாசனுடைய தாயார் அவன் கொண்டு வந்திருந்த அளவற்ற செல்வத்தைப் பார்த்தாள். அவன் செல்வத்தைப் பார்த்தால் மற்றவர்கள் சந்தேகப்படுவார்கள் என்று நினைத்தாள். ஆகவே, அந்த ஊரைவிட்டு பாக்தாத் நகரத்திற்குப் போய்விட வேண்டும் என்று மகனிடம் சொன்னாள். தாயாரின் யோசனைப்படி, ஹாசன் பாக்தாத்திற்குக் குடியேறினான். அங்குக் குடியேறிய மூன்று வருஷங்களுக்குள் அவன் இரண்டு ஆண் குழந்தைகளுக்குத் தகப்பன் ஆனான். அந்தக் குழந்தைகளுக்கு முறையே நஸீர் என்றும், மன்ஸூர் என்றும் பெயரிட்டான்.

அப்படி ஹாசன் பாக்தாத்தில் இருந்து வரும் சமயம் அவனுக்குத் திரென்று அந்தச் சகோதரிகளின் நினைவு வந்தது. அவர்கள் தனக்கு எவ்வளவோ உபகாரம் செய்திருந்தும, தான் அவர்களை மறந்துவிட்டதைக் குறித்து வருத்தப்பட்டான். என்றாலும், அவர்களைப் போய் பார்த்து வருவதென்று முடிவு செய்தான். உடனே கடைத் தெருவுக்குச் சென்று அரிய பொருட்கள் பல வாங்கினான்.

ஹாசன் வாங்கி வந்த பொருட்களைப் பார்த்த அவனுடைய தாயார், "எதற்காக இந்தப் பொருட்களை வாங்கி இருக்கிறாய்?" என்று கேட்டாள். அதைக் கேட்ட ஹாசன், "எனக்கு உபகாரம் செய்த சகோதரிகளைப் பார்க்கப் போகிறேன். நான் திரும்பி வரும்வரையில் உன் மருமகளை ஜாக்கிரதையாகப் பார்த்துக் கொள். அவளைப் பற்றி உனக்குத் தெரியாது. அவள் பூத இனத்தைச் சேர்ந்தவள். அவள் பறவையாக இருந்த சமயத்தில், அவளுடைய இறக்கையை எடுத்து மறைத்து வைத்திருக்கிறேன். அவளுக்கு அந்த விஷயம் தெரிந்தால், இறக்கையை எடுத்துக்கொண்டு ஓடிவிடுவாள். ஆகையால், அவளிடம் விஷயத்தைச் சொல்லிவிடாதே" என்று எச்சரித்துவிட்டுப் புறப்பட்டான்.

ஹாசன் தன்னுடைய தாயாரிடம் சொல்லிக்கொண்டு இருந்த விஷயங்கள் முழுவதையும் பறவைப் பெண் கேட்டுக் கொண்டிருந்தாள். ஆனால், அவள் அப்படிக் கேட்டுக் கொண்டிருந்த தகவல் ஹாசனுக்கோ அவனுடைய தாயாருக்கோ தெரியாது.

ஹாசன் புறப்பட்டுப்போன மூன்றாம் நாள், ஹாச னுடைய மனைவி தன் குழந்தைகளுடன் ஆற்றுக்குப்போய் நீராடி வருவதற்கு மாமியாரிடம் அனுமதி கேட்டாள். அதற்கு அவள் தன்னுடைய மகன் சொன்ன எச்சரிகையை நினைத்து, மருமகளை வெளியே போகவேண்டாம் என்று சொன்னாள். அதைக்கேட்ட ஹாசனுடைய மனைவி கோபங்கொண்டாள். தான் ஆற்றுக்குப் போய், நீராடித்தான் வருவேன் என்று பிடிவாதம் செய்தாள். அவளுடைய பிடிவாதத்தைப் பார்த்த ஹாசனுடைய தாயார், அவளுடன் காவலுக்கு இரண்டு அடிமைப் பெண்களை அழைத்துப் போகும்படி சொன்னாள்.

மாமியார் அனுமதி கொடுத்ததும், அவள் ஆற்றுக்குப் போனாள். ஆற்றங்களைரயில் குளிக்கவந்த பெண்கள் அவ்வளவு பேரும் அவளுடைய அழகைப் பார்த்துத் தாங்கள் குளிப்பதையும் மறந்து நின்றனர்.

அன்றைய தினம் ஆற்றில் குளிப்பதற்காக அரச சபை பாடகியும் வந்திருந்தாள். ஹாசனுடைய மனைவியின் அழகை அவள் பார்த்தாள். அவளுடைய இருப்பிடத்தைத் தெரிந்து கொள்ளும் நோக்கத்துடன், ஹாசனுடைய மனைவி வீட்டிற்குப் போகும் போது அவளைப் பின்தொடர்ந்து சென்றாள். அவளுடைய வீட்டை அடையாளம் பார்த்துக் கொண்டு அரண்மனைக்குத் திரும்பினாள்.

அந்தப் பாடகி நேராக ராணியிடம்போய் தான் பார்த்த பெண்ணின் அழகைப்பற்றிச் சொன்னாள். அந்த அழகியை அரசன் பார்க்க நேர்ந்தால், அவளுடைய கணவனைக் கொலை செய்துவிட்டு அவளை அரண்மனை அந்தப் புரத்திற்கு கொண்டுவந்துவிடக்கூடும் என்று தான் நினைப்பதாகச் சொன்னாள். ராணி அவளுடைய வார்த்தையை நம்பவில்லை. அரசனுக்கு அந்தப்புரத்தில் இருக்கும் ஆசைநாயகிகள்

முன்னூற்றுபது பேர்களின் அழகைவிட, அந்தப் பெண் அழகாக இருக்க முடியாது என்று ராணி நினைத்தாள்.

ஆயினும், பாடகி மீண்டும் மீண்டும் அந்தப் பெண்ணின் அழகைப் பற்றி வர்ணித்ததால், அவளைப் பார்க்க வேண்டும் என்ற எண்ணம் ராணிக்கு ஏற்பட்டது. ஆகையினால், அரண்மனைச் சேவகனை அனுப்பி, ஹாசனுடைய தாயார், மனைவி, குழந்தைகள் ஆகியவர்களைத் தன்னிடம் அழைத்து வரச் சொன்னாள்.

அதன்படி சேவகன் போய், ஹாசனுடைய தாயாரிடம் விஷயத்தைச் சொன்னான். ஹாசனுடைய தாயார் முதலில் வர மறுத்தாள். என்றாலும், ராணி கோபித்துககொண்டால் ஏதாவது ஆபத்து நேரிடும் என்று எண்ணி, மருமகளையும் பேரக் குழந்தைகளையும் ராணியிடம் அழைத்துச் சென்றள்.

ஹாசனுடைய மனைவியின் அழகைப் பார்த்த ராணி அவளைப் பாராட்டினாள். அதைக் கேட்ட ஹாசனுடைய மனைவி, ராணியைப் பார்த்து, "நான் என்னுடைய இறக்கை உடுப்பை அணிந்து கொண்டால், இன்னும் அதிக அழகாக இருப்பேன். அந்த உடுப்பு என்னுடைய மாமியாரிடம் இருக்கிறது," என்றாள்.

உடனே, ஹாசனுடைய தாயாரை ராணி பார்த்து, "அந்த உடுப்பைக் கொண்டுவந்து உன்னுடைய மருமகளிடம் கொடு; அதை அணிவித்து அவளுடைய அழகைப் பார்க்கலாம்," என்றாள். ஆனால் ஹாசனுடைய தாயார் தன்னிடம் அம்மாதிரியான உடுப்பு எதுவுமே இல்லை என்றாள். அதைக் கேட்ட ஹாசனுடைய மனைவி, "என்னுடைய மாமியார் பொய் சொல்கிறாள். அவள் அந்த உடுப்பை அவளுடைய அறையில் புதைத்து வைத்து இருக்கிறாள். அதை எடுத்துக் கொண்டு வந்தால், நான் உடுத்திக் காண்பிக்கிறேன். அதை நான் உடுத்தி இருக்கும்பொழுது நீங்கள் பார்த்தால், பிரமித்து விடுவீர்கள்," என்றாள்.

ராணி மீண்டும், ஹாசனுடைய தாயாரை அந்த உடுப்பைக் கொண்டுவரச் சொன்னாள். அப்பொழுதும் அவள் அம்மாதிரி உடுப்பு தன்னிடம் இல்லை என்றாள். அதைக் கேட்ட ராணி சினங்கொண்டு, ஒரு சேவகனைக் கூப்பிட்டு, "நீ இவளுடைய

வீட்டிற்குப்போய் இவளுடைய அறையில் புதைத்து வைக்கப்பட்டு இருக்கும் இறக்கை உடுப்பை எடுத்துவா" என்று உத்தரவிட்டாள்.

அதைக் கேட்டவுடன், சேவகன் ஹாசனுடைய வீட்டிற்குப் புறப்பட்டான். ஹாசனுடைய தாயாரும் அவனைப் பின்தொடர்ந்து வீட்டை அடைந்தாள். வீட்டில் புதைத்து வைக்கப்பட்டிருந்த இறக்கையை எடுத்து அந்தச் சேவகனிடம் கொடுத்தாள். அவன் அதைப் பெற்றுக்கொண்டு போய் ராணியிடம் கொடுத்தான். ராணி, அந்த இறக்கையின் அழகைப் பார்த்து ஆச்சர்யப்பட்டாள். பிறகு, அந்த இறக்கையை அந்தப் பெண்ணிடம் கொடுத்தாள்.

அதை அவள் மகிழ்ச்சியுடன் பெற்றுக் கொண்டாள். தன் இரண்டு குழந்தைகளையும் தன் மார்போடு அணைத்துக்கொண்டு, அந்த இறக்கையை அணிந்தாள். அவள் அந்த இறக்கையை அணிந்ததும, ராணியின் முன்னால் நடனமாடு வதைப்போல நடந்தாள். அதைப் பார்த்த ராணி மகிழ்ந்தாள். அச்சமயம், அவள் நடனமாடிக் கொண்டே மாடிக் கைப்பிடிச் சுவரின்மேல் ஏறி நின்றதைக்கூட நடனத்தின் ஒருபாகம் என்றே ராணி கருதினாள்.

கைப்பிடிச் சுவரின் மீது நின்றபடியே அவள் ஹாசனுடைய தாயாரைப் பார்த்து, "உன்னுடைய மகன் திரும்பி வந்ததும், என்னைப் பார்க்க விரும்பினால், வாக்வாக் தீவுக்கு வந்து என்னைச் சந்திக்கச் சொல்", என்று சொல்லிவிட்டுக் குழந்தைகளுடன் பறந்து போய்விட்டாள்.

அவள் பறந்து போவதைப் பார்த்த ஹாசனுடைய தாயார் கதறினாள். மகன் திரும்பி வந்ததும் தன் மனைவியும் குழந்தைகளும் எங்கே என்று கேட்டால் என்ன சொல்வது என்று அழுதாள். அவளுடைய புலம்பலைக் கேட்ட ராணியும், பச்சாதாபப்பட்டாள். அம்மாதிரி நடந்துவிடும் என்று முனகூட்டியே தன்னிடம் சொல்லி இருந்தால், தான் அந்த இறக்கையை அவளிடம் கொடுத்திருக்க மாட்டேன் என்றாள்.

மறுநாள், நூருல் ஹுடா அந்தக் கிழவியை வரவழைத்தாள். கிழவி வந்ததும், நூருல் ஹுடாஅவளைப் பார்த்து, "நேற்று அந்த வாலிபன் சொன்ன அடையாளத்தைக் கவனித்தால், என்னுடைய இளைய சகோதரிதான் அவனுடைய மனைவியாக இருப்பாளென்று எண்ணுகிறேன். ஆகையல், நீ போய்

என்னுடைய இளைய சகோதரியை வரச் சொல்லிவிட்டு, அவளுடைய குமாரர்களை மட்டும் அவள் புறப்படுவதற்கு முன் அழைத்து வா,” என்று சொல்லி அனுப்பினாள்.

அதன்படி கிழவி, நூருல் ஹுடாவின் இளைய சகோதரி மேனார் எஸ் ஸேனாவிடம் போனாள். அவளுடைய சகோதரி அவளைப் பார்க்க விரும்புவதாகவும் குழந்தைகளை உடனே அழைத்து வரச் சொன்னதாகவும் தெரிவித்தாள். அதைக் கேட்ட மேனார் எஸ் ஸேனா, குழந்தைகளைக் கிழவியுடன் அனுப்பினாள். தான் மறுநாள் புறப்பட்டு வருவதாகச் சொல்லும்படி தகவல் அனுப்பினாள். குழந்தைகளை மட்டும் அழைத்துக்கொண்டு, கிழவி நூருல் ஹுடாவிடம் சென்றாள்.

குழந்தைகளைக் கிழவி அழைத்து வந்ததும, நூருல ஹுடா, கிழவியிடம் ஹாசனையும் அழைத்து வரச்சொன்னாள். அதன்படி கிழவி சென்று ஹாசனை அழைத்து வந்தாள். ஹாசன் வந்த சமயம் குழந்தைகள் நூருல்ஹுடாவிடமிருந்து ஹாசனிடம் ஓடின. ஹாசனும் தன் குழந்தைகளைக் கண்டதும், அவர்களைக் கட்டி, அணைத்து அழுதான். ஆனால், நூருல் ஹுடா அவனைப் பிடித்து இழுத்துக் கொண்டு போகும்படி உத்தரவிட்டாள்.

மேனார் எஸ்ஸேனா குழந்தைகளை அனுப்பிய மறுநாள், தன் தமக்கையைப் பார்ப்பதற்காகப் புறப்பட்டாள். அப்பொழுது அவளுடைய தகப்பன் வந்தான். மேனார் எஸ் ஸேனாவை அவன் பார்த்து, “குழந்தாய்! நேற்று ஒரு கனவு கண்டேன். அதனால், மனம் கலங்கிற்று. உன்னைப் பார்த்து விட்டுப் போகலாம் என்று வந்தேன்” என்றான். “என்ன கனவு அப்பா!” என்றாள் மேனார் எஸ் ஸேனா.

அதற்கு அவளுடைய தகப்பன், “நேற்று அரண்மனைப் பொக்கிஷத்திற்குச் சென்றதாகக் கனவு கண்டேன். அந்தப் பொக்கிஷத்தில் ஏழு முத்துக்கள் இருந்தன. ஏழு முத்துக்களில் சிறியதாக இருந்த ஒன்றைக் கையில் எடுத்தேன். பார்ப்பதற்கு அந்தச் சிறிய முத்து மிகவும் அழகாக இருந்தது. அதைக் கையில் எடுத்துக்கொண்டு வெளியே வந்து பார்த்துக் கொண்டு இருந்தேன். அப்பொழுது, ஒரு பறவை வந்து அந்த முத்தைக் கொத்திக் கொண்டு போய்விட்டது. உடனே கனவு கலைந்தது. அந்தக்

கனவின் காரணமாக உன்னைப் பார்க்க வேண்டும் என்ற ஆவல் உண்டாயிற்று. நீ என்னுடன் வந்து தங்கி இரு," என்றான்.

அதைக் கேட்ட மேனார் எஸ் ஸேனா, 'அப்பா! இன்று நூருல் ஹுடாவின் வீட்டிற்குப் புறப்படுகிறேன். அவளைப் பார்த்து நான்கு வருஷங்கள் ஆய்விட்டது. ஆகையால், அங்கு போய் வந்ததும், உங்களுடன் தங்கி இருக்கிறேன்,' என்றாள். அதற்கு அவளுடைய தகப்பன், நூருல் ஹுடா வைப் பார்த்துவிட்டு ஒரு மாதத்திற்குள் திரும்பி வந்துவிட வேண்டும் என்று சொல்லிவிட்டுப் போய்விட்டாள்.

பிறகு, மேனார் எஸ் ஸேனா, தமக்கையின் வீட்டுக்குச் சென்றாள். அவளுக்குக் குழந்தை பிறந்ததற்குப்பின் அப்பொழுது தான் முதல் தடவையாகத் தமக்கையின் வீட்டுக்கு வந்தாள். தமக்கையைப் பார்த்ததும் தான் அத்தனை நாட்களாக அவளைப் பார்க்க வராமல் இருந்ததற்காக மன்னிப்பு கேட்டாள். ஆனால், நூருல் ஹுடா, அவளை வரவேற்க வில்லை. அவளுடைய நடத்தைக்காக கண்டித்தாள். ஹாசன் மூலமாக அவள் குழந்தைகளைப் பெற்றதனால், அவளுடைய இனத்தாருக்கே இழுக்கைக் கொண்டு வந்து விட்டதாகக் கூப்பாடு போட்டாள். மேலும் ஏதோதோ பேசிவிட்டுத் தங்கையைப் பிடித்துச் சிறையில் அடைக்கும்படி உத்தர விட்டாள்.

பிறகு நூருல் ஹுடா தன் தங்கையின் விஷயமாகத் தன் தகப்பனுக்குக் கடிதம் எழுதினாள். "அவள் ஒரு மனிதனுடன் தொடர்புகொண்டு, குழந்தைகளைப் பெற்று இருக்கிறாள். அவளைக் கேட்டால் அவனைத்தன் கணவன் என்று சொல்கிறாள். அவனும் தற்சமயம் இங்கே வந்திருக்கிறான். அவளைப் பிடித்துச் சிறையில் அடைத்திருக்கிறேன். மேற்கொண்டு அவளை என்ன செய்வது என்பதற்கு உங்கள் உத்தரவை எதிர்பார்க்கிறேன்." என்று கடிதம் எழுதினாள். அந்தக் கடிதத்தைப் படித்துப் பார்த்த அவளுடைய தகப்பன், மேனார் எஸ் ஸேனா விஷயமாக நூருல் ஹுடா தன் இஷ்டப்படி நடந்துகொள்ளலாம் என்று ஒரு பதில் கடிதம் எழுதி அனுப்பிவிட்டான். தகப்பனுடைய கடிதத்தைப் பாத்ததும், நூருல் ஹுடா மேலும் தன் தங்கையை அடித்துத் துன்புறுத்தினாள்.

நூருல் ஹுடாவினால் துரத்தப்பட்ட ஹாசன், ஆற்றங்கரைப் பக்கமாக நடந்து போய்க்கொண்டு இருந்தான். அங்கே பூத இனத்தைச் சேர்ந்த இரண்டு சிறுவர்கள் தங்களுக்குள் சண்டையிட்டுக்கொண்டு இருந்தனர். அதைப் பார்த்த ஹாசன் அச் சிறுவர்களிடம் சென்று அவர்களுடைய சண்டையின் காரணத்தைக் கேட்டான். உடனே, ஒரு சிறுவன் ஹாசனைப் பார்த்து, "நாங்கள் இருவரும் சகோதரர்கள். எங்கள் தகப்பனார் அந்த மலைக் குகையொன்றில் வசித்து வந்தார். அவர் இறந்துவிட்டார். அவர் இறக்கும்பொழுது, ஒரு குல்லாவையும் ஒரு தடியையும் மட்டுமே எங்களுக்கு ஆஸ்தியாக விட்டுச் சென்றார். என்னுடைய சகோதரன் அந்தத் தடியைத் தனக்கு வேண்டும் என்கிறான். நானும் அதையே வேண்டும் என்கிறேன். அதனால்தான் எங்களுக்குள் சச்சரவு ஏற்பட்டிருக்கிறது, நீங்கள் அதைத் தீர்த்து வைக்க வேண்டும்" என்றான்.

அந்த சிறுவன் சொன்னதைக் கேட்ட ஹாசன், "குல்லாயும் தடியும் என்ன விலை பெறும்? அதனுடைய மதிப்பைச் சொல்லுங்கள்," என்றான்.

உடனே, ஒரு சிறுவன் அவனைப் பார்த்து, "அவற்றின் மதிப்பு அளவிட முடியாதது. எங்களுடைய தகப்பனார் மிகப் பிரயாசைப்பட்டு அவற்றைச் செய்தார். அந்தக் குல்லாயை யார் அணிந்து கொண்டாலும் மற்றவர்கள் கண்ணுக்குத் தென்படாமல் மாயமாய் மறைந்து விடலாம். அந்தத் தடியை நிலத்தில் தட்டினால், வாக்வாக் தீவுகளைச் சேர்ந்த அரசர்கள் உட்பட எல்லா பூதங்களும் தோன்றும். அந்தத் தடியை வைத்திருப்பவன், எந்த வேலையைச் சொன்னாலும் உடனே செய்து முடிக்கும்," என்றான்.

அதைக் கேட்ட ஹாசன் சிறிது நேரம் சிந்தித்தான். அந்தச் சிறுவர்களிடம் இருந்த அந்தத் தடியையும் குல்லாயையும் எடுத்துக்கொண்டால், தன்னுடைய காரியம் கைகூடும் என்று உணர்ந்தான். ஆகவே, அந்தச் சிறுவர்களைப் பார்த்து "குல்லாயையும் தடியையும் என்னிடம் கொடுங்கள். நான் ஒரு கல்லை விட்டெறிகிறேன். உங்களில் யார் முதலில் போய் அந்தக் கல்லை எடுத்துக்கொண்டு வருகிறீர்களோ, அவனுக்குத் தடியைக்

கொடுக்கிறேன். மற்றவனுக்குக் குல்லாயைக் கொடுக்கிறேன்," என்றான். சிறுவர்கள் சம்மதித்தனர்.

அந்தச் சிறுவர்களிடம் இருந்த தடியையும் குல்லாயையும் ஹாசன் தன் கையில் வாங்கி வைத்துக்கொண்டான். ஒரு கல்லை எடுத்து விட்டெறிந்தான். சிறுவர்கள் அதை எடுத்துக்கொண்டு வருவதற்காக ஓடினர். உடனே, ஹாசன் அந்தக் குல்லாயைத் தன் தலையில் அணிந்துகொண்டு அங்கேயே நின்றிருந்தான்.சிறுவர்கள் திரும்பி அதே இடத்திற்கு வந்தனர். ஆனால், ஹாசனை அவர்கள் கண்டு கொள்ளவில்லை. குல்லாயை அவன் அணிந்திருந்ததினால், அவர்களுடைய கண்களுக்கு அவன் தென்படவில்லை.

தான் அங்கேயே நின்றிருந்தும், அந்தச் சிறுவர்கள் தன்னைக் கண்டு கொள்ளாததைக் கண்ட ஹாசனுக்குக் குல்லாயின் மகிமை தெரிந்தது. ஆகவே, அந்தக் குல்லாயை அணிந்தபடியே, தடியையும் கையில் எடுத்துக்கொண்டு நேராக நூரல்ஹுடாவின் அரண் மனைக்குப் போனான். அங்கே அந்தக் கிழவி இருந்தாள். அவளும் ஹாசனைத் தெரிந்து கொள்ளவில்லை. ஆதலால், ஹாசன் மிகுந்த தைரியம் கொண்டான்.

அங்கே இருந்த பாத்திரங்களை உருட்டிவிட்டான். அதைப் பார்த்த கிழவி, நூருல்ஹுடாதான் தன் பேரில் கோபங்கொண்டு யாரையோ ஏவிவிட்டுத் தொந்தரவு செய்கிறாள் என்று நினைத்து, நூருல்ஹுடாவைத் திட்டினாள். கிழவி நூருல்ஹுடாவைத் திட்டுவதைக் கேட்ட ஹாசன் சிரித்துக் கொண்டே, தான் அணிந்திருந்த குல்லாயைத் தலையில் இருந்து எடுத்தான். அவனுடைய உருவம் கிழவியின் கண்களுக்குத் தெரிந்தது.

திரென்று தன் முன் தோன்றிய ஹாசனைப் பார்த்து ஆச்ரியப்பட்டாள். உடனே, அவனை ஓர் அறைக்குள் அழைத்துச் சென்று விசாரித்தாள். அந்தக் கிழவியிடம் ஹாசன் விபரத்தைச் சொன்னான். அவனுக்குக் கிடைத்த குல்லாவின் மகிமையைக் கண்ட கிழவி மகிழ்ந்தாள். அவனுடைய மனைவிக்கு ஏற்பட்டு இருக்கும் ஆபத்தை அவனிடம் சொன்னாள். உடனே போய் அவளைப்பார்த்து சிறையில் இருந்து தப்புவிக்கும்படி சொன்னாள்.

அதைக் கேட்ட ஹாசன், குல்லாயணிந்து மனைவி இருந்த இடத்திற்குப்போனான். நூருல் ஹுடாவின் கொடுமைகளினால் அவள் இளைத்து உருமாறித் துன்பப்பட்டு அழுதுகொண்டே இருந்தாள். அவளைப் பார்த்த ஹாசனும் அழுது விட்டான். குல்லாயை எடுத்துவிட்டு, அவளெதிரில் தோன்றினான். திடீரென்று ஹாசனைப் பார்த்ததும் அவள் கதறினாள். அவனுடைய பேச்சைக் கேட்காமல் புறப்பட்டு வந்ததினால் தான் தனக்கு அவ்வளவு கஷ்டங்கள் நேரிட்டன என்று அவனிடம் சொல்லி அழுதாள்.

மேனார் எஸ் ஸேனாவுக்கு ஹாசனிடம் இருக்கும் குல்லாய், தடி ஆகியவற்றின் விஷயம் தெரியாது. ஆகவே, அவனை உடனே புறப்பட்டுப்போய்த் தப்பித்துக்கொள்ளச் சொன்னாள். உடனே, ஹாசன் அந்த விஷயத்தைச் சொல்லப் போகும் பொழுது, நூருல் ஹுடா அங்கே வந்துவிட்டாள். ஆகையினால், அவசர அவசரமாக ஹாசன் குல்லாயை அணிந்து மறைந்துகொண்டு அங்கேயே நின்றிருந்தான். அவனை யாரும் கண்டுகொள்ளவில்லை.

அங்கேவந்து நூருல்ஹுடா சுற்று முற்றும் பார்த்தாள். மேனார் எஸ்ஸேனாவைப் பார்த்து, "யாருடன் பேசிக் கொண்டிருந்தாய்? இங்கே ஏதோ பேச்சுக் குரல் கேட்டதே," என்றாள். அதற்கு மேனார் எஸ்ஸேனா, "என்னுடைய குழந்தைகளுடன்தான் பேசிக்கொண்டிருந்தேன்," என்றாள். அவள் சொன்னதை நூருல் ஹுடா நம்பவில்லை. ஆகவே, அவளைச் சவுக்கால் அடித்து வேறு அறைக்குக் கொண்டு போய் வைக்கும்படி உத்தரவிட்டுப் போய்விட்டாள்.

நூருல் ஹுடாவின் உத்தரவுப்படியே மேனார் எஸ் ஸேனாவை அடித்து வேறொரு அறைக்கு இழுத்துக்கொண்டு போனார்கள். அவளுடைய குழந்தைகளும் கூடவே சென்றன. ஹாசனும் குல்லாயணிந்தபடி அவர்களைத் தொடர்ந்து அதே அறைக்குள் சென்றான். அவர்களை அந்த அறையில் விட்டுக் காவலாளர்கள் அறையை இழுத்துப் பூட்டிக் கொண்டு போய் விட்டனர்.

பிறகு, ஹாசன் குல்லாயை எடுத்துவிட்டு தன் மனைவி மக்களின் முன் தோன்றினான். தன்னிடம் இருக்கும் குல்லாய்

தடி ஆகியவற்றின் பெருமையை மனைவியிடம் சொன்னான். அவற்றின் உதவியால், தப்பித்துக்கொண்டு தன்னுடைய ஊருக்குப் போய் விடலாம் என்று சொன்னான். அதைக் கேட்ட மேனார் எஸ் ஸேனா, தானும் குழந்தைகளை அழைத்துக் கொண்டு அவனுடன் வருவதாகச் சொன்னாள்.

மனைவியின் வார்த்தையைக் கேட்ட ஹாசன் மகிழ்ச்சியுடன், அவளையும் குழந்தைகளையும் அழைத்துக் கொண்டு புறப்பட்டான். ஆனால், கதவு வெளியே பூட்டப்பட்டு இருந்தது. ஆகவே தன்னிடம் இருந்த தடியை எடுத்துத் தரையில் தட்டினான். உடனே ஏழு தீவுகளின் அரச பூதங்கள் அவன் முன்னே தோன்றின. அவனுடைய உத்தரவை எதிர்பார்த்து நின்றன.

அந்தப் பூதங்களை ஹாசன் பார்த்து, 'என்னையும் என்னுடைய மனைவி மக்களையும் தூக்கிக்கொண்டு கற்பூரத் தீவுக்குப் போகவேண்டும்,' என்று உத்தரவிட்டான். அதன் படியே அந்தப் பூதங்கள் அவர்களைத் தூக்கிக்கொண்டுபோய் கற்பூரத் தீவில் விட்டன. கற்பூரத்தீவு அரசனை ஹாசன் சந்தித்து நன்றியைக் கூறிவிட்டு மறுபடியும் பூதங்களின் மேல் ஏறிக்கொண்டு ஏழு சகோதரிகளின் அரண்மனையை அடைந்தான்.

ஹாசனையும் அவனுடைய மனைவி மக்ளையும் பார்த்த ஏழு சகோதரிகளும் அளவிலா மகிழ்ச்சி கொண்டனர். சில நாட்கள் அங்கு தங்கியிருந்தபின் அவர்களிடம் விடைபெற்று, ஹாசன் தன் மனைவி மக்களுடன் பாக்தாத்தை அடைந்தான். ஹாசனுடைய தாயார் அவர்களைப் பார்த்து மட்டற்ற மகிழ்ச்சி அடைந்தாள். ஹாசன் தன்னுடைய தாயாரிடம் எல்லா விஷயங்களையும் சொன்னான். பிறகு, எல்லோரும் நெடுங்காலம் சந்தோஷமாக வாழ்ந்தனர்," என்றள் ஷாராஜாத்.

ஆற்றங்கரை குரங்குகளின் கதை

"முன் காலத்தில் பாக்தாத் நகரில் கலீபா என்ற ஒரு செம்படவன் இருந்தான். மீன் பிடிப்பதற்காக அவன் ஒரு நாள் ஆற்றுக்குப் போனான். வழக்கம்போல், ஆற்றில் வலையை வீசி இழுத்தான். அந்த வலையில் மனிதக் குரங்கு ஒன்று சிக்கி

இருந்தது. அந்தக் குரங்குக்கு ஒரு கால் முடமாகவும், ஒற்றைக் கண் குருடாகவும் இருந்தது.

செம்படவன், அந்தக் குரங்கை வலையிலிருந்து எடுத்துக் கொண்டுபோய் கரையில் இருந்த ஒரு மரத்தில் கட்டினான். பிறகு, ஒரு குச்சியை ஒடித்துக் கொண்டு வந்து அந்தக் குரங்கை அடிக்கப் போனான். அவன் தன்னை அடிக்க வருவதைப் பார்த்த குரங்கு, அவனிடம் பேசிற்று. குரங்கு பேசுவதைப் பார்த்த செம்படவன் ஆச்சரியப்பட்டான்.

அந்தக் குரங்கு செம்படவனைப் பார்த்து, "என்னை அடிக்காதே மறுபடியும் ஆற்றில் வலையை வீசு," என்றது. அதன்படி செம்படவன் மறுபடியும் வலையை வீசினான். அப்பொழுதும் வலையில் ஒரு குரங்கு சிக்கி இருந்தது. அதனுடைய இடுப்பில் கந்தைத் துணி முடிப்பு ஒன்று இருந்தது. அந்தக் குரங்கையும் ஒரு மரத்தில் கட்டி, அதையும் அடிக்கப் போனான். அந்தக குரங்கு தன்னை அடிக்க வேண்டாம் என்றும், மறுபடியும் ஆற்றில் வலையை வீசும்படியும் சொல்லிற்று.

ஆகவே, அவன் மூன்றாவது முறையாக வலையை வீசினான். அபபொழுதும் ஒரு குரங்குதான் வலையில் அகப்பட்டது. அதனுடைய இடையில் நீலத் துணி முடிப்பு ஒன்று இருந்தது. அதையும் பிடித்து ஒரு மரத்தில் கட்டினான். தன்னுடைய துரதிர்ஷ்டத்தை நினைத்து அந்தக் குரங்குகளை அடிக்கப் போனான்.

அப்பொழுது, மூன்றாவது அகப்பட்ட குரங்கு அவனைப் பார்த்து, " எங்களை அடிக்காதே; மறுபடியும் வலையை வீசு; வலையில் கிடைப்பதை எடுத்துக் கொண்டு என்னிடம் வா; அதனால், உனக்கு லாபம் கிடைக்கும் வழியைச் சொல்கிறேன்," என்றது அதன்படி, அவன் மறுபடியும் ஆற்றுக்குப் போய் வலையை வீசினான். அப்பொழுது ஒரு மீன் சிக்கியது. மீனை எடுத்துக் கொண்டு மூன்றாவது குரங்கினிடம் சென்றான்.

அந்தக் குரங்கு மறுபடியும் செம்படவனைப் பார்த்து, "நடு ஆற்றுக்குப்போய் இன்னொரு முறை வலை வீசு; இன்னும் பெரிய மீன் ஒன்று கிடைக்கும் அதை எடுத்துக் கொண்டு என்னிடம் வா;

அதற்குப் பிறகு, நீ என்ன செய்ய வேண்டும் என்பதை அப்பொழுது சொல்கிறேன்,” என்றது. அதன்படியே செம்படவன் போய் வலையை வீசினான். பெரிய மீன் ஒன்று கிடைத்தது. அந்த மீனை எடுத்துக்கொண்டு குரங்கினிடம் வந்தான்.

உடனே அந்தக குரங்கு, செம்படவனைப் பார்த்து, இந்த மீனை ஒரு கூடையில் வைத்து, கடைத்தெருவிற்குக் கொண்டு போ; அங்கே அநேகர் அந்த மீனை விலைக்குக் கேட்பார்கள். ஆனால், நீ அவர்களுக்கு விற்கக்கூடாது. கடைத் தெருவில் இருக்கும் கடைசிக் கடையில் ஆபூசத் என்ற ஒரு யூதன் இருப்பான். அவனிடம் இந்த மீனைக் காண்பிக்க வேண்டும். அவன் உன்னைப் பார்த்து, “வேறு யாராவது இந்த மீனைப் பார்த்ததார்களா?” என்று கேட்பான். அதற்கு நீ, “ஒருவரும் பார்க்கவில்லை,” என்று சொல்லவேண்டும்.

பிறகு, அவன் உன்னிடம் பேரம் செய்வான். இந்த மீனுக்குச் சரியான எடையுள்ள தங்கம் கொடுத்தால்தான் மீனைக் கொடுப்பேன் என்று நீ சொல்ல வேண்டும். அதன்படியே அவன் கொடுப்பான். ஆனால், நீ உன்னுடைய குரங்கை அவனுக்குக் கொடுத்து விடுவதாகவும், அவனுடைய குரங்கை உனக்குக் கொடுப்பதாகவும் இருந்தால்தான் மீனைக் கொடுக்க முடியும் என்று சொல். அவன் ஒப்புக்கொள்வான். உடனே நீ இந்த மீனை அவனிடம் கொடுதது விடு. பிறகு, உனக்குச் செல்வம் சேரும்,’ என்றது.

குரங்கு சொன்னபடியே செம்படவன் மீனை எடுத்துக் கொண்டு கடைத் தெருவுக்குப் போனான். அபூசத் என்ற செம்படவன் சொன்னவிதமே, ஒருவருடைய குரங்கை மற்றவர் மாற்றிக் கொள்ள ஒப்புக் கொண்டதும், வியாபாரம் முடிந்தது. செம்படவன் மீனைக் கொடுத்து விட்டுப் போய் விட்டான்.

அதன் பிறகு, அந்தச் செம்படவன் தினந்தோறும் ஆற்றுக்குப் போய் மீன் பிடிப்பான். அவன் பிடிக்கும் மீன்களை அங்கேயே வந்து ஜனங்கள் வாங்கிக கொண்டு போயினர். அதனால் அவனுக்கு தினம் ஒனறுக்குப் பத்துப் பொற்காசுகள் கிடைத்தன. அப்படியே பத்து நாட்களில் அவன் நூறு பொற்காசுகளுக்கு அதிபதி ஆகிவிட்டான்.

அவனுடைய மனம் மகிழ்ச்சியினால் துள்ளிக் கொண்டு இருந்தது. ஒருநாள் இரவு அவன் படுக்கையில் படுத்தபடி தனக்குள் சிந்தித்தான்.

“இப்பொழுது என்னிடம் நூறு பொற்காசுகள் சேர்ந்து விட்டன. இந்த விஷயத்தை யாரேனும் எப்படியாவது தெரிநது கொண்டு விடுவார்கள். உடனே அரசனிடம் சென்று இந்த விஷயத்தை சொல்வார்கள். அரசன் அதைக் கேள்விப்பட்டதும் என்னைக் கடன் கேட்பான். அரசன் கோபங்கொண்டு என்னை அடிக்கும்படி உத்தரவிடுவான். ஆகவே அந்த மாதிரி அடிபடும் சந்தர்ப்பத்தில் அந்த அடிகளைத் தாங்குவதற்கு, இப்பொழுதி லிருந்தே என்னுடைய உடம்பைப் பழக்கிக் கொள்ள வேண்டும்,” என்ற முடிவுக்கு வந்தான்.

உள்ளே, ஒரு சாட்டையை எடுத்துத் தன்னைத் தானே அடித்துக் கொண்டு, “என்னிடம் பணமே இல்லை; என்னிடம் பணமே இல்லை; என்று கதறினான். அவனுடைய கூக்குரலைக் கேட்ட அக்கம் பக்கத்தில் இருந்தவர்கள் எல்லோரும் கூடிவிட்டனர். அவனிடம் விஷயத்தைக் கேட்டனர். விஷயம் தெரிந்ததும், அவர்கள் எல்லோரும் சிரித்தனர். பிறகு, அவனுக்கு புத்திமதியைக் கூறிவிட்டுப் போய் விட்டனர்.

மறுநாள் காலையில் எழுந்ததும், செம்படவன், யோசித்தான். தன்னிடம் இருக்கும் நூறு பொற் காசுகளை வீட்டிலே வைத்துவிட்டு வெளியே போனால், யாராவது வந்து திருடிக் கொண்டு போய் விடுவார்கள் என்று எண்ணினான். ஆகையால் அந்தப் பொற்காசுகளைத் தன் சட்டைப் பையில் போட்டுக் கொண்டு மீன் பிடிப்பதற்காக ஆற்றுக்குப் போனான். ஆற்றிலே வலையை வீசும் பொழுது, சட்டைப் பையில் இருந்த பொற்காசுகள் முழுவதும் ஆற்றிலே விழுந்து விட்டன. உடனே, ஆற்றிலே குதித்து அந்தப் பொற்காசுகளை தேடினான். ஆனால், அவை கிடைக்கவில்லை.

ஆகவே, கரையை அடைந்து பைத்தியம் பிடித்தவனைப் போல் கரைவழியே நடந்து போனான். கரையின் மேல் இருந்த அவனுடைய துணிமணிகளைக்கூட அவன் மறந்து விட்டுப் போய் விட்டான்.

அச்சமயம் பாக்தாத் அரசன் வேட்டைக்குப் போய்விட்டு அவ்வழியாகவந்தான். பைத்தியக்காரனைப்போல் ஆற்றங்கரையின் மேல் நடந்து போய் கொண்டிருந்த செம்படவனை அரசன் பார்த்தான். உடனே அரசன் அவனைப் பார்த்து, நீ யார் எங்கே போகிறாய்? உன்னுடைய துணிமணிகள் எல்லாம் எங்கே?'' என்று கேட்டான்.

அப்பொழுதுதான், தான் துணிமணிகளின்றி இருப்பதைச் செம்படவன் உணர்ந்தான். தன்னைப் பற்றி விசாரித்தது அரசன் என்று அவனுக்குத் தெரியாது. ஆகையால், தன்னுடைய துணிமணிகளைப் பற்றி அவன் குறிப்பாக விசாரித்ததிலிருந்து, அவனே தன்னுடைய துணிமணிகளை எடுத்திருக்கக் கூடும் என்று செம்படவன் நினைத்தான். உடனே அரசனுடைய குதிரையின் கடிவாளத்தைப் பிடித்து நிறுத்தினான். அரசனைப் பார்த்து, 'என்னுடைய துணிகளைக் கொடுத்துவிட்டுப் போ,'' என்றான்.

அதற்கு அரசன் தான் அவனுடைய துணிமணிகளைப் பார்க்க வில்லை என்றான். செம்படவன் ஒப்புக் கொள்ளவில்லை. துணியைக் கொடுத்துவிட்டால், உதைத்து விடுவேன் என்று அரசனை மிரட்டினான். அந்தப் பைத்தியக் காரனிடம் பேசுவதைவிட, தன்னிடம் இருக்கும் துணியைக் கொடுத்து விடலாம் என்று அரசன் நினைத்தான். உடனே, தன் மேலங்கியைக் கழற்றி அவனிடம் கொடுத்துவிட்டுப் புறப்பட்டுப் போனான்.

ஆனால் செம்படவன் அரசனை விடவில்லை. அரசனைப் பார்த்து, "நீ என்ன வேலை செய்கிறாய்? என்ன வருமானம் கிடைக்கிறது?'' என்று கேட்டான். அதற்கு அரசன் தனக்கு மாதம் ஒன்றுக்குப் பத்துப் பொற்காசுகள் வருமானம் கிடைப்பதாகச் செம்படவனிடம் சொன்னான். அதைக் கேட்ட செம்படவன், "மாதம் ஒன்றுக்குப் பத்துப் பொற்காசுகள்தானா! நாள் ஒன்றுக்கு நான் பத்து பொற்காசுகளைச் சம்பாதிக் கிறேனே! நீ என்னுடன் சேர்ந்து கொண்டால், மீன் பிடிப்பதற்குக் கற்றுக் கொடுககிறேன். எனக்குக் கிடைக்கும் வருமானத்தில் உனக்குப் பாதியைக் கொடுக்கிறேன்; உனக்குச் சம்மதமா?'' என்றான்.

அதற்கு அரசன் ஒப்புக் கொண்டான். உடனே இருவரும் ஆற்றுக்குப் போனார்கள். செம்படவன் வலையை வீசினான். அதை

இழுக்கும்படி அரசனிடம் சொன்னான். அந்த வலையில் மீன்கள் ஏராளமாகச் சிக்கி இருந்தன. செம்படவன் அரசனைப் பார்த்து இந்த மீன்களை எல்லாம் விற்பதற்காகக் கடைத் தெருவுக்குக் கொண்டு போக வேண்டும். ஆகையால் இந்த மீன்களைப் போட்டுக் கொண்டு போவதற்கு இரண்டு கூடைகள் வாங்கி வா,' என்று அனுப்பினான்.

கூடைகளை வாங்கிவரச் சென்ற அரசன், தன்னுடைய அரண்மனைக்குப் போனான். ஆற்றங்கரையில் தான் சந்தித்த செம்படவனைப் பற்றி மந்திரியிடம் சொன்னான். அந்தச் செம்படவனிடம் இருக்கும் மீன்களை எல்லாம் வாங்கிக் கொண்டு வருவதற்கு அரண்மனைச் சேவர்ககளை அனுப்பும்படிச் சொன்னான்.

அரசன் உத்தரவுப்படி சேவகர்களை மந்திரி அனுப்பி மீன்களை வாங்கிவரச் சொன்னான். அதை வாங்கிவரப் போனவன், செம்படவனிடம் மீதமிருந்த மீன்களை அவன் வாங்கிக்கொண்டு, மறுநாள் அரண்மனைக்கு வந்து தன்னிடம் பணம் பெற்றுக் கொள்ளச் சொன்னான். செம்படவன் ஒப்புக் கொள்ளவில்லை. அதனால் அந்தச் சேவகன் கோபங் கொண்டு செம்படவனை அடிக்கப் போனான். செம்படவன் பயந்து கொண்டு மீன்களைக் கொடுத்து அனுப்பினான்.

மறுநாள் காலையில், அந்தச் சேவகனிடமிருந்து பணம் வாங்கிவருவதற்காக செம்படவன் அரண்மனைக்குப் போனான், அங்கே அந்தச் சேவகனிடம் மந்திரி பேசிக் கொண்டிருந்தான். ஆகையால், செம்படவன் பாக்கிப் பணத்தைக் கேட்காமல் நின்றிருந்தான். மந்திரி அப்பால் போனதும் கேட்கலாம் என்று நின்றிருந்தான். நெடுநேர மாகியும் மந்திரி நகரவில்லை. சேவகன் செம்படவனைப் பார்த்தும் பாராதவனைப்போல மந்திரியுடன் பேசிக் கொண்டே இருந்தான்.

அதைப் பார்த்த செம்படவன் மிகவும் கோபங்கொண்டு அந்தச் சேவகனைப் பார்த்து, "ஏன் ஐயா! என்னுடைய பாக்கிப் பணத்தைக்கொடு," என்று உரக்கக் கத்தினான். அந்தச் சத்தத்தைக் கேட்ட மந்திரி திரும்பிப் பார்த்து, "இவன் யார்? ஏன் இங்கே வந்து கூச்சலிடுகிறான்?" என்று சேவகனைக் கேட்டான்.

முல்லை பிஎல். முத்தையா

அதற்கு அந்தச் சேவகன், "இவனிடமிருந்துதான் நேற்று மீன் வாங்கி வந்தோம்," என்றான். அதைக் கேட்ட மந்திரி "அந்தச் செம்படவனை இங்கேயே நிறுத்தி வை; நான் மறுபடியும் வருகிறேன்," என்று சொல்லிவிட்டு, அரசனிடம் போனான்.

மந்திரியின் உத்தரவுப்படி சேவகன், அந்தச் செம்படவனை அங்கேயே இருக்கச் சொல்லி, அவன் போய் விடாமல் இருக்கக் காவலாளிகளை நியமித்தான். அதைப் பார்த்த செம்படவன், "என்ன ஐயா! பாக்கி பணத்தைக் கேட்க வந்ததற்கு, என்னைப் பிடித்து வைத்துக்கொண்டாயே!" என்று கத்தினான்.

மந்திரி அரசனிடம் சென்று, "உங்களுக்கு மீன் பிடிக்கக் கற்றுக் கொடுத்த செம்படவன் வந்து இருக்கிறான். அவன் சொன்னபடி நீங்கள் கூடைகளை வாங்கிக் கொண்டு வரவில்லை என்று சண்டை பிடிக்கிறான்," என்றான் அதைக் கேட் அரசன் சிரித்துவிட்டு மந்திரியைப் பார்த்து, "ஒன்பது துண்டுக் காகிதங்களை எடுத்து, அவை ஒவ்வொன்றிலும் வெவ்வேறு விதமான ஒன்பது விஷயங்களை எழுது. ஒன்றில் 'மந்திரி பதவி', இன்னொன்றில் 'பத்தாயிரம் பொற்காசுகள்', வேறொன்றில் 'சிரச்சேதம்', மற்றொன்றில் 'கநதண்டனை', என்று இப்படி பலவற்றை எழுது. அந்தச் செம்படவனைக் கூப்பிட்டு அந்தக் காகிதங்களில் ஒன்றை எடுக்கச் சொல். அதில் என்ன எழுதியிருக்கிறதோ அதை அவன் அடையவேண்டும். 'மந்திரி பதவி' என்று எழுதப்பட்ட காகிதத்தை அவன் எடுத்தால், மந்திரி பதவியைக் கொடுப்போம். 'சிரச்சேதம்' என்று எழுதப்பட்ட காகிதத்தை எடுத்தால் சிரச்சேதம் செய்துவிடலாம்", என்று சொன்னான்.

மந்திரி அதன்படியே எழுதி முடித்ததும் அந்தச் செம்படவனை வரவழைத்தான். அந்தக் காகிதங்களில் ஒன்றை எடுத்தான். அதில், 'ஐந்நூறு சவுக்கடி' என்று எழுதப்பட்டு இருந்தது. அதில் எழுதி இருந்தபடியே செம்படவனை சவுக்கினால் அடிக்கும்படி அரசன் உத்தரவிட்டான். ஆனால், மந்திரி குறுக்கிட்டு, "அவனை வேறொரு கடிதம் எடுக்கச் சொல்வோம்; அவனுக்கு ஏதாவது பரிசு கொடுக்கும்படியான சீட்டு அவன் கையில் கிடைக்கக் கூடும்," என்றான். அரசன் ஒப்புக்கொண்டான். அதன் பேரில், செம்படவன் வேறொரு சீட்டை எடுத்தான். அதில் 'ஐந்நூறு

பொற்காசுகள்" என்று எழுதப்பட்டு இருந்தது. அந்தச் சீட்டைப் பார்த்ததும், அவனுக்கு ஐந்நூறு பொற்காசுகளைக் கொடுத்து மந்திரி அனுப்பிவிட்டான்.

மந்திரி கொடுத்த பொற்காசுகளை வாங்கிக்கொண்டு செம்படவன், கதைத் தெருவுக்குப் போனான். கடைத் தெருவில் ஒருவன் பெட்டியொன்றை ஏலம் கூறிக்கொண்டிருந்தான். அந்தப் பெட்டி ராணியினுடையது என்று அவன் வர்ணித்தான். அதைக் கேட்ட சிலர் ஏலம் கோரினார்கள். செம்படவனும் அநத் ஏலத்தில் கலந்து கொண்டான் மற்றவர்களைவிட தான் அதிகத் தொகையைக் கொடுப்பதாக அவன் ஏலம் கோரியதைக் கண்ட எல்லோரும் சிரித்தனர். ஏழைச் செம்படவன் அதை வாங்க முடியாது என்று நினைத்தனர். ஆனால், மற்றவர்கள் ஏலம் கோரியதைவிட அவன் ஒரு பொற்காசு அதிகம் வைத்து ஏலம் கோரினான். அந்தத் தொகையை கொடுத்துவிட்டு, பெட்டியை எடுத்துக் கொண்டு வீட்டிற்குப் போனான்.

அது பெரிய பெட்டியாகையால், அவனுடைய வீட்டில் அந்தப்பெட்டியை வைத்ததும,அவன் படுத்துத் தூங்குவதற்குக்கூட இடமில்லாமல் போய்விட்டது ஆகவே, அன்றிரவு அந்தப் பொட்டியின் மேல் ஏறிப் படுத்துக் கொண்டான்.

நடு ஜாமத்தில், அந்தப் பெட்டி நகருவதைப் போல அவனுக்குத் தோன்றியது. ஆகவே, எழுந்து பார்த்தான். மறுபடியும் அந்தப் பெட்டி நகர்ந்தது. ஆகவே, அந்தப் பெட்டிக்குள் ஏதோ பூதம் இருப்பதாக நினைத்துப் பயந்தான். என்றாலும், அந்தப் பெட்டியைத் திறந்து பார்த்து விடுவதே நல்லது என்று நினைத்துப் பெட்டியைத் திறந்தான்.

அந்தப் பெட்டியினுள் அழகான பெண் ஒருத்தி சுருண்டு படுத்து இருந்தாள். பெட்டியைத் திறந்ததும, அந்தப் பெண் வெளியே வந்தாள். செம்படவனைப் பார்த்து, 'இங்கே எப்படி வந்தேன்? நான் அரண்மனையில் அல்லவோ இருந்தேன்," என்றாள். அதைக் கேட்ட செம்படவன் சிரித்தான். அவளுக்குப் பைத்தியம் பிடித்திருக்கிறதென்று நினைத்தான்.

அதற்குப் பிறகு, அந்தப் பெண் தனக்குப் பசிக்கிறது என்று சொன்னாள். செம்படவன் அவளுக்கு உணவளித்தான். அவள்

சாப்பிட்டதும், அவனைப் பார்த்து, "என்னுடைய பெயர் கூட்டெல் குலூப் நான் அரசனுடைய ஆசைநாயகி. அதனால், ராணி என்மேல் பொறாமை கொண்டு இந்தப் பெட்டியில் போட்டு அடைத்துவிட்டாள். அரசனுடைய நண்பன் இபின் எல் கிர்னாஸ் என்பவனுக்கு ஒரு கடிதம் எழுதிக் கொடுக்கிறேன். நீ அந்தக் கடிதத்தை அவனிடம் கொண்டு போய்க் கொடுத்தால், என்னுடைய உண்மை வரலாறு உனக்கு விளங்கும். அதனால் நீயும் நன்மை அடைவாய்," என்றாள்.

அவள் கொடுத்த கடிதத்தைச் செம்படவன் எடுத்துக் கொண்டு போய் இபின் எல் கிர்னாஸிடம் கொடுத்தான். அதைப் படித்துப் பார்த்த இபின் எல் கிர்னாஸ், உடனே செம்படவனுடைய வீட்டிற்குச் சென்றான். அங்கே இருந்த கூட்டெல் குலூப்பைப் பார்த்ததும், செம்படவனுக்கு ஆயிரம் பொற்காசுகளைக் கொடுத்துவிட்டு, அவளை அழைத்துக் கொண்டு தன்னுடைய வீட்டிற்குப் போனான்.

பிறகு இபின் எல் கிர்னாஸ் அரசனிடம் சென்று, கூட்டென் குலூப் தன் வீட்டிலே இருப்பதாகத் தெரிவித்தான். அதைக் கேட்ட அரசன், இபின் எல் கிர்னாஸ் வீட்டிற்குச் சென்றான். ராணியினால் தனக்கு ஏற்பட்ட கஷ்டத்தையும் செம்படவனால் ஏற்பட்ட நன்மையையும் அரசனிடம் கூட்டெல் குலூப் சொன்னாள்.

அதனால், அரசன் ராணியின்மேல் கோபங்கொண்டான். ஆனால், தான் செய்த தவறை மன்னிக்கும்படி ராணி கேட்டுக்கொண்டாள். அரசன் அவளை மன்னித்துவிட்டு, செம்படவனுக்கு ஏராளமான பரிசுகள் கொடுத்தான். பிறகு செம்படவன் ஒரு பெண்ணைக் கல்யாணம் செய்து கொண்டு சுகமாக வாழ்ந்தான்," என்றாள் ஷாரஜாத்.

மோசக்கார அபூகீர் கதை

"முன் காலத்தில், அலெக்சாண்ட்ரியா நகரத்தில் அபூகீர் என்பவனும் அபூசீர் என்பவனும் வாழ்ந்து வந்தனர். அபூகீர் துணிகளைச் சாயம் போடுவதற்காகத் துணியைக் கொண்டு வருபவர்களிடம் முன் கூட்டியே பணத்தை வாங்கிக் கொள்வான்.

ஆனால், குறிப்பிட்ட நாளில் சாயம் போட்டுக் கொடுக்கமாட்டான். துணியைக் கொடுத்தவர்கள் குறிப்பிட்ட நாளில் வந்து கேட்டால், “நாளைக்குக் கொடுக்கிறேன்” என்று சொல்வான். அதன்படி மறுநாள் போய்க் கேட்டால், “இன்று என் உறவினர்கள் வந்து விட்டார்கள். ஆகையால், சாயம் போடவில்லை, நாளைக்கு வந்தால் கொடுக்கிறேன்,” என்று சொல்வான். அப்படியே பல தவணைகள் சொல்வான். கடைசியாக, அந்தத் துணியைச் சாயம் தோய்த்துக் கொடியில் போட்டு இருக்கும்பொழுது, யாரோ திருடிக் கொண்டு போய்விட்டார்கள் என்ற சொல்லிவிடுவான்.

அவன் அப்படிச் செய்து வந்ததனால், அவனை நம்பி, யாரும் வேலை கொடுப்பதில்லை. ஆகையால் அவன் வேலையின்றி எப்பொழுது பார்த்தாலும், அவனுடைய கடைக்கு அடுத்த, நாவிதன் அபூசீர் கடை வாசலில் உட்கார்ந்து இருப்பான்.

அப்படி ஒருநாள் அபூகீர் உட்கார்ந்திருக்கையில், அவனுடைய கடையைத் தேடி ஒருவன் துணியைக் கொண்டு வந்தான். அதைப் பார்த்தவுடன் அபூகீர் தன்னுடைய கடைக்குப் போய், அவன் கொண்டுவந்திருந்த துணியைச் சாயம் தோய்த்துக் கொடுப்பதாக வாங்கிக் கொண்டான். பிறகு, துணியைக் கொடுத்தவன் போனதும், அபூகீர் அந்தத் துணியை எடுத்துக் கொண்டுபோய் விற்றுச் செலவு செய்து விட்டான்.

துணியைக் கொடுத்தவன், குறிப்பிட்ட நாளில் அபூகீரின் கடைக்கு வந்தான். ஆனால், அபூகீரின் கடை மூடப்பட்டு இருந்தது. ஆகையினால் அவன் நீதிபதியிடம் முறையிட்டான். உடனே, நீதிஸ்தல சேவகன் வந்து கடையை முத்திரை வைத்துவிட்டு, அபூகீர் வந்தால், உடனே தன்னை வந்து பார்க்கச் சொல்லும்படி அக்கம் பக்கத்திலுள்ளவர்களிடம் சொல்லி விட்டுப் போய்விட்டான்.

ஆகவே, நாவிதன், அபூகீரைப் பார்த்து, “உன்னிடம் துணியைக் கொண்டுவந்து கொடுக்கிறவர்கள் எல்லோரும் உன்னைச் சண்டை பிடிக்கிறார்களே! அந்தத் துணிகளை யெல்லாம் நீ என்ன செய்கிறாய்?” என்று கேட்டான். அதற்கு அபூகீர், “என்னுடைய தொழிலில் எனக்குப் போதிய வருமானம் கிடைப்பதில்லை. ஆகையால், அந்தத் துணிகளை யெல்லாம் விற்றுச் செலவழிக்கிறேன்,” என்றான்.

அதைக் கேட்ட நாவிதன், "என்னுடைய தொழிலில் கூட எனக்குப் போதிய வருமானம் இல்லை, நான் ஏழையாக இருப்பதனால், என்னிடம் க்ஷவரம் செய்துகொள்ள யாரும் வருவதில்லை," என்றான்.

அதற்கு அபூகீர், "இப்படி வருமானம் இல்லாமல் இந்த ஊரில் அவஸ்தைப்படுவதைக் காட்டிலும் வேறு எந்த ஊருக்காவது போய்விட்டால், நல்ல வருமானம் கிடைக்கும்," என்றான். அபூகீர் சொன்ன யோசனையை அபூகீர் ஒப்புக் கொண்டான்.

உடனே, இருவரும் ஓர் ஒப்பந்தம் செய்து கொண்டனர். வெளியூருக்குப் போனதும், அவர்களில் யாருக்காவது வேலை கிடைக்காவிட்டால், வேலை கிடைத்தவன் மற்றவனுக்கு உணவளித்து வரவேண்டும். மீதியாகும் பணத்தை உண்டியலில் போட்டு வைக்க வேண்டும். கடைசியில், இருவரும் அலெக்சாண்ட்ரியாவுக்குத் திரும்பி வரும்பொழுது, உண்டியலில் சேர்ந்த பணத்தை இருவரும் பங்கிட்டுக் கொள்ள வேண்டும், என்று ஒப்பந்தம் செய்துகொண்டு, ஒரு கப்பலில் ஏறிப் புறப்பட்டனர்.

அந்தக் கப்பலில் அபூசீரைத் தவிர வேறு நாவிதர்கள் யாருமில்லை. கப்பலில் அதன் சிப்பந்திகளைத் தவிர்த்து, நூற்றிருபது பிரயாணிகள் இருந்தனர். ஆகவே, அபூசீருக்கு நல்ல வருமானம் கிடைத்தது. அந்த வருமானத்திலேயே அபூகீரும் சாப்பிட்டான். நாவிதன் சம்பாதித்து வருவதை, அபூகீர் உட்கார்ந்த இடத்தில் இருந்தே சாப்பிட்டு வந்தான். இருபது நாட்கள் பிரயாணத்திற்குப் பின், கப்பல் ஒரு பட்டணத்தை அடைந்தது.

இரண்டு பேரும் அந்தப் பட்டணத்தில் இறங்கினர். அங்கே ஒரு சத்திரத்திற்குப் போய்த் தங்கினர். தினந்தோறும் அதிகாலையில் அபூசீர் எழுந்து வெளியேபோய் க்ஷவரம் செய்து சம்பாதித்துக் கொண்டு வருவான். அபூகீர் சத்திரத்தில் உட்கார்ந்தபடி சாப்பிட்டுக் காலம் கழித்தான். அப்படியே எண்பது நாட்கள் கடந்தது.

அப்படி நடந்து வருகையில், நாவிதன், ஒருநாள் உடல் நலமின்றி படுத்துக்கொண்டான். ஆகையினால், அவன் வெளியில் போக முடியவில்லை தொடர்ந்தாற்போல் அவன் நான்கு நாட்கள் படுத்துவிட்டான். ஆகையினால், அபூகீருக்குப் போதுமான

உணவு கிடைக்கவில்லை. அதனால் அபூகீர் அந்த நாவிதனுடைய சட்டைப்பையில் இருந்த பணத்தை எடுத்துக் கொண்டு கடைத்தெருவுக்குச் சென்றான். அன்றுதான் முதன் முதலாக அவன் சத்திரத்தை விட்டு வெளியே வந்தான். அதுவரையில் நாவிதனே அவனுக்குத் தேவையானவற்றைச் சம்பாதித்துக் கொடுத்து வந்தமையால், அவன் வெளியே செல்லவேண்டிய அவசியமில்லாமல் இருந்தது.

கடைத்தெருப்பக்கம் போன அபூகீர், அந்த ஊர் ஜனங்கள் அணிந்திருந்த துணிகளைப் பார்க்கநேரிட்டது. எங்குபார்த்தாலும், வெள்ளைத்துணி அல்லது நீல நிறத் துணி; அந்த இரண்டைத் தவிர வேறு எதுவும் காணப்படவில்லை. ஆகவே, அவன் கடைத்தெருவில் இருந்த சாயம் தோய்க்கும் கடை ஒன்றுக்குப் போனான். அந்தக் கடைக்காரனிடம் வெள்ளைத் துணி ஒன்றைக் கொடுத்தச் சிவப்புச் சாயம் தோய்க்கச் சொன்னான். அதற்கு அந்தக் கடைக்காரன், நீலநிறச் சாயம் ஒன்றை தவிர வேறு எந்தச் சாயமும் போடத்தனக்குத் தெரியாது, என்று சொன்னான். உடனே, அபூகீர் அவனைப் பார்த்து "இந்த ஊரில் சாயம் தோய்க்கும் வேறு யாராவது நீல நிறத்தை தவிர வேறு எந்த வர்ணமானாலும் தெரிந்தவர்கள் இருக்கிறார்களா?" என்று கேட்டான் அதற்கு அவன், அபூகீரைப் பார்த்து, "இந்த ஊரில் நாற்பது போர் சாயம் தோய்க்கிறார்கள். அவர்களில் யாருக்கும் வேறு எவ்வித வர்ணமும் போடத் தெரியாது. எல்லாருக்கும் நீல நிறம் ஒன்றுதான் போடத் தெரியும்," என்று சொன்னான்.

அதைக்கேட்ட அபூகீர், "அப்படியானால், எனக்கு எல்லாவித வர்ணங்களும் போடத் தெரியும். என்னை உன்னுடைய கடையில் சேர்த்துக் கொள். கிடைக்கும் வருமானத்தில் ஆளுக்குப் பாதியை எடுத்துக் கொள்வோம். என்றான். அதற்கு அந்தக் கடைக்காரன், "இப்பொழுது இந்த ஊரில் சாயம் தோய்க்கும் நாற்பது பேரைத்தவிர வேறு யாரும் அந்தத் தொழிலில் ஈடுபடக்கூடாது. அப்படி ஈடுபட்டாலும், நாங்கள் அவன் அந்தத் தொழிலைச் செய்ய அனுமதிக்க மாட்டோம்," என்றான்.

அந்தக் கடைக்காரன் சொன்ன பதிலைக் கேட்ட அபூகீர், உடனே, அந்த நகர அரசனிட சென்றான். அந்த அரசனைப்

பார்த்து, "நான் இவ்வூருக்குப் புதியவன். எனக்குச் சாயம் தோய்க்கும் தொழில் ஒன்றுதான் தெரியும். இந்த ஊரில் சாயம் தோய்க்கும் கடை ஒன்றை நடத்தலாம் என்று வந்தேன். ஆனால், இங்கு ஏற்கனவே, அத்தொழிலில் ஈடுபட்டு உள்ளவர்கள் என்னைச் சாயம் தோய்க்கும் கடை நடத்தக் கூடாது என்று சொல்கிறார்கள். ஆகவே, தாங்கள் எனக்கு அனுமதி கொடுக்கவேண்டும்," என்றான்.

அந்த அரசன், அபூகீரின் சாயம் தோய்க்கும் முறையைப் பற்றி விசாரித்தான். தனக்கு எல்லா வர்ணங்களும் போடத் தெரியும் என்று அபூகீர் அரசனிடம் சொன்னான். அதன் பேரில் அரசன் மகிழ்ந்து, அபூகீருக்குத் தேவையான வசதிகளை எல்லாம் செய்து கொடுக்கச் சொன்னான்.

பிறகு, அரசனுடைய உதவியால், அபூகீர் ஒரு கடையை ஆரம்பித்தான் ஏராளமான துணிகளை வாங்கித் தனக்குத் தெரிந்த எல்லாவித வர்ணங்களையும் தோய்த்து, அந்தக் கடையில் விற்பனைக்கு வைத்தான் அந்த வர்ணக்ஙளைப் பார்த்து மகிழ்ந்த ஜனங்கள், அவனுடைய கடைக்குச் சென்று அந்தத் துணிகளை வாங்கினர். நாளுக்கு நாள், அபூகீரின் கடையில் வியாபாரம் பெருகி, அவனுடைய புகழ் எங்கும் பரவிற்று, அவனுக்கு ஏராளமான செல்வமும் சேர்ந்தது.

நாவிதன் உடல் நலம் அடைந்ததும், எழுந்து பார்த்தான். அவனுடைய நண்பன் அபூகீரைக் காணவில்லை. ஆகவே, அவனைத் தேடிக் கொண்டு கடைத்தெரு வழியாகச் சென்றான். கடைத் தெருவில் அபூகீரின் கடையின் முன்னால் சாயத் துணி வாங்குவதற்காக ஜனங்கள் கூட்டமாக நின்றிருந்தனர். அந்த ஜனக் கூட்டத்தைப் பார்தத நாவிதன், கடையினுள் சென்றான். ஆனால், அபூகீர் திண்டில் சாய்ந்து உட்கார்ந்து இருந்தான். அவனைப் பார்த்த நாவிதன், மகிழ்ச்சியுடன் கடையினுள் சென்றான். ஆனால், அபூகீர் அவனைப் பார்த்ததும், "திருட்டுப பயலே! மறுபடியும் இங்கு எதற்கு வந்தாய்? எத்தனை தடவை சொன்னாலுமம உனக்குப் புத்தியில்லை," என்று திட்டி, தன்னுடைய வேலைக்காரர் களிடம் சொல்லி, அவனை அடித்துத் துரத்தினான்.

அபூகீரின் கடையில் இருந்து அடித்துத் துரத்தப்பட்ட நாவிதன், மீண்டும் சத்திரத்தை அடைந்தான். அடிபட்ட- தனால்

அவனுடைய உடம்பு முழுவதும் வலி ஏற்பட்டது. ஆகவே, வெந்நீரில் குளிக்கலாமென்று நினைத்து, அந்தச் சத்திரத்து காவற்காரனிடம் வெந்நீர் போட்டுக் கொடுக்கச் சொன்னான். அதைக் கேட்ட காவற்காரன், வெந்நீர் போடுவதற்குத் தனக்குத் தெரியாது என்றான்.

காவற்காரன் சொன்னதைக் கேட்ட அபூசீர், 'இந்த ஊரில் யாருமே வெந்நீரில் குளிப்பது இல்லையா?'' என்றான். அதற்கு அந்தக் காவற்காரன், "இங்கே அம்மாதிரி எல்லாம் குளிப்பது இல்லை. எப்பொழுதாவது ஒரு முறை கடலுக்குப் போவோம். இந்த ஊர் அரசன் கூட அப்படித்தான் செய்வான். ஆகவே, இந்த ஊரில் குளிப்பது என்றாலே என்னவென்று தெரியது,'' என்றான்.

அதைக் கேட்டதும், நாவிதன் யோசித்தான். உடனே, அரசனிடம் சென்றான். அரசனைப் பார்த்து, 'இந்த ஊரில் ஜனங்கள் குளிப்பதற்கான வசதி இல்லை; ஆகையினால், அவர்கள் குளிப்பதற்கான கடை ஒன்றை நான் நடத்துகிறேன்; அதற்கு நீங்கள் அனுமதி கொடுக்க வேண்டும்,'' என்றான், அபூகீர் சொன்னதைக் கேட்ட அரசன், "குளிப்பது என்றால் என்ன?'' என்று கேட்டான். அதற்கு அபூசீர், குளிப்பதன் விளக்கத்தைச் சொன்னான்.

அந்த விளக்கத்தைக் கேட்ட அரசன் ஆச்சர்யம் அடைந்தான். ஜனங்களுக்கு 'அது' அவசியம்தான் என உணர்ந்தான். ஆகவே, 'குளிக்கும்' கடை ஒன்றை ஆரம்பிப்பதற்கு, அரசன் அபுகீருக்கு அனுமதி கொடுத்தான்.

அந்த அனுமதியைப் பெற்றதும், அபூகீர் குளிக்கும் கடையை ஆரம்பித்தான். அரசனே அந்தக் கடையின் திறப்பு விழாவுக்கு விஜயம் செய்து சிறப்பித்தான். மேலும், அரசனே முதலில் அந்தக் கடையில் குளித்தான். அதனால், மனம் மகிழ்ந்து அபூகீருக்கு, ஆயிரம் பொற்காசுகள் கொடுத்தான். மேலும், அங்கு குளிக்க வருபவர்கள் ஒவ்வொருவரிடமும் ஆயிரம் பொற்காசுகளை வாங்கச் சொன்னான். அதற்கு அபூசீர், "அரசே! இங்கு பலதரப்பட்டவர்கள் குளிக்க வருவார்கள். ஆகையினால், அவரவர் அந்தஸ்துக்குத் தக்கபடி கொடுக்கட்டும். ஒவ்வொருவரும் ஆயிரம் பொற்காசுகள்

கொடுக்க வேண்டும் என்றால், கடையில் வியாபாரம் நடக்காது," என்றான்.

அபூகீரினுடைய புத்திசாலித்தனமான பேச்சைக் கேட்டு அரசன் ஆச்சர்யம் அடைந்தான். அவன் இஷ்டப்படியே கட்டணத்தை வசூலிக்கலாம் என்று சொல்லிவிட்டு, அரசன் போய்விட்டான்.

தங்களுடைய அரசனே குளிப்பதைப் பார்த்த குடிஜனங்கள் எல்லோரும் குளிக்க ஆரம்பித்தனர். அதனால், அபூசீருக்கு நிறைய வருமானம் கிடைத்தது.

அபூகீர் ஒரு நாள் குளிப்பதற்காக அபூசீரின் கடைக்கு வந்தான். அங்கு அபூசீர் இருப்பதைப் பார்த்த அபூகீர், 'என்ன தம்பி! உன்னை எங்கெல்லாம் தேடினேன் தெரியுமா? நான் இந்த ஊரில் சாயத் துணிக்கடை நடத்துகிறேனே. நீ ஏன் என்னை வந்து பார்க்கவில்லை?" என்றான். அதைக் கேட்ட அபூசீர், "நான் வந்திருந்தேனே! நீ தான் என்னை அடித்துத் துரத்தச் சொன்னாயே!" என்றான்.

அதற்கு அபூகீர், "உண்மையாகவா! எனக்குத் தெரியாதே! நீயா என்னுடைய கடைக்கு வந்தாய்! உன்னைப் போன்ற ஒருவன், என்னுடைய கடைக்கு வந்து துணிகளைத் திருடிக்கொண்டு போய்விட்டான். ஆகையினால், நீ அவன் தானாக்கும் என்று நினைத்து அப்படிச் சொல்லிவிட்டேன். உண்மையில், நீயென்று தெரிந்திருந்தால், அடிக்கச் சொல்லி இருப்பேனா! போகட்டும் நீ இந்த விஷயத்தை ஏன் அப்பொழுதே என்னிடம் சொல்லவில்லை?" என்றான்.

பிறகு, அபூகீர் அங்கே குளித்துவிட்டு, அபூசீருடன் பேசிக் கொண்டு இருந்தான். அப்பொழுது, அபூசீர், அபூகீரைப் பார்த்து, "இங்கே குளிக்க வருபவர்களுக்கு இன்னும் என்ன விதமான சௌகர்யங்களைச் செய்து கொடுக்கலாம் என்பதைப் பற்றி எனக்குச் சொல்," என்றான். அதற்கு அபூசீர், 'இங்கு குளிக்க வருபவர்களின் தலைமயிர் உதிராமல் இருக்க ஒரு தைலத்தை தடவி அனுப்பலாம்," என்று சொல்லி, அந்தத் தைலம் தயாரிக்கும் முறையையும் சொல்லிவிட்டுப் போனான்.

அங்கிருந்து புறப்பட்ட அபூகீர், நேராக அரசனிடம் சென்றான். அரசனைப் பார்த்து, "அரசே! நீங்கள் எனக்கு செய்திருக்கும் உதவிக்காக நன்றி காண்பிக்க வந்தேன். இந்த ஊரில் இருக்கும் குளிக்கும் கடைக்கு இன்று போய் இருந்தேன். அந்தக் கடையில் என்னுடைய ஊரைச் சேர்ந்த ஒருவனைப் பார்த்தேன். அவனை நான் பார்த்ததும் ஆச்சர்யப் பட்டேன். அவனிடம், 'இங்கு எப்பொழுது வந்தாய்? என்ன வேலை செய்துகொண்டு இருக்கிறாய்?" என்று கேட்டான்.

அதற்கு அவன், "இந்தக் கடையை நான்தான் நடத்துகிறேன். ஒரு முக்கியமான காரியமாக இந்த ஊருக்கு வந்தேன். அந்த காரியம் முடிந்ததும் ஊருக்குப் போய் விடுவேன்," என்றான். "என்ன காரியம்?" என்று நான் கேட்டேன்.

அதற்கு அவன், "விஷயம் மிகவும் ரகசியமானது. யாரிடமும் சொல்லிவிடாதே! தெரிந்தால் தலை போய்விடும். இந்த நகரத்து அரசனைக் கொல்வதற்காக வந்திருக்கிறேன். இந்த அரசனைக் கொன்றுவிடும்படி, இந்த அரசனுக்கு எதிர் அரசன் என்னை அனுப்பி இருக்கிறான். அதனால்தான் இங்கு வந்தேன். அப்படி நான் இந்த அரசனைக் கொல்வது யாருக்கும் தெரியாமல் இருப்பதற்காக ஒரு புதுமுறையைக் கையாள்கிறேன். அரசன் இங்கு குளிக்க வரும்போது, அவனுடைய தலையில் ஒருவிதத் தைலத்தைக் தடவுவேன். அதனால், தலைமயில் வளரும் என்று சொல்வேன். ஆனால், அந்தத் தைலத்திலுள்ள விஷத்தன்மை அவனுடைய உடம்பில் பரவி அவன் இறந்துவிடுவான்," என்று என்னிடம் சொன்னான். அதைக் கேட்ட நான் பதறிவிடேன். ஆகையினால், உங்களிடம் விஷயத்தைச் சொல்லி எச்சரித்து விட்டுப்போகலாம், என்று வந்தேன்," என்றான்.

அபூகீர் சொன்ன விஷயத்தைக் கேட்ட அரசன், அவனைப் பார்த்து, "இந்த விஷயத்தை வேறு யாரிடமும் சொல்லாதே," என்று சொல்லி, அபூகீரை அனுப்பிவிட்டான். சில நாட்களுக்குப் பின், அரசன் குளிக்கும் கடைக்குப் போனான். அப்பொழுது, அமுசீர், தான் புதிதாக ஒரு தைலத்தைச் செய்திருப்பதாகச் சொல்லி, அரசனுடைய தலையில் தடவப்போனான். அதைப் பார்த்த அரசன், அபூகீர் சொன்னது உண்மைதானென்று

நினைத்தான். உடனே, அபூசீரைப் பிடித்துச் சிறையில் வைக்கச் சொல்லி உத்தரவிட்டான்.

பிறகு, அரசன் கப்பல் தலைவனைக் கூப்பிட்டு, "அபூசீரைப் பிடித்து ஒரு சாக்குப் பையில் போட்டுக் கட்டிப் படகில் போட்டுக் கொண்டு கடற்கரை மாளிகையோரம் கொண்டு வா. நான் மாளிகையின் மாடி ஜன்னலில் இருந்து உத்தரவிடுகிறேன். உடனே, நீ அந்த மூட்டையைக் கடலில் தள்ளிவிட வேண்டும்" என்றான். கப்பல் தலைவன் அரசனை வணங்கி விட்டுப்போனான்.

அந்தக் கப்பல் தலைவன், அபூசீரின் குளிக்கும் கடைக்கு வரும் சமயங்களில், அபூசீர் அவனிடம் பணம் வாங்க மாட்டான். ஆகையினால், அவன் அபூசீரிடம் அன்பு கொண்டிருந்தான். ஆகவே, அபூசீரைக் கடலில் தள்ளிக் கொல்வதற்காகக் கப்பல் தலைவனிடம் ஒப்படைக்கப் பட்டதும், கப்பல் தலைவன், அபூசீரைக் காப்பாற்ற முனைந்தான்.

அவன் அபூசீரைப் பார்த்து, "சாக்கில் ஒரு பெரியக் கல்லைப் போட்டுக் கட்டி வைத்து விடுகிறேன். நீ படகில் உட்கார்ந்து மீன் பிடித்துக்கொண்டு இரு. அரசன் ஜன்னல் வரியாக என்னைப் பார்த்து மூட்டையைக் கடலில் தள்ளச் சொல்வான். நான் அந்தக் கல் மூட்டையைத் தள்ளி விடுகிறேன். பிறகு, அவ்வழியாக வரும் கப்பலில் உன்னை ஏற்றி அனுப்பி விடுகிறேன். நீ எங்கேயாவது போய்ப் பிழைத்துக்கொள்," என்று சொன்னான். பிறகு, கல் மூட்டை ஒன்றைப் படகில் வைத்துக்கொண்டான். அபூசீரைச் செம்படவன் வேஷம் போட்டுக் கொள்ளச் சொல்லி, அவனையும் அந்தப் படகிலேயே அழைத்துச் சென்றான்.

அரசனுடைய கடற்கரை மாளிகையைப் படகு அடைந்ததும், அரசன் ஜன்னல் வழியாகச் சமிக்ஞை செய்தான். அப்படி அவன் சமிக்ஞை செய்யும்பொழுது, அவன் கையில் அணிந்திருந்த மோதிரம் ஒன்று நழுவிக் கடலில் விழுந்துவிட்டது. அதை அபூசீர் பார்த்துக்கொண்டு இருந்தான். ஆனால், அரசன் அந்த மோதிரம் விழுந்துவிட்டதை யாரிடமும் சொல்லவில்லை.

அந்த விஷயத்தை அவன் வெளியிட்டு இருந்தால், அவனுடைய சிப்பாய்களே அவனைக் கொலை செய்திருப்பார்கள். அந்த

மோதிரத்தின் சக்தியால் அவன் பலரைக் கொன்று இருந்தான். ஆகையினால், அவர்கள் எல்லோரும் அந்த அரசன்மேல் கோபங்கொண்டு இருந்தனர். அதனால்தான் அவன் அந்த மோதிரம் தவறி விழுந்து விட்டதை யாரிடமும் சொல்லாமல் மறைத்து விட்டான்.

அரசன் சமிக்ஞை செய்ததும், கப்பல் தலைவன் கல் மூட்டையைக் கடலில் தள்ளிவிட்டான். செம்படவனைப் போல மீன் பிடித்துக்கொண்டிருந்த அபூசீர் வீசிய வலையில் ஒரு மீன் சிக்கிற்று. அந்த மீனை அபூசீர் அறுத்தான். அந்த மீன் வயிற்றில் அரசன் கையில் இருந்து தவறி விழுந்த மோதிரம் இருந்தது. உடனே, அபூசீர் அந்த மோதிரத்தை எடுத்துக் கப்பல் தலைவனிடம் காண்பித்தான்.

அதைப் பார்த்த கப்பல் தலைவன், அந்த மோதிரத்தின் சக்தியை அவனிடம் சொன்னான். "அந்த மோதிரத்திலிருந்து வீசும் ஒளிக்கிரணங்கள் யார் மீது பட்டாலும் அவர்கள் இறந்து விடுவார்கள். அதைக் கொண்டுதான், அரசன் தனக்கு வேண்டாதவர்களையெல்லாம் கொல்லும் பழக்கம். இந்த விஷயத்தை யாரிடமும் சொல்ல வேண்டாம்," என்றான்.

ஆனால், அபூசீர், கப்பல் தலைவனைப் பார்த்து, "ஏன்னை அரசனிடம் அழைத்துப்போ; மற்ற விஷயங்களை நான் அரசனிடம் பேசிக்கொள்கிறேன்," என்றான். அதைக் கேட்ட கப்பல் தலைவன், "உன்னை அங்கே அழைத்துப் போனால், என்னுடைய தலை போய்விடும்," என்றான். 'அப்படி யொன்றும் நடக்காது. நான் பார்த்துக் கொள்கிறேன்," என்று அபூசீர் தைரியம் சொன்னான்.

அபூசீர்ன் விருப்பப்படி, கப்பல் தலைவன், அவனை அரசனிடம் அழைத்துப்போனான். அபூசீர் தன்னிடம் இருந்த மோதிரத்தை அரசனிடம் கொடுத்து, "இந்த மோதிரம் உங்கள் கையிலிருந்து கடலில் விழுந்தது. அதை ஒரு மீன் விழுங்கிற்று. அந்த மீன் வயிற்றிலிருந்து இதை நான் எடுத்தேன். இதனுடைய பெருமையைப் பற்றிக் கப்பல் தலைவன் என்னிடம் சொன்னான். ஆகையினால், உங்களிடமே கொடுக்கலா மென்று வந்தேன்.

இதைப் பெற்றுக் கொள்ளுங்கள். ஆனால், என்ன குற்றத்திற்காக என்னைக் கடலில் தள்ளும்படி உத்தரவிட்டீர்கள் என்பதை என்னிடம் சொல்லவேண்டும்," என்றான்.

அந்த அரிய மோதிரத்தை, அவன் தன்னிடமே கொண்டு வந்து கொடுத்ததைப் பார்த்த அரசன், அவனுடைய நற்குணத்தை வெகுவாகப் புகழ்ந்தான். அபூகீர் அவனைப் பற்றித் தன்னிடம் சொன்ன விஷயத்தை அபூசீரிடம் சொன்னான். அதைக் கேட்ட அபூசீர், தங்களுடைய வரலாற்றை அரசனிடம் சொன்னான்.

உடனே, அரசன் சேவகர்களை அனுப்பி அபூகீரைப் பிடித்துக் கடலில் தள்ளிக் கொல்லும்படி உத்தரவிட்டான். அபூகீர் அவனை மன்னித்து விடும்படி கெஞ்சினான். ஆனால், அரசன் ஒப்புக்கொள்ளவில்லை. ஆகவே, மோசக்கார அபூகீர் கடலில் தள்ளிக் கொல்லப்பட்டான். பிறகு, அபூசீர் தன்னுடைய ஊரான அலெக்சாண்ட்ரியாவுக்கு வந்து, சுகமாக வாழ்ந்தான்", என்றாள் ஷாராஜாத்.

அப்துல்லா மாலுமியின் கதை

"**அ**ப்துல்லா என்ற செம்படவன் ஒருவன் இருந்தான். அவனுக்கு ஒன்பது குழந்தைகள். அவன் பரம ஏழை. மீன் பிடிக்கும் வலை ஒன்றைத் தவிர ஆஸ்தி எதுவும் அவனுக்குக் கிடையாது. அன்றாடம் கிடைக்கும் மீன்களை விற்றுத்தான் அவனுடைய குடும்பம் ஜீவித்து வந்தது. அம் மாதிரியே பழக்கப்பட்டிருந்த அவனும், 'நாளைக்குத் தேவையானது நாளைக்குக் கிடைக்கும்," என்று சொல்லி வந்தான்.

அந்நிலையில் அவனுக்குப் பத்தாவது குழந்தை ஒன்றும் பிறந்தது. அன்றைய தினம் அவனுடைய வலையில் ஒரு சுறா மீன் கூட விழவில்லை. பத்தாவது குழந்தையின் அதிர்ஷ்டத்தைப் பரிசோதிப்பதற்காக மேலும் வலையை வீசினான். அப்போதும் எதுவும் வலையில் விழவில்லை. அதனால், அவன் வெறுங்கையுடன் வீட்டிற்குத் திரும்பி வந்தான்.

வரும் வழியில், ரொட்டிக்கடை ஒன்று இருந்தது. அந்தக் கடையின் முன்புறம் ஜனக்கூட்டம் மிகுந்து இருந்தது. அந்தக் காலத்தில் உணவுப் பற்றாக்குறை அதிகமாக இருந்ததினால், ரொட்டிக் கடையின் முன்புறம் கூட்டம் அதிகமாக இருந்தது. அப்துல்லா அந்தக் கடையின் முன்பு நின்று வேடிக்கை பார்த்துக்கொண்டு இருந்தான். தன்னிடம் பணம் இருந்தால் தானும் ரொட்டி வாங்கலாம் என்று யோசித்தான். அவனிடம் பணம் இல்லை. ஆனால் ரொட்டியின் மணம் அவனைக் கவர்ந்தது. அதனால், கவலைப்பட்டுக்கொண்டே நின்றிருந்தான்.

அப்துல்லா நிற்பதைக் கடைக்காரன் பார்த்துவிட்டான். ஆகவே, அவன் அப்துல்லாவைக் கூப்பிட்டு," உனக்கு ரொட்டி வேண்டியிருந்தால், வாங்கிக்கொண்டு போ," என்றான். ஆனால், அப்துல்லா தயங்கினான். அவன் தயங்குவதைக் கண்ட கடைக்காரன், "ஏன் தயங்குகிறாய்? இப்பொழுது, பணம் இல்லையென்றால், அப்புறம் கொண்டு வந்து கொடு; வேண்டிய மட்டும் வாங்கிக்கொண்டு போ," என்றான்.

அதைக்கேட்ட அப்துல்லா என்னிடம் தற்சமயம் பணம் இல்லை. ஆனால், பத்துப் பணத்திற்கு ரொட்டியைக் கொடு. அதற்கு ஈடாக என் வலையை உன்னிடம் விட்டுச் செல்கிறேன். பணத்தைத் கொடுத்துவிட்டு வலையை எடுத்துக்கொண்டு போகிறேன்", என்றான். அதற்கு அந்தக் கடைக்காரன், "நீ உன்னுடைய வலையை இங்கே விட்டுச் சென்றால், எப்படி மீன் பிடிக்க முடியும்? மீன் பிடித்தால்தானே பணத்தைத் திருப்பிக் கொடுக்க முடியும். ஆகையினால், உனக்கு வேண்டியவற்றை வாங்கிக்கொண்டு போ. பணத்தை அப்புறம் கொடு. ஆனால் வலையை இங்கே வைக்காதே," என்றான்.

அதைக் கேட்ட அப்துல்லா மகிழ்ச்சி அடைந்தான். பிறகு, அவனிடம், தனக்குத் தேவையான ரொட்டிகளையும் கொஞ்சம் பணத்தையும் வாங்கிக்கொண்டு வீட்டுக்குப் போனான். அங்கே அவனுடைய குழந்தைகள் எல்லாம், பசியால் அழுதுகொண்டு இருந்தன. அந்தக் குழந்தைகளை அவனுடைய மனைவி சமாதானம் செய்து கொண்டிருந்தாள். அவன் ரொட்டியைக் கொண்டு

போனதும் குழந்தைகள் எல்லோரும் மகிழ்ச்சி அடைந்தனர். பிறகு, எல்லோருமாக அந்த ரொட்டியைச் சாப்பிட்டனர்.

மறுநாள் காலையில், அப்துல்லா, தன் வலையை எடுத்துக் கொண்டு மீன் பிடிப்பதற்காக கடலுக்குப் போனான். கடலில் வலையை வீசினான். ஆனால், ஒரு மீன் கூடக் கிடைக்கவில்லை. அன்று சாயங்காலம் வரையில் பல தடவை வலை வீசியும் ஒரு மீன் கூட வலையில் விழவில்லை. ஆகவே, பொழுது சாய்ந்ததும், சோர்வுடன் வீட்டிற்குத் திரும்பினான். அன்று அவன் வீட்டிற்குத் திரும்பும்பொழுது, ரொட்டிக் கடைக்காரனைப் பார்ப்பதற்குப் பயப்பட்டான். அவன் தன்னைப் பார்த்து விட்டால், பாக்கிப் பணத்தைக் கேட்பானே என்று நினைத்து, அந்த ரொட்டிக் கடையருகில் வரும் பொழுது, வேகமாக நடந்தான்.

ஆனால், ரொட்டிக் கடைக்காரன் அவனைப் பார்த்து விட்டான். உடனே, அவன் அப்துல்லாவைக் கூப்பிட்டான். அப்துல்லா, அவன் முன்னால்போய் தலைகுனிந்தபடி நின்றான். ரெட்டிக் கடைக்காரன் அப்துல்லாவைப் பார்த்து, "என்ன? இன்றைக்கு ரெட்டி வாங்கவில்லையா' என்றான்.

அதைக் கேட்ட அப்துல்லா, "நேற்று வாங்கிய பணமும் கொடுக்கவில்லை, இன்றைக்கும் ஒரு மீன்கூட கிடைக்க வில்லை. ஆகையினால், என்ன செய்வது? உன்னைப் பார்க்கக்கூடப் பயமாக இருக்கிறது," என்றான். அதற்குக் கடைக்காரன், "அதைப் பற்றிப் பரவாயில்லை; மீன் கிடைக்காவிட்டால் நீதான் என்ன செய்ய முடியும்? நாளைக்குக் கொண்டுவந்து கொடு; அல்லது, உனக்கு எப்பொழுது சௌகர்யமோ, அப்பொழுது கொண்டு வந்து கொடு! அதற்காக கவலைப்படவேண்டாம்; கடவுள் உனக்கு நல்ல வழி காட்டுவார்," என்றான்.

அவனுடைய வார்த்தைகளினால் திருபதி அடைந்த அப்துல்லா, அன்றும் ரொட்டியை வாங்கிக்கொண்டு, பணத்தை அப்புறம் கொடுப்பதாகச் சொல்லிப் போனான். அந்த விஷயத்தை அப்துல்லா தன் மனைவியிடம் சொன்னான்.

மறுநாளும், மீன் வலையை எடுத்துக் கொண்டு கடலுக்குப் போனான். ஆனால், சாயங்காலம் வரையிலும் ஒரு மீன்

கூடக் கிடைக்கவில்லை. ஆகவே, சோர்வுடன் திரும்பினான். ரொட்டிக் கடைக்காரன் முதல் இரண்டு நாட்கள் ரொட்டியைக் கொடுத்ததைப்போலவே, அன்றும் கொடுத்து அனுப்பினான்.

அப்படியே சோர்ந்தாற்போல், நாற்பது நாட்கள் நடந்தன. அப்துல்லாவுக்கு ஒன்றுமே தோன்றவில்லை. கடலில் இருந்த மீன்கள் எல்லாம் தீர்ந்துவிட்டனவோ என்று எண்ணினான். வெகுநேரம் கவலையுடன் உட்கார்ந்து இருந்துவிட்டுத் தன் மனைவியைப் பார்த்து, "இனிமேல் நான் மீன் பிடிக்கப் போகப் போவதில்லை. இந்த வலையை அறுத்து எறிந்துவிடப் போகிறேன்," என்றான்.

அதைக் கேட்ட அவனுடைய மனைவி, "ஒரு இடத்தில் மீன் கிடைக்கவில்லை என்பதற்காக யாராவது வலையை அறுத்து எறிவார்களா! இங்கே மீன் கிடைக்காவிட்டால், வேறு இடத்திற்குப் போய் மீன் பிடிப்பதுதானே! வலையை அறுத்துவிட்டு வேறு என்ன வேலை செய்து பிழைப்பது? எல்லாவற்றுக்கும் கடவுள் இருக்கிறார். கடவுள்மேல் பாரத்தைப் போட்டு, வேறு இடத்திற்குப் போனால், மீன் கிடைக்கும்," என்றாள்.

உடனே, அப்துல்லா மனைவியைப் பார்த்து, "அந்த ரொட்டிக் கடைக்காரனும் அப்படித்தான் சொல்கிறான். கடவுள் உனக்கு நல்ல வழி காட்டுவார் என்று தினமும் சொல்கிறான். ஆனால், ஒரு மீன் கூடக் கிடைக்கவில்லை. அவனுடைய பாக்கிக்கு என்ன சொல்வ தென்றே எனக்குத் தெரியவில்லை. அந்தக் கவலையே பெரிய கவலையாக இருக்கிறது," என்றான்.

அவன் கவலைப்படுவதைக் கண்ட அவனுடைய மனைவி, "இதற்காக இவ்வளவு கவலைப்படுவானேன்; அந்த ரொட்டிக் கடைக்காரனே சொல்கிறான் அல்லவா, கடவுள் நல்ல வழி காட்டுவார் என்று; அவன் பாக்கிப்பணத்தை கொடுக்கும்படி கண்டிப்பாகக் கேட்டால், இன்னும் கடவுள் நல்ல வழி காட்டவில்லை; கடவுள் நல்ல வழி காட்டியதும் உன்னுடைய பாக்கியைக் கொடுத்துவிடுகிறேன். உன்னுடைய பணத்தை வாங்கிக்கொண்டு ஓடியா போய்விட்டேன்?" என்று சொன்னால்

போகிறது. இதற்காகக் கவலைப்பட வேண்டிய தில்லை" என்று சொன்னாள்.

மனைவியினுடைய தைரியமான வார்த்தைகளைக் கேட்ட அப்துல்லா திருப்தி அடைந்தான். உடனே, வலையை எடுத்துக் கொண்டு புறப்பட்டான். கடலில் வலையை வீசி இழுத்தான். வலையில் ஏதோ சிக்கியிருப்பதைப் போலக் கனத்து இருந்தது. ஆகவே, மிகுந்த ஜாக்கிரதையுடன் வலையை இழுத்துப் பார்த்தான். அதில் செத்துப்போன கழுதையின் பிரேதம் ஒன்று இருந்தது. அதனருகில் நெருங்கக்கூட முடியவில்லை. அந்தக் கழுதையின் பிரேதம் அப்படி அழுகி இருந்தது.

ஒரு விதமாகக் கஷ்டப்பட்டு அந்த பிரேதத்தை எடுத்து எறிந்து விட்டு, வேறொரு இடத்திற்குச் சென்று வலையை வீசினான். அப்பொழுது, அந்த வலையில் ஒரு மனிதன் சிக்கி இருந்தான். வலையில் இருந்த மனிதனைப் பார்த்ததும், அப்துல்லா தன் வலையில் பூதம் தான் சிக்கி இருக்கிறது என்று பயந்து ஓடினான்.

வலையில் இருந்த மனிதன், அப்துல்லா ஓடுவதைப் பார்த்து நான் பூதமல்ல; இங்கேவா; நான் கடலில் வசிக்கும் மனிதன். நான் பூதமாக இருந்தால், உன்னுடைய வலையை அறுத்து இருக்க மாட்டேனா! பயப்படாமல் என்னருகில் வா; இந்த வலையில் இருந்து என்னை எடுத்து வெளியே விடு,' என்றான்.

அவன் பூதம் அல்லவென்று தெரிந்ததும், அப்துல்லா அவனை வலையிலிருந்து எடுத்து வெளியே விட்டான். உடனே அவன் அப்துல்லாவைப் பார்த்து, "நீ தினந்தோறும் இங்கே வா. அப்படி வரும்பொழுது, ஒரு கூடை நியைப் பழங்களை வாங்கி வா. நான் அந்தப் பழங்களை எடுத்துக்கொண்டு அதே கூடை நிறைய முத்துக்களைக் கொடுக்கிறேன்' என்றான்.

அப்துல்லா அப்படியே கொண்டு வருவதாக ஒப்புக் கொண்டான். வலையில் சிக்கியிருந்த மனிதன் கடல் நீரில் குதித்து மறைந்து விட்டான். அவன் அப்படி மறைந்ததும், அப்துல்லா விசனப்பட்டான் 'பழக் கூடையைக் கொண்டு வந்து இவனை எங்கே தேடுவது? இவன் வந்தாலல்லவோ கூடை நிறைய முத்துக்களை கொடுப்பான். பைத்தியக்காரத் தனமான

வேலையல்லவா செய்து விட்டேன். இவனை இப்படியே பிடித்துக் கொண்டு போயிருந்தாலாவது, நாலுபேரிடம் காண்பித்துக் காசு வாங்கி இருக்கலாம்' என்று எண்ணியபடி நின்றிருந்தான்.

அச்சமயம், கடலுக்குள் சென்ற அந்த மனிதன் மறுபடியும் நீரின் மேல் தோன்றினான். கரையை அடைந்து, தன் இரு கைநிறையக் கொண்டு வந்திருந்த முத்துககளை அப்துல்லாவிடம் கொடுத்தான். அப்துலலா அந்த முத்துக்களைப் பார்த்ததும் மகிழ்ச்சி அடைந்தான்.

பிறகு, அவன் அப்துல்லாவைப் பார்த்து, 'என்னிடம் கூடை இல்லை. ஆகையால்தான் கொஞ்சம் முத்துக்களைக் கொண்டு வந்தேன். நாளைய தினம் நீ கொண்டுவரும் கூடை நிறைய முத்துக்களைக் கொடுக்கிறேன். நீ தினந்தோறும் சூரியன் உதயமாவதற்கு முன் பழக்கூடையயைக் கொண்டுவா. இதே இடத்தில் நின்று, 'அப்துல்லா மாலுமி' என்று கூப்பிடு, நான் உடனே வந்து பழக் கூடையை வாங்கிக்கொண்டு, அதே கூடை நிறைய முத்துககளைக் கொடுக்கிறேன்,' என்றான்.

அவன் கொடுத்த முத்துக்களை வாங்கிக் கொண்டு அப்துல்லா வீட்டிற்குப் போனான். போகும் வழியில், ரொட்டிக் கடைக்கானைப் பார்த்து, "கடவுள் அருளால் இன்று எனக்குக் கொஞ்சம் முத்துக்கள் கிடைததன. அவற்றை உன்னுடைய பாக்கிக்காக வைத்துக்கொள்," என்று சொல்லி முத்துக்களை அவனிடம் கொடுத்தான்.

அந்த முத்துக்களைப் பார்த்த ரொட்டிக் கடைக்காரன் ஆச்சர்யப்பட்டான். தன் கடையில் இருந்த ரொட்டி முழுவதையும் அப்துல்லாவிடம் கொடுத்து வீட்டிற்கு அனுப்பினான். பிறகு, தன்னுடைய கடையைச் சாத்திவிட்டு, கடைத் தெருவுக்குப்போய், அப்துல்லா வீட்டிற்குத் தேவையான சாமான்களை எல்லாம் வாங்கிக்கொண்டு அப்துல்லாவின் வீட்டுக்குப் போனான்.

அப்துல்லா தன்னுடைய மனைவியிடம் விஷயத்தைச் சொன்னான். அதைக் கேட்ட அவனுடைய மனைவி, அந்த விஷயத்தை யாரிடமும் சொல்ல வேண்டாம் என்றாள். அதற்கு

அப்துல்லா ஒப்புக்கொள்ளவில்லை. யாரிடம் சொன்னாலும் சொல்லாவிட்டாலும்,ரொட்டிக்கடைக்காரனிடம்சொல்லுவேன் என்றான்.

மறுநாள் சூரியோதயத்திற்கு முன், அப்துல்லா, பழக் கூடையயுடன் கடற்கரைக்குப் போனான். கரையிலிருந்த படியே "ஓ அப்துல்லா மாலுமி," என்று கூப்பிட்டான். உடனே, கடலிலிருந்து அவன் வந்தான். பழக்கூடையை வாங்கிக் கொண்டு கடலுக்குள் சென்றான். சிறிது நேரம் கழித்து, அந்தக் கூடை நிறைய முத்துக்களைக் கொண்டுவந்து அப்துல்லாவிடம் கொடுத்தான்.

அப்துல்லா, அந்தக் கூடையை வாங்கிக்கொண்டு வீட்டிற்குப்போகும் வழியில், ரொட்டிக் கடைககாரனைச் சந்தித்துக கூடையில் இருந்த முத்துக்களில் மூன்று முறை கைநிறைய அள்ளிக் கொடுத்துவிட்டுச் கூடையுடன் வீட்டிற்குப் போனான்.

பிறகு, அந்தக் கூடையில் இருந்த முத்துக்களில் ஒன்றை மட்டும் எடுத்துக்கொண்டு விற்பதற்காகக் கடைத்தெருவுக்குப் போனான். அங்கே, ஒரு வியாபாரியிடம் அந்த முத்தைக் காண்பித்தான். அந்த வியாபாரி, அவனையும் முதததையும் மாறி மாறிப் பார்த்தான். அப்துல்லாவின் மேல் சந்தேகங் கொண்டான்.

ஆகவே, அந்த வியாபாரி, அப்துல்லாவைப் பிடித்துக் கட்டி இழுத்துக்கொண்டு, அரசனிடம் போய், "அரசே! ராணியின் முத்துமாலையைத் திருடியவனைக் கண்டுபிடித்து விட்டேன். இதோ, இவன்தான் அந்தத் திருடன்," என்று அப்துல்லாவைக் காண்பித்தான்.

அப்துல்லாவிடம்இருந்தமுத்தைஅரசன்வாங்கிப்பார்த்தான். அந்த முத்தை ராணியிடம் அனுப்பி, அது ராணியினுடையது தானாவென்று கேட்டு வரச் சொன்னான்.

ராணி, அந்த முத்தை பார்த்துவிட்டு "காணாமற்போன என்னுடைய முத்துமாலை அகப்பட்டுவிட்டது. ஆனால், இந்த முத்து அதைவிட மிகவும் உயர்ந்த மதிப்புடையது. இதை

அரசகுமாரிக்காக வாங்கும்படி அரசனிடம் சொல்," என்று சொல்லி அனுப்பினாள்.

ராணி சொல்லி அனுப்பிய தகவலைக் கேட்ட அரசன், அப்துல்லாவைப் பிடித்து வந்த வியாபாரியைக் கண்டித்து அனுப்பி விட்டு, அப்துல்லாவைப் பார்த்து, "இந்த முத்து உனக்கு எப்படி கிடைத்தது?" என்று கேட்டான். அதற்கு அப்துல்லா தனக்கு முத்து கிடைத்த விபரத்தைச் சொன்னான்.

அதைக் கேட்ட அரசன், "உன்னிடம் இவ்வளவு விலை உயர்ந்த முத்துக்கள் இருப்பதைக் கேள்விப்பட்டால், யாராவது உன்னைக் கொன்று விடுவார்கள். ஆகையால், நீ என்னுடைய மகளை மணந்து கொண்டால், உன்னை அரசனுடைய மருமகன் என்று பயந்து யாரும் கொலை செய்யமாட்டார்கள்," என்றான்.

அப்துல்லா அதற்கு ஒப்புக்கொண்டான். உடனே அரசன், அவனுக்கு மந்திரி பதவியைக் கொடுத்துத் தன்னுடைய மகளைக் கலியாணம் செய்து வைத்தான். அப்துல்லாவின் மனைவி மக்களையும் அரண்மனைக்கே அழைத்து வரச் செய்தான்.

கலியாணமான மறுநாள் காலையில், அப்துல்லா தன் தலையின்மேல் கூடையைச் சுமந்து செல்வதை அரசன் பார்த்தான். உடனே, அப்துல்லாவைக் கூப்பிட்டு, "நீ இந்த மாதிரி கூடையைச் சுமந்து சென்றால் பார்ப்பவர்கள் ஏதேனும் கேவலமாகச் சொல்வார்கள். ஆகையால், நீ இந்த மாதிரி செய்யாதே," என்றான்.

அதைக் கேட்ட அப்துல்லா, "நான் போகாவிட்டால், அப்துல்லா மாலுமி கோபித்துக் கொள்வான். 'இப்பொழுது நீ பணக்காரன் ஆகிவிட்டாய். ஆகையால்தான் வரவில்லை' என்று வருத்தப்படுவான். அவனுக்கு நான் கொடுத்த வார்த்தையை மீறி நடந்து கொள்ள என் மனம் ஒப்பவில்லை" என்றான்.

அப்துல்லாவின் பேச்சு சரியானதுதான் என்று அரசன் மனத்திற்குப் பட்டது. ஆகையால், அப்துல்லாவின் இஷ்டப்படி விட்டுவிட்டான். தினந்தோறும் அப்துல்லா கூடையைச் சுமந்து செல்லும்போது, பலர் கிண்டலாகப் பேசுவார்கள். ஆனால், அவற்றை யெல்லாம், அப்துல்லா லட்சியம் செய்வதில்லை.

வழக்கப்படி, அவன் கடற்கரைக்குச் சென்று அப்துல்லா மாலுமியைச் சந்தித்து வந்தான். வரும் வழியில் ரொட்டிக் கடைப் பக்கமாக வருவான். ஆனால், ரொட்டிக்கடை மூடப்பட்டிருப்பதைக் கவனித்தான். ஒரு நாள், அந்தக் கடையின் பக்கத்துக கடைக்காரனை விசாரித்தான். "ரொட்டிக் கடைக்காரனுக்கு உடல் நலமில்லை. ஆகையால் தான், கடை மூடப்பட்டு இருக்கிறது,' என்று சொன்னான்.

உடனே, அப்துல்லா ரொட்டிக் கடைக்காரனுடைய வீட்டை விசாரித்துத் தெரிந்து கொண்டு அங்கே போனான். அந்த வீட்டின் கதவு தாளிடப்பட்டிருந்தது. கதவைத் தட்டினான். ரொட்டிக் கடைக்காரன் கதவைத் திறந்து வெளியே எட்டிப் பார்த்தான். அவனைப் பார்த்ததும் அப்துல்லா அவனைக் கட்டிப் பிடித்து, "இத்தனை நாட்களாக எங்கே போய் இருந்தாய்? உன்னை எங்கெல்லாம் தேடினேன். நான் அரசனுடைய மகளைக் கலியாணம் செய்து கொண்டேன். நீ ஏன் வெளியே வராமல், இப்படி வீட்டிற்குள் அடைப்பட்டுக் கிடக்கிறாய்?" என்றான்.

அதைக் கேட்ட ரொட்டிக் கடைக்காரன், "உன்னைத் திருடன் என்று அரசன் பிடித்துக்கொண்டு போய்விட்டதாகக் கேள்விப் பட்டேன். ஆகவே, என்னிடமும் முத்துக்கள் இருப்பதை அரசன் தெரிந்து கொண்டால், என்னையும் பிடித்துச் சிறையில் அடைத்து விடுவான் என்று எண்ணியே இம்மாதிரி ஒளிந்துகொண்டு இருக்கிறேன்," என்றான்.

அதற்குப் பிறகு, அப்துல்லா, தான் கொண்டு வந்திருந்த முத்துக்கூடைடை அவனிடம் கொடுத்துவிட்டு, அரண் மனைக்குப் போனான். அவன் வெறுங் கையுடன் திரும்பி வந்ததைப் பார்த்த அரசன், "இன்று உன்னுடைய நண்பன் முத்துககளைக் கொண்டு வந்து கொடுக்கவில்லையா?" என்றான்.

அதற்கு அப்துல்லா அரசனைப் பார்த்து, "அவன் கொண்டு வந்து கொடுத்தான். ஆனால், அவற்றை நான் என்னுடைய இன்னொரு நண்பன் ரொட்டிக்கடை அப்துல்லாவுக்குக் கொடுத்து விட்டேன்," என்றான். உடனே அரசன் ரொட்டிக் கடை அப்துல்லாவை வரச்சொல்லி அனுப்பினான். அவன்

வந்து சேர்ந்ததும், அரசன் அவனைத் தன்னுடைய இரண்டாவது மந்திரியாக நியமித்தான்.

அதற்குப்பிறகு ஒரு வருஷ காலம் அப்துல்லா கடற்கரைக்குப் போய் முத்துககளைக் கொண்டு வந்த வண்ணம் இருந்தான். அப்படிப் போய் வந்து கொண்டிருக்கும் சமயத்தில், ஒருநாள் அப்துல்லா மாலுமி, அப்துல்லாவைக் கடலுக்குக் கீழ் உள்ள தன்னுடைய வீட்டிற்கு வரும்படி அழைத்தான். அதற்கு அப்துலலா, தான் தண்ணீருக்குள் வந்தால் இறந்து விடுவேன், என்றான்.

உடனே, அப்துல்லா மாலுமி, ஒரு தைலத்தை அப்துல்லாவின் உடலில் தடவி, “இப்பொழுது நீ தண்ணீரில் என்னைப் போலவே இறங்கி வரலாம். நீரினால் எந்த ஆபத்தும் உனக்கு நேரிடாது’ என்றான். அதன்படியே, கடலில் அப்துல்லா மாலுமியுடன் அப்துல்லா இறங்கினான். அந்தத் தைலத்தைத் தடவிக் கொண்டிருந்ததால், அவனும் அப்துல்லா மாலுமியைப் போலவே, தண்ணீரில் போக முடிந்தது.

அப்துல்லா மாலுமியின் வீட்டிற்குப் போகும் வழியில் அற்புதமான அநேக ஊர்களை அவன் பார்த்தான். ஒவ்வொரு ஊரிலும் விதவிதமான வேடிக்கைக் காட்சிகள் தென்பட்டன. எல்லாவற்றையும் பார்த்துக்கொண்டு, மாலுமியின் வீட்டை அடைந்தான்.

அங்கு போய்ச் சேர்ந்ததும், அந்த ஊரில் இருந்த ஜனங்கள் எல்லோரும் அப்துல்லாவைப் பார்த்து, “வாலில்லா ஜந்து வாலில்லா ஜந்து” என்று கேலி செய்தார்கள். வாலில்லாத ஒரு ஜந்துவை அப்துலலா மாலுமி பிடித்துக் கொண்டு வந்திருப்பதாக அந்த ஊர் அரசன் கேள்விப் பட்டான். ஆகவே, அந்த ஜந்துவைத் தன்னிடம் அழைத்து வரும்படி அரசன் அப்துல்லா மாலுமிக்குச் சொல்லி அனுப்பினான்.

அரசனுடைய உத்தரவுப்படியே, அப்துல்லாவை அவன் அழைத்துப்போனான். அப்துல்லாவுக்கு வால் இல்லாததைப் பார்த்த அரசன் ஆச்சர்யம் அடைந்தான். அந்த அரசன் அப்துலலா மாலுமியிடம் அப்துல்லாவைப் பற்றி விசாரித்தான். அதற்கு அப்துல்லா மாலுமி, “இவனைப் போன்று ஏராளமான பேர்

தரையில் வசிக்கிறார்கள். அவர்களால் தண்ணீரில் வசிக்க முடியாது. இவன் எனக்கு உற்ற நண்பன். தினந்தோறும், இவன் எனக்குப் பழங்கள் கொண்டு வந்து கொடுப்பான். அதற்கு பதிலாக நான் முத்துக்களைக் கொடுப்பேன். தரையிலுள்ள ஜனங்கள், முத்து, கிடைப்பதற்கு அரிய பொருள் எனக் கருதுகிறார்கள்," என்றான்.

அதைக் கேட்ட அரசன், "இவன் விரும்பும் அளவுக்கு முத்துக்களைக் கொடுத்து அனுப்புங்கள்," என்று உத்தர விட்டான். அதன்பேரில் அப்துல்லா, தான் இஷ்டப்பட்ட அளவு முத்துககளை அங்கிருந்து வாரிக் கொண்டு கடலுக்கு வெளியே வந்து கரையை அடைந்தான். அப்துல்லா கரையை அடைந்ததும், அப்துலலா மாலுமி அவனைப் பார்த்து, "இனி மேல் நீ வந்து கூப்பிட்டால் நான் வரமாட்டேன். நம்முடைய சிநேகம் இன்றுடன் முடிவுற்றது," என்று சொல்லிவிட்டுக் கடலில் குதித்து மறைந்து விட்டான்.

கரைக்கு வந்து சேர்ந்த அப்துல்லா, அரண்மனைக்குப் போனான். அவனைக் காணாததால் கலங்கிக் கொண்டிருந்த அவனுடைய மனைவி மக்களும் அரசனும், 'இத்தனை நாட்களாக எங்கே போயிருந்தாய்?' என்று கேட்டனர். அதற்கு அப்துல்லா மாலுமியுடன் கடலுக்கடியில் உள்ள அவனுடைய நகரத்திற்குப் போய் இருந்ததைப் பற்றிச் சொன்னான். அந்த அரசன் தனக்குக் கொடுத்த முத்துககளையும் காண்பித்தான்.

பிறகு, அப்துல்லா மாலுமி, தன்னைச் சந்திக்க இனிமேல் வரமாட்டான் என்ற விஷயத்தையும் அவர்களிடம் சொன்னான். அதனால் இனிமேல் அப்துல்லா கூடையைச் சுமக்க வேண்டிய வேலை இல்லை என்று அவர்கள் சொல்லி மகிழ்ந்தனர்" என்றாள் ஷாரஜாத்.

ஜமீலா சீமாட்டி கதை

"**எ**கிப்துநாட்டை எல்காஸிப் என்ற அரசன் ஆண்டுவந்தான். அவனுக்கு இப்ராஹிம் என்று ஒரு மகன் இருந்தான். இப்ராஹிம்

ஈடில்லாத அழகு வாய்ந்தவன். அதனால் அவனுடைய தகப்பன் அவனை வெளியில் எங்கேயும் சாதாரணமாக அனுப்புவதில்லை. ஆனால், வெள்ளிக் கிழமை தோறும் தொழுவதற்காக மட்டும் வெளியே அனுப்பி வந்தான்.

அப்படி ஒரு நாள், இப்ராஹிம் தொழுகைக்காகப் போய்விட்டு அரண்மனைக்குத் திரும்பும் பொழுது ஒரு கிழவனைச் சந்தித்தான். அந்தக் கிழவனுடைய கையில் ஒரு புத்தகம் இருந்தது. அந்தப் புத்தகத்தில் ஒரு பெண்ணின் சித்திரம் வரையப்பட்டு இருந்தது. அந்தச் சித்திரத்தைப் பார்த்த இப்ராஹிம், அந்தப் புத்தகத்தை நூறு பொற்காசுகள் கொடுத்து வாங்கிக் கொண்டு, அரண்மனைக்குப் போனான்.

அந்தச் சித்திரம் உயிருள்ள ஒரு பெண்ணைப் போலவே தோற்றம் அளித்தது. ஆகவே, இப்ராஹிம் அந்தச் சித்திரத்தின் அழகில் மயங்கினான். அதைப் பார்த்தபடியே பல நாட்களைக் கழித்தான் அந்தச் சித்திரத்தை எழுதியவனைக் கண்டுபிடித்து, அந்தப் பெண்ணின் இருப்பிடத்தைக் கண்டுபிடிக்க வேண்டும் என்று தீர்மானித்தான்.

ஆகவே, மறுபடியும் அவன் தொழுகைக்குப் போய் வரும் பொழுது, அந்தக் கிழவனைச் சந்தித்து, அந்தச் சித்திரம் எழுதினவனுடைய விலாசத்தைக் கேட்டான். அதற்கு அந்தக் கிழவன், இப்ராஹிமைப் பார்த்து, "பாக்தாத் நகரத்தைச் சேர்ந்த எல்கார்க் என்ற இடத்திலுள்ள அபுல் காசீம் என்பவன்தான், அந்தச் சித்திரத்தை எழுதியவன்," என்றான்.

அதைக் கேட்ட இப்ராஹிம் யாரிடமும் சொல்லிக் கொள்ளாமல், ஒரு நாள் தன்னுடைய அரண்மனையில் இருந்து புறப்பட்டு பாக்தாத் நகரத்திற்குப் போனான். புத்தகத்தைத் தனக்கு விற்ற கிழவன் சொன்ன விலாசத்தை விசாரித்து, அந்தச் சித்திரத்தை எழுதியவனுடைய வீட்டை அடைந்தான்.

இப்ராஹிம் இந்த ஓவியனைப் பார்த்து, "ஐயா! நான் வெளியூரிலிருந்து வந்திருக்கிறேன், இங்கே தங்கி இருப்பதற்கு ஏதேனும் ஒரு வாடகை வீடு கிடைத்தால் சௌகரியமாக

இருக்கும்" என்றான். அதைக் கேட்ட ஓவியன், தன்னுடைய அடிமைப் பெண்ணைக் கூப்பிட்டுத் தனக்குச் சொந்தமான வேறொரு வீட்டைக் காண்பிக்கும்படி சொன்னான். அந்த அடிமைப்பெண் இப்ராஹிமை அழைத்துக் கொண்டு போய் ஒரு வீட்டைக் காண்பித்தாள். அந்த வீடு எல்லா சௌகர்யங்களுடன் கூடி இருந்தது. ஆகவே, இப்ராஹிம் தான் அந்த வீட்டிலேயே தங்கி இருக்க விரும்புவதாகச் சொன்னான்.

ஆகவே, அந்த அடிமைப் பெண், இப்ராஹிமை அந்த வீட்டிலேயே இருக்கச் சொன்னாள். பிறகு அந்தத் தகவலைத் தன்னுடைய எஜமானனிடம் சொல்வதற்காகப் போய் விட்டாள். அடிமைப் பெண் வந்து சொன்ன தகவலைக் கேட்டதும் அந்தத ஓவியன் அங்கே வந்தான். இப்ராஹிமுக்குத் தேவையான எல்லாச் சாமான்களையும் கொண்டுவந்து சேர்க்கும்படி இன்னொரு அடிமைப் பெண்ணிடம் உத்தர விட்டான். அதன்படியே, இப்ராஹிமுக்குத் தேவையான எல்லாப் பொருட்களும் அங்கு கொண்டு வந்து சேர்க்கப்பட்டன.

பிறகு, இப்ராஹிம் அந்த ஓவியனைப் பார்த்து, "இந்த வீட்டிற்கு வாடகை எவ்வளவு?" என்ற கேட்டான். அதற்கு அந்த ஓவியன், "நீ வாடகை கொடுக்க வேண்டாம். எத்தனை நாட்களுக்கு நீ இங்கு தங்கி இருக்க விரும்புகிறாயோ, அத்தனை நாட்களுக்கு நீ தங்கி இருக்கலாம்," என்று சொன்னான்.

அந்த ஓவியன், இப்ராஹிமைப் பார்த்து, "உனக்கு சதுரங்கம் விளையாடத் தெரியுமா?" என்று கேட்டான். அதற்கு இப்ராஹிம், "தெரியும்" என்று பதில் சொன்னான். உடனே, அந்த ஓவியன் சதுரங்கப் பலகையைக் கொண்டுவரச் சொல்லி ஓர் அடிமைப் பெண்ணிடம் சொன்னான். சதுரங்கப் பலகையை அவள் கொண்டு வந்ததும், இருவரும் விளையாடினர். அந்த ஆட்டத்தில் ஓவியனை இப்ராஹிம் ஜெயித்து விட்டான்.

இப்ராஹிம் தன்னை ஜெயித்து விட்டதைப் பார்த்த ஓவியன், அவனைப் பார்த்து, "சதுரங்கத்தில் என்னை ஜெயிப்பதற்கு இந்த நகரத்தில் உள்ள யாராலும் முடியாது. ஆனால் நீ என்னை

ஜெயித்து விட்டாய். நீ எந்த ஊர்? என்ன வேலையாக இங்கே வந்து இருக்கிறாய்?'' என்று கேட்டான்.

அதைக் கேட்ட இப்ராஹிம், ''நான் எகிப்து அரசகுமாரன். என் பெயர் இப்ராஹிம். ஒரு நாள், சித்திரம் ஒன்றைப் பார்த்தேன். அந்தச் சித்திரத்தை எழுதிய உங்களைக் கண்டு பேசி ஒரு விஷயத்தைத் தெரிந்து கொண்டு போக வந்தேன்,'' என்றான். உடனே, அந்த ஓவியன், ''எந்தச் சித்திரம்? அதை நீ கொண்டு வந்திருக்கிறாயா? எடு பார்க்கலாம்,'' என்றான்.

இப்ராஹிம் உடனே தான் கொண்டு வந்ததிருந்த சித்திரத்தை அவனிடம் காண்பித்தான். அதைப் பார்த்த ஓவியன், ''இந்தச் சித்திரம் என்னுடைய சிற்றப்பனின் மகள். அவள் தற்சமயம் பாஸ்ரா நகரில் இருக்கிறாள். அவளுடைய தந்தை பாஸ்ரா நகர அரசன். அவளுடைய பெயர் ஜமீலா. அவளைப் போன்ற அழகிய பெண் யாரையும் நான் பார்த்ததே இல்லை. அவளை எனக்கு மணம் செய்து வைக்கும்படி கேட்டேன். ஆனால், அவள் யாரையும் மணந்து கொள்வதில்லை என்று சொல்லிவிட்டாள். ஆண்கள் என்றாலே அவளுக்கு வெறுப்பு; ஆகையினால்தான், அவள் கலியாணமே வேண்டாம் என்று சொல்கிறாள்.

அவள் என்னைக் கல்யாணம் செய்துகொள்ள மறுத்ததும், நான் அந்த ஊரில் இருக்கப் பிடிக்காமல் இந்த ஊருக்கு வந்துவிட்டேன். பிறகு அவளுடைய நினைவாகவே இருந்த நான், அவளைப் போன்ற அநேக உருவப்படங்களை எழுதிப் பல ஊர்களுக்கும் அனுப்பினேன்.

அந்தப் படங்களைப் பார்க்க நேரிடும் யாரேனும் ஒருவர் அவளை மணக்க வரக்கூடும் என்று நினைத்தேன். அதன் படியே நீ வந்து இருக்கிறாய். ஆனால், நான் ஒரு முடிவு செய்து வைத்திருக்கிறேன். அதற்கு நீ இணங்கினால், இந்தக் காரியத்தில் நான் உனக்குத் தேவையான உதவிகளைச் செய்கிறேன்,'' என்றான்.

அதைக் கேட்ட இப்ராஹிம், ''நீங்கள் என்ன முடிவு செய்து வைத்திருக்கிறீர்கள்?'' என்று கேட்டான்.

அதற்கு அந்த ஓவியன், என்னுடைய உதவியைக் கொண்டு

அவளை மணந்து கொள்கிறவர்கள், நான் எட்ட நின்று அவளை ஒருமுறை பார்க்க அனுமதிக்கவேண்டும்" என்று முடிவு செய்து வைத்திருக்கிறேன். என்னுடைய முடிவை நீ ஒப்புக் கொள்வதாக இருந்தால், நான் உனக்குத் தேவையான வசதிகள் எல்லாம் செய்து கொடுக்கிறேன்," என்றான்.

ஓவியனுடைய தீர்மானத்தை இப்ராஹிம் ஒப்புக்கொண்டான். ஆகையால், இப்ராஹிமின் பிரயாணத்திற்குத் தேவையான கப்பல் வசதிகளை எல்லாம், ஓவியன் தன் செலவிலேயே செய்து கொடுத்தான்.

இப்ராஹிம் பாக்தாத்திலிருந்து கப்பலில் ஏறி பாஸ்ராவை அடைந்தான். அங்கே, ஒரு சத்திரத்தை அடைந்து தங்கினான். அந்தச் சத்திரத்துக் காவல்காரனுக்குப் பணம் கொடுத்துத் தனக்கு வேண்டிய சௌகர்யங்களை எல்லாம் குறைவறச் செய்து கொண்டான்.

அன்றிரவு, இப்ராஹிம் சத்திரத்தில் இருந்த தன்னுடைய அறையில் உட்கார்ந்து அழுது கொண்டிருந்தான். அவன் அழுது கொண்டிருந்ததைப் பார்த்த சத்திரத்துக காவற்காரன் அவனிடம் வந்து, "ஏன் அழுகிறாய்?" என்று கேட்டான். அதற்கு இப்ராஹிம் அவனைப் பார்த்து, "இந்த நகரத்து அரசனுடைய மகள் ஜமீலாவைக் காதலிக்கிறேன். ஆகையால், அவள் நினைவினால் அழுகிறேன்" என்றான்.

அந்தக் காவல்காரன், இப்ராஹிம் சொன்னதைக் கேட்டு திகைத்தான். ஜமீலாவினுடைய குணம் அவனுக்குத் தெரியும். "அவள் ஆண்களையே லட்சியம் செய்வதில்லை. ஆகையால், அவளை மறந்து விடு," என்று இப்ராஹிமிடம் சொன்னான். அதற்கு இப்ராஹிம், அவளின்றி உயிர்வாழ முடியாதென்று சொன்னான்.

ஆகவே, அந்தக் காவற்காரன் அவன்மேல் பச்சாதாபப் பட்டான். அவனுடைய எண்ணம் கைகூடுவதற்கான உபாயம் ஏதாவதொன்றைக் காலையில் சொல்வதாகச் சொல்லிவிட்டுப் போய்விட்டான்.

மறுநாள் காலையில், அவன் இப்ராஹிமிடம் வந்து, ஜமீலாவினுடைய உடுப்புகளைத் தைக்கும் தையற்காரன் ஒருவன் இருக்கிறான். நீ அவனிடம் விஷயத்தைச் சொன்னால், உன்னுடைய எண்ணம் நிறைவேறக் கூடும்.'' என்று சொன்னான்.

அதைக் கேட்வுடன், இப்ராஹிம் தன்னுடைய சட்டைப் பையைக் கிழித்தான் கிழிந்துபோன சட்டைப் பையைத் தைக்கும் பாவனையில் தையற்காரனிடம் போனான். அதைத் தைத்துக் கொடுக்கும்படி அவனிடம் சொன்னான். அவன் அந்தக் கிழிசலை தைத்ததும், அவனிடம் ஐந்து பொற் காசுகளை கூலியாகக் கொடுத்து விட்டு வந்தான். சட்டைப் பையைத் தைத்துக் கொடுத்ததற்காக ஐந்து பொற்காசுகளைக் கொடுத்த இப்ராஹிமைப் பார்த்து அவன் ஆச்சர்யப் பட்டான்.

மறுநாளும், இப்ராஹிம் சட்டைப் பையைக் கிழித்து விட்டுக்கொண்டு, அதே தையற்காரனிடம் போனான். சட்டைப் பையைத் தைத்துக் கொடுக்கும்படி சொன்னான். அவன் தைத்துக் கொடுத்ததும், பத்து பொற்காசுகளைக் கொடுத்தான். தையற் காரனுக்கு வியப்பு மேலிட்டது அவன் வேறு ஏதோ காரியமாகத்தான் தன்னிடம் வந்திருக்கிறான் என்பதை உணர்ந்தான். ஆகவே, அவன் இப்ராஹிமைப் பார்த்து, "கிழிந்து போன சட்டைப் பையைத் தைப்பதற்காக இவ்வளவு கூலி கொடுக்கிறாயே! நீ யார்? உனக்கு என்ன வேண்டும்'' என்று கேட்டான்.

அதற்கு இப்ராஹிம், அவனைப் பார்த்து, "என்னுடைய வரலாறு ஒரு கதையைப் போல இருக்கும். ஆகையால், நாம் இருவரும் தனிமையாகப் பேசவேண்டும்,'' என்றான். அதைக் கேட்ட தையற்காரன், இப்ராஹிமை அழைத்துக் கொண்டு தனி அறைக்குச் சென்றான்.

அந்த அறைக்குள் போனதும், இப்ராஹிம் தன்னுடைய எண்ணத்தை அவனிடம் சொன்னான். அதற்குத் தையற்காரன், "இந்தக் காரியம் என்றால் செய்ய முடியாது. இதனால் என் தலையே போய்விடும்,'' என்றான். ஆயினும் இப்ராஹிம் அவனை

விடவில்லை. எப்படியாவது, ஜமீலாவைப் பார்க்கும் வாய்ப்பை உண்டாக்கிக் கொடுக்க வேண்டும் என்று கெஞ்சினான்.

அவனுடைய நிலைமையைக் கண்ட தையற்காரன் மனம் இளகிற்று. ஆதலால் தன் உயிர் போனாலும் பரவாயில்லை என்று நினைத்தான். ஆகவே, இப்ராஹிமைப் பார்த்து, "நீ நாளைக்கு வா; ஏதேனும் உபாயம் சொல்கிறேன்," என்று சொல்லி அனுப்பினான்.

அதன்படி இப்ராஹிம் மறுநாள் தையற்காரனிடம் சென்றான். உடனே, தையற்காரன் இப்ராஹிமைப் பார்த்து, "நாளைக்கு இங்குள்ள ஆற்றுக்குப் போ; அங்கேயுள்ள ஒரு படகில் ஏறிப் போனால், ஒரு தோட்டம் தென்படும் அந்தத் தோட்டத்தின் வாயிலில் என்னைப் போன்ற கிழவன் ஒருவன் காவல் இருப்பான். அவனிடம் விஷயத்தைச் சொல்லி சரிப்படுத்திக்கொள். அதனால், ஜமீலாவைத் தூர இருந்து பார்க்கும் சந்தர்ப்பம் கிடைக்கக்கூடும்," என்றான்.

தையற்காரன் சொன்னபடியே, இப்ராஹிம் ஆற்றுக்குப் போனான். அங்கிருந்த படகுக்காரனிடம், "நான் வெளியூர்க்காரன்; ஆகையால், இந்த நகரத்தைச் சுற்றிப் பார்க்க விரும்புகிறேன். என்னை உன் படகில் ஏற்றிக்கொண்டு கரையோரமாகவே போ. உனக்குப் பணம் கொடுக்கிறேன்," என்றான். அதற்கு அந்தப் படகுக்காரன், "ஒரு மைல் தூரம் தான் படகைச் செலுத்துவேன். அதற்குமேல் போனால் நம்மிரு வருக்கும் ஆபத்து உண்டாகும்," என்றான். படகோட்டி சொன்னபடி இப்ராஹிம், ஒரு மைல் தூரம் மட்டும் போனால் போதும் என்று படகில் ஏறிக்கொண்டான்.

சிறிது தூரம் சென்றதும், இப்ராஹிம் படகோட்டியிடம் பத்துப் பொற்காசுகளைக் கொடுத்தான். பத்து பொற் காசுகளைக் கண்டதும் படகோட்டிக்கு உற்சாகம் பிறந்தது. ஆகவே, இப்ராஹிம் குறிப்பிட்ட இடத்திற்குப் படகைச் செலுத்தினான்.

தையற்காரன் குறிப்பிட்ட தோட்டம் கண்களுக்குத் தென்பட்டதும், இப்ராஹிம், படகை அந்தத் தோட்டத்தின் ஓரமாகக் கொண்டுபோய் நிறுத்திச் சொன்னான். அந்தத் தோட்டத்து வாசலில் காவற்காரக் கிழவன் இருந்தான். இப்ராஹிம்

அந்தக் கிழவனிடம் சென்று தான் ஜமீலாவைப் பார்க்க விரும்புவதாகச் சொல்லி அழுதான்.

இப்ராஹிம் அழுததைப் பார்த்த அந்தக் கிழவனுக்கு அவன் மேல் இரக்கம் உண்டாயிற்று. ஆயினும், அவன் ஜமீலாவைப் பார்ப்பதனால் ஏற்படக்கூடிய ஆபத்தை அவனிடம் சொன்னான். அந்தக் கிழவனிடமும், தான் ஜமீலாவைப் பார்க்காவிட்டால் தன் உயிர் போய்விடும் என்று இப்ராஹிம் சொல்லி மீண்டும் அழுதான்.

காவற்காரக் கிழவன் யோசித்தான். உடனே, இப்ராஹிமைப் பார்த்து, "தையற்காரக் கிழவன் உன்னை இங்கே அனுப்பினானா?" என்று கேட்டான். அதற்கு இப்ராஹிம், "ஆமாம்" என்றான்.

இதைக் கேட்ட காவற்காரக் கிழவன், "இங்கே இம்மாதிரியான ஒரு தோட்டம் இருப்பது அவன் ஒருவனுக்குத் தான் தெரியும். அவன் என்னுடைய சகோதரன். அவன் சொல்லி அனுப்பியிராவிடில், நான் உன்னைப் பிடித்து அரசனிடம் ஒப்புவித்திருப்பேன். இங்கே நான் இருபது வருஷங்களாகக் காவல் புரிந்து வருகிறேன். இந்த இருபது வருஷங்களில், அரசனைத் தவிர வேறு எந்த ஆடவனும் இங்கு வந்தது கிடையாது. நாற்பது நாட்களுக்கு ஒருமுறை, ஜமீலா சீமாட்டி வெளியே வந்து படகில் ஏறிச் சிறிது தூரம் போய் விட்டு, மறுபடியும் தோட்ட மாளிகையினுள் போய்விடுவாள். இப்பொழுது, நான் உன்னை இங்கே இருக்க அனுமதித்ததை ஜமீலா தெரிந்து கொண்டால், என் தலை போய்விடும். ஆகையினால், நான் சமயம் பார்த்துச் சொல்லுகிறேன். அதுவரையில் நீ மறைவாக உட்கார்ந்து கொண்டு இருக்க வேண்டும்" என்றான்.

இப்ராஹிமைத் தோட்ட வாசலில் இருக்கச் செய்து கிழவன் உள்ளே சென்றான். சிறிது நேரம் கழித்துத் திரும்பி வந்து இப்ராஹிதைத் தோட்டத்தினுள் அழைத்துச் சொன்றான். தோட்டத்தின் நடுவில் இருந்த வசந்த மண்டபத்தின் அருகில், செடிகளின் மறைவில் இப்ராஹிமை மறைந்து கொள்ளச் சொன்னான்.

மேலும் இப்ராஹிமைப் பார்த்து, "இந்த மண்டபத்தில் ஜமீலா வந்து உட்கார்ந்து பாடிக்கொண்டு இருப்பாள்.

அப்பொழுது நீ அவளைப் பார்க்கலாம். ஆனால், நீ இங்கு மறைந்து இருப்பதை அவள் தெரிந்து கொண்டால், உன் உயிருக்கே ஆபத்து ஏற்படும். ஆகையால் நீ ஜாக்கிரதையாக நடந்துகொள்ளவேண்டும்," என்று எச்சரிக்கை செய்து விட்டுப் போய்விட்டான்.

கிழவன் போன சிறிது நேரத்தில், ஐம்பது தாதிப்பெண்கள் புடைசூழ, ஜமீலா சீமாட்டி அந்த மண்டபத்திற்கு வந்தாள். எல்லோரும் மகிழ்ச்சியுடன் ஆடிப்பாடிக் காலம் கடத்தினர். ஜமீலா சீமாட்டியும் நடனம் ஆடினாள். அதைப் பார்த்த இப்ராஹிம் மயங்கி விட்டான்.

ஜமீலா அப்படி நடனம் ஆடிக்கொண்டு இருக்கையில், செடிகளின் மறைவில் பதுங்கி இருந்த இப்ராஹிமைப்பார்த்து விட்டாள். உடனே, அவள் கத்தி ஒன்றைக் கையில் எடுத்தாள். மற்றவர்களைப் பாடிக்கொண்டிருக்கச் சொல்லிவிட்டு இப்ராஹிமை நோக்கிப் போனாள்.

ஜமீலா அவனருகில் சென்று அவனைப் பார்த்ததும, அவளுடைய கையில் இருந்த கத்தி தானாக நழுவிக் கீழே விழுந்தது. இப்ராஹிமின் அழகில் அவள் மயங்கினாள். பிறகு, இருவரும் பேசிக்கொண்டு இருந்தனர். இப்ராஹிமின் அழகைப் பற்றித் தான் கேள்விப்பட்டது முதல், அவனைத் தவிர வேறு யாரையும் கலியாணம் செய்துகொள்வதில்லை என்று அவள் உறுதி செய்து கொண்டதாகத் தெரிவித்தாள். அதனால்தான், அவள் மற்ற ஆடவர்களை வெறுத்து வந்ததாகவும் சொன்னாள். அப்படியே ஒருவர்க்கொருவர் பேசிக்கொண்டிருந்ததில் நேரம் போனதே அவர்களுக்குத் தெரியவில்லை.

இப்ராஹிமை விட்டுப் பிரிந்து போகவும் ஜமீலாவுக்கு மனம் வரவில்லை. ஆயினும், அவனை அங்கேயே இருக்கச் சொல்லிவிட்டு, மறுபடியும் மண்டபத்திற்குப் போனாள். அங்கிருந்த தாதிப் பெண்கள் எல்லோரையும் மாளிகைக்குப் போகச் சொல்லி உத்தரவிட்டாள்.

ஜமீலாவின் உத்தரவைக் கேட்ட தாதிப்பெண்கள் எல்லோரும் திகைத்தனர். ஜமீலாவைப் பார்த்து, "இது என்ன புது வழக்கமாக

இருக்கிறது! நாங்கள் இங்கு வந்து மூன்று நாட்கள் தங்கி இருப்பது வழக்கமாயிற்றே! ஏன் இந்தத் தடவை உடனே புறப்பட்டுப் போகச் சொல்கிறாய்?" என்று கேட்டனர்.

தாதிகள் சொன்னதைக் கேட்ட ஜமீலா, அவர்களை மட்டும் போகச் சொன்னால், ஏதாவது சந்தேகப்படுவார்கள் என்று எண்ணினாள், ஆகவே, அவர்களிடம், "எனக்கு உடல் நலமில்லை. ஆகையினால், இங்கு வழக்கப்படி மூன்று நாட்கள் தங்கி இருக்க என்னால் முடியாது. நீங்கள் மட்டும் இங்கேயே இருக்க விரும்பினால், மூன்று நாட்கள் தங்கி வாருங்கள்; நான் அரண்மனைக்குப் போகிறேன்." என்று சொன்னாள்.

ஆனால், தாதிகள் அதற்கு ஒப்பவில்லை. ஜமீலாவுக்கு உடல் நலமில்லாமல் இருக்கும் பொழுது, தாங்கள் மட்டும் உல்லாசமாக இருக்க விரும்பவில்லை என்று தெரிவித்தனர். அதன் பேரில், ஜமீலா அவர்களைச் சற்று நேரம் அங்கேயே இருக்கச் சொல்லி, மீண்டும் இப்ராஹிம் மறைந்திருந்த இடத்திற்குப்போனாள். அவனிடம் தன்னைத் தனியாக அரண்மனை அருகில் வந்து சந்திக்கும்படி சொல்லிவிட்டு, தாதிகளிடம் திரும்பச் சென்றாள்.

பிறகு, தாதிகளையெல்லாம் அழைத்துக்கொண்டு, அரண் மனைக்குப் போய்விட்டாள்.

அவள் புறப்பட்டுப் போனதும், காவற்காரக் கிழவன் இப்ராஹிமிடம் வந்தான். இப்ராஹிமைப் பார்த்து, "ஜமீலா இங்கு வரும் சமயங்களில் மூன்று நாட்கள் தங்கி இருப்பது வழக்கம். ஆனால், இந்தத் தடவை உடனே புறப்பட்டுப் போய்விட்டாள். ஒருகால், அவள் உன்னைப் பார்த்துவிட்டு, ஏதாவது கோபித்துக் கொண்டு போகிறாளோ, என்னவோ? எனக்கு ஒன்றும் புரியவில்லை. நீ இங்கிருப்பதை அவள் பார்த்திருந்தால், நம்மிருவர் தலைகளும் தப்புவதென்பது னவிலும் நடக்காத காரியம்," என்று கவலைப்பட்டான்.

அதற்கு இப்ராஹிம். "அவள் என்னைப் பார்க்கவில்லை. ஆகையினால், நீ சொல்கிறபடி நமக்கு ஆபத்து ஏற்படாது. ஆயினும் நான் இங்கிருக்க விரும்பவில்லை. நான் ஊருக்குப் புறப்பட்டுப் போகவேண்டும். நீ செய்த உதவிக்கு நன்றி," என்று

சொல்லி, அவனிடம் நூறு பொற்காசுகளைக் கொடுத்து விட்டுத் தான் வந்த படகை நாடிப் போனான்.

படகில் ஏறித் தான் முன்பு புறப்பட்ட இடத்திற்கே படகைச் செலுத்தச் சொன்னான். படகு அங்கு போய்ச் சேந்தத்தும், தான் திரும்பி வரும் வரையில் படகை அங்கேயே நிறுத்தி வைக்கும்படி சொல்லிவிட்டுச் சத்திரத்திற்குப் போனான்.

சத்திரத்துக் காவற்காரனிடம், "நான் வந்த காரியம் கைகூடவில்லை. ஆகையால், நான் ஊருக்குத் திரும்பிப் போகிறேன். என்னைக் காணாததால், என் குடும்பத்தினர் கவலைப்படுவார்கள்," என்று சொல்லிவிட்டுத் தான் கொண்டு வந்திருந்த சாமான்களை எல்லாம் எடுத்து மூட்டை கட்டிக்கொண்டு புறப்பட்டான்.

சத்திரத்துக் காவற்காரன் அவனிடம் மிகவும் அன்பு கொண்டுவிட்டானாகையால், கண் கலங்கியபடி அவனுக்கு விடை கொடுத்து அனுப்பி வைத்தான்.

சத்திரத்திலிருந்து புறப்பட்ட இப்ராஹிம், நேராக ஆற்றங்கரைக்குப் போனான். அவனுக்காகப் படகிலேயே காத்திருந்த படகில் ஏறி, ஜமீலா குறிப்பிட்ட இடத்திற்குச் சென்றான். அவள் சொன்னபடி அவளுக்காகப் படகிலேயே காத்திருந்தான்.

இரவு நேரம் ஆயிற்று, ஜமீலா, ஒரு சிப்பாயைப்போல உடையணிந்து, இப்ராஹிம் இருந்த படகுப் பக்கமாகப் போனாள். படகோட்டியும் இப்ராஹிமும், சிப்பாய் உடையணிந்து இருந்த ஜமீலாவைப் பார்த்துப் பயந்தனர். படகோட்டி மூர்ச்சித்து விழுந்துவிட்டான்.

ஜமீலா, இப்ராஹிமைப் பார்த்து, "நீதான் அரச குமாரியை ஏமாற்ற வந்தவனா? உன்னை அரசன் அழைத்து வரச் சொன்னான்," என்றாள். அதைக் கேட்ட இப்ராஹிமும் மூர்ச்சித்து விட்டான்.

இப்ராஹிம் மூர்ச்சித்ததைப் பார்த்த ஜமீலா தான் அணிந்திருந்த சிப்பாய் உடையைக் களைந்துவிட்டு, இப்ராஹிமின் மூர்ச்சையை தெளிய வைத்தாள். மூர்ச்சை தெளிந்து எழுந்த இப்ராஹிம், தன்னருகில் ஜமீலா இருப்பதைப் பார்த்து, ஆனந்தக்

கடலில் ஆழ்ந்தான். உடனே, படகோட்டியின் மூர்ச்சையைத் தெளியவைத்து, படகை ஓட்டிச் செல்லும்படி உத்தரவிட்டான்.

படகு பாக்தாத் நகரத்தை அடைந்தது. அங்கே, ஒரு கப்பல் நின்றிருந்தது. அந்த கப்பலில் இருந்தவர்கள் படகோட்டியின் நண்பர்கள். ஆகையால், அவர்கள் படகோட்டியைப் பார்த்ததும தங்களுடைய மகிழ்ச்சியைத் தெரிவித்தனர். ஆகையினால், படகோட்டி மெதுவாகப் படகைச் செலுத்தி, அந்தக் கப்பலருகில் கொண்டுபோய் நிறுத்தினான்.

அந்தக் கப்பலில், அபுல்காசிம் என்ற அந்த ஓவியன் இருந்தான். அவனைப் பார்த்ததும் ஜமீலா பயந்தாள்.

படகில் இருந்த ஜமீலாவையும் அபுல்காசிம் பார்த்து விட்டான். ஆகவே, இப்ராஹிமைப் பார்த்து, "உன்னுடைய காரியம் கைகூடிவிட்டாற்போலத் தெரிகிறது," என்றான். அதற்கு, இப்ராஹிம், "ஆமாம்" என்றான்.

அபுல்காசிம் உடனே, மிட்டாய் பொட்டலம் ஒன்றைப் படகில் போட்டு, "நான் பாஸ்ராவுக்குப் போகிறேன். அரசனுக்குக் கொடுப்பதற்காக இந்த மிட்டாயை வாங்கினேன். உங்களைப் பார்த்ததும், அந்த மிட்டாயை உங்களுக்கே கொடுத்து விடலாம், என்று நினைத்தேன். ஆகையால் நீங்கள் அந்த மிட்டாயைச் சாப்பிடுங்கள்," என்றான்.

அபுல்காசிம், பாஸ்ராவுக்குப் போகிறேன் என்று சொன்னதைக் கேட்ட ஜமீலா, பயப்பட்டாள். அவன் பாஸ்ராவுக்குப் போனதும், தன்னுடைய விஷயத்தைப் பற்றி தன் தகப்பனாரிடம் சொல்லி விடுவான் என்று எண்ணி, இப்ராஹிமைப் பார்த்து, "அபுல்காசிம் என்னுடைய பெரியப்பாவின் மகன். அவன் என்னை மணந்துகொள்ள விரும்பினான். ஆனால், நான் மறுத்து விட்டேன். அதனால், அவன் என்மேல் கோபம் கொண்டு இருக்கிறான். ஆகையினால், அவன் பாஸ்ராவுக்குப் போனதும், என்னுடைய தகப்பனாரிடம் விஷயத்தைச்சொல்லி விடுவான். அதனால், நமக்குப் அபாயம் ஏற்படும்," என்றாள்.

அதைக் கேட்ட இப்ராஹிம், 'நீ பயப்படாதே; அபுல் காசிம் பாஸ்ராவுக்குப் போய் உன் தகப்பனாரிடம் சொல்லி, அங்கிருந்து சேவகர்கள் வந்து நம்மைப் பிடித்துக்கொண்டு போகுமுன், நாம் எகிப்துக்குப் போய்விடலாம்" என்று தைரியம் சொன்னான்.

அதற்குப்பிறகு, அபுல்காசிம், தன்னுடைய படகில் போட்ட மிட்டாயை இப்ராஹிம் சாப்பிட்டான். அந்த மிட்டாயைச் சாப்பிட்டதும், இப்ராஹிம் மயக்கம் அடைந்தான்.

அவன் மயக்கம் தெளிந்து எழுந்து பார்த்தபொழுது, அவன் அலங்கோலமான நிலையில் ஒரு குட்டிச் சுவர் அருகில் விழுந்து கிடந்தான். ஜமீலாவையும் காணவில்லை. ஆகவே, அபுல்காசிம் ஏதோ சூழ்ச்சிசெய்துவிட்டான் என்பதை இப்ராஹிம் உணர்ந்தான்.

அவன் மயக்கம் தெளிந்து எழுந்த சற்று நேரத்தில், சேவகர்கள் அந்தப் பக்கமாக வந்தனர். அவர்களைப் பார்த்த இப்ராஹிம், சற்று ஒதுங்கினான். அவன் அப்படி ஒதுங்கின சமயம் அவனுடைய கால் இடறியது. தடுமாறிக் கீழே விழுந்தான். அவனுடைய கையில் ஏதோ தட்டுப்பட்டது. அதைக் கையில் எடுத்துப் பார்த்தான். அது ஒரு பெண்ணின் தலை. உடனே, அதைக் கீழே போட்டுவிட்டுச் சுற்று முற்றும் பார்த்தான். ஒரு பெண்ணின் உடல் அங்கே கிடந்தது அந்தப் பெண் கொலை செய்யப்பட்டுக் கிடந்தாள். கொலை செய்யப்பட்ட அந்தப் பெண்ணின் தலையை அவன் கையில் எடுத்ததால் அவனுடைய கை முழுவதும் ரத்தக்கறை படிந்து இருந்தது.

ஆகையினால், கையில் பட்டிருந்த ரத்தக் கறையைக் கழுவுவதற்காகக் குழாயடிக்குச் சென்றான். அந்தக் குழாயடியில் சிலர் குளித்துகொண்டு இருந்தார்கள். ஆகவே, கொஞ்சம் ஒதுங்கி நின்றான்.

அச்சமயம், சேவகர்கள் மீண்டும் அந்த வழியாக வந்து, குழாயடியில் குளித்துக் கொண்டு இருந்தவர்களைச் சோதனை செய்தனர். அந்தச் சேவகர்களில் ஒருவன், ஒதுங்கி நின்றிருந்த இப்ராஹிமின்மேல் சந்தேகம் கொண்டு, தன்னுடைய தலைவனிடம் அழைத்துச் சென்றான்.

சேவகர்களின் தலைவன், இப்ராஹிமைப் பார்த்து, "நீ ஏன் அந்தப் பெண்ணைக் கொலை செய்தாய்" என்று கேட்டான். அதற்கு, இப்ராஹிம் "நான் யாரையும் கொலை செய்யவில்லை; எனக்கு ஒன்றுமே தெரியாது. நான் வெளியூர்க் காரன்" என்று அழுதான்.

ஆனால், இப்ராஹிம் சொன்ன வார்த்தைகளை அவன் நம்பவில்லை. இப்ரஹிமின் கைகளில் பட்டிருந்த ரத்தக் கரையை அவன் பார்த்தும், இப்ராஹிம்தான் கொலை செய்திருப்பான் என்று நினைத்தான். ஆகவே, இப்ராஹிசை் சிரச்சேதம் செய்யும்படி அவன் உத்தரவிட்டான்.

இப்ராஹிமைச் சிரச்சேதம் செய்வதற்காக சேவகர்கள் அவனை இழுத்துச் சென்று கண்களைக் கட்டினர். இப்ராஹிம் கதறி அழுதான். அதைக்கண்ட சிலர் பரிதாபப்பட்டு, இப்ராஹிமினுடைய தோற்றத்தைப் பார்த்தால், அவன் கொலை செய்திருக்கமாட்டான் என்று சேவகர்களுடைய தலைவனிடம் சொன்னார்கள். ஆனால், அவர்களுடைய வார்த்தையைக் கூட அவன் லட்சியம் செய்ய வில்லை. இப்ராஹிமினுடைய தலையை உடனே வெட்டும்படி உத்தரவிட்டான்.

அதன்படி, இப்ராஹிமினுடைய தலையை வெட்டப் போகும் தருணத்தில், குதிரை வீரர்கள் சிலர் அங்கே வந்து, "நிறுத்துங்கள்; நிறுத்துங்கள்;" என்றனர்.

அந்த வீரர்கள் பாக்தாத் அரசனுடைய அரண்மனையைச் சேர்ந்தவர்கள். எகிப்து அரசன், எல்காசீப் தன்னுடைய மகன் இப்ராஹிம் காணாமற் போய்விட்டதைப் பற்றி பாக்தாத் அரசனுக்கு எழுதி இருந்தான். இப்ராஹிம், பாக்தாத் நகரத்திலே இருப்பதாகத் தான் கேள்விப் படுவதாகவும், ஆகையால், அவனைத் தேடிக் கண்டுபிடித்துத் தன்னிடம் அனுப்பிவைக்கும்படியும், எல்காசீப் எழுதி இருந்தான்.

ஆகவே, பாக்தாத் அரசன் நாலாபுறங்களிலும் சேவகர்களை அனுப்பி இப்ராஹிமைத் தேடச் சொன்னான். அதன்படி தேடச் சென்ற சேவகர்கள், இப்ராஹிம் சிரச்சேதம்

செய்யப்படவிருக்கின்றான் என்ற செய்தியை, அரசனிடம் சொன்னார்கள்.

அதைக் கேட்ட அரசன், "உடனே சென்று அவனைச் சிரச்சேதம் செய்யவேண்டாம். என்று சொல்லி, இங்கே அழைத்து வா" என்று உத்தரவிட்டான். அந்த உத்தரவின்படி வீரர்கள் விரைந்து வந்து, இப்ராஹிம் சிரச்சேதம் செய்யப்படுவதில் இருந்து தப்புவித்து, அவனை அரசனிடம் அழைத்துச் சென்றனர்.

வீரர்கள் இப்ராஹிமை அரசனிடம் அழைத்துப போனதும், அரசன், இப்ராஹிசை் சிரச்சேதம் செய்ய உத்தரவிட்டவனை வரவழைத்து, "நீ ஏன் இப்ராஹிமைச் சிரச்சேதம் செய்ய உத்தரவிட்டாய்?" என்று கேட்டான். அதற்கு அவன், அரசனைப் பார்த்து, "ஒரு பெண் கொலை செய்யப்பட்டுக் கிடந்தாள். இவன் அந்தப் பிரேதத்தின் அருகில் கைகளில் ரத்தக் கறையுடன் காணப்பட்டான். ஆகையால், இவன்தான் கொலை செய்திருக்கக் கூடும் என்று கருதியே இவனைச் சிரச்சேதம் செய்யச் சொன்னேன்' என்றான்.

அதைக் கேட்ட அரசன், "இவன் கொலை செய்திருக்க மாட்டான் என்று இவனுடைய முகத்தைப் பார்த்தாலே சொல்லிவிடலாமே! அப்படியிருக்க, நீ இவனைச் சிரச்சேதம் செய்யச் சொன்னது தவறு; ஆகையால், உண்மையாகக் கொலை செய்தவனைக் கண்டுபிடி," என்று உத்தரவிட்டான்.

பிறகு, அரசன் இப்ராஹிமைப் பார்த்து, "நீ புறப்பட்டு வந்ததிலிருந்து நடந்த சம்பவங்களைச் சொல்," என்றான். அரசன் உத்தரவுக் கிணங்க, இப்ராஹிம், 'தான் சித்திரத்தில் கண்ட பெண்ணைத் தேடிப் புறப்பட்டது முதல், அதுவரையில் நடந்த சம்பவங்களை' ஒன்று விடாமல் சொன்னான்.

அதைக் கேட் அரசன், அபுல்காசிம் என்ற ஓவியனைப் பிடித்துக் கொண்டு வரும்படி உத்தரவிட்டான். சேவகர்கள் போய் அபுல்காசிமைப் பிடித்து, அரசன் முன்னிலையில் கொண்டு வந்து நிறுத்தினர்.

அபுல்காசிமை அரசன் விசாரித்து, அவன்தான் அந்தப் பெண்ணைக் கொலைசெய்தவன் என்று தெரிந்து, அவனுடைய கைகளை வெட்டி விடும்படி உத்தரவிட்டான். அச்சமயம், ஜமீலாவின் தகப்பனார், அரசனிடம் வந்து, "என்னுடைய பெண்ணை இப்ராஹிம் அழைத்துக்கொண்டு வந்துவிட்டான்' என்று முறையிட்டான்.

அதற்கு அரசன் சிரித்துக் கொண்டே, "இப்ராஹிமினால் உன்னுடைய மகளுக்கு நன்மையே உண்டாயிற்று. ஆகையால், அவளை இப்ராஹிமுக்கு மணம் செய்து கொடுத்துவிடு" என்றான். அதன்படியே, இப்ராஹிமுக்கும் ஜமீலாவுக்கும் திருமணம் நடந்தது. பிறகு இப்ராஹிம் தன்னுடைய மனைவியை அழைத்துக்கொண்டு எகிப்துக்குப் போய்ச் சுகமாக வாழ்ந்தான்," என்றாள் ஷாரஜாத்.

புதையல் எடுத்த சக்கிலி கதை

"கெய்ரோ நகரத்தில மாரூப் என்று ஒரு சக்கிலி இருந்தான். அவன் பழைய செருப்புகளைத் தைத்து ஜீவனம் செய்து வந்தான். அவனுக்குப் பாத்திமா என்ற ஒரு மனைவி இருந்தாள். அவள் வாய் துடுக்கு மிக்கவள். அவளுடைய கணவனைப் படாத பாடுபடுத்தி வந்தாள். அவன் எவ்வளவு சம்பாதித்தாலும் அவள் வீண் செலவு செய்து வந்தாள். மேலும் அவன் சரியாகப் பணம் கொடுப்பதில்லை யென்று ஓயாமல் சண்டை பிடித்து வந்தாள்.

வழக்கப்படி ஒரு நாள் அவன் தன்னுடைய கடைக்குப் புறப்பட்டான். அப்பொழுது, அவனுடைய மனைவி அவனைப் பார்த்து, "இன்று சாயங்காலம் திரும்பி வீட்டிற்கு வரும் பொழுது பலகாரம் வாங்கிக்கொண்டுவா" என்றாள். "ஏதாவது வருமானம் கிடைத்தால் வாங்கி வருகிறேன்,' என்று அவன் சொன்னான். அதற்கு அவள், "வருமானம் கிடைக்கிறதோ, இல்லையோ, எனக்குத் தெரியாது. ஆனால், நீ அவசியம் வாங்கிக் கொண்டுதான் வரவேண்டும்," என்று சொல்லி அனுப்பினாள்.

அதற்குப் பிறகு, அவன் கடைக்குப் போனான். அன்று மத்தியானம் வரையில், அவனுக்கு எவ்வித வருமானமும்

கிடைக்கவில்லை. அவனுடைய மனைவிக்குப் பலகாரம் வாங்கிக் கொண்டு போகாவிட்டால், வீட்டிற்குப் போனால் சச்சரவு ஏற்படும் என்று பயந்தான்.

ஆயினும், கடையை மூடிவிட்டுக் கடைத்தெரு பக்கம் போனான். அங்கே இருந்த பலகாரக்கடை அவனைக் கவர்ந்தது. பலகாரம் வாங்காமல் வீட்டிற்குப் போனால் ஏற்படப்போகும் நிகழ்ச்சிகள் அவன் மனக்கண்முன்னே தோன்றியது. அதனால் அவன் கண்கள் கலங்கிற்று.

பாகாரக்கடைக்காரன், தன் கடைக்கு முன்னால் நின்றிருந்த மாரூப்பைப் பார்த்தான். அவன் கலங்கி நிற்பதைப் பார்த்த கடைக்காரன் அவனைப் பார்த்து, "மாரூப்! என்ன விஷயம்? ஏன் ஒரு மாதிரியாக இருக்கிறாய்?" என்று கேட்டான்.

மாரூப் அவனிடம் விஷயத்தைச் சொன்னான். அதைக் கேட்ட பலகாரக் கடைக்காரன், "கவலைப்படாதே! என்னிடம் உள்ள பலகாரத்தை நான் கடனாகக் கொடுக்கிறேன். நீ அந்தக் கடனை இரண்டு அல்லது மூன்று நாட்களில் திருபபிக் கொடுத்து விடவேண்டும்," என்று சொல்லி, அவன் தன்னிடம் இருந்த பலகாரத்தைக் கொடுத்து அனுப்பினான்.

மாரூப் அந்தப் பலகாரத்தை வாங்கிக்கொண்டு மகிழ்ச்சியுடன் வீட்டிற்குச் சென்றான். அவன் கொண்டு வந்திருந்த பலகாரத்தைப் பார்த்ததும், அவள், "இது என்ன பலகாரம்? நான் சொன்னதை ஏன் வாங்கவில்லை?" என்றாள். அதற்கு மாரூப் அவளைப் பார்த்து, "இந்தப் பலகாரம் வாங்குவதற்கே என்னிடம் காசில்லை; கடனாகத்தான் வாங்கி வந்தேன்," என்றான்.

அவன் சொன்ன சமாதானத்தைக் கேட்டதும், அவளுக்குப் பிரமாதமான கோபம் வந்துவிட்டது. "வீண் வார்த்தைகள் எதற்கு? நான் இதைச் சாப்பிட மாட்டேன்," என்று சொல்லி, கணவனுடைய முகத்தின்மேல் விட்டெறிந்தாள். அதனால் மாரூப் கோபங்கொண்டு மனைவியை அடித்தான். அவள் கணவனைத் திருப்பி அடித்தாள். அதனால் பெருத்த சத்தம் ஏற்பட்டு அக்கம் பக்கத்தில் இருந்தவர்கள் எல்லோரும் அங்கே வந்து கூட்டம் கூடிவிட்டனர்.

அவர்கள் எல்லோரும் மாரூப்பையும் அவனுடைய மனைவியையும் விசாரித்தனர். விஷயத்தைத் தெரிந்ததும், பாத்திமாவைக் கண்டித்துவிட்டுப் போய்விட்டனர். அவர்கள் எல்லோரும் போனதும், பாத்திமா தான் எதுவும் சாப்பிட மாட்டேன் என்று சொல்லிவிட்டுப் படுத்துக் கொண்டாள்.

ஆனால், மாரூப்பினால் பசி பொறுக்க முடியவில்லை, ஆகவே அவன் மட்டும் சாப்பிட்டான். அவன் மட்டும் சாப்பிடுவதைப் பார்த்த அவனுடைய மனைவி, சண்டை பிடித்துக் கொண்டே இருந்தாள். ஆகவே, மாரூப், தன் மனைவியைப் பார்த்து, "நீ சொன்ன பலகாரத்தை நாளைக்கு வாங்கிக் கொண்டு வந்து கொடுக்கிறேன்" என்று சமாதானம் சொன்னான்.

மறுநாள் அவன் கடைக்குப் போய் உட்கார்ந்து இருந்தான். அப்பொழுது நீதிஸ்தலத்தைச் சேர்ந்த உத்தியோகஸ்தர்கள் இரண்டு பேர் மாரூப்பிடம் வந்து, "உன்னை நீதிபதி அழைத்துக் கொண்டுவரச் சொன்னார்; உன்னுடைய மனைவியை நீ அடித்து விட்டதாக உன் மனைவி பிராது கொடுத்திருக்கிறாள்,' என்று சொன்னார்கள்.

உடனே, மாரூப் எழுந்து, அவர்களுடன் நீதிபதியிடம் சென்றான். நீதிபதி மாரூப்பைப் பார்த்து, "உன் மனைவியை அடித்தது உண்மையா?" என்று கேட்டார்.

உடனே, மாரூப், நீதிபதியைப் பார்த்து, "நான் அவளை அடிக்கவில்லை. அவள் பலகாரம் கேட்டாள். என் கையில் காசு இல்லாததால் கடனுக்குக் கிடைத்த பலகாரத்தை வாங்கித் தந்தேன். அவள் அந்தப் பலகாரம் வேண்டாம் என்று சொல்லி என்னை அடித்தாள். இந்த விஷயம் என்னுடைய பக்கத்து வீட்டுக்காரர்கள் எல்லோருக்கும் தெரியும். அவர்கள் வந்து சமாதானம் செய்த பின்னர்தான், அவள் என்னை அடிக்காமல் விட்டுவிட்டாள்," என்று சொன்னான்.

அந்த நீதிபதி தாராள குணம் உள்ளவன். ஆகையால் மாரூப்பிடம் பணம் கொடுத்து, 'உன் மனைவி விரும்பிய பலகாரத்தை வாங்கிக்கொடு," என்றான். ஆனால் மாரூப்

அந்த பணத்தைப் பெற்றுக் கொள்ளவில்லை. அதைத் தன் மனைவியிடமே கொடுக்கும்படி சொன்னான். "அந்தப் பணத்தைக் கொண்டு, அவள் விரும்பும் பலகாரத்தை அவளே வாங்கிச் சாப்பிடட்டும்," என்றான்.

நீதிபதி அவளிடம் அந்தப் பணத்தைக் கொடுத்தான். அவள் வாங்கிக் கொண்டாள். பிறகு, நீதிபதி அவர்கள் இருவருக்கும் புத்திமதி கூறி அனுப்பிவிட்டார்.

நீதிஸ்தலத்தில் இருந்து மாரூப் தன் கடைக்குப்போனான். அவனுடைய மனைவி வேறு பக்கமாகப் போனாள். மாரூப் கடைக்குப் போய்ச் சேர்ந்த சற்று நேரத்தில் வேறு நீதிஸ்தலத்தைச் சேர்ந்த இரண்டு உத்தியோகஸ்தர்கள் வந்தார்கள். அவர்கள் மாரூப்பைப் பார்த்து, "நீதிபதி உன்னை அழைத்து வரச் சொன்னார். உன்னுடைய மனைவி உன்மேல் பிராது கொடுத்து இருக்கிறாள்" என்றனர். அதைக் கேட்ட மாரூப், "இப்பொழுதுதானே நீதிபதி எங்கள் இருவருக்கும் சமாதானம் செய்து வைத்தார்," என்றான். அதற்கு அந்த உத்தியோகஸ்தர்கள், "அந்த நீதிபதி வேறு, இப்பொழுது எங்களுடைய நீதிபதி அழைத்துவரச் சொன்னார்," என்றனர்.

உடனே, மாரூப் அவர்களுடன் மனைவி நின்றிருந்தாள். நீதிபதி மாரூப்பை விசாரித்தான். மாரூப், நடந்த நிகழ்ச்சிகளை ஒன்று விடாமல் நீதிபதியிடம் சொன்னான். அதைக் கேட்ட அந்த நீதிபதி கூட, இருவருக்கும் புத்திமதி கூறி அனுப்பி விட்டான்.

அங்கிருந்து, மாரூப் மறுபடியும் தன்னுடைய கடைக்குப் போனான். அப்பொழுது, ஒருவன் அவனிடம் ஓடி வந்து, "மாரூப்! மறுமடியும் நீதிஸ்தல உத்தியோகஸ்தர்கள் வருகிறார்கள். எங்கேயாவது போய் மறைந்து கொள்; இல்லாவிடில், இந்த நீதிபதி தண்டித்து விடுவான்' என்றான்.

அவன் சொன்னதைக் கேட்ட மாரூப், கடையை மூடிக் கொண்டு நகருக்கு வெளியே ஓடினான். அப்படி ஓடுகையில், மழை பெய்ததால், அருகில் இருந்த ஒரு பாழடைந்த கட்டிடத்தில் போய்ப் புகுந்தான். மழை பெய்து கொண்டு இருந்தது. ஆகையினால், அந்தப்

பாழடைந்த கட்டிடத்தில் உட்கார்ந்தபடியே யோசித்துக்கொண்டு இருந்தான்.

அப்பொழுது, அவன் எதிரே இருந்த சுவர் வெடித்து அதிலிருந்து ஒரு பூதம் தோன்றியது. அந்தப் பூதம் மாரூப்பைப் பார்த்து, "ஏன் அழுது கொண்டு இருக்கிறாய்? உனக்கு என்ன குறை? நான் இங்கு இருநூறு வருஷங்களாக வசித்து வருகிறேன். இங்கு யாரும் வந்தது இல்லை. ஆனால், நீ மட்டும் இங்கே வந்து அழுது என் தூக்கத்தைக் கலைத்துவிட்டாய் என்றாலும், உன்னைப் பார்த்தால் பரிதாபமாய் இருக்கிறது. உனக்கு என்ன வேண்டும். சொல், நான் உனக்கு வேண்டியதைக் கொடுக்கிறேன்," என்றது.

பூதம் சொன்னதைக் கேட்ட மாரூப், "என்னுடைய, மனைவியின் தொல்லையை என்னால் பொறுக்க முடியவில்லை. ஆகையால் வேறு ஒரு தேசத்திற்கு என்னைக் கொண்டு போய் விட்டு விடு; என் மனைவி என்னைத் தேடிக் கொண்டு வராத தேசமாக இருக்கவேண்டும்," என்றான்.

அவனுடைய விருப்பத்திற்கிணங்க, பூதம் அவனைத் தூக்கிச் சென்று வேறொரு நாட்டில் இருந்த மலையின்மேல் விட்டது. பிறகு, அவனைப் பார்த்து, இந்த மலை அடிவாரத்தில் ஒரு ஊர் இருக்கிறது நீ அந்த ஊருக்குப்போ. நீ இங்கிருப்பதை உன் மனைவி கண்டு பிடிக்க முடியாது." என்றது.

மாரூப் அந்த மலையில் இருந்து இறங்கி, ஊருக்குள் போனான். அந்த நகர மக்கள் நடை உடை பாவனைகள் முற்றிலும் மாறாக இருந்தது. அதைப் பார்த்தபடியே மாரூப் நடந்து போய்க்கொண்டு இருந்தான்.

அப்பொழுது, அந்த ஊரைச் சேர்ந்த ஒருவன் மாரூப்பைப் பார்த்து, "நீ எந்த ஊரைச் சேர்ந்தவன்?" என்றான். அதற்கு மாரூப், "நான் கெய்ரோ நகரைச் சேர்ந்தவன்," என்றான்.

உடனே, அவன் மாரூப்பிடம், "நீ அங்கிருந்து புறப்பட்டு எத்தனை நாட்கள் ஆயிற்று?" என்றான். "நேற்று சாயங்காலம் புறப்பட்டேன்," என்றான் மாரூப். அதைக் கேட்ட அந்த உள்ளூர்க்காரன், தெருவில் போய்க்கொண்டிருந்த மற்றவர் களைக்

கூப்பிட்டு, “இதோ இவனைப் பாருங்கள்! கெய்ரோவிலிருந்து புறப்பட்டு, ஒரே இரவில் இங்கு வந்து சேர்ந்தேன் என்று சொல்கிறான்,” என்று மாரூப்பைச் சுட்டிக் காட்டினான்.

மாரூப் சொன்னதைக் கேட்ட எல்லோரும் ஆச்சர்யம் அடைந்தனர். ஒரு வருஷம் பிரயாணம் செய்ய வேண்டிய தூரத்தை ஒரே இரவில் அடைந்தேன் என்று சொன்ன மாரூப்பைப் ‘பைத்திக்காரன்’ என்று எல்லோரும் கேலி செய்தனர்.

மாரூப்பைச் சுற்றிக் கும்பல் கூடிவிட்டது. எல்லோரும் அவனுடைய பைத்தியக்காரத்தனத்தைப் பற்றியே பேசிக் கொண்டிருந்தனர். அப்பொழுது அவ்வழியே வந்த ஒரு வியாபாரி, மாரூப்பைத் தன்னுடைய வீட்டிற்கு அழைத்துப் போனான்.

அந்த வியாபாரி மாரூப்பிற்குத் தன்னுடைய வீட்டில் உணவளித்துத் தங்கவும் வசதிகளைச் செய்து கொடுத்தான். சாப்பிட்ட பின்னர், அந்த வியாபாரி, கெய்ரோ நகரத்தைப் பற்றி மாரூப்பிடம் பேசிக்கொண்டு இருந்தான்.

அவர்களின் பேச்சுக்கிடையே, “கெய்ரோ நகரைச் சேர்ந்த மருந்துக்கடை அஹமத் என்பவனைத் தெரியுமா?” என்று மாரூப்பை வியாபாரி கேட்டான். அதற்கு மாரூப் “அஹமத் என்னுடைய பக்கத்து வீட்டுக்காரன். அஹமத்துககு மூன்று பிள்ளைகள். அந்தப் பிள்ளைகளில், அலீ என்பவனும் நானும் சிறு குழந்தைகளாக இருக்கும் பொழுது ஒன்றாகவே விளையாடுவோம். அந்த அலீ சிறுவயதில் எங்கேயோ ஓடிவிட்டான். அவன் எங்கே இருக்கின்றான் என்று இதுவரையிலும் தெரியவில்லை,” என்றான்.

மாரூப் சொன்னதைக் கேட்ட அந்த வியாபாரி, “சிறு வயதில் வீட்டை விட்டு ஓடிவந்து விட்ட அலீ நான்தான்,” என்றான். அதைக் கேட்ட மாரூப் ஆச்சர்யப்பட்டான். பிறகு, மாரூப் அலீயைப் பார்த்து, “நீ எப்படி இந்த ஊருக்கு வந்து சேர்ந்தாய்? இங்கு என்ன செய்து கொண்டு இருக்கிறாய்,” என்று கேட்டான்.

அதைக் கேட்ட அலீ, “நான் வீட்டைவிட்டு புறப்பட்டு பல ஊர்களில் அலைந்து விட்டுக் கடைசியில் இங்கு வந்து சேர்ந்தேன்.

இந் ஊர் ஜனங்களின் சுபாவம் எனக்குப் பிடித்துஇருந்ததால், இங்கேயே தங்கிவிட்டேன். இந்த ஊர் ஜனங்களிடம், 'நான் பெரிய வியாபாரி; என்னுடைய வியாபாரப் பொருட்கள் எல்லாம் வந்து கொண்டிருக்கின்றன; நான் முன்னதாகப் புறப்பட்டு வந்திருக்கிறேன்,' என்று சொன்னேன். நான் அப்படிச் சொன்னதை இவர்கள் நம்பினார்கள்.

"ஆகவே, நான் இங்கே ஒரு வீட்டை வாடகைக்கு அமர்த்தினேன். என்னுடைய வியாபாரப் பொருட்கள் வந்து சேர்ந்ததும், திருப்பிக் கொடுப்பதாகச் சொல்லி, ஒருவனிடம் ஆயிரம் பொற்காசுகளைக் கடன் வாங்கினேன். அதை வைத்தே வியாபாரம் செய்து பெரும் பொருள் ஈட்டியிருக்கிறேன்.

இந்த ஊர் ஜனங்களிடம் உன்னுடைய உண்மை நிலையைச் சொன்னால், யாரும் உன்னை நம்பமாட்டார்கள். நான் உன்னிடம் ஆயிரம் பொற்காசுகளைக் கொடுக்கிறேன். அதை நீ எடுத்துக் கொண்டு நாளைக்குக் கடைத் தெருவுக்கு வா; நான் அங்கே ஒரு கடையில் உட்கார்ந்திருப்பேன். உன்னைக் கண்டதும், நான் வரவேற்று வணக்கம் செலுத்துகிறேன்.

"பிறகு, உன்னைப் பார்த்து, உன்னுடைய சரக்குகள் எல்லாம் எப்பொழுது வந்து சேரும்," என்று கேட்பேன். அதற்கு நீ, "வந்து கொண்டு இருக்கிறது; சீக்கிரமாக வந்துவிடும்," என்று சொல். பிறகு, நான் சில சரக்குகளின் பெயரைச் சொல்லி, 'அந்தச் சரக்குகள் இருக்கின்றனவா?' என்று கேட்கிறேன். அதற்கு நீ, "ஏராளமாக இருக்கிறது," என்று சொல்.

"அதற்குப் பிறகு நான் அங்குள்ள எல்லா வியாபாரிகளுக்கும் உன்னை அறிமுகம் செய்து வைக்கிறேன். பிறகு, நீயும் ஒரு கடையை அமர்த்திக் கொண்டு வியாபாரி ஆகிவிடலாம்" என்றான்.

அலீ சொன்னபடியே, மறுநாள் மாரூப் கடைத் தெருவுக்குப் போனான். அங்கிருந்த அலீ அவனை வரவேற்று வானளாவப் புகழ்ந்து பேசினான். அலீயைப் போன்ற பெரிய வியாபாரியே புகழ்ந்து பேசுவதைக் கேட்ட மற்ற வியாபாரிகள் எல்லோரும் மாரூப்பிடம் மிகுந்த மரியாதை காட்டினர்.

மாரூப்பிடம் மற்ற வியாபாரிகள் பேசிக் கொண்டிருக்கையில், அங்கு வந்த பிச்சைக்காரன் ஒருவனுக்கு மாரூப் தன் பையில் இருந்த பொற்காசுகளைக் கைநிறைய அள்ளிக்கொடுத்தான். பிச்சைக் காரனுக்குக் கைநிறையப் பொற்காசுகளை அள்ளிக்கொடுத் மாரூப்பை, உண்மையிலேயே பெரிய சீமான் என்றே எல்லோரும் எண்ணினர்.

அதற்குப் பிறகு, ஒருவரை அடுத்து ஒருவராக வந்து பிச்சைக்காரர்கள் எல்லோருக்கும், அப்படியே அள்ளி அள்ளிக் கொடுத்து, அவன் கொண்டு வந்த ஆயிரம் பொற்காசுகளும் தீர்ந்துவிட்டன.

ஆகவே, மேற்கொண்டு வந்த பிச்சைக்கரர்களுக்கு கொடுப்பதற்காக என்றே ஐயாயிரம் பொற்காசுகளைக் கடனாக வாங்கினான். அந்த ஐயாயிரம் பொற்காசுகளையும் பிச்சைக் காரர்களுக்கே கொடுத்து விட்டான்.

அப்படியே, அவன் தினந்தோறும் கடைத் தெருவுக்குப் போய், பிச்சைக்கரர்களுக்குக் கொடுப்பதற்கென்றே இருபது நாட்களில் அறுபதினாயிரம் பொற்காசுகளைக் மைம்மாற்றுக் கடனாக வாங்கிவிட்டான்.

நாட்கள் செல்லச் சொல்லக் கடன் கொடுத்தவர்கள் மாரூப்பிடம், “சரக்குகள் எப்பொழுது வந்து சேரும்?” என்று கேட்டனர். அதற்கு மாரூப்,, “சீக்கிரம் வந்துவிடும்” என்று சொல்லி வந்தான். பல தடவைகள் சொல்லியும் சரக்குகள் வந்து சேராததினால், கடன் கொடுத்தவர்கள், அலீயிடம் சென்று விஷயத்தைச் சொன்னார்கள்.

ஆகவே, ஒரு நாள் அலீ, மாரூப்பைத் தனியாகக் கூப்பிட்டு, “நீ தினந்தோறும் கடைத் தெருவுக்கு வந்து கடன் வாங்கித் தர்மம் செய்து கொண்டே இருந்தால், வாங்கிய கடனை எப்படித் திருப்பிக் கொடுப்பாய்? ஏதாவது வியாபாரம் செய்தாலாவது கடன் கொடுத்தவர்கள் தொல்லைப்படுத்தாமல் இருப்பார்கள்,” என்றான்.

அதைக் கேட்ட மாரூப், "ஆமாம்; வியாபாரம் செய்ய வேண்டியதுதான்; என்னுடைய சரக்குகள் வந்ததும், அவர்களுக்கெல்லாம் சரக்காகவோ, அல்லது பணமாகவோ கொடுத்துத தீர்த்து விடுகிறேன்," என்றான்.

மாரூப் சொன்ன பதிலைக் கேட்ட அலீக்கு அடக்க முடியாத கோபம் உண்டாயிற்று. ஆகவே, அவன் மாரூப்பைப் பார்த்து, "என்னிடமே இப்படிச் சொல்கிறாயே? உன்னுடைய ரகசியத்தை எல்லோரிடமும் சொல்லி விடுகிறேன் பார்," என்றான்.

அதைக் கேட்ட மாரூப், சற்றும் தயங்காமல், "போய்ச் சொல்," என்றான். அலீ யோசித்தான். தானே அவனைப்பற்றி உயர்வாகப் பேசிவிட்டு, இப்பொழுது போய் அவனைப்பற்றிக் கேவலமாகச் சொன்னால், தன்னையே நம்பமாட்டார்கள் என்று எண்ணினான்.

ஆகவே, அவனைப்பற்றி எதுவும் பேசாமல், தன் வியாபாரத்தைக் கவனித்துக்கொண்டு இருந்தான். வியாபாரிகள் எல்லோரும்மறுபடியும்வந்து அலீயைக்கேட்டார்கள்.அதற்கு அலீ, அவர்களிடம், "அவன் எனக்கு ஆயிரம் பொற்காசுகள் கொடுக்க வேண்டும். நான் கேட்டாலும், சரக்குகள் வந்ததும் கொடுக்கிறேன் என்றுதான் சொல்கிறான். நீங்கள் கொடுக்கும்பொழுது என்னைக் கேட்டு கொடுக்கவில்லை. ஆகையால், நீங்களே மறுபடியும் அவனைக் கேட்டுப் பாருங்கள். அவன் கொடுக்காவிட்டால், அரசனிடம் முறையிடுங்கள்,' என்றான்.

அலீ சொன்னதன் பேரில், அந்த வியாபாரிகள் எல்லோரும் அரசனிடம் சென்று முறையிட்டனர்.

அதைக் கேட்ட அரசன் யோசித்தான். உண்மையிலேயே அவன் திரண்ட சொத்துக்கு அதிபதியாக இராவிடில், இப்படித் தர்மம் செய்ய முடியாது என்ற முடிவுக்கு வந்தான். ஆகவே, தன் மந்திரியிடம், "அவனுடைய சரக்குகள் வந்ததும், இவர்களுடைய கடன்களைக் கொடுத்துத் தீர்த்து விடுவான். பிறகு, அவனிடம் இருக்கும் சரக்குகளை எல்லாம் நாம் அடைந்து கொள்ளலாம். அம்மாதிரி அந்தச் சரக்குகளை நாம் அடைந்து கொள்ள வேண்டும் என்றால், இளவரசியை அவனுக்கு மணம் செய்து

வைத்து விடலாம். அதனால் அவனுடைய சொத்தும் நம்முடைய சொத்துடன் சேர்ந்து விடும்,'' என்றான்.

அரசன் சொன்னதைக் கேட்ட மந்திரி, "அவசரப்பட்டு முடிவு செய்யக்கூடாது. ஒருகால், அவன் உண்மையிலேயே மோசக்ாரனாக இருக்கக்கூடும்,'' என்றான.

அதற்கு அரசன், அவன், உண்மையிலேயே சீமானா, அல்லது மோசக்காரனா என்பதை நான் கண்டுபிடித்து விடுகிறேன். அவனை என்னிடம் வரச்சொல்லி, என்னிடம் உள்ள உயர்தர நகை ஒன்றை அவனிடம் காண்பிக்கிறேன், அதனுடைய மதிப்பை அவன் சரியாகச் சொல்லிவிட்டால், அவன் உண்மையிலேயே சீமானாகத்தான் இருக்க முடியும். இல்லாவிட்டால், அவன் மோசக்காரன் என்று சொல்லி விடலாம்,'' என்றான். அவன் மோசம் செய்பவன் என்று தெரிந்தால், அவனைக் கொன்று விடும்படி உத்தரவிடலாம் என்றும் அரசன் சொன்னான்.

பிறகு அரசன் மாரூப்பை வரவழைத்தான். அவனை அன்புடன் உபசரித்துத் தன்னருகில் அமரச் செய்தான். பிறகு, அவனைப் பார்த்து, "இங்குள்ள வியாபாரிகளிடம் நீ அறுபதினாயிரம் பொற்காசுகளை;க கடன் வாங்கி இருக்கிறாயாமே! அது உண்மையா?'' என்று கேட்டான். அதற்கு மாரூப், "ஆமாம்,'' என்றான்.

"உடனே அரசன், "நீ அந்தக் கடனைத் திருப்பிக் கொடுக்காத காரணம் என்ன?'' என்றான். அதற்கு மாரூப், "என்னுடைய சரக்குகள் எல்லாம் வந்து சேர்ந்ததும், நான் கொடுத்துவிடுகிறேன். பணமே வேண்டும் என்பவர்களுக்குப் பணமாகக் கொடுப்பேன். சரக்குகளை வாங்கிக்கொள்கிறேன் என்று சொல்பவர்களுக்குச் சரக்குகளைக் கொடுப்பேன் எப்படியும் நான் கடன் வா;ஙகிய தொகைக்கு இரட்டிப்பாகக் கொடுக்கலாம் என்று உத்தேசித்து இருக்கிறேன்,'' என்றான்.

அதைக் கேட்ட அரசன், மாரூப்பிடம் தான் மிகவும் விலையுயர்ந்தது என்று கருதி ஆயிரம் பொற்காசுகளுக்கு வாங்கிய ரத்தினக்கல் ஒன்றைக் கொடுத்து, "இந்த நகையின் மதிப்பு என்ன இருக்கும்? சொல், பார்க்கலாம்!'' என்றான். மாரூப் அந்தக் கல்லை

அரசனிடம் இருந்து வாங்கிப் பார்த்தான் உடனே, அந்தக் கல் உடைந்து விட்டது.

அந்தக் கல் உடைந்து விட்டதைப் பார்த்த அரசன், இது என்ன! நகையை உடைத்து விட்டாயே!" என்றான். அரசன் சொன்னதைக் கேட்ட மாரூப், " அரசே! இது நகையல்ல. இது பூமியில் இருந்து எடுக்கப்பட்ட ஒரு கல். இதன் விலை மிகவும் சாதாரணமானது. ஆயிரம் பொற்காசுகள்தான் பொறும். இதைவிட உயர்ந்த கற்களால் செய்யப்பட்ட நகைகள் என்னிடம் ஏராளமாக இருக்கின்றன. அவை ஒவ்வொன்றும் அறுபதினாயிரம் பொற்காசுகள் பொறும், என்றான்.

மாரூப் சொன்னதில் திருப்தி அடைந்த அரசன், அந்த வியாபாரிகளைப் பார்த்து, "அவனுடைய சரக்குகள் வந்ததும், உங்களுடைய பாக்கியைத் தீர்த்து விடுவான். நீங்கள் போகலாம்," என்று சொல்லி., அவர்களை அனுப்பிவிட்டான்.

அவர்கள் எல்லோரும் போனதும், அரசன் மந்திரியைப் பார்த்து,"நீமாரூப்பிடம்போய்ப்பக்குவமாகப்பேசி,என்னுடையய மகளை அவன் மணம் செய்து கொள்ளும்படி செய்யவேண்டும்," என்றான். அதற்கு அந்த மந்திரி, "அரசே! அவசரப்பட்டுக் கலியாணம் செய்து வைப்பது நல்லது அல்ல. மாரூப் மோசக்காரன் என்றுதான் நான் இன்னமும் நினைக்றேன்அவனுடைய வார்த்தைகளில் எனக்கு நம்பிக்கை ஏற்படவில்லை," என்றான்.

மந்திரி, தன்னுடைய யோசனைக்கு இணங்காததைக் கண்ட அரசன் கோபங் கொண்டான். அதற்குமுன் ஒரு முறை அந்த மந்திரி இளவரசியைத் தனக்குக் கலியாணம் செய்து கொடுக்கும்படி கேட்டான். இளவரசி அவனை மணம் செய்து கொள்ள இசையவில்லை. ஆகையினால்தான், மந்திரி இளவரசியின்மேல் பழி தீர்த்துக்கொள்ளும் பொருட்டு, அந்தக் கலியாணத்தைத் தடை செய்கிறான், என்று அரசன் நினைத்தான்.

என்றாலும், அரசன் தன்னுடைய மந்திரியைப் பார்த்து "அவன் மோசக்காரனாக இருந்தால், ரத்தினக் கல்லின் மதிப்பு அவனுக்குத் தெரியுமா? அவன் யோக்கியன்; ஆகையினால் தான், அவனுக்கு எல்லா விஷயங்களும் தெரிகின்றன. நான்

அந்த ரத்தினக்கல்லை வாங்கின விலையைச் சரியாகச் சொல்லி, தன்னிடம், இருக்கும் ஏராளமான நகைகளைக் கொடுப்பதாகச் சொன்னானே! அவன் பொய் சொல்பவனாக இருந்தால், அப்படிச் சொல்வானா? நீ எதையோ நினைத்துக் கொண்டு என்னுடைய மகளின் கலியாணத்திற்கு குறுக்கே நிற்கிறாய்," என்றான்.

அரசனுடைய கோபத்தைக் கண்டு மந்திரி பயந்தான். மறுபேச்சுப் பேசாமல் மாரூப்பைத் தேடிச் சொன்றான். மாரூப்பைப் பார்த்து, "அரசன் உன் பேரில் மிகவும் பிரியங்கொண்டு இருக்கிறான். அவனுடைய மகளை உனக்கு மணம் செய்து வைக்க விரும்புகிறான். உன்னுடைய அபிப்பிராயம் என்ன?" என்றான்.

அதற்கு மாரூப், "செய்துகொள்ளலாம் அதனால் கெடுதி இல்லை. ஆனால், என்னுடைய சரக்குகள் எல்லாம் வந்த பிறகு தான் செய்து கொள்ள முடியும் சரக்குகள் எல்லாம் வந்தால்தான், நான் கலியாணத்தின் போது, எல்லோருக்கும் தாராளமாகப் பரிசுகள் கொடுப்பதற்குச் சௌகர்யமாக இருக்கும்," என்றான்.

உடனே, மந்திரி அந்த விஷயத்தை அரசனிடம் போய்ச் சொன்னான். அந்த பதிலைக் கேட்டு அரசன் திருப்தி அடையவில்லை. ஆகவே, மாரூப்பைத் தன்னிடம் அழைத்து வரும்படி மந்திரியிடம் சொன்னான்.

மாரூப் வந்ததும், அரசன் அவனைப் பார்த்து, "சரக்குகள் எல்லலாம் வந்து சேர்ந்த பிறகு. கலியாணத்தைப் பற்றி யோசிக்னலாம் என்று சொன்னாயாமே! கலியாணத்தின் போது, நீ பரிசு கொடுப்பதற்குத் தேவையான பணத்தை அரண்மனை பொக்கிஷத்திலிருந்து எடுத்துககொள். அதைப்பற்றிக் கொஞ்சமும் யோசிக்காதே. உன்னுடைய சரக்குகள் வந்ததும், அதைத் திருப்பிக் கொடுத்துவிட்டால் போகிறது. ஆகையினால், இப்பொழுது கலியாணத்தை நடத்திவிடலாம்," என்றான்.

அரசனுடைய விருப்பத்திற்கு மாரூப் ஒப்புக்கொண்டான். உடனே, இளவரசிக்கும் மாரூப்புக்கும் திருமணம் நடந்தது. பொக்கிஷச் சாவியை அரசன் மாரூப்பிடம் கொடுத்து விட்டான். பொக்கிஷத்தில் இருந்த பணம் அவ்வளவையும் மாரூப் எடுத்து

தான தர்மம் செய்ய ஆரம்பித்தான். அதைப் பார்த்த மந்திரி, மாரூப்பைப் பார்த்து, "பொக்கிஷத்தில் உள்ள பணத்தை இப்படிச் செலவழிக்காதே; உன்னுடைய சரக்குகள் வந்ததும், அவற்றை வேண்டுமானால் உன்னிஷ்டப்படி செலவழித்துக்கொள்." என்றான். அதைக் கேட்ட மாரூப், மந்திரியைப் பார்த்து, "இந்த விஷயத்தில் நீ தலையிடாதே," என்றான்

ஆனால், மாருப் தன் மனத்திற்குள், 'வரும் வினை வழியில் தங்காது' என்று நினைத்து கொண்டான்.

இளவரசிக்கும் மாரூப்புக்கும் நடந்த திருமணத்தை, அந்த நகர மக்கள் நாற்பது நாட்கள் கொண்டாடினார்கள். நாற்பத்தோறாவது நாள் மணமக்கள் ஊர்வலமாக அழைத்துச் செல்லப்பட்டனர். அந்த ஊல்வலத்தின் முன் வரிசையில், அந்த நகரத்தில் இருந்த அத்தனை பிரமுகர்களும் நடந்தே சென்றனர்.

ஊர்வலம் அரண்மனையை அடைந்ததும், மணமக்கள் தங்களுடைய அறைக்குச் சென்றனர். அங்குச் சென்றதும் மாரூப் ஏதோ யோசிப்பவனைப் போலக் காணப்பட்டான். அதைப் பார்த்த அவனுடைய மனைவி, "உங்கள் முகம் ஏன் வாட்டமாக இருக்கிறது?" என்றாள் அதைக் கேட்ட மாரூப், "இத்தகைய மகிழ்ச்சிகரமான நாளில் உனக்கும், உன்னுடைய தாதிப் பெண்களுக்கும் ஏராளமான நகைகளைப் பரிசளிக்க வேண்டும் என்றுதான் கலியாணத்தையே என்னுடைய சரக்குகள் வந்து சேர்ந்தபின் வைத்துக் கொள்வோம் என்று உன் தகப்பனாரிடம் சொன்னேன். ஆனால், அவர் பிடிவாதமாக, உடனே கலியாணம் நடந்தாக வேண்டும் என்று சொல்லிவிட்டார். உங்களுக்கெல்லாம் நிறைய நகைகள் கொடுக்க இயலவில்லையே என்று என் மனம் மிகவும் சஞ்சலப்படுகிறது", என்றான்.

கணவன் சொன்னதைக் கேட்ட இளவரசி, "நீங்கள் நகைகளைக் கொடுக்கவில்லையே என்று நாங்கள் கொஞ்சம் கூட வருத்தப்படவில்லை. சரக்குகள் வந்து சேர்ந்ததும் எல்லோருக்கும் கொடுத்தால் போகிறது. அதற்காக இவ்வளவு கவலைப்பட வேண்டியது இல்லை," என்று சமாதானம் சொன்னாள்.

மறுநாள் மாலையில் மாரூப் அரச சபைக்குப் போனான். அவன் சபையினுள் நுழைந்ததும், எல்லோரும் எழுந்து நின்று, அவனை வரவேற்றனர்.

அரசன் அவனைத் தன்னருகில் அமரச்செய்தான். உடனே மாரூப் அரண்மனைப் பொக்கிஷ அதிகாரியைக் கூப்பிட்டு, பொக்கிஷத்தில் இருக்கும் பொருட்களை எல்லாம் கொண்டுவரச் சொன்னான். அந்த அதிகாரி பொருட்களைக் கொண்டு வந்து கொடுத்தான். மாரூப் அந்தப் பொருட்களை அரச சபைக்கு வந்திருந்தவர்களுக்கு எல்லாம் கொடுக்கச் செய்து, அவர்களைக் கௌரவித்தான்.

பொக்கிஷத்தில் இருந்ததை எல்லாம் எடுத்துத் தொடர்ந்தாற் போல் இருபது நாட்கள், எல்லோருக்கும் கொடுக்கச் சொன்னான். அதனால், பொக்கிஷத்தில் இருந்த பணம் முழுவதும் கரைந்து போயிற்று. அந்த விஷயத்தைப் பொக்கிஷ அதிகாரி, அரசனிடம் சொன்னான்.

அதனால் கலவரம் அடைந்த மன்னன், உடனே மந்திரியைக் கூப்பிட்டு, "என்னுடைய மருமகனுடைய சரக்குகள் இன்னும் வந்து சேரவில்லையே! ஏன் தாமதப் படுகிறது?" என்று கேட்டான்.

அதைக் கேட்ட மந்திரி சிரித்தான். பிறகு, அரசனைப் பார்த்து, "அவனுக்கு வரவேண்டிய சரக்குகள் எதுவும் இருப்பதாகத் தெரிய வில்லை. அவனுடைய மோசத்தை இன்னும் எத்தனை நாட்களுக்குச் சகித்துக்கொண்டு இருப்பதென்று எனக்குத் தெரியவில்லை," என்றான்.

அதற்கு அரசன், "அவனுடைய மோசடியை எப்படி அம்பலப்படுத்து முடியும்?" என்றான். உடனே, மந்திரி அரசனைப் பார்த்து, "அவனுடைய மோசடியை அம்பலப்படுத்த வேண்டும் என்றால், அது இளவரசியினால்தான் முடியும். இளவரசி, அவனிடம் தந்திரமாகப் பேசித் தெரிந்துகொள்ள முடியும். நீங்கள் இளவரசியை ஒரு திரைக்குப் பின்னால் இருக்கச்சொல்லுங்கள். நான் இளவரசியிடம் விஷயங்களைச் சொல்லுகிறேன். அதன்படி இளவரசி நடந்து கொண்டால், அவனுடைய மோசடியை உடனே கண்டுபிடித்து விடலாம்," என்றான்.

உடனே, மந்திரியை அழைத்துக்கொண்டு, அரசன் தன்னுடைய அறைக்குப் போனான். இளவரசிக்குச் சொல்லி அனுப்பினான். அவள் திரைக்குப் பின்னால் உட்கார்ந்தாள். அந்தச் சமயத்தில் மாரூப் எங்கேயோ போய் இருந்தான்.

ஆகவே மந்திரி, திரைக்குப் பின்னால் இருந்த இளவரசியிடம், "உன்னுடைய கணவன் தன்னுடைய வியாபாரச் சரக்குகள் சீக்கிரமாக வந்துசேரும் என்று பல நாட்களாகச் சொல்லி வருகிறான். அதனுடைய உண்மை எங்களுக்கு விளங்கவில்லை. ஆகவே, நீ அவனிடம், "சரக்குகள் வந்து சேராவிடில். கவலைப்பட வேண்டாம். என்னிடம் உண்மையைச் சொல் நான் அதற்குத் தகுந்தாற்போல், என் தந்தையிடம் சொல்கிறேன். உனக்கு அதனால் எவ்விதமான கஷ்டமும் நேராமல் நான் பார்த்துக்கொள்கிறேன். என்று பக்குவமாகப் பேசி, அவனிடம் உண்மையைத் தெரிந்து எங்களுக்குச் சொல்ல வேண்டும்," என்றான். இளவரசி அப்படியே விசாரித்துத் தகவல் தெரிந்து சொல்வதாக ஒப்புக்கொண்டாள்.

அன்று ராத்திரி, இளவரசி தன் கணவனைப் பார்த்து, "சரக்குகள் வருகின்றன என்று எத்தனை நாட்களுக்குச் சொல்லிக்கொண்டு இருக்க முடியும். என்னிடம் உண்மையைச் சொன்னால், நான் அதற்குத் தகுந்தபடி என் தகப்பனாரிடம் சொல்லி, ஏதாவது ஏற்பாடுகளைச் செய்கிறேன். இல்லாவிடில், அதனால் மிகுந்த தொல்லைகள் ஏற்படக்கூடும்," என்றாள்.

மனைவி சொன்ன நியாயத்தை உணர்ந்த மாரூப், "நான் உன்னிடம் உண்மையைச் சொல்கிறேன். நான் வியாபாரியே அல்ல; ஆனால், சக்கிலி. என்னுடைய சரக்குகள் வருகின்றன என்று நான் சொல்லி வருவது பொய்தான்," என்று சொல்லித் தன்னுடைய வரலாறு முழுவதையும் அவளிடம் சொன்னான்.

அதைக் கேட்டதும், அவள் கலக்கம் அடைந்தாள். ஆயினும், தன்னுடைய கணவனுக்கு அபாயம் நேரிடுவதை அவள் விரும்பவில்லை. ஆகையால், அவனைப் பார்த்து, "இந்த விஷயம் என் தகப்பனாருக்குத் தெரிந்தால், நிச்சயமாக உன் தலையை வெட்டிவிடும்படி உத்தரவிடுவார். அதனால் எனக்கும் சங்கடம் ஏற்படும். நீ இறந்த பிறகு, என்னை வேறொருவனுகக்குக் கலியாணம்

செய்து கொடுக்க முயற்சி நடைபெறும். ஆனால், நான் வேறு யாரையும் கலியாணம் செய்து கொள்ள மாட்டேன். இந்தச் சங்கடம்கூட மந்திரியினால் ஏற்பட்டதுதான். முன்பு ஒரு முறை மந்திரி என்னை மணந்து கொள்ள விரும்பினான். ஆனால், நான் ஒப்புக் கொள்ளவில்லை. அதனால் அவன் கோபம் கொண்டு இருக்கிறான்.

இப்பொழுது, இந்த விஷயம் அவனுக்குத் தெரிந்தால், உடனே உன்னைச் சிரச்சேதம் செய்யும்படி அரசனுக்குச் சொல்லிக் கொடுப்பான். ஆகையினால், நீ இங்கிருந்து தற்சமயம் எங்காவது போய்விடுவது நல்லது. நான் உனக்கு ஐம்பதினாயிரம் பொற்காசுகள் கொடுக்கிறேன். அதை எடுத்துக்கொண்டு வேறு ராஜ்யத்திற்குப் போய் வியாபாரம் செய்து கொண்டு இரு.

நான் இங்கு, என்னுடைய தகப்பனாருக்குத் தகுந்த சமாதானம் சொல்லி வைக்கிறேன். பிறகு உனக்குத் தகவல் தெரிவிக்கிறேன். அதன்பேரில், நீ இங்கு வந்து சேரலாம்," என்று சொல்லி, அவனிடம் ஐம்பதினாயிரம் பொற் காசுகளைக் கொடுத்து, அன்றிரவே அவனை வெளியூருக்கு அனுப்பி விட்டாள்.

மறுநாள் காலையில் தன்னுடைய மகளை அழைத்து விஷயத்தைக் கேட்டான். அதற்கு அவள் தன் தகப்பனைப் பார்த்து, "நேற்று நீங்கள் என்னிடம் சொன்ன விஷயத்தைப் பற்றி என் கணவனிடம் கேட்கலாம் என்று இருந்தேன். ஆனால், நான் அதைப்பற்றிக் கேட்குமுன், என் கணவன் பெயருக்கு ஒரு கடிதம் வந்திருப்பதாகச் சொல்லி, வேலைக் காரன் ஒரு கடிதத்தைக் கொண்டுவந்து என்னிடம் கொடுத்தான்.

அந்தக் கடிதத்தில், என் கணவனுடைய வியாபாரப் பொருட்களில் கொஞ்சம் அராபியர்களால் களவாடப்பட்டு விட்டதாக எழுதப்பட்டு இருந்தது. ஆகவே, அந்த விஷயத்தை விசாரித்துவிட்டு, மற்ற பொருட்களை உடனே இங்கு கொண்டு வந்து சேர்ப்பதாகச் சொல்லிவிட்டுப் போய் இருக்கிறார்," என்று சொன்னாள்.

மேலும், தன் கணவன் தன்னை விட்டுப் புறப்படுமுன், பிரிவதற்கு மனம் இன்றி புறப்பட்டுப் போனதாகவும் சொன்னாள்.

அதைக் கேட்ட அரசன், மகள் பேரில் அனுதாபங்கொண்டான். அவளுடைய கணவன் சீக்கிரமாகத் திரும்பி வந்துவிடுவான் என்று மகளுக்கு ஆறுதல் கூறினான்.

மனைவியிடம் இருந்து ஐம்பதினாயிரம் பொற் காசுகளைப் பெற்றுக் கொண்டு புறப்பட்ட மாரூப், எங்கு போவதெனத் தெரியாமல், பைத்தியம் பிடித்தவனைப் போலப் போய்க்கொண்டிருந்தான். நெடுந்தூரம் சென்றதும், அவனுக்குக் களைப்பு மேலிட்டது.

அச்சமயம், அவன் கண்களுக்கு ஒரு சிறிய கிராமம் தென்பட்டது.ஆகவே, அந்தகிராமத்தை நோக்கிப் போனான். வழியில், விவசாயி ஒருவன், தன்னுடைய நிலத்தை உழுது கொண்டிருப்பதைப் பார்த்ததன். அந்த உழவனிடம் சென்று, தனக்குப் பசியாக இருப்பதாகவும், ஏதாவது ஆகாரம் இருந்தால் கொடுக்கும்படியும் கேட்டான்.

அதற்கு அந்த உழவன், "நீ மிகவும் களைத்துபபோய்க் காணப்படுகிறாய். ஆகையால், இங்கேயே இரு. நான் அதோ இருக்கும் கிராமத்திலுள்ள என் வீட்டிற்குப்போய், உனக்கு வேண்டிய உணவு கொண்டு வருகிறேன்," என்று சொல்லி வீட்டுக்குப் போனான்.

அந்த உழவன், தனக்காக, உழுவதை விட்டுப் போவதை பார்த்த மாரூப், அவன் திரும்பி வரும் வரையில் அந்த வேலையைச் செய்யலாம் என்று எண்ணி நிலத்தை உழுதான். அப்படி உழுது கொண்டிருக்கையில், கலப்பை நிலத்தினுள் இருந்து ஏதோ ஒன்றில் சிக்கிக் கொண்டது. மாடுகளினால் இழுக்க முடியவில்லை. ஆகவே, கைகளால் மண்ணை விலக்கிப் பார்த்தான். அவன் கண்களுக்குத் தங்க வளையம் ஒன்று தென்பட்டது. அந்த வளையத்தில் கலப்பை சிக்கிக் கொண்டிருந்தது.

ஆகவே, மண்ணை நன்றாக விலக்கி விட்டுப் பார்த்தான். அந்தத் தங்க வளையம் ஒரு கல்லில் இணைக்கப்பட்டு இருந்தது. அந்தக் கல்லைப் புரட்டிப் பார்த்தான். அந்தக் கல்லின் கீழ் சுரங்க வழி ஒன்று இருந்தது. அந்தச் சுரங்கத்தில் இருந்த படிகளின் வழியாக இறங்கி உள்ளே போனான்.

சுரங்கத்தினுள் விசாலமான நான்கு அறைகள் காணப்பட்டன. அந்த அறைகள் ஒவ்வொன்றிலும் தங்கமும் நவரத்தினமும் நிறைந்து இருந்தது. ஒரு அறையின் மூலையில், சிறிய பெட்டி ஒன்று காணப்பட்டது.

அவ்வளவு நவரத்தினங்களும் குவிக்கப்பட்டு இருக்கும் அந்த இடத்தில், ஒரு சிறிய பெட்டி மட்டும் மூடி வைக்கப்பட்டு இருந்ததைப் பார்த்த மாரூப் ஆச்சர்யப் பட்டான்.

ஆகவே, அந்தப் பெட்டியைத் திறந்து பார்த்தான். அதனுள் ஒரு மோதிரம் இருந்தது. அந்த மோதிரத்தை எடுத்துத் தேய்த்தான். உடனே, ஒரு பூதம் தோன்றியது. அந்தப் பூதம் மாரூப்பை வணங்கி “எனக்கு என்ன கட்டளை இடுகிறாய்?” என்றது.

உடனே, மாரூப் அந்த பூததைப் பார்த்து, “நீ யார்? இங்கு எப்படி வந்தாய்?” என்று கேட்டான். அதற்கு அந்த பூதம், “என் பெயர் அபூசதத். நான் இந்த மோதிரத்திற்கு அடிமை. இந்த மோதிரத்தை யார் வைத்துககொண்டு இருக்கிறார்களோ, அவர்கள் சொல்லும் வேலை எதுவாக இருந்தாலும் செய்து முடிப்பேன்,” என்றது.

அதைக் கேட்ட மாரூப், “இங்கே உள்ள நவரத்தினங்களை எல்லாம் மேலே கொண்டு வந்து வைக்க உன்னால் முடியுமா?” என்றான். அதற்கு பூதம், “இது மிகவும் சுலபமான வேலை. கண நேரத்தில் செய்து முடிப்போன்,” என்றது.

உடனே, மாரூப் பூதத்தைப் பார்த்து, “இங்குள்ள எல்லாப் பொருட்களையும் மேலே கொண்டு வந்து வை,” என்றான். பூதம், உடனே தன்னுடைய குமாரர்களை வரவழைத்து, அந்த சுரங்கத்தில் இருந்தவை அத்தனையும் மேலே கொண்டுபோய்ச் சேர்க்கும்படி உத்தரவிட்டது. அதன்படியே, அந்தப் பூதக் குழந்தைகள் செய்தன.

பிறகு, மாரூப் பூதத்தைப் பார்த்து, ‘உன்னிடம் உள்ள வேலையாட்களைக் கொண்டு, இவற்றை வேறு ஊருக்குக் கொண்டுபோக வேண்டும். அதைப்பற்றிய விபரத்தைப் பின்னர்ச் சொல்கிறேன். இப்பொழுது எனக்குப் பசியாக இருக்கிறது. ஆகையால் உணவு கொண்டுவா,” என்றான்.

பூதம் கொண்டுவந்த உணவைச் சாப்பிட்டதும, மாரூப் பூதத்தைப் பார்த்து, "உன்னிடம் உள்ள வேலையாட்களில் ஐந்நூறு பேரைக் குதிரை உருவம் அடையச் செய். இங்குள்ள பொருட்கள் அவ்வளவையும் அந்தக் குதிரைகளின் மேல் ஏற்றிக்கொண்டு, ஒவ்வொரு குதிரையுடனும் அடிமையைப் போல ஐந்நூறு பேர்கள் வரவேண்டும். மேலும், இந்த உலகத்தில் உள்ள அதிசயப் பொருட்கள் சிலவற்றைக் கொண்டு வந்து சேர்க்க வேண்டும். அவற்றை நான் ஒருவருக்குப் பரிசளிக்க வேண்டும்' என்றான்.

அதற்கு அந்தப் பூதம், "அந்த அதிசயப் பொருட்களைக் கொண்டு வந்து சேர்ப்பதற்கு ஒரு நாள் அவகாசம் வேண்டும்" என்றது. மறுநாள் எல்லாவற்றையும் கொண்டு வந்து சேர்க்கும்படி பூதத்திடம் மாரூப் சொல்லி அனுப்பிவிட்டான்.

அச்சமயம். மாரூப்புக்கு உணவு கொண்டு வரச் சென்றிருந்த உழவன் அங்கே வந்தான். அந்த அழவன் உணவு கொண்டு வந்த பாத்திரம் நிறையத் தங்கக் காசுகளை நிரப்பி அவனக்குக் கொடுத்தான். அவன் அதைப் பெற்றுக்கொண்டு மகிழ்ச்சியுடன் போய்விட்டான்.

மறுநாள் பூதம், எல்லா அதிசயப் பொருட்களையும் கொண்டு வந்து சேர்த்தது. மாரூப் விரும்பிய விதமே எல்லாக் காரியங்களையும் செய்து முடித்தது. பிறகு, மாரூப் அந்த பூதத்தைப் பார்த்து, "இவைகளை எல்லாம் என்னுடைய மாமனாரின் அரண்மனைக்குக் கொண்டுபோகச் சொல், நான் வர்த்தகப் பொருட்களுடன் வந்துகொண்டிருப்பதாகச் சொல்," என்று சொல்லி அனுப்பினான்.

உடனே, பூதம் தன்னுடைய வேலைக்காரப் பூதம் ஒன்றைக் கூப்பிட்டது. அந்தப் பூதத்தை மனித உருவம் எடுக்கச் சொல்லிற்று. அந்தப் பூதத்தினிடம், மாரூப் சொன்னபடி அதிசயப் பொருட்களை எல்லாம் கொண்டுபோய்க் கொடுத்துத் தகவலையும் சொல்லச் சொன்னது.

அதன்படி அந்தப் பூதம் போயிற்று, தன்னுடைய மருமகனிடமிருந்து வந்த பரிசு பொருட்களைப் பார்த்த அரசன்

மனம் மகிழ்ந்தான். மாரூப்பைப் பற்றி தவறாகச் சொல்லிய மந்திரியைக் கோபித்துக்கொண்டான்.

மாரூப் தன்னுடைய வர்த்தகப் பொருட்களுடன் வந்து கொண்டிருக்கிறான் என்று கேள்விப்பட்ட வியாபாரிகள், எல்லோரும் மகிழ்ச்சியுடன் அவன் வருகையை எதிர்பார்த்தனர்.

எதிர்பார்த்தபடி மாரூப் வந்து சேர்ந்தான். அவன் கொண்டுவநத் பொருட்களை எல்லாம் எல்லோருக்கும் வாரி வழங்கினான். அதைப் பார்த்த எல்லோரும் மாரூப்பைப் புகழ்ந்தனர். ஆனால், மந்திரி மட்டும் அவனை நம்பவில்லை. அதில் ஏதோ மர்மம் இருப்பதாகக் கருதினான்.

அரசன் தன்னுடைய மந்திரியிடம் மருமகனின் பெருமை களைப்பற்றிப் பிரமாதமாக வர்ணித்தான். அதைக் கேட்ட மந்திரி, "இதில் ஏதோ சூழ்ச்சி இருக்கிறது. என்னால் இதை நம்ப முடியவில்லை. அவன் உண்மையான வியாபாரியாக இருந்தால், இம்மாதிரி தன்னுடய பொருட்களை எல்லாம் தானம் கொடுக்க மாட்டான். தன்னிடம் உள்ள ஒவ்வொரு பொருளையும் லாபத்திற்கே விற்க முனைவான். ஆகையால் நான் மாரூப்பை இன்னும் நம்ப முடியவில்லை," என்றான்.

அரசனுக்கு மந்திரி சொன்னது நியாயமாகப் பட்டது, ஆகவே, மந்திரியைப் பார்த்து, "அவனுடைய ரகசியத்தைக் கண்டுபிடிக்க என்ன உபாயத்தைக் கையாளளலாம்?" என்றான்.

அதற்கு மந்திரி, "எப்பேர்ப்பட்டவனையும் திரட்சைரசம் குடிக்கவைத்து, மயக்கி, விஷயத்தைத் தெரிந்து கொள்ளலாம்," என்றான். அதைக் கேட்ட அரசன் மந்திரியின் இஷ்டப்படி செய்யும்படி சொன்னான்.

மந்திரி அதற்கான திட்டம் ஒன்றை வகுத்தான். அதன்படி மறுநாள் மாரூப் அரச சபைக்கு வந்ததும் அரசன் அவனைப் பார்த்து "சற்று நேரம் தோட்டத்தில் உலாவிவிட்டு வரலாம்" என்று, அவனையும் மந்திரியையும் அழைத்துக்கொண்டு தோட்டத்திற்குப் போனான்.

தோட்டத்திற்குப் போனதும் மந்திரி, மாரூப்பைப் பார்த்து, "சந்தோஷமாக நேரத்தைப் போக்க வேண்டும் ஆகையால், திராட்சை ரசம் கொஞ்சம் குடிப்போம்," என்று சொல்லி, மாரூப்புக்குத் திராட்சை ரசத்தைக் கொடுத்தான். மாரூப் அந்த ரசத்தைக் குடித்ததும, போதையினால் ஏதேதோ பேச ஆரம்பித்தான்.

அதுதான் தருணமென்று மந்திரி அவனைப் பார்த்து, "மாரூப்! உன்னுடைய செல்வாக்கைப் பார்த்தால் எங்களுக்கு ஆச்சர்யமாக இருக்கிறது. இந்தச் செல்வங்களை நீ எப்படி அடைந்தாய் என்பதை விபரமாகச் சொல்," என்றான். அதைக் கேட்டதும், மாரூப் மது மயக்கத்தில், தன்னுடைய வரலாறு முழுவதையும் சொல்லிவிட்டான்.

மாரூப் சொன்ன விஷயங்களைக் கேட்ட மந்திரி, அவனுடைய கையில் இருந்த மோதிரத்தைப் பறித்துத் தேய்த்தான். உடனே, பூதம் தோன்றி மந்திரியை வணங்கி நின்றது.

மந்திரி அந்தப் பூதத்தைப் பார்த்து, "மாரூப்பையும் அரசனையும் பிடித்துக்கொண்டு போய்ச் சிறையில் அடைத்து விடு," என்றான். பூதம் அப்படியே செய்தது. பிறகு, மந்திரி தானே அந்த நாட்டிற்கு அரசனாகிவிட முயற்சித்தான். அந்த நாட்டு மக்கள் அவனை அரசனாக ஒப்புக்கொண்டனர்.

பிறகு, மந்திரி இளவரசியை மனைவியாக அடைய முயன்றான் ஒருநாள் அவன் அவளிடம் போய்ப் பேசிக் கொண்டிருக்கையில், தந்திரமாக அவனிடமிருந்த மோதிரத்தை அவள் வாங்கினாள். உடனே அந்த மோதிரத்தைத் தேய்த்தாள். பூதம் தோன்றியது. அந்தப் பூதத்தினிடம், மந்திரியைக் கொண்டு போய்ச் சிறையில் அடைக்கும்படி உத்தரவிட்டாள்.

கடைசியாகத் தன்னுடைய தகப்பனையும் கணவனையும் சிறையில் இருந்து விடுவிக்கச் செய்தால். மாரூப்பை அரசன் தன்னுடைய மந்திரியாக நியமித்தான். சிறிது காலத்திற்குப் பிறகு அரசன் இறந்துவிடவே மாரூப் அரசனாகப் பட்டம் சூட்டிக்கொண்டு

அந்த நாட்டை ஆண்டு வந்தான்," என்றாள் ஷாரஜாத். அன்றுடன் அவள் கதை சொல்ல ஆரம்பித்தது ஆயிரத்து ஓர் இரவுகள் முடிந்தன.

அதிர்ஷ்டசாலி ஷாரஜாத்

"ஆயிரத்து ஓர் இரவுகளாகக் கதை சொல்லி வந்த ஷாரஜாத், கதை சொல்லி முடிந்ததும் எழுந்து, ஷாரியர் மன்னனை வணங்கி, "அரசே! என்னுடைய கடைசி விருப்பம் ஒன்றை நீங்கள் நிறைவேற்றிக் கொடுக்க வேண்டும்" என்றாள்.

"என்ன விரும்புகிறாய் சொல்!" என்றான் ஷாரியர்.

அச்சமயம், மூன்று குழந்தைகளை அழைத்து வந்து ஷாரஜாத்திடம் விட்டனர் வேலைக்காரர்கள். அந்த மூன்று குழந்தைகளும் ஷாரஜாத் கதை சொல்லிக்கொண்டிருந்த நாட்களில், ஷாரியார் மன்னனுக்குப் பிறந்த குழந்தைகள்.

ஆகவே, ஷாரஜாத் அக் குழந்தைகளை அணைத்துக் கொண்டு, கண்ணீர் பெருக, "அரசே நான் இறந்துவிட்டால், இக்குழந்தை களைப் பொறுப்புடன் வளர்க்க யாரும் இல்லை. ஆகையால், இக்குழந்தைகளின் எதிர்கால நலனை உத்தேசித்தாவது என்னை தண்டிக்க வேண்டாம்,"

அதைக் கேட்ட ஷாரியர் மன்னனின் கண்களில் நீர் துளிர்த்தது.

ஷாரியர் மன்னன், அக்குழந்தைகளை அணைத்துக் கொண்டான். ஷாரஜாத்தைப் பார்த்து, "உன்னுடைய பெருமையை உணர்ந்தேன். இனி, நான் யாரையும் மணந்து கொள்ளவும் மாட்டேன்; தண்டிக்கவும் மாட்டேன்," என்று சொன்னான்.

ஷாரியர் மன்னனின் மனம் மாறிவிட்டதைக் கண்ட அந்த நாட்டு மக்கள் எல்லோரும் மகிழ்ச்சி அடைந்தனர். அன்றுமுதல் ஆண்டவன் கிருபையால் எல்லோரும் இனிது வாழ்ந்தனர்.